சேங்கை

(நாவல்)

கவிப்பித்தன்

நீலம்

நீலம்

சேங்கை (நாவல்)

முதற்பதிப்பு : ஜனவரி 2023

நீலம் பப்ளிகேஷன்ஸ்,
முதல் தளம், திரு காம்ப்ளக்ஸ்,
மிடில்டன் தெரு, எழும்பூர், சென்னை - 600008.

அட்டை - நூல் வடிவமைப்பு : நெகிழன்
பின்னட்டை நிழற்படம் : ஜெகதீஷ்

விலை ரூ.350

SAENGAI

Author : Kavipithan © Kavipithan
First Edition : January 2023
Published by : NEELAM PUBLICATIONS,
1st floor, Thiru Complex, Middleton street,
Egmore, Chennai - 600008.
Print : Mani Offset, Chennai - 600041.

Email : editor@neelampublications.com
Mobile : +91 98945 25815

INR : 350
ISBN : 978-93-94591-09-7

Neelam Online Store - www.neelambooks.com

கவிப்பித்தன் [பிறப்பு - 1971]

ஒருங்கிணைந்த வடாற்காடு அம்பேத்கர் மாவட்டத்தில், நீவாநதி (பொன்னையாறு) பாயும் வசூர் என்கிற கிராமத்தில் பிறந்தவர்.

நீவாநதி, மடவளி, ஈமம் என மூன்று நாவல்கள், 2 கவிதைத் தொகுப்புகள், 6 சிறுகதைத் தொகுப்புகள் எனக் கணிசமான அளவுக்குப் படைப்புகளைத் தந்திருப்பவர்.

"சோற்றுக்கும் துணிக்கும் தாளம் போடுகிற எமது மக்களின் வலிகளையும் வலிமைகளையும் எழுதுகிறேன்" எனப் பிரகடனம் செய்யும் இவர், 'ஆனந்த விகடன் நம்பிக்கை விருது', 'புதுமைப்பித்தன் படைப்பிலக்கிய விருது', 'திருப்பூர் தமிழ்ச்சங்க விருது', 'எழுச்சித்தமிழர் விருது', 'சௌமா இலக்கிய விருது' உள்ளிட்ட பல விருதுகளைப் பெற்றிருக்கிறார்.

விவசாயக் குடும்பத்தில் பிறந்து, தற்போது இராணிப்பேட்டை மாவட்ட வருவாய்த் துறையில் பணியாற்றி வருகிறார்.

கண்களுக்குப் புலனாகாத மாய உலகம்

தினசரி நம் கண்களுக்கு எதிரில் ஆயிரக்கணக்கான லாரிகள் ஓடுகின்றன. பாரம் ஏற்றியோ, வெற்று வண்டிகளாகவோ தலை தெறிக்க ஓடுகிற அவற்றை நாம் சாதாரணமாகவே கடந்துகொண்டிருக்கிறோம். எப்போதாவது நடக்கிற லாரி முதலாளிகளின் வேலை நிறுத்தம் காரணமாகக் காய்கறிகளின் விலை தாறுமாறாக உயர்கிறபோது தான் நாம் லாரிகளைப் பற்றிப் பேசுகிறோம். அப்போதும் கூட அதில் பணியாற்றுகிற தொழிலாளிகளைப் பற்றி நாம் பேசுவதே இல்லை.

ஆனால்... லாரிகள் மட்டும் இயங்கவில்லை என்றால், நம்முடைய சராசரி வாழ்க்கையே நிலைகுலைந்து போகும் என்பது நம்மில் எத்தனை பேருக்குத் தெரியும்...?

நாம் விதவிமாய் உண்கிற உணவுப் பொருள்கள், உடுத்துகிற உடைகள், மின்சாதனப் பொருள்கள், அழகு சாதனப் பொருள்கள், காலணிகள் என அத்தனையும் லாரிகளின் ஓட்டத்தினால்தான் நமக்கு வந்து சேர்கின்றன.

அப்படியான அந்த லாரி உலகத்தைப் பற்றி நமக்கு எத்தனை விழுக்காடு தெரியும்...? அதை இயக்குகிற ஓட்டுநர்கள், கிளீனர்களைப் பற்றி நமக்கு என்ன தெரியும்...? அவர்களின் வாழ்க்கையைப் பற்றி நமக்கு ஏதாவது தெரியுமா...? டீசல் வாசனையோடும், உடைகளில் பல நாள் அழுக்கோடும், சாலைகளில் நெளிகிற கரிப் புகையோடும், மரணத்தையும் கையோடு சேர்த்து இழுத்துக்கொண்டு அலைகிற இவர்களைப் பற்றி ஏதேனும் பேசப்பட்டிருக்கிறதா...? குறைந்தபட்சம் சிறுகதைகள், கவிதைகள், நாவல்கள் எனப் பெரிதாக ஏதாவது வந்திருக்கிறதா..?

இத்தனை கேள்விகளுக்கும் ஒரே பதில் என்பதுதான் உண்மை.

அரசுப் பணிக்கு வருவதற்கு முன்பும், பத்திரிகையாளனாகப் பணியாற்றுவதற்கு முன்பும், இந்த மாய உலகத்தோடு சில ஆண்டுகள் பணிபுரிகிற வாய்ப்பு எனக்குக் கிடைத்தது. அந்த உலகம் மிக மிக விசித்திரங்கள் நிறைந்த உலகம். ஏராளமான புதிர்கள் நிறைந்த வாழ்க்கை. அவற்றை நேரடியாகப் பார்த்துப் பார்த்து நான் அதிர்ச்சியடைந்திருக்கிறேன்.

வழக்கம்போலவே எனதிந்த அனுபவங்களையும் முதலில் சிறுகதையாகத்தான் எழுதினேன். முதல் சிறுகதைத் தொகுப்பான இடுக்கியில் 2007இல் அது வெளியானது. பதினைந்து ஆண்டுகளுக்குப் பிறகு நாவல் வடிவத்தில் வெளியாகிறது.

லாரி தொழிலாளர்களின் வாழ்க்கையின் ஊடாக... ஒடுக்கப்பட்ட இனத்தின் வாழ்வியலையும் சிறிதளவு இதில் எழுதியிருக்கிறேன். இந்த இரண்டு சமுதாயங்களுமே, இந்தப் பெரும்பான்மைச் சமூகத்தால் கவனிக்கப்படாமல் ஒதுக்கப்பட்டதாக நினைக்கிறேன்.

'சேங்கை' என்றால் பாழடைந்த நீர் நிலை எனச் சங்க இலக்கியம் பொருள் கூறுகிறது. இவர்களும் பாழடிக்கப்பட்ட நீர் நிலைக்கு ஒப்பானவர்கள்தாம்.

இந்த நாவலுக்காக நான் ஏராளமான நேரத்தை ஒதுக்கவேண்டியிருந்தது. ஏராளமான தரவுகளைச் சேகரிக்கவேண்டியிருந்தது. எனது பணிச்சூழல் அதற்குப் பெரும் நெருக்கடியைத் தந்தாலும், பிடிவாதத்தோடு எழுதி முடித்திருக்கிறேன். அதற்காக எனது உடல் ஆரோக்கியத்தையும் உறக்கத்தையும் இழந்திருக்கிறேன். எனது நெருங்கிய நண்பனான மு.ஜெய்குமார் இந்த நாவலுக்குப் பெரும் உறுதுணையாக இருந்து தோள் கொடுத்திருக்கிறான். தோழர் மு.க.ஜீவா இதன் தெலுங்கு வாசகங்களுக்காக உடனிருந்து உதவி செய்திருக்கிறார். நண்பர் திரு.பாலமுருகன் எழுதிய நெடுஞ்சாலை வாழ்க்கை நூல் எனக்கு மேலும் சில தகவல்களைத் தந்திருக்கிறது. இருபத்தைந்து ஆண்டுகளுக்கும் மேலாகச் லாரி தரகுத் தொழிலில் இயங்கிவரும் நண்பர் தகரக்குப்பம் ராமு, சென்னை மற்றும் குஜராத் லாரி அலுவலகங்களில் பணியாற்றிய மாணிக்கம், விஜயகுமார், ரவி, குமார், சேட்டு, நித்யா, சௌந்தர், இளங்கோ, தேவேந்திரன் உள்ளிட்ட நண்பர்களுக்கு நன்றி.

மிகுந்த உற்சாகத்தோடு இந்த நாவலைக் கொண்டுவரும் நீலம் பதிப்பகத்திற்கும் இயக்குநர் திரு.பா.இரஞ்சித் அவர்களுக்கும் நாவலின் பேசுபொருள்கள் குறித்து ஏராளமான விவாதங்களை நடத்திய தோழர் தமிழ்ப்பிரபா, நீலம் பதிப்பக நண்பர்கள் வாசுகி பாஸ்கர், இலஞ்சி.அ.கண்ணன், ஆகியோருக்கும் என் அன்பைப் பகிர்கிறேன்.

எனது எழுத்துப் பணிக்குத் தொடர்ந்து உறுதுணையாக இருக்கும் தோழர்கள் கமலாலயன், ச.ஆறுமுகம், நூல்வனம் மணிகண்டன், பாரதி புத்தகாலயம் நாகராஜன், கவிஞர் யாழன்ஆதி ஆகியோருக்கும் நன்றி.

வழக்கம்போல எனது துணைவியார், பிள்ளைகள், குடும்பத்தினர் அனைவருக்கும் என் அன்பையே கையளிக்கிறேன்.

பிரியங்களுடன்

கவிப்பித்தன்

9, பாரதியார் தெரு, கீழ்ப்புதுப்பேட்டை, வாலாஜாபேட்டை,
இராணிப்பேட்டை மாவட்டம், தமிழ்நாடு – 632513.
பேச – 94434 30158.
மின்னஞ்சல் - kavipithan71@gmail.com

1

சென்னைத் துறைமுகத்தின் முதுகுப் பக்கமாக எழுந்த சூரியன் நிதானமாக மேலே ஏறிக்கொண்டிருந்தான். இப்ராகீம் சாகிப் சாலையில் இரு புறமும், எதிரெதிராக நகர்ந்துகொண்டிருந்தன வாகனங்கள்.

இப்ராகீம் சாகிப் சாலையில், தம்புச்செட்டித் தெரு முட்டிக்கொண்டு நிற்கிற வடக்கு முனை. அங்கே மாடிப்பூங்காவுக்கு எதிரில் நிற்கிறது அந்த மஞ்சள் வண்ணக் கட்டடம். அந்த மூன்று மாடிக் கட்டடத்தின் இரண்டாவது மாடியின் வராந்தாவில் நின்றிருந்தான் மணி. அவன் கண்கள் சூரியனின் உக்கிரத்தையும் சாலையில் நெளியும் வாகனங்களையும் மாறி மாறிப் பார்த்துக்கொண்டிருந்தன.

கடற்கரைச் சாலையின் தொடர்ச்சியாகவே மேற்கு நோக்கி நீண்டிருந்தது இப்ராகீம் சாகிப் சாலை. அதில் ஊர்கிற வாகனங்களோடு, ராயபுரத்திலிருந்து வரும் வாகனங்களும் கிழக்கும் மேற்குமாய்ப் பிரிந்து இணைந்துகொண்டன.

கண் புருவத்தின் மேடிட்ட வளைவைப் போலிருந்த ராயபுரம் மேம்பாலத்தை உற்றுப் பார்த்தான். அதில் வரிசை வரிசையாக ஊர்ந்து வந்த வாகனங்கள் கிழக்கு மேற்காகப் படுத்திருக்கும் கடற்கரைச் சாலை நோக்கியும் தங்கச்சாலை நோக்கியும் தயக்கமாகப் பிரிந்து பயணித்தன.

பகலில் பாவனா லாரி டிரான்ஸ்போர்ட் அலுவலகமாகவும், இரவில் தனது தங்கும் அறையாகவும் உருமாறும் அந்த ஒற்றை அறையைத் திரும்பிப் பார்த்தான். சுவரில் மாட்டியிருந்த முட்டை வடிவக் கடிகாரம், நேரம் எட்டே முக்கால் எனக் காட்டியது.

தலைக்குக் குளித்து, லுங்கிக்கு மேல் மஞ்சள் நிறச் சட்டையை மாட்டியிருந்தான். தலை வாரி, முகத்துக்கு லேசாகப் பவுடரும் பூசியிருந்தான்.

மாநகரப் பேருந்துகள், கண்டெய்னர்களை ஏற்றிய நீளமான டிரைலர்கள், லோடு ஏற்றிய, லோடு ஏற்றப் போகும் லாரிகள், ஆட்டோக்கள், மீன்காரப் பெண்களோடு விரையும் மீன்பாடி வண்டிகள், இரு சக்கர வாகனங்கள் எனச் சாலையின் இருபுறமும் விரையும் வாகனங்களின் வழக்கமான அந்த ஊர்வலம் அவனுக்குப் பார்க்கப் பார்க்கச் சலிக்கவில்லை.

இந்தப் பரபரப்பான ஊர்வலங்களுக்குத் தொடர்பே இல்லாமல், சாலையின் ஓரமாக, மேற்கைப் பார்த்தவாறு வரிசை வரிசையாக நடந்து செல்லும் பள்ளி மாணவிகள். அவர்களின் இளஞ்சிவப்புச் சுடிதார்கள், இரட்டைச் சடைகளில் பூத்திருக்கும் இளஞ்சிவப்பு ரிப்பன்கள். அவர்களோடு கலந்து செல்லும் பாரதி கல்லூரி மாணவிகள்.

மந்தையாகத் துள்ளி ஓடுகிற செம்மறி ஆட்டுக் குட்டிகளைப் போல முதலில் அவனுக்கு எல்லாப் பெண்களும் ஒரே மாதிரியாகத்தான் தெரிந்தார்கள்.

ராவ் வீட்டுப் பெண்கள், மார்வாடிப் பெண்கள், முஸ்லிம் பெண்கள், ராயபுரம் மீனவப் பெண்கள் என அந்த மாணவிகளை ரகம் பிரித்துப் பார்க்கவே அவனுக்குப் பல மாதங்கள் ஆகின.

சர்வ சுதந்திரமாகச் சிரித்துப் பேசியபடி நடந்து வரும் அந்த மாணவிகள், அக்கம் பக்கத்தில் யாராவது கவனிக்கிறார்களா என ஓரப் பார்வை பார்த்துக்கொள்வதை, அவர்களுக்கே தெரியாமல் மேலே நின்று பார்ப்பது அவனுக்கே குறுகுறுப்பாக இருக்கும்.

திடீரெனச் சில பெண்கள் மேலே நிமிர்ந்து, அவனது வெறித்த கண்களைப் பார்த்துவிட்டுத் திணறுகிறபோது, அவனும் திணறுவான். அவர்கள் தலையைக் குனிந்துகொள்வார்கள். சில பெண்கள் மீண்டும் நிமிர்ந்து பார்ப்பார்கள். அப்போதெல்லாம் அவன் மனதில் ஒரு பரவசம் ததும்பும்.

அப்படித்தான் ஒரு நாள் தனது இளஞ்சிவப்புத் துப்பட்டாவை மேலே தூக்கி, அதைத் தனது விரல்களால் நீவி, மீண்டும் தன் செழுமையான மார்பின் மீது படியவிட்டபடி எதேச்சையாக மேலே நிமிர்ந்து பார்த்த அந்தப் பெண் இவனைப் பார்த்துத் திடுக்கிட்டாள்.

அவள் கண்கள் சில விநாடிகள் திணறின. மீண்டும் தலையைக் குனிந்து சில அடிகள் நடந்தவள், தயக்கத்தோடு தலையை உயர்த்தி மேலே பார்த்தாள். அன்றுதான் அவளை முதன்முதலாகக் கவனித்தான் மணி.

ஆற்றுத் தண்ணீரில் கழுவி வைத்த கேரட்டைப் போலப் பளிச்சென்ற நிறம். நெற்றியில் சிவப்பு நிற முக்கோண ஸ்டிக்கர் பொட்டு. மெலிதாக மை தீட்டிய புருவங்கள். படபடக்கும் இமைகள். குரவை மீன்களைப் போல நீந்தும் விழிகள்.

அந்தச் சில விநாடிகளிலேயே அத்தனையையும் கவனித்தான் மணி. அநேகமாக அவள் பதினொன்று அல்லது பன்னிரண்டாம் வகுப்புப் படிக்கலாம்

என நினைத்துக்கொண்டான். எல்லோரையும் போல இரட்டைச் சடைதான். ஆனால், அவற்றுக்கிடையில் அடர்த்தியான மல்லிகைச் சரம் ஊஞ்சலாடியது.

தலையைக் குனிந்தபடி அவள் அவனைக் கடந்து போக, தரைக்கும் நோகாமல் அவள் நடந்து போவதையே உற்றுப் பார்க்கத் தொடங்கினான். கும்பல் கும்பலாகப் பல பெண்கள் நடந்து போனாலும் அப்போது அவள் மட்டுமே அவன் கண்களுக்குத் தெரிந்தாள்.

மறுநாள் காலையில் அவளுக்காகவே காத்திருந்தான். ஆனால், அவள் வரவே இல்லை. ஒருவேளை முன்னதாகவே போயிருப்பாளோ?

அதற்கு மறுநாள் மாணவிகள் வரத் தொடங்குவதற்கு முன்னதாகவே வராந்தாவில் நின்றான். அன்று சரியாக ஒன்பது மணிக்கு ஒரு பூங்கரகம் நடந்து வருவதைப் போல மெல்ல மெல்ல நடந்து வந்தாள். அவன் அவளையே பார்த்துக்கொண்டிருந்தான். முப்பதடி தூரத்திற்கு முன்பே தலையை உயர்த்தி மேலே பார்த்தாள். அவனும் பார்த்தான். அவள் பார்வையில் ஒரு பயம். உடனே தலையைக் குனிந்து கொண்டாள்.

மணியின் மனசு குதூகலிக்கத் தொடங்கியது. அவளையே விழுங்கிவிடுவதைப் போல பார்க்கத் தொடங்கினான். சரியாக அவனுக்கு நேர் கீழே வந்தபோது மீண்டும் ஒருமுறை நிமிர்ந்து பார்த்தாள். அப்போது அவன் உடல் முழுவதும் ஒரு மின்னல் பாய்ந்ததைப் போலப் பரவசம், பரபரப்பு.

அன்றிலிருந்து தினமும் அங்கே நின்று அவளைக் கவனிக்கத் தொடங்கினான். அவளும் மேலே தலையை உயர்த்தி அவனைப் பார்க்கத் தொடங்கினாள்.

கடந்த ஒரு மாதமாக இந்த நாடகம் நடக்கிறது. அவளுடன் பேசவோ, அவளைப் பற்றி விசாரிக்கவோ அவன் எந்த முயற்சியும் செய்யவில்லை. அந்த நொடி நேர தரிசனமே அவனுக்குப் போதுமானதாக இருந்தது.

மீண்டும் தலையைத் திருப்பிச் சுவர்க் கடிகாரத்தைப் பார்த்தான், 8.55. மனசு படபடப்பானது. நடந்து வரும் மாணவிகளை உற்றுப் பார்த்தான். எப்போதும் போல, அவளைத் தவிர மற்ற எல்லோரும் ஒரே மாதிரியாகத்தான் தெரிந்தனர். அவளை இன்னும் காணவில்லை.

"வணக்கம் சார்" என்ற குரல் கேட்டுத் திரும்பிப் பார்த்தான்.

அந்த மாடி வராந்தாவின் வலது முனையிலிருந்த கழிவறைக் கதவருகே நின்றிருந்தான் நாயர் தேநீர்க்கடைப் பையன். மணியைப் பார்த்துப் பவ்யமாகச் சிரித்தான். மணியும் அவனைப் பார்த்துக் கையசைத்துவிட்டு, சிநேகமாகச் சிரித்தான்.

"ரெடியாய்ட்டியா சார்?"

"ம் ம்"

"இந்த சர்ட்டு உனுக்கு நல்லா பள்ச்சினு கீது சார்"

“அப்டியா?'' எனத் தன் சட்டையை ஒரு முறை பார்த்துக்கொண்டான் மணி. அதிகாலை கீழ் வானத்தைப் போலக் கண்ணைக் கூச வைக்கிற மஞ்சள் நிறம்தான்.

“டீ எட்த்துகினு வர்ட்டுமா சார்” என வழக்கம்போலக் கேட்டான்.

“இப்ப வாணாம்பா டிபன் சாப்ட போறங் ஆபீஸ்ல எல்லாரும் வந்தப்பறமா சொல்றங்'' இதுவும் மணி வழக்கமாகச் சொல்கிற பதில்தான்.

“இன்னா சார் டிபனு செஞ்ச”

“ம் எப்பவும் போல தாங்”

“டீகே சார்”

மீண்டும் ஒரு சிரிப்புச் சிரித்துவிட்டுக் கழிவறைக்குள் நுழைந்து கதவை மூடிக்கொண்டான் அந்தப் பையன். கீழே தரை தளத்தில் கழிவறை வசதி இல்லாததால் மாடியில் உள்ள இந்தக் கழிவறைக்குத்தான் அவன் வருவான்.

தொண்டையைச் செருமி, எச்சிலை விழுங்கியபடி எதிரில் புதர் மண்டிக்கிடந்த மாடிப் பூங்காவைப் பார்த்தான் மணி. மாடிப் பூங்காவே தெரியாத அளவுக்கு அதன் முன்புறம் சீமைக் கருவேல மரங்களும் பெயர் தெரியாத வேறு சில செடிகளும் பின்னிப் படர்ந்த கொடிகளும் பெரும் புதராகச் செழித்திருந்தன. அந்தப் புதருக்குள் மறைந்திருந்த சாய்வான மண் மேட்டில், அந்த ரிக்சாக்காரன் தவிப்போடு குந்தியிருந்தான்.

அழுக்கில் மொடமொடத்த நீல நிற லுங்கியை, உள்ளே இருக்கும் மஞ்சள் நிற ஜட்டி தெரிய மடித்துக் கட்டியிருந்தான். மண்புழுக்கைளைப் போல மெலிந்திருந்த அவனது கால்கள் விடமேறி நீலம் பாரித்ததைப் போலக் கறுப்பாக இருந்தன. தலையில் குத்தும் முள் மண்டைகளுக்கு நடுவில் உடலைக் குறுக்கி உட்கார்ந்திருந்தான். அவனது ரிக்சா புதரின் கீழே, சாலையின் ஓரமாகச் சில மூட்டைகளுடன் நின்றிருந்தது.

சாலையில் நிற்பவர்களுக்கோ, வாகனங்களில் பயணிப்பவர்களுக்கோ அந்தப் புதருக்குள் ஆள் இருப்பதே தெரியாது.

அதே நேரம், குப்பைப் பொறுக்கும் அந்தப் பையன் ஊதிப் பெருத்த தனது அழுக்கு நிறக் கோணிப் பையை முதுகில் சுமந்தபடி வந்தான். அந்த ரிக்சாவின் அருகிலேயே மூட்டையை வைத்துவிட்டு, குனிந்து, ஓணானைப்போல வேகமாக ஊர்ந்து அவனும் அந்த மேட்டில் ஏறிப் புதருக்குள் நுழைந்தான்.

அவனுக்குப் பின்னாலேயே வந்த நடுத்தர வயதுடைய அந்த லோடிங் மேஸ்திரியும் அவனைப் போலவே குனிந்து மேட்டில் ஏறிப் புதருக்குள் நுழைந்தான். அவர்கள் இருவரையும் பார்த்ததும் ரிக்சாக்காரனின் கண்கள் பளிச்சிட்டன. ஆனால், மணிக்கோ அவர்களைப் பார்த்து ஆத்திரமாக வந்தது.

2

சிவப்பு நிறத் தாவணியில் தகதகப்பாய் இருந்தாள் ராணி. மஞ்சள் நிறப் பாவாடைக்கு மேல் அதே மஞ்சள் நிற ரவிக்கை. ரவிக்கையின் முன்புறம் மதமதர்த்து மூச்சுத் திணறிக்கொண்டிருந்தது.

அவள் கழுத்தில் ஊஞ்சலாடிய கருக மணியில் இடை இடையில் வெள்ளை மணிகள் கோக்கப்பட்டிருந்தன. அவை அவள் பற்களைப் போலவே பளிச்சிட்டன. அவற்றை அடிக்கடிப் பற்களால் கடித்துக்கொண்டிருந்தாள்.

முகத்தில் லேசாகப் பவுடர் பூசி, கண் புருவங்களை விரலால் நீவி விட்டிருந்தாள். லேசான வெளிர் சிவப்பு உதடுகள் அப்போது மேலும் சிவந்திருந்தன.

“அய்யோ ஊர்ல கீற அந்தக் கெங்கம்மா செல மாரியே கீறியே எங்கனா சேட்டு ஊட்ல பொறக்க வேண்டியவ இந்தக் குட்ச்சீல வந்து பொறந்துட்டியே பொண்ணே...”

அவளது கன்னங்களை வழித்து உதட்டில் முத்தமிட்டுக்கொண்டு, அவள் அம்மா கன்னிச்சி சொன்னது ராணியின் காதில் கேட்டுக் கொண்டே இருந்தது.

ஒரு காலை மடக்கி, மற்றொரு காலை கீழே தொங்கவிட்டவாறு வீற்றிருந்த கெங்கையம்மனின் சிலை ராணியின் பின்புறம் ஜெகஜோதியாய் மின்னியது. தலையைத் திருப்பிச் சிலையைப் பார்த்தாள். எடுப்பான அம்மனின் மார்புகள் மஞ்சள் சேலைக்குள் மதர்த்துக்கொண்டிருந்தன. அந்த மார்பின் மீது சாத்தியிருந்த பூங்கரகங்கள் மின் விளக்குகளின் வெளிச்சத்தில் புத்தம் புதிதாக ஒளிர்ந்தன. அவளது நான்கு கைகளில் ஒன்றில் குங்குமக் கிண்ணமும், ஒன்றில் சூலமும், இன்னொன்றில் உடுக்கையும் ஏந்தியிருக்க, ஒரு கை ஆசீர்வதித்துக்கொண்டிருந்தது.

களையான அம்மனின் முகமும், அகலமான அந்தக் கண்களில் தவழும் சாந்தமும், விரிந்த உதடுகளில் வழிகிற புன்னகையும் பார்க்கப் பார்க்க ராணியின் மனதைக் கரைத்தன. சிரசின் பின்புறம் பொருத்தியிருந்த அரை வட்டத் தொராவில் பல வண்ணங்களில் சீரியல் பல்புகள் மினுங்கி மினுங்கி ஜொலித்துக்கொண்டிருந்தன. அம்மனும், ஊர் சனங்களைப் போலவே தனக்கு நேர் எதிரில் போடப்பட்டிருந்த நாடகப் பந்தலையே கண் இமைக்காமல் பார்த்துக்கொண்டிருந்தாள்.

தொளதொளப்பான உடையணிந்த கட்டியக்காரன் மேடையில் சுற்றிச் சுற்றி ஆடிக்கொண்டிருந்தான். இரட்டை அர்த்தப் பாடல்களைப் பாடி தாளத்திற்கு ஏற்பக் குதிப்பும் துள்ளலுமாய் ஒரு சுற்றுச் சுற்றிவிட்டு, ஒரு முழ நீளமே உள்ள கட்டைக் கத்தியின் அடிப்புறத்தைத் தடார் என மிருதங்கக்காரரின் மேசையில் இடித்தான். கண்களில் சிரிப்பும் உதடுகளில் ஆரவாரமும் வழிய வழிய சனக் கூட்டம் கெக்கலித்துக்கொண்டிருந்தது.

மேடையின் முன்புறம் கோரைப் பாய்களையும் துப்பட்டிகளையும் விரித்து, ஊர் சனங்கள் குடும்பம் குடும்பமாக உட்கார்ந்திருந்தனர். அவர்களுக்குப் பின்புறம் சற்று இடைவெளிவிட்டு ஈச்சம் பாயை விரித்து அதில் குந்தியிருந்தாள் ராணி. அவளின் அம்மா கன்னிச்சி, இரண்டு சிறுசுகள், அவளது சித்தி நீலம்மா என அவளுக்குப் பக்கத்தில் குந்தியிருந்தவர்களின் கண்கள் இழுத்து ஒட்ட வைத்ததைப் போல ஆட்ட மேடையிலேயே நிலைத்திருந்தன.

சர்க்கார் பள்ளியிலிருந்து கொண்டுவரப்பட்ட மரப்பலகைகளால் இரண்டடி உயரத்தில் போடப்பட்ட நாடக மேடை. அதன் முன்புறம் இரண்டு உயரமான மூங்கில் கம்புகள் நடப்பட்டிருந்தன. அதன் முனைகளில் ஆயிரம் வாட்ஸ் குண்டு பல்புகள் பளீரென எரிந்துகொண்டிருந்தன. அந்த மஞ்சள் வெளிச்சத்தோடு திருவிழாக் களையும் சேர்ந்துகொள்ள எல்லோரது முகங்களும் தங்க நிறத்தில் மின்னிக்கொண்டிருந்தன.

ராணியின் மனமோ பப்பூனின் ஆட்டத்தில் ஒட்டவேயில்லை. அவளுக்குப் படபடப்பாக இருந்தது. அவளது இடது புறமிருந்த ஒரு ஓட்டு வீட்டின் திண்ணையில் உட்கார்ந்து அவளையே பார்த்துக்கொண்டிருந்தான் கோபால். ஊர் பெரியதனக்காரர் சந்திரசேகரின் மகன். கல்லூரிக்குப் போய் பெரிய படிப்புப் படிப்பவன்.

ராணியின் குடியிருப்பை ஒட்டிய முதல் நிலமே அவர்களுடையதுதான். கம்பும், கேழ்வரகும், மிளகாய்த் தோட்டமும், வேர்க்கடலையுமாய்ப் பச்சைக் கட்டிய நிலம். அவ்வளவு பயிர்களுக்கும் உயிர் கொடுக்கும் வற்றாத கிணறு. அந்தக் கிணற்று மேட்டில் ஒரு கறுப்பு பீமனைப் போல அநாயசமாக உட்கார்ந்திருக்கும் ஆயில் மிசின். அதன் பெரிய சக்கரத்திற்கும் ஐந்தடித் தூரத்தில் இருக்கும் பம்புக்கும் இடையில் கறுப்பு நிற பெல்ட் பட்டையை மாட்டி, ஹேண்டில் பாரை வேகமாகச் சுழற்றி, அதன் தலையிலிருக்கும் லிவரை அநாயசமாகத்

தட்டிவிடுவான் கோபால். அது டுட் டுட் டுட் எனப் புகையைக் கக்கியபடி ஓடத் தொடங்கி விட்டால், கிணற்றிலிருக்கும் தண்ணீரை உறிஞ்சிக் கால்வாய் கொள்ளாமல் ஊற்றும்.

கிணற்று மேட்டில், அந்த இன்ஜினுக்கு அருகில் போடப்பட்டிருக்கும் நீளமான வெள்ளைக் கல்லின் மீது உட்கார்ந்துகொள்வான் கோபால். ஒரு வேப்பங்குச்சியை ஒடித்து மென்றபடி சாவகாசமாக உட்கார்ந்து, அங்கே துணி துவைத்துக்கொண்டிருக்கும் ராணியை விழுங்கி விடுவதைப் போலப் பார்ப்பான்.

பெரியதனக்காரர் அங்கே இருந்தால் யாரையுமே கிணற்றுப் பக்கம் அண்ட விட மாட்டார்.

"ஏய் கய்சட உங்க பூண்ட்ரம் புட்ச்ச அய்க்கல்லாம் எங்க எடத்தாந்து அலைக்க வர்ற யார்னா இங்க வந்தீங்க பன மட்ட தப்பற மாரி தப்பிப் புடுவங்?" என விரட்டி விரட்டி அடிப்பார்.

"ஏய் பேபர்சி நாய்ங்கள யார்னா காவால கால வச்சீங்க கேவுரு பயிர ரெண்டா கீக்கிற மாறி கால புட்ச்சி ரெண்டா கீசிபுடுவங்" எனக் கத்துவார்.

அதையும் மீறி, அவர் இல்லாத போது யாராவது துணி துவைப்பதைப் பார்த்துவிட்டால், மார் நீளத்திற்குப் புங்கம் மண்டையை உடைத்துக்கொண்டு மேல் மூச்சுக் கீழ் மூச்சு வாங்க அசிங்க அசிங்கமாகத் திட்டியபடி அவர்களைத் துரத்துவார்.

அவர் தலையைப் பார்த்துவிட்டாலே ஈரத் துணிகளை வாரித் தோளில் போட்டுக்கொண்டு அலறியபடி ஓடுவார்கள்.

அப்படி எழுந்து ஓடுகிற அவசரத்தில் துணிகளை எடுத்துவந்த அன்னக் கூடையையோ, குண்டானையோ அங்கேயே விட்டுவிட்டால் அவ்வளவுதான். ஒரு பெரிய கல்லைத் தூக்கி வந்து அந்தக் குண்டான் மீது போட்டு, ஆத்திரம் தீர அதைச் சுக்கல் சுக்கலாக நசுக்கி, வேலியில் தூக்கி வீசுவார். என்ன பேசுகிறார் எனச் சொல்ல முடியாதபடி அவ்வளவு கொச்சையான வார்த்தைகளில் திட்டுவார். வாயில் புழு புழுத்து உதிரும்.

அதனால் பெரியதனக்காரர் அங்கே இல்லாத நேரம் பார்த்து, துணி துவைக்க கிணற்று மேட்டுக்குப் போவாள் ராணி. அவர் இல்லாத நேரங்களில் கோபால் அங்கே உட்கார்ந்திருப்பான். எப்போது பெரியவர் வந்து விடுவாரோ எனப் பயந்து பயந்து வேக வேகமாகத் துணிகளைத் துவைத்து, அலசுவாள். அந்த நேரங்களில் விரட்ட விரட்ட மாம்பழத்தை அடை அடையாய் மொய்க்கும் ஆடி மாத ஈக்களைப் போல பெரும் போதையோடு இவள் உடலையே மொய்த்துக்கொண்டிருக்கும் கோபாலின் கண்கள்.

ஊரில் இருக்கும் சர்க்கார் பள்ளியில் ஐந்தாவது வரைதான் படித்தாள் ராணி. அதுவே, அவளுடைய சித்தப்பன் குன்ட்டிவாடனின் புண்ணியம். அந்தச் சித்தப்பன்

குண்ட்டிவாடனும், இவளைப் பெற்ற அப்பன் பெத்தவாடனும் அடுத்தடுத்துத் திடீர் திடீரெனச் செத்துப் போன பிறகு பராரியான அவர்களின் குடும்பங்கள் மேலும் பராரியானது.

பராரிகளானாலும் பசி சும்மா இருக்குமா? தினமும் வயிற்றைக் கழுவ வேண்டுமே. தன் அம்மா கன்னிச்சியோடு சேர்ந்து ராணியும் கூலி வேலைக்குப் போனாள். ஊரில் பயிர் வேலை எதுவுமில்லாத போது மலையில் துடைப்பம் அறுக்கப் போவாள்.

கேழ்வரகுப் பயிரோ, வேர்க்கடலைத் தோட்டமோ, மிளகாயோ, கத்தரியோ எதற்குத் தண்ணீர் பாய்ந்தாலும் ஆயில் மிசினை ஓட விட்டு, அந்தக் கல்லின் மீது ஆர்ப்பாட்டமாக உட்கார்ந்திருப்பான் கோபால். தண்ணீர் மடை திருப்புவதையெல்லாம் ஆள்காரர்கள் பார்த்துக்கொள்வார்கள்.

ராணி அவசர அவசரமாகத் துணி துவைக்கிற போது, இறுக்கமான அவளது மேல் சட்டை தண்ணீரில் நனைந்து உடலோடு ஒட்டியிருக்க, அந்த மேடு பள்ளங்களை வெறிக்க வெறிக்கப் பார்ப்பான். அவன் கண்களில் செவ்வறிப் படரும்.

அவன் அப்படிப் பார்க்கிற போதெல்லாம் ராணிக்குப் பெரும் கூச்சமாக இருக்கும்.

“ராணி இந்தப் பாவாட சட்ட ரொம்ப நல்லாருக்குது உனுக்கு” என்று குழைவான்.

“அய்ய பய துணிணா இது. ஊர்ல யாரோ குட்த்தாங்கனு எங்கம்மா எட்த்துகினு வந்து குட்த்துசி”

“பழய துணில கூட ரொம்ப அம்சமா கீற நீ”

“போணா எப்பவும் உனுக்கு இதே பேச்சிதாங்”

“மெய்யாலுமாதாங் சொல்றங் ராணி சினிமா ஆக்டர்ங்க கூட உங்கிட்ட பிச்ச எடுக்கணும்”

“எதுக்கு? நாங்களே ஊர்ல அததான பண்ணிகினு கீறம்”

“அய்ய அது வேற இது வேற” என அவளை விழுங்கிவிடுவதைப் போலப் பார்ப்பான்.

நாளாக நாளாக கோபாலின் ஆசை கொப்புளிக்கும் பார்வையும், அதில் வழியும் ஏக்கமும் கொஞ்சலான பேச்சும் யூரியா போட்ட கேழ்வரகுப் பயிரைப் போல வேக வேகமாக வளர்ந்துகொண்டிருந்தன. அதைப் பார்க்கப் பார்க்க ராணிக்குப் பயமாக இருந்தது. அவன் கண்களை நேருக்கு நேராகப் பார்த்தாலே அவளுக்குக் குபீரென வியர்த்தது. மனம் படபடவென அடித்துக்கொண்டது.

ஒருநாள் காலை. அது சனிக்கிழமையா ஞாயிறா என அவளுக்கு நினைவில்லை.

அப்போதுதான் சூரியன் சரசரவென மேலே எழுந்துகொண்டிருந்தான். அழுக்குத் துணிகளில் பொன்வண்டு சோப்பைப் போட்டுத் தேய்த்துக் கல்லின் மீது கும்மிக்கொண்டிருந்தாள்.

அவள் கைகள் முழுவதும் வெண் நுரை பூத்திருந்தது. அவள் கால்களுக்குக் கீழே கல்லைச் சுற்றித் தேங்கியிருந்த அழுக்குத் தண்ணீரிலும் வெண் நுரைப் பொங்கிப் பொங்கி மேடிட்டிருந்தது. காற்றின் வேகத்தில் அதிலிருந்து மேலெழும்பிய சோப்புக் குமிழ்களில் நீலமும், இளஞ்சிவப்புமாய் ஆகாயம் மின்னி மின்னி வெடித்துக்கொண்டிருந்தது.

அப்போதும் வழக்கமான அந்தக் கல்லின் மீது உட்கார்ந்து காலைத் தொங்கவிட்டு அவளையே பார்த்துக்கொண்டிருந்தான் கோபால். அவன் தலைக்கு மேலாக ஒரு காகம் கிழக்கைப் பார்த்து வேகமாகப் பறந்து போனது. அப்போது மெதுவாக எழுந்த கோபால் ராணியின் எதிரில் போய் நின்றான். எதேச்சையாக அவனை நிமிர்ந்து பார்த்தாள் ராணி.

தனது மேல் சட்டைப் பாக்கட்டில் வைத்திருந்த ஒரு ரோசாப் பூவை எடுத்துத் திடுமென அவளிடம் நீட்டி,

“ஐ லவ் யூ ராணி” என்றான்.

அவ்வளவுதான். திக்கித்துப் போனவள், சடாரென எழுந்து நின்றுவிட்டாள். சுற்றும் முற்றும் பார்த்தாள். நல்ல வேளை. பக்கத்தில் யாருமில்லை. இடுப்பளவு கேழ்வரகுப் பயிருக்குள் மடை திருப்பிக்கொண்டிருந்த ஆள்காரனுக்கு இது எதுவும் தெரிய வாய்ப்பில்லை.

குபுகுபுவெனக் கரும் புகையைக் கக்கியபடி தன் பாட்டுக்கு ஓடிக்கொண்டிருந்தது ஆயில் இன்ஜின். பின்னால் இருந்த புங்க மரம் எப்போதும் போல லேசாகத் தலையாட்டியபடி நின்றிருந்தது. அந்த நேரத்தில் அதில் எந்தப் பட்சிகளுமில்லை. ஒரு அணில் மட்டும் அவர்களைப் பார்த்தபடி அடி மரத்திலிருந்து சரசரவென மேலே ஏறிக்கொண்டிருந்தது. அவனையே பார்த்தபடி பதற்றத்தோடு நின்றாள் ராணி.

“ராணி நாம கல்யாணம் பண்ணிக்கலாமா?”

அதைக் கேட்டதுமே அதிர்ச்சியையும் மீறி களுக்கெனச் சிரிப்பு வந்துவிட்டது ராணிக்கு.

“அய்ய தமாஸ் பண்ணாதணா”

“அண்ணானு கூப்டாதனு எத்தினி வாட்டிச் சொல்லி கீறங் உம்மேல நானு உயிரே வெச்சிகினு கீறங் ராணி நானு மத்தவங்க மாதிரி இல்ல. ஜாதி பணம் சம்சாரி அந்தஸ்து இதல்லாம் எனுக்குக் கால் தூசு”

சினிமாவில் வரும் கதாநாயகன் வசனம் பேசுவதைப் போல மூச்சைப் பிடித்து வேக வேகமாகப் பேசிவிட்டு அவளையே உற்றுப் பார்த்தான். ஆயில் இன்ஜினின்

சத்தம் டுப் டுப் டுப் எனக் காதை அடைத்தாலும், அவன் சொன்னது மட்டும் தெளிவாகவே கேட்டது ராணிக்கு.

அதை முழுமையாகப் புரிந்துகொண்டதும் அவளுக்குள்ளிருந்த படபடப்பு மேலும் அதிகமானது. அந்த நொடியில் அவளது மார்பும் அந்த ஆயில் இன்ஜினைப் போலவே இன்னும் வேக வேகமாகத் துடிக்கத் தொடங்கிவிட்டது.

உடனே கீழே குனிந்து கல்லின் மீதிருந்த ஈரத் துணிகளை மொத்தமாக வாரித் தோளில் போட்டுக் கொண்டாள். தோளிலிருந்து முதுகிலும் மார்பிலும் தண்ணீர் வழிய வழிய வரப்பில் ஏறி வேகமாக நடக்கத் தொடங்கினாள்.

வரப்பிலிருந்த காய்ந்த மண்ணும் செத்தை செனார்களும் அவளின் கால் ஈரத்தைப் பற்றிக்கொண்டு அவளது கணுக்கால் வரை மேலேறியது. தோல் சீவிய காவலிக் கிழங்கைப் போலப் பளபளக்கும் அவளின் முழங்காலைத் தொட்டு, அதற்கு மேலும் பற்றி ஏற அதற்கும் ஆசை வந்திருக்குமோ என்னவோ. கால்களை உதறி அந்த மண்ணைத் தட்டிவிட்டாள். கோபாலையும் கூட அப்படித்தான் தட்டி விட நினைத்தாள். ஆனால், அது அவ்வளவு எளிதாக முடியாது. இப்போதைக்கு அவனிடமிருந்து தப்பித்தால் போதும். இன்னும் வேக வேகமாக நடந்தாள்.

அப்படி அவள் துணிகளை வாரிப்போட்டுக்கொண்டு கிளம்பிவிட்டது கோபாலுக்குப் பெரும் ஏமாற்றமாகிவிட்டது. சில விநாடிகள் அப்படியே சிலை போல நின்றான். மீண்டும் அவனுக்குள் ஒரு வேகம் பிறந்தது. துள்ளியபடி வரப்பில் ஏறினான். வேக வேகமாக நடந்து, ராணியை முந்தி வரப்பில் அகலக்கால் வைத்து, அவளுக்குக் குறுக்கில் நின்றான். அவள் தடுமாறி நின்றாள்.

அப்போது அவள் எதிர்பார்க்காத தருணத்தில், அவளது இடது கையைப் பிடித்தான். தண்ணீர் வழிந்து சில்லிட்ட அவள் கையை அவன் பற்றியதும் இருவருக்குள்ளும் ஒரு மின்சாரம் பாய்ந்தது. அந்த அதிர்ச்சியில் ராணி கல் சிலையைப் போல ஸ்தம்பித்து நின்றாள்.

“ராணி நிஜமாலுமே நானு உன்ன சீரிசா லவ் பண்றங்”

“ணா கைய உடுணா யார்னா பாத்தா என்னதாங் அசிங்கமா திட்டுவாங்க”

“லவ் பண்றனு சொனாதாங் உடுவங்”

“ணா உடுனா”

அந்த நொடியில் சுதாரித்துக்கொண்டு, அவன் பிடியிலிருந்து கையை இழுத்தாள். அவன் கை கெட்டியாகப் பற்றியிருந்தது. ஆவேசமாக மூச்சைப் பிடித்துக்கொண்டு, அவன் கையிலிருந்து வலுக்கட்டாயமாகத் தனது கையை உருவி, வரப்பிலிருந்து கீழே இறங்கி, மிளகாய்ச் செடிகளைத் தபதபவென மிதித்துக்கொண்டு, அந்த நீளமான பாத்தியிலேயே முன்புறம் நடந்து, அவனைக் கடந்ததும் மீண்டும் வரப்பில் ஏறி முன்னே நடந்தாள்.

அந்த வரப்போரம் நின்றிருந்த வேப்ப மரத்திலிருந்த நான்கைந்து பீக்குருவிகள் கிளைகளுக்கிடையில் தாவி "கீ கீ கீ கீ" எனக் கும்பலாகக் கத்தத் தொடங்கின. அதே நேரம் இடது பக்க வேலியோரத்திலிருந்து கிளம்பிய ஒரு சுழற்காற்று ஏர் ஓட்டிக் காய்ந்திருந்த புழுதி மண்ணில் சுழன்று சுழன்று அடித்தது. மண்ணையும் சருகுகளையும் வாரிச் சுருட்டி அதை அவர்கள் இருவரின் முகத்திலும் தலையிலும் இறைத்துவிட்டுச் சலசலவென ஏதோ ஒரு பாட்டைப் பாடியபடி கிழக்கு நோக்கிக் கரைந்து போனது.

மீண்டும் சில விநாடிகள் அசையாமல் அப்படியே நின்றான் கோபால். ராணி அவனுக்கு முன்னால் விடுவிடுவென நடந்துகொண்டிருந்தாள். சுயஉணர்வு பெற்று மீண்டும் முன்னால் ஓடி ராணியை நெருங்கினான். அவளின் முதுகில் கறுப்புச் சாட்டையைப் போல நீளமாகத் தொங்கிய பின்னலில், தனது கையிலிருந்த அந்த ரோஜாப் பூவைச் சொருகினான். மீண்டும் ஒரு முறை அழுத்தமாக "ஐ லவ் யூ ராணி" என்றான்.

அவ்வளவுதான். தனது நடையை ஓட்டமாக்கித் தடதடவென வீட்டை நோக்கி ஓடத் தொடங்கினாள். தோளில் இருந்த சோப்புப் போட்டத் துணிகளைக் கூட அலசவில்லை, பிழியவில்லை. குடிசையின் பின்புறமிருந்த வெள்ளைக் கல்லின் மீது அவற்றை விசிறிப் போட்டாள். தொப்பலாக நனைந்த அவளது சட்டையும், பாவாடையும் உடலோடு ஒட்டிக்கொண்டிருந்தன. குடிசைக் கதவைத் திறந்து, தொபீரெனக் கீழே உட்கார்ந்து சுவரில் சாய்ந்துகொண்டாள்.

அப்போது வீட்டில் யாருமில்லை. அம்மா கன்னிச்சி துடைப்பம் அறுக்க மலைக்குப் போயிருப்பாள்.

மார்புக் கூடு திடுக் திடுக் என அடித்துக்கொண்டிருந்தது. படபடப்பு அடங்கவே இல்லை. மார்புகளைத் தொடைகளில் அழுத்தி, முழங்கால்களைக் கட்டிக்கொண்டு குனிந்து உட்கார்ந்தாள். அப்படியே சிலை போல அசைவின்றிக் கிடந்தாள். எவ்வளவு நேரம் அப்படி இருந்தாள் என அவளுக்கு உறைக்கவே இல்லை. உச்சி வெயிலில் அம்மா கன்னிச்சி குடிசைக்குள் வந்து அதட்டிய பிறகுதான் அதிர்ந்து போய் அவளைப் பார்த்தாள்.

அன்று மாலைக்குள் ராணியின் உடல் கனகனவெனத் தீயாய்ச் சுட காய்ச்சல் கண்டுவிட்டது.

"இன்னாத்துக்கு இப்ப போயி திடுக்குனு காஸ்லு வர்து" என்றாள் கன்னிச்சி.

"அய்ய காஸ்லு வர்த்துக்குக் கூட உனுக்குக் கட்தாசி போட்ட்டா வரும் கொயந்திய ஒட்னே கூப்டுகினு போயி வைத்திகாரு கிட்ட காட்டுமே வய்சு பொண்ணு எதனா பாத்துப் பயந்து பூட்சோ இன்னாவோ கத பேசிகினு இர்க்காத" என்றாள் ராணியின் சித்தி நீலம்மா.

உடனே பக்கத்து ஊரில் உள்ள நாட்டு வைத்தியரிடம் அழைத்துப் போனார்கள். அவர் ஏதோ ஒரு கசாயம் கொடுத்தார். ஆனாலும், மூன்று நாள்களாகியும்

காய்ச்சல் குறையவே இல்லை. சதா வாய்ப் பிதற்றல் வேறு. ஒன்றும் புரியாமல் தடுமாறினாள் கன்னிச்சி. அதற்குப் பிறகுதான் பக்கத்து சிறு நகரத்தில் இருக்கிற சர்க்கார் மருத்துவமனைக்குப் போனார்கள்.

கை நிறைய அவர்கள் அள்ளிக் கொடுத்த வெள்ளை மாத்திரைகளும், கைக்கொன்றாகக் குத்திய ஊசிகளும், அரிசிக் கஞ்சியுமாக மேலும் மூன்று நாள்கள் கழிந்த பிறகு காய்ச்சல் கொஞ்சம் குறைந்தது.

அடுத்த வாரம் கொஞ்சம் கொஞ்சமாக அவள் உடல் தேறியது. அதற்குப் பிறகும் வீட்டில் சும்மா குந்தியிருக்க முடியாததால், ராணி மட்டும் தனியாகத் துடைப்பம் அறுக்க மலைப்பக்கம் போனாள்.

இளம் பெண்கள் தங்களின் தலையில் ரோஜாப் பூவைச் செருகி வைத்திருப்பதைப் போல உடல் முழுவதும் ஏராளமான மரங்களையும் செடிகளையும் செருகிவைத்துக்கொண்டிருந்த மலை, எந்தப் பாரமும் தெரியாமல் அநாயசமாக குந்தியிருந்தது. கிழக்கிலிருந்து கிளம்பிய வெயில் சோம்பலாய் மலை ஏறிக் கொண்டிருந்தது. ராணி தான் கொண்டுபோயிருந்த சின்ன சூரிக் கத்தியால் வெடுக் வெடுக்கெனத் துடைப்பத்தை அறுத்து, இடது கையில் கத்தையாக அடுக்கி வைத்திருந்தாள்.

ஒரு சூழற் காற்று திடுமென வீசுவதைப் போல அப்போது தனது மிதிவண்டியில் அங்கே வந்தான் கோபால். மிதிவண்டியை விட்டு இறங்கி, அதை ஓர் ஓரமாக நிறுத்தினான்.

ராணி அவனைப் பயத்தோடு பார்த்தாள். அப்போதும் ஒரு ஒற்றை ரோசாப் பூவைத் தன் சட்டைப் பாக்கட்டிலிருந்து எடுத்த கோபால், அதை அவசரமில்லாமல் ராணியின் தலையில் செருகினான்.

“ஐ லவ் யூ ராணி” என்றான்.

நெஞ்சுப் படபடக்க, பதற்றத்தில் மேல் மூச்சுக் கீழ் மூச்சு வாங்க, மேலும் பயத்தோடு அவனை நிமிர்ந்து பார்த்தாள் ராணி. செங்கையம்மனின் அகலமான கண்களைப் போன்ற அவளது பெரிய கண்களில் வானமே கொள்ளுமளவுக்கு மிரட்சித் தெரிந்தது.

அவளின் வலது கையைப் பிடித்து, அவளைத் தன்னை நோக்கி இழுத்தான். கால்கள் தடுமாறி அவன் மார்பின் மீதே விழுந்தாள். அவள் சுதாரிப்பதற்குள், அவளது கையை விட்டுவிட்டு, அவளின் கன்னங்களின் மீது தன் இரு கைகளையும் அழுத்திப் பிடித்து, அவள் முகத்தை நிமிர்த்தினான்.

அவள் கண்களின் மிரட்சி கூடியது. மாதுளை மொக்குப் போலப் பிளந்து விரிந்த அவளின் உதடுகளில் ஈரம் மினுமினுத்தது. அதைப் பார்த்ததும் அவனுக்குள் ஒரு வேகம்; ஒரு போதை. அந்த உதடுகளைத் தன் உதடுகளால் பூப்போல ஒற்றி மெதுவாக ஒரு முத்தமிட்டான். அவள் திமிறினாள்; கண்களில் பயம்;

உதடுகளில் ஒரு துடிப்பு அவ்வளவுதான். அப்படியே அவளின் கீழ் உதட்டைக் கடித்து ஆவேசமாக உறிஞ்சினான்.

மூச்சு முட்டியது அவளுக்கு. கைகள் உதறலெடுத்தன. கையிலிருந்த துடைப்பமும் சூரிக்கத்தியும் கீழே நழுவி விழுந்தன. பிடிப்பைத் தேடி அவளது கைகள் காற்றில் துழாவின. அவளின் நெஞ்சு மீண்டும் படபடத்தது. தலையை உதறி அவனது மார்பில் கைகள் வைத்து முட்டி, எப்படியோ தன்னை விடுவித்துக்கொண்டு, அவனைப் பிடித்துத் தள்ளினாள்.

"ஐ லவ் யூ ராணி'' என மீண்டும் சொல்லிவிட்டு, மிதிவண்டியைத் தள்ளி உருட்டி, அதில் ஏறி மீண்டும் ஒரு காற்றைப் போல ஊரை நோக்கிப் போயே போய்விட்டான்.

தலை கிர்ரெனச் சுற்றியது ராணிக்கு. தடுமாற்றத்துடன் அருகிலிருந்த கற்பாறையின் மீது உட்கார்ந்தாள். மார்பு துடிப்பது அடங்கவில்லை. அவளது உதடுகள் நெருப்புப் பட்டதைப் போலத் தகித்தன.

சிதறிய துடைப்பங்களைக்கூட எடுத்துக்கொள்ளாமல், எழுந்து தடதடவென ஓடத் தொடங்கினாள். சுற்றும் முற்றும் எதையும் பாரக்காமல் ஒரே மூச்சாக ஓடி வீட்டுக்கு நுழைந்துவிட்டாள்.

மேற்கூரையையும் சுவரையும் வெறித்துக்கொண்டு உட்கார்ந்து கிடந்தாள். அன்று மீண்டும் பழையபடி காய்ச்சல் வந்துவிட்டது. அதே மருந்து, அதே ஊசி, அதே கஞ்சி. அதே பிதற்றல். இரவில் திடீர் திடீரென அலறிக்கொண்டு எழுந்து உட்கார்ந்தாள்.

"ன்னாடி இது வய்சு பொண்ணுக்கு ன்னாத்துகுதாங் இப்படி உட்டு உட்டுக் காஸ்லு வர்து" என விசனப்பட்டாள் கன்னிச்சி.

அன்றிரவு முழுவதும் துளி கூடத் தூக்கமே வரல்லை ராணிக்கு. கண்களை மூடினாலே, பனங்காய் நுங்கில் வாய் வைத்து உறிஞ்சுதைப் போல அவளது உதடுகளைக் கடித்து உறிஞ்சினான் கோபால். அவனது முரட்டு உள்ளங்கைகளும் கருகருத்த மீசையும் தடிப்பான உதடுகளும் அவளைத் தூங்கவே விடவில்லை.

ஐந்து நாள்களுக்குப் பிறகுதான் காய்ச்சல் ஓரளவு சரியானது. ஆனாலும், மேலும் பல நாள்கள் பித்துப் பிடித்தவள் போல சூன்யத்தையே வெறித்துக்கொண்டு கிடந்தாள்.

பத்து நாள்களுக்கும் மேலாக அந்தக் கிணற்றுப் பக்கமே அவள் தலை காட்டவில்லை. மலைக்குத் துடைப்பம் அறுக்கவும் போகவில்லை. வீட்டின் மூலையில் கன்னிச்சியின் அழுக்குத் துணிகள் குவியலாகச் சேர்ந்திருந்தன.

பதினோராவது நாள் அந்த அழுக்குத் துணிகளுடன் அவள் கிணற்று மேட்டுக்குப் போனபோது, கோபாலுக்குச் சந்தோசத்தில் கண்கள் மின்னின. அவளை முழுமையாக விழுங்கி விடுவதைப் போலப் பெரும் ஏக்கத்தோடு பார்த்தான்.

அப்போது ராணியின் முகத்தில் பூத்திருந்த வெட்கம், அவனுக்குப் புதிதாக எதையோ சொன்னது.

அதன்பிறகு பலமுறை ரோசாப் பூக்களையும் ரோசாப்பூக்கள் வரைந்த கைக்குட்டைகளையும் வட்டமும் முக்கோணமுமாய் ஸ்டிக்கர் பொட்டுகள் ஒட்டிய அட்டைகளையும் அவன் அவளுக்குக் கொடுத்தான்.

உடல் முழுவதும் மின்சாரம் பாய்வதைப் போலப் பரவி அவளுக்குள் சில்லிப்பாய்ப் படரும் வெட்கத்தோடு அவற்றை வாங்கிக்கொண்டாள்.

இந்தக் கெங்கையம்மன் திருவிழாவில் ஆட்டம் பார்க்க வரும்போது, ஆட்டக் கொட்டகையின் பின்புறம் வந்தால் ஆச்சரியமான ஒரு பரிசுப் பொருளை அவளுக்குத் தருவதாக ராணியிடம் பல முறைச் சொல்லி வைத்திருந்தான் கோபால்.

ஆட்டுக் கொட்டகையின் பின்புறத்திலிருந்து நூறடி தூரத்திலேயே மலையடிவாரம். அதில் சிறிது தூரம் கார முட்செடிகளும் உன்னிப் பழச்செடிகளுமாய் முளைத்திருக்கும். அதன் பின்னர்தான் சீதாப்பழச் செடிகளும் சாராயச் செடிகளும் கள்ளிச் செடிகளும் சூழ்ந்த கற்பாறைகளுடன் சரிவான மலை தொடங்கும்.

இப்படித் திருவிழாக் கூத்து நடக்கிற போது, ஊரில் இருக்கும் காதல் ஜோடிகளும் கள்ளக் காதல் ஜோடிகளும் ஊரார் கண்களில் கொழுக் கட்டையைத் தூவிவிட்டு, ரகசியமாக மலையில் ஏறி விடுவார்கள்.

சுற்றிலும் மஞ்சுப் புற்களும், சாணிப் புற்களும் செழித்திருக்க அவற்றின் மறைவில் அகலமான பலகைகளைப் போன்ற கற்பாறைகள் ஏராளமாக இருக்கும். தாளமும் மேளமும் ஆர்மோனியமும் பின்னணி இசையைப் பொழிய, மலையில் ஒதுங்குகிறவர்கள் தங்களின் தாகத்தைத் தணித்துக்கொள்வார்கள். அது காலங்காலமாக நடப்பது. அப்படி நடப்பது ஊருக்கே தெரியும்.

இதையெல்லாம் உள்ளுக்குள் யோசித்துக்கொண்டிருந்த ராணிக்குப் படபடப்புக் கூடிக்கொண்டே போனது. திண்ணையில் உட்கார்ந்திருக்கும் கோபால் விழுங்கி விடுவது போல அவளையே பார்த்துக்கொண்டிருந்தான். கொட்டகையின் பின்புறம் வந்து அவன் கொடுக்கும் திருவிழா பரிசை மட்டும் வாங்கிக்கொண்டு திரும்பி வந்துவிட்டால் போதும் என்றுதான் சொல்லியிருந்தான்.

வாலி மோட்சம் நாடகம். ராமனும் சீதையும் கானகத்தில் வனவாசம் இருக்கிறார்கள். ராமன் வேட்டைக்குப் போயிருக்கிற நேரம். தங்களின் பர்ணசாலைக்குள் தனித்திருக்கிறாள் சீதை. அப்போது, மான் அவதாரம் எடுத்து வந்த மாரீசனின் உதவியோடு சீதையைச் சிறையெடுத்துச் சென்றுவிடுகிறான் இலங்கையின் அதிபதி இராவணேஸ்வரன்.

சீதையைப் பிரிந்த ராமன், நீண்ட நெடிய கானகத்திலும், வானளவு உயர்ந்த மலைகளிலும் அவளைத் தேடி அலைகிறான். அவனது முகத்தில், இந்து மகா சமுத்திரத்தைப் போலக் கொந்தளிக்கும் பெருந்துயரம்.

கானகத்தில் அலையும் ராமனுக்கு உதவி செய்ய சுக்ரீவன் என்கிற வானர இளவரசன் முன்வருகிறான். அந்த உதவிக்குப் பிரதி உபகாரமாகத் தன் அண்ணன் வாலியை வதம் செய்து, அந்த ராஜ்ஜியத்தின் அரசனாகத் தனக்கு முடி சூட்ட வேண்டும் என ராமனிடம் கோரிக்கை வைக்கிறான் சுக்ரீவன்.

வாலியோடு நேருக்கு நேராக யார் போர் புரிந்தாலும், எதிரியின் பலத்தில் பாதி பலம் வாலிக்குப் போய்ச் சேர்ந்துவிடும். அப்படி ஒரு வரம் பெற்றிருக்கிறான் வாலி. அதனால் அவனை யாராலும் வெல்ல முடியவில்லை.

சுக்ரீவனும் வாலியுடன் பல முறை போர் புரிந்து தோற்று ஓடியவன்தான். அதனால் வாலியை வதம் செய்து சுக்ரீவனுக்கு முடி சூட்ட ராமன் உடன்படுகிறான்.

காட்சி மாறுகிறது. வானுயர்ந்த சோலை. வானர அரசன் வாலி தன் பட்டத்து ராணி தாரையுடன் அந்த நந்தவனத்தில் காதல் நடனம் புரிகிறான். சினிமா மெட்டில் எழுதப்பட்ட பாடலுக்கு வளைந்து நெளிந்து ஆடுகிறாள் தாரை. அவளை வாரி அணைத்து அவளது முன் கழுத்தில் முகர்கிறான் வாலி.

அப்போது கோபால் ராணியைப் பார்த்துக் கண்களை அசைத்துவிட்டு, எழுந்து கொட்டகையின் பின்பக்கமாக நடக்கிறான். அவன் ஆகாய நீல நிறத்தில் புதிய பேண்ட்டும், சந்தன நிறச் சட்டையும் அணிந்திருந்தான். மார்பின் முன்புறம் சட்டையின் ஒரு பட்டனைத் திறந்துவிட்டிருக்க, கழுத்தில் ஊஞ்சலாடிய தங்கச் சங்கிலி மின் விளக்கின் ஒளியில் மின்னி டாலடிக்கிறது.

கூட்டத்தில் பாதிப்பேர் உட்கார்ந்தும் சரிந்தும் தூங்கிக்கொண்டிருக்கின்றனர். பல சிறுவர்கள் கை கால்களைப் பரப்பிச் செத்த தவளைகளைப் போல நித்திரை உலகில் அசைவின்றிக் கிடக்கின்றனர். முன் வரிசையில் உட்கார்ந்திருந்த சில சிறுசுகள் மட்டும் கொட்டக் கொட்ட விழித்திருக்கின்றன. அவர்களிலும் கண்களைச் செருகி அரைத் தூக்கத்தில் தலையாட்டிக்கொண்டிருந்த சில சிறுசுகளின் மீது தண்ணீரைத் தெளித்து எழுப்பி விடுகிறேன் கட்டியக்காரன்.

ராணியின் அம்மா கன்னிச்சியின் தலையும் மெதுவாகக் கரகம் ஆடிக்கொண்டிருக்கிறது. அவளுக்குப் பக்கத்தில் குந்தியிருந்த சிறுசுகளும் சித்தி நீலம்மாவும் பாயில் சாய்ந்து படுத்துத் தூங்கி நெடுநேரம் ஆகியிருந்தது.

வாலியின் காதல் பாடல் நீள்கிறது. வாலியைத் தூரத்திலிருந்து பார்க்கிறான் ராமன். வாலியும் சுக்ரீவனும் உருவத்தில் ஒரே மாதிரியாக இருப்பதால் ராமன் குழப்பமடைகிறான்.

காட்சி மாறுகிறது.

"சுக்ரீவா வானர அரசர்களான நீயும் வாலியும் பார்ப்பதற்கு ஒரே உருவத்தில் இருப்பதால் உங்களைப் பிரித்தறிவது எனக்குக் குழப்பமாக இருக்கிறது"

"இதில் என்ன குழப்பம் ராமபிரானே நான்தான் சுக்ரீவன் அதோ... நந்தவனத்தில் தாரையுடன் காதல் சரசமாடுகிறானே அவன்தான் என் அண்ணன் வாலி"

“அதுதான் குழப்பமாக இருக்கிறது. சுக்ரீவா உங்கள் இருவரின் முகமும் வாயும் உருவமும் ஒரே மாதிரியாக அல்லவா இருக்கிறது?”

“அய்யோ குழப்பத்தில் அவனுக்குப் பதிலாக என்னைக் கொன்றுவிடப் போகிறீர்கள் ராமா...”

“அதற்கு நான் ஒரு உபாயம் சொல்கிறேன். சுக்ரீவா நீ வாலியுடன் சமர் புரியும் போது இதோ இந்த மலர் மாலையை உன் கழுத்தில் அணிந்துகொள்” எனச் சுக்ரீவனிடம் ஒரு பூமாலையைக் கொடுக்கிறான் ராமன்.

“இந்த மலர்மாலையின் மூலம் நான் உன்னை அடையாளம் கண்டுகொள்வேன். நான் மறைந்திருந்து உன் அண்ணன் வாலி மீது அம்பு எய்து அவனை வதம் செய்வேன்”

சுக்ரீவனிடம் ராமன் இப்படிச் சொன்னபோது, ராணியின் அம்மா கன்னிச்சியும் நன்றாகக் கீழே சரிந்து, கால்களை நீட்டி உறங்கத்தொடங்கினாள். அவளிடமிருந்து மெலிதான குறட்டை ஒலி கேட்கத் தொடங்கியது.

ராணிக்கு மனசு நிலையில்லாமல் தவிக்கத் தொடங்கியது. கொட்டகையின் பின்புறம் போகலாமா வேண்டாமா என்ற குழப்பம். பகலிலேயே இழுத்துப் பிடித்து அவளின் உதட்டை உறிஞ்சியவன். இரவில் சும்மா இருப்பானா?

“ஆட்டக் கொட்டாய்க்கிப் பின்னால வந்து கிப்ட்ட மட்டும் வாங்கினு ஒட்னே திரும்பிடு” என்று தான் சாயந்திரம் கிணற்று மேட்டில் பார்த்தபோது கூடச் சொன்னான்.

“ம்கூம் ராத்திரில அப்டிலாம் நானு தனியா வரமாட்டங். யார்னா பாத்துட்டா அவ்ளோதாங்”

“யாரு பாப்பாங்க எல்லாரு கண்ணும் ஆட்டத்துலதாங் இருக்கும் நீ ஒண்ணுக்குப் போற மாரி எய்ந்து சுடுக்குமில்லாம பின்னால வா”

“ஏங் வாங்கினு வந்து கீற்த இங்கியேதாங் எட்த்தாந்து குடு அங்க வந்தாதாங் குடுக்கணுமா?”

“ஆமா கெங்கம்மா சாமி சாச்சியா குடுக்கப்போறங் உனுக்குனே தேடித் தேடி வாங்கினு வந்துகீறங் கொட்டாய்க்கி பின்னால வாராம ஏமாத்திபுடாத ராணி வர்லனு வய்யி அங்கர்ந்து அப்டியே நட்ந்து போயி ராத்திரியே ரயில் தண்டவாளத்துல தலய வச்சிருவங்.”

“அய்ய இன்னா இப்டிலாம் பேசற”

“ஆமா ராணி நீ இல்லனா நானு இல்ல நாபகம் வெச்சிக்க. இன்னிக்கி நீ வந்து கிப்ட்ட வாங்கனாதாங் நானு உன்ன நம்புவங்”

அப்படித் தேடித் தேடி என்னதான் வாங்கி வந்திருக்கும்? விதம் விதமாகப் பூக்கள் போட்ட சேலை, சினிமாவில் வருவதைப் போல ஜன்னல் வைத்த

ரெடிமேட் ஜாக்கெட், முன்புறம் முழுவதும் கண்ணாடிகள் பதித்த சுடிதார் இது மாதிரி ஏதாவது பெரிய பரிசாக இருக்குமா?

தண்டவாளத்தில் தலை வைத்து விடுவதாகச் சொன்னது ஒரு பக்கம். என்னதான் வாங்கி வந்திருக்கும் என்ற ஆர்வம் ஒருபக்கம். ஒரு முடிவோடு எழுந்தாள். குறுக்கும் நெடுக்குமாகப் படுத்திருப்பவர்களையும் கோணல் மாணலாக உட்கார்ந்திருப்பவர்களையும் மிதித்துவிடாமல், மெதுவாகக் கால்களை அகட்டி அகட்டி வைத்துக் கவனமாக நடந்தாள். சிறுநீர் கழிக்க பெண்கள் இப்படி அவ்வப்போது கொட்டகையின் பின்புறம் போய் வருவது வழக்கம் என்பதால் அவளை யாரும் கண்டுகொள்ளவில்லை.

கோபாலை நெருங்கி நிற்காமல் சற்றுத் தள்ளியே நிற்க வேண்டும். அவன் தரும் பரிசை மட்டும் வாங்கிக்கொண்டு உடனே திரும்பி விட வேண்டும்.

அந்த நினைப்போடு பந்தலைக் கடந்து பின்புறம் போனாள். ஆயிரம் வாட்ஸ் பல்பின் வெளிச்சத்திலிருந்து விலகி பின்புற இருட்டுக்குள் நுழைந்ததும் அவள் கண்கள் இருண்டன. இருட்டில் கால்கள் தடுமாறின. கெட்டியாகக் கண்களை மூடி ஒரு கணம் அப்படியே அசையாமல் நின்றாள்.

சில விநாடிகள் கழித்துக் கண்களைத் திறந்து பார்த்தாள். நடுவானில் மங்களாய்த் தெரிந்த பாதி நிலவின் வெளிச்சத்தில் சற்றுத் தூரத்தில் மலையும் மரங்களும் புதர்களும் இருட்டோவியங்களாகத் தெரிந்தன. கோபால் கண்களுக்குத் தெரியவில்லை. ஒருவேளை மலையை ஒட்டி மறைவாய் நிற்கலாம். பந்தலின் பின்னாலேயே நின்றால் சிறுநீர் கழிக்க வரும் வேறு எவராவது பார்த்துவிடலாம்.

மனதைத் திடப்படுத்தியபடி சற்று முன்னால் நடந்தாள். கொஞ்ச தூரம் நடந்ததும் சமவெளி ஓரத்திலேயே நிழலுருவமாகக் கோபால் நின்றிருந்தான். அவனது வலது கையில் ஒரு சின்ன பார்சல் இருந்தது. இவள் வருவதைப் பார்த்ததும் அவன் மலையை நோக்கி நடந்தான். அவளுக்குத் தயக்கமாக இருந்தது. ஒரு விநாடி தயங்கிவிட்டு, மெதுவாக அவனைப் பின் தொடர்ந்து நடந்தாள்.

3

குப்பைப் பொறுக்கும் பையனும், லோடிங் மேஸ்திரியும் ஓணான்களைப் போல மேலேறி ரிக்சாக்காரனின் அருகில் உட்கார்ந்தனர்.

குப்பைப் பொறுக்கும் பையனுக்குப் பதினைந்து வயதுக்குள்தான் இருக்கும். நெடுநெடுவென உயரமாக இருந்தான். விரல்கூட நுழைய முடியாத அளவு பரட்டைத் தலையும், கறுப்புத் திட்டுகள் பூத்த முகமும், தொளதொளப்பான சாக்கடை நிறப் பேண்டும் சட்டையுமாக இருந்தான். அவனது பரட்டைத் தலையும், அழுக்கில் மொடமொடத்த துணிகளும் ஒரே நிறத்தில் இருந்தன.

லோடிங் மேஸ்த்திரி அந்தப் பையனை விடச் சற்றுக் குள்ளம். ஆனால், வயது நாற்பதுக்கு மேலிருக்கும். தொடை தெரிகிற மாதிரி தொளதொளப்பான ஊதா நிற அரைக்கால் சட்டையும், அதே நிறத்தில் அவன் அணிந்திருந்த டீ சர்ட்டும் அவனுக்குக் கச்சிதமாக இருந்தன. மரக்கட்டையைப் போல திம்மென்ற உடல். தம்புச்செட்டித் தெருவில் உள்ள லாரி குடோன்களில் அவன் லோடு ஏற்றும்போது மணி அவனை அடிக்கடி பார்த்திருக்கிறான்.

அந்தப் பையன் தனது பேண்ட் பாக்கெட்டில் இடது கையை நுழைத்து ஒரு மருந்துக் குப்பியை வெளியில் எடுத்தான். அதே நேரம் வலது கையோ சட்டைப் பாக்கெட்டிலிருந்து ஒரு நீடிலை எடுத்தது.

நீடிலை மருந்துக் குப்பியின் தலையில் குத்தி மெதுவாக உறிஞ்சினான். பாதி நிரம்பியதும் நீடிலைப் பிடுங்கி எடுத்து ரிக்சாக்காரனிடம் நீட்டினான்.

அவசரமாக அதை வாங்கிக்கொண்ட ரிக்சாக்காரன், தனது வலது காலை தரை மீது சரிவாக நீட்டினான். கால் முட்டிக்குக் கீழே கறுப்பான தோலையும் நரம்புகளையும் இடது கையால் நீவி விட்டான். நெளிநெளியாய்ப் புடைத்துத் தெரிந்த கால் நரம்பில் சரக்கென ஊசியைக் குத்தி, வேகமாக மருந்தைச் செலுத்தினான். ஐந்து நொடிகள் கழித்துச் சிரிஞ்சை உருவி அந்தப் பையனிடமே திருப்பிக் கொடுத்தான்.

ஊசியை வாங்கிய அந்தப் பையன், அதை மீண்டும் மருந்துக் குப்பியில் குத்தி மருந்தை உறிஞ்சினான். அளவு பார்த்து ஊசியைப் பிடுங்கி லோடிங் மேஸ்திரியிடம் நீட்டினான்.

ஊசியை வாங்கிய அந்த மேஸ்திரியும் ரிக்சாக்காரனைப் போலவே தனது வலது காலை நீட்டி, கை விரல்களால் காலைத் தடவி, நரம்பில் குத்தி மருந்தைச் செலுத்திக்கொண்டான்.

அவனிடமிருந்து வெற்று ஊசியை வாங்கிய பையன் மீண்டும் மருந்தை உறிஞ்சினான். குப்பி காலியாகும் வரை உறிஞ்சியவன் குப்பியைப் புதருக்குள் வீசிவிட்டு, தனது இடது கையை அந்தரத்தில் விரைப்பாக நீட்டினான். கறுப்புச் சரடை நீளமாக ஒட்ட வைத்ததைப் போலக் கை முட்டிக்குக் கீழே தடித்துத் தெரிந்த நரம்பில் ஊசியைக் குத்தி மருந்தைச் செலுத்தினான்.

அதற்குள் கீழே சாய்ந்து, கை, கால்களைப் பரப்பிச் சாலையில் அடிபட்டுச் செத்துப்போன நாயைப் போல மல்லாந்து கிடந்தான் ரிக்சாக்காரன். அடுத்த சில நிமிடங்களில் மேஸ்திரியும், அந்தப் பையனும் அதேபோல கை, கால்களைப் பரப்பி மல்லார்ந்தனர். அவர்களுக்குப் போதை தெளிய மதியத்திற்கு மேலாகும். அந்த மேஸ்த்திரிக்குப் பாதி நாள் கூலி போனது. ரிக்சாக்காரனை நம்பி யாரோ அனுப்பிய பார்சல் மூட்டை சாலையில் நின்றிருந்த ரிக்சாவில் கேட்பாரற்றுக் கிடந்தது.

சூரியன் விறுவிறுவென மேலே ஏறிக்கொண்டிருந்தான். எரிச்சலோடு தலையைத் திருப்பி மீண்டும் சாலையைப் பார்த்தான் மணி. புதருக்குள் நடக்கிற இந்தச் சம்பவங்கள் எதுவும் தெரியாத மாணவிகள் வழக்கம் போலச் சிரித்தபடி நடந்துகொண்டிருந்தனர்.

ஒருகாலத்தில், பணக்கார வீட்டுப் பிள்ளைகளும், சினிமாக்காரர்களும்தாம் இப்படிப் போதை ஊசிகளுக்கு அடிமையாகிவிடுவார்கள் என மணி கேள்விப் பட்டிருக்கிறான். அதற்காக அவர்கள் என்ன வேண்டுமானாலும் செய்வார்கள், போதை மருந்து கிடைக்காவிட்டால் தற்கொலைகூடச் செய்துகொள்வார்கள் எனவும் கேள்விப்பட்டிருக்கிறான். ஆனால் தினமும் உடல் உழைத்தால் தான் சோறு என்ற நிலையிலிருக்கிற இந்தத் தொழிலாளிகளைக்கூட இந்தப் பழக்கம் எப்படியோ தொற்றிக்கொண்டதுதான் மணிக்கு ஆச்சரியமாகவும் எரிச்சலாகவும் இருந்தது.

தலையைத் திருப்பிக் கடிகாரத்தைப் பார்த்தான். ஒன்பது மணியைக் கடந்து ஐந்த நிமிடங்கள் ஆகியிருந்தன. ஆனால், இதுவரை அவள் வரவில்லையே. ஒருவேளை இந்தக் கழிசடைகளைப் பார்த்துக்கொண்டிருந்தபோது கடந்து விட்டிருப்பாளோ? அந்த எண்ணமே அவனுக்குத் திக்கென்றது.

சிரிப்பு பூக்கும் அவள் முகத்தைப் பார்த்த பிறகுதான் அவனது அண்மைக் கால தினசரி வேலைகள் தொடங்கின. அன்றைக்கான கசப்புகளை எதிர்கொள்ள அந்தச் சிரிப்பு அவனுக்குத் தேவையாக இருந்தது. ஒரு வகையில் அதுவும் அவன் தனக்குள் ஏற்றிக்கொள்ளும் போதை ஊசியைப் போலத்தான்.

மீண்டும் தலையைத் திருப்பிக் கடிகாரத்தைப் பார்த்தான். 9.10. பதற்றம் கூடியது. உண்மையிலேயே அவள் கடந்து விட்டிருப்பாளோ?

மீண்டும் சாலையை உற்றுக் கவனித்தான். கண்ணுக்கெட்டிய தூரம் வரை வரிசை வரிசையாகச் சிவப்பு நிறச் சுடிதார்களின் ஊர்வலம். ஆனால், அவளை மட்டும் காணோம். ஒருவேளை அன்று அவள் விடுமுறையோ? உடல்நிலை சரியில்லையோ? அந்த நினைப்பே அவனுக்கு வலித்தது.

ஒன்பதே காலுக்கு மேல் அவன் அங்கே நிற்க முடியாது. அவனுக்கான காலை உணவு உள்ளே காத்திருக்கிறது. தாமதமானால் அதைச் சாப்பிட்டு முடிப்பதற்குள் அலுவலக மேலாளர் மாதவன் வந்து விடுவார். அவர் வந்துவிட்டால் அலுவலகம் பரபரப்பாகிவிடும்.

மணியின் நம்பிக்கை கரையத் தொடங்கியது. செம்பருத்தி இதழ்களைப் போல மலர்ந்த அவள் உதடுகளையும் ஆளை விழுங்கும் அவள் கண்களையும் பார்க்காத நாளும் ஒரு நாளா?

தலையைத் திருப்பி எரிச்சலுடன் மாடிப் பூங்காவைப் பார்த்தான். மூவரும் போதையின் உச்சத்தில் ஒருவர்மீது ஒருவர் கால்களைப் போட்டு, கட்டிப் பிடித்து மட்டையாகிக் கிடந்தனர்.

தூ என எரிச்சலோடு காறித்துப்பிவிட்டு, மீண்டும் கிழக்கில் பார்த்தான். மாணவிகளின் ஊர்வலம் கரையத் தொடங்கியது. ஒன்பதரை மணிக்குப் பள்ளி தொடங்கிவிடும். ஒன்பதே காலுக்குள் அவர்கள் பள்ளிக்குள் போய்விடுவார்கள்.

கல்லூரி நேரமும் அதுதான். அதற்குப் பிறகு மாணவிகளின் நடமாட்டம் ஓய்ந்து விட, அது சபிக்கப்பட்ட சாலையாகிவிடும். நிலக்கரி ஏற்றிய கருமை படர்ந்த லாரிகளும் கண்டெய்னர்களை ஏற்றிய நீளமான டிரைலர்களும் பாரம் ஏற்றிய டாரஸ்களும் விரையும் நாலாந்தரச் சாலையாகி விடும்.

மீண்டும் சாலையை உற்றுப் பார்த்தான். வயிற்றில் பசி கிள்ளத் தொடங்கியது. சரியாக ஒன்பதே கால். கடலின் ஆழத்திலிருந்து எழுந்து மேலே வரும் குங்கும நிறச் சூரியனைப் போல, வேகவேகமாக அவள் வந்து கொண்டிருந்தாள். அதைப் பார்த்ததுமே அவன் கண்கள் மலர்ந்தன.

வழக்கம்போலத் தன் மார்பின் மீது எகிறி எகிறிக் குதிக்கும் செந்நிறத் துப்பட்டாவை வலது கையால் நீவி, அழுத்தி விட்டபடி வந்தவள், மிகச் சரியாக இவன் நிற்கும் கட்டடத்தின் முனையைத் தொட்டதும், தலையை உயர்த்தி மேலே பார்த்தாள். உதடுகள் லேசாக விரிந்தன. மேகத்தின் மறைவிலிருந்து வெளிப்படும் இரட்டை நிலவுகளைப் போல அவளின் இரண்டு முன் பற்கள் ஒரு கணம் பளிச்சிட்டு, பின் மீண்டும் மேகத்துக்குள் மறைந்துகொண்டன.

மணியின் உள்ளங் கால்களிலிருந்து உச்சந்தலை வரை குபீரெனப் புதிய ரத்தம் பரவியது. அவள் மீண்டும் தலையைக் குனிந்து, ஒன்றும் தெரியாதவள் போல நடக்கத் தொடங்கினாள்.

கழுத்தையும் உடலையும் கடிகார முட்களைப் போலத் திருப்பி, அவள் உருவம் மறையும் வரை அவள் பின்புறத்தைப் பார்த்துக்கொண்டிருந்தவன், உற்சாகத் துள்ளலோடு திரும்பி அறைக்குள் நுழைந்தான். சனி மூலையில் சுருட்டிவைக்கப்பட்டிருந்த கோரைப் பாயை எடுத்து உதறி கீழே விரித்தான்.

அதே மூலையில் மேசை மறைவில் இருந்த அலுமினியக் குண்டானை எடுத்து, தண்ணீர் ஊற்றி வைத்திருந்த பழைய சோற்றை அள்ளி அள்ளி சில்வர் தட்டில் போட்டான். குண்டானிலிருந்த நீச்சத் தண்ணீரையும் தளும்பத் தளும்பத் தட்டில் ஊற்றினான். இடது கையால் நீல நிற டப்பாவைத் திறந்து உப்புத் தூளை அள்ளி எடுத்துச் சோற்றின் மீது தூவி, கள்ளைப் போல நுரைத்து, புளிப்பு வாசனையுடனிருந்த சோற்றை மெதுவாகப் பிசைந்தான்.

நேற்றைய குழம்பில் சின்னச் சின்ன நிலாக்களைப் போல மிச்சம் இருந்த முள்ளங்கித் துண்டுகளை, கரண்டியால் வாரி இன்னொரு தட்டில் போட்டுக்கொண்டான். ஒரு வாய் சோற்றை அள்ளி மென்றான். ஒரு நிலாத்துண்டை எடுத்துக் கடித்தான். சுருசுருவென்ற காரம். அப்பா சோற்றின் புளிப்புக்கும் காயின் காரத்துக்கும் ஏக பொருத்தம். ருசியில் கண்களை மூடிக்கொண்டான்.

அடேய் பழைய சோத்துக்கேவா? என நக்கலடித்தது அவன் மனம்.

நேரமாகிவிட்டது உறைக்க. சோற்றை வாரி வாரி அறை குறையாக மென்று விழுங்கத் தொடங்கினான். தின்று முடித்து, தட்டில் மிச்சமிருந்த தண்ணீரையும் உறிஞ்சிக் குடித்தான். ஐப்பசி மாத வானம் போல வயிறு குளுகுளுவெனக் குளிர, மனசும் சாந்தமானது.

எழுந்து கழிவறைக்குப் போய்த் தட்டுகளையும் குண்டான்களையும் கழுவி, திரும்பி அறைக்கு வந்து கழுவியவற்றை மேஜையின் பின்புறம் மறைவாக வைத்தான். கட்டியிருந்த லுங்கியை உருவி மடித்து மேஜையின் அடி டிராயருக்குள் வைத்தான்.

இஸ்திரிக் கடையில் கொடுத்துத் தேய்க்கப்பட்டு, மேல் டிராவில் இருந்த அடர் நீல நிற பேண்டை எடுத்து மாட்டி, சட்டையை டக் இன் செய்துகொண்டான். ரூம் ஸ்பிரேயரை எடுத்து அறை முழுவதும் பீய்ச்சி அடித்தான். அறை முழுவதும் அவனுக்குப் பிடித்தமான மல்லிகையின் வாசனை பரவ அந்த நொடியில் அந்த அறை அலுவலகமாக உருமாறியது.

தனது இருக்கையில் உட்கார்ந்து, முந்தைய நாள் லோடு விவரங்களைக் கனமான பேரேட்டில் பதியத் தொடங்கிய போது டக் டக் டக் எனத் தனது கறுப்பு நிற ஷூக்கள் ஒலிக்க நடந்து வந்த மேலாளர் மாதவன், லஞ்ச் பேகுடனும் தனது வழக்கமான சென்ட் வாசனையுடனும் உள்ளே நுழைந்தார்.

4

எழுந்து நின்று மேலாளர் மாதவனுக்கு வணக்கம் வைத்தான் மணி. மாதவனும் அடர் நீல நிறப் பேண்ட்டுக்குள், இளஞ்சிவப்பு நிறச் சட்டையை டக் இன் செய்திருந்தார். அவரது ஒல்லியான உருவம் தெரியாதவாறு தொளதொளத்த பேகி பேண்ட்டும், லூசான சட்டையும் காற்றில் புடைத்திருந்தன. தூக்கி வாரிய தலைமுடி லேசாகக் கலைந்திருந்தது.

மாநிற நெற்றியிலிருந்த சந்தனத் தீற்றல் மட்டும் புத்தம் புதிதாக இருந்தது. காலையில் மழுங்கச் சிரைத்த முகம். முன்புறம் விரிந்த போண்டா மூக்கின் பெரிய பெரிய துவாரங்களுக்குக் கீழே அடர்த்தியான மீசை. அதிலிருந்த ஒருசில நரைமுடிகள் கூட கறுப்புச் சாயத்தின் புண்ணியத்தில் பளிச்சிட்டன.

"மணி சாப்டாச்சா?"

சிநேகமாகச் சிரித்தபடி கேட்டார் மேலாளர் மாதவன்.

"ஆச்சி சார்"

"இன்னா டிபன்?"

"ரெகுலரா சாப்ட்றதுதாங் சார்"

உணவுப் பையைத் தனது இருக்கைக்குப் பின்னாலிருந்த அலமாரியில் வைத்தார் மாதவன். சுவரில் வரிசையாக மாட்டியிருந்த சாமி படங்களைப் பயபக்தியோடு கைக்கூப்பி வணங்கினார். திரும்பி தனது பெரிய மேஜை கண்ணாடிக்குள் இருந்த பிள்ளையார் படத்தைத் தொட்டுக் கண்களில் ஒற்றிக்கொண்டார். சுழல் நாற்காலியில் கம்பீரமாக உட்கார்ந்தார்.

"நேத்து லோடிங் எத்தினி மணிக்கி முடிஞ்சிது மணி…?" மேசை மீதிருந்த தொலைப்பேசி எண்கள் எழுதப்பட்ட கையேட்டை எடுத்துப் பிரித்தவாறே கேட்டார்.

"கம்பனிலியே ஒம்போது மணி சார். இங்க வர ராத்திரி பதினொன்ர ஆய்ட்ச்சி."

"மூனு லோடுதான? அதுக்கேவா?"

"ஆமா சார் வேற டிரான்ஸ்போர்ட் லோடுங்க ஜாஸ்தி"

"அப்டியா? நமுக்கு மூனுதான குட்த்தாங்க அப்ப இன்னிக்கி ஜாஸ்தியா இருக்கும் தோ இப்ப கேக்கறங்"

பெயர்கள் அகர வரிசையில் எழுதப்பட்ட தொலைப்பேசிக் கையேட்டின் பக்கங்களைச் சரசரவெனத் தள்ளினார். கும்மிடிப்பூண்டி பைப் நிறுவனத்தின் எண்ணைப் பார்த்தபடி, மேஜையின் வலது ஓரமிருந்த இளம் பச்சை நிறத் தொலைப்பேசியை அருகில் இழுத்தார். அதன் கறுப்பு நிறப் பட்டன்களைப் படபடவென அழுத்தினார்.

"ஹலோ வணக்கம் சார். பாவனா டிரான்ஸ்போர்ட் மாதவன் இன்னிக்கு எத்தன லோடு சார்?" பவ்யமாகக் கேட்டார்.

"ம் ஒகே சார் அனுப்பிட்றங் சார் ஓகே சார் தேங்ஸ் சார்"

தனது டைரியில் வேகவேகமாக எழுதிக்கொண்டார். அவரது முகம் புன்னகையால் விரிந்தது. அவர் முகத்தைப் பார்த்த மணியின் முகமும் மலரத் தொடங்கியது.

ரிசீவரை பூப்போல வைத்த மேலாளர், அதன் பக்கத்தில் இருந்த பிள்ளையார் படத்தை இன்னொரு முறைத் தொட்டு, கண்களில் ஒற்றிக்கொண்டார்.

"மணி இன்னிக்கு அஞ்சி லோடு. எல்லாமே குஜராத். அம்தாபாத் மூனு, பரோடா ஒன்னு, பரோச் ஒன்னு. நா வண்டி ஏற்பாடு பண்றங் நேத்து ஜி.சி.காபிய பைல்ல போட்டுட்டு ரெடியாவு. சுந்தரு இன்னும் வர்லயா?"

"வந்துருவாங் சார்"

தனது நீல நிற ஹேண்ட்பேகில் இருந்த லோடிங் போவதற்குத் தேவையான ஜி.சி.புக், கார்பன் தாள்கள், பேனா, ஸ்டேப்ளர் இத்யாதிகளை எடுத்துச் சரிபார்த்துவிட்டு மீண்டும் பைக்குள்ளேயே வைத்தான் மணி.

ஜோலார்பேட்டை எக்ஸ்பிரஸில் வந்து பெரம்பூரில் இறங்குவான் சுந்தர். அங்கிருந்து கடற்கரை மின்சார ரயிலில் ஏறி, ராயபுரத்தில் இறங்கி, குறுக்கில் நடந்து பத்து மணிவாக்கில் அலுவலகம் வந்து விடுவான். சிக்னல் போட்டால் ரயில் வந்துசேர ஒரு பத்திருபது நிமிடங்கள் தாமதமாகும்.

தொலைப்பேசி ரிசீவரை இடது தோளில் வைத்துக் காதோடு இடுக்கி, படபடவென எண்களைத் தட்டி லாரி புரோக்கர்களிடம் பேசத் தொடங்கினார் மேலாளர்.

“ஹலோ இறைவன் டிரான்ஸ்போர்ட்டா? பாவனா மேனேஜர் மாதவன் பேசறங் வணக்கம் வணக்கம்... அம்தாபாத் இன்னா ரேட்டு?”

அவர் முகத்தையே பார்த்துக்கொண்டிருந்தான் மணி.

“ம்ம் பன்னண்டு முன்னூறா? நேத்துப் பதினொன்னுதான அப்டியா? ம்ம்ம் செரி நானு மறுபடியும் போன் பன்றங் செரி செரி” ரிசீவரை வைத்துவிட்டு மணியைப் பார்த்தார்.

“நேத்துப் பதினோராயர்த்துக்கு வண்டிய அனுப்பனாங் இன்னிக்கி பன்னெண்டு முன்னூறுன்றாங் எப்டி ஒரே நாள்ல இவ்ளோ ஏறிடும்? நேத்துத் திங்கெழம ஞாயிறு ஹால்ட் வண்டிங்க நெறைய இர்ந்திச்சி இன்னிக்கி செவ்வாக்கெழம வண்டிங்க டிமாண்டு அதனால மார்க்கட் எகிர்துன்றாங் ப்ராடு பசங்க எல்லாமே இவனுங்க செட்டப்பு இவனுங்க நெனைக்கறது தாங் வாடக” என எரிச்சலோடு சொன்னார்.

மேலாளர் மாதவன் சொல்வதும் உண்மை. புரோக்கர் சொல்வதும் உண்மை. அது மணிக்கும் தெரியும்.

இவர்களது பாவனா டிரான்ஸ்போர்ட் பிரைவேட் லிமிடெட் லாரி நிறுவனத்துக்குச் சொந்தமாக இருபது லாரிகள் ஓடுகின்றன.

சென்னையைப் போல பெங்களூரிலும் அகமதாபாத்திலும் இவர்களுக்குக் கிளை அலுவலகங்கள் இருக்கின்றன. லாரிகளின் கணக்கு வழக்குகளைக் கவனிப்பது, பழுது பார்ப்பது, ஓட்டுநர்களுக்கான சம்பளம், படிகள் கணக்குப் பார்ப்பது எல்லாமே வேலூரில் உள்ள தலைமை அலுவலகத்தில்தான்.

ஆனாலும், இந்தச் சென்னைக் கிளை அலுவலகம் மூலம்தான் நிறையத் தொழிற்சாலைகளில் ஒப்பந்தம் போட்டிருந்தார்கள். அதுவும் குஜராத், மகாராஸ்டிரா மாநிலங்களுக்குத்தான் அதிக ஒப்பந்தம்.

கிண்டியில் ஓர் இரும்புத் தொழிற்சாலை, அம்பத்தூரில் ஒரு மிதிவண்டித் தொழிற்சாலை. ஆவடியில் ஒரு இரும்பு உருக்குத் தொழிற்சாலை, கும்மிடிப்பூண்டியில் இரும்புப் பைப் நிறுவனம், சோழவரத்தில் ஒரு பிளாஸ்டிக் பைப் நிறுவனம், நீலாங்கரையில் பிளாஸ்டிக் பாட்டில் நிறுவனம் எனப் பல நிறுவனங்களில் ஒப்பந்தம்.

அந்த நிறுவனங்கள் எல்லமே வேறு சில லாரி நிறுவனங்களுடனும் வெவ்வேறு ஊர்களுக்குச் சரக்குகளை அனுப்ப இவர்களைப் போன்ற லாரி நிறுவனங்களுடன் ஒப்பந்தம் போட்டிருக்கும். தினசரி அனுப்ப வேண்டிய லோடுகளை அந்தந்த லாரி நிறுவனங்களுக்குச் சுழற்சி முறையில் பிரித்துக் கொடுப்பார்கள்.

இவர்களுக்குச் சொந்தமான இருபது லாரிகளும் அன்றன்றைய நிலவரப்படி பல்வேறு தொழிற்சாலைகளில் சரக்குகளை ஏற்றிக்கொண்டு கிளம்பிப் போகும். சரக்குகளை இறக்கிய பிறகு அங்கே இதேபோல சில நிறுவனங்களில் போடப்பட்டுள்ள ஒப்பந்தங்கள் மூலம், அங்கிருந்து சரக்குகளை எடுத்துக்கொண்டு சென்னை, வேலூர், திருச்சி, கோவை எனத் திரும்பி வரும்.

இப்படி அந்த லாரிகள் தொடர்ந்து சுற்றில் இருக்கும். ஒப்பந்தம் போட்ட தொழிற்சாலைகளில் சில நாள்களில் அதிகமான வண்டிகள் கேட்பார்கள். அப்போது தேவையான அளவு சொந்த வண்டிகள் கைவசம் இல்லையென்றால், இப்படி லாரி புரோக்கர்கள் மூலம் வாடகைக்கு லாரிகளை எடுப்பார்கள்.

அப்படிப் புரோக்கர் மூலம் வருகிற லாரிக்காரரர்களுக்கும் சரக்குகளை அனுப்பும் தொழிற்சாலைக்கும் எவ்வித நேரடித் தொடர்பும் இருக்காது. பாவனா டிரான்ஸ்போர்ட் நிறுவனத்துக்காக அவர்கள் அந்தத் தொழிற்சாலைக்குப் போய் லோடு ஏற்றிச்செல்வார்கள். அந்த லாரிகளுக்கான வாடகையைப் பாவனா டிரான்ஸ்போர்ட்டே கொடுத்துவிடும். பாவனா டிரான்ஸ்போர்ட் மாதம் ஒருமுறை அந்தந்தத் தொழிற்சாலைகளில் வாடகையை மொத்தமாக வாங்கிக்கொள்ளும்.

புரோக்கர் அலுவலகம் மூலமாக வரும் இந்த லாரிகளும் அந்தப் புரோக்கர்களுக்குச் சொந்தமான லாரிகள் அல்ல. ஒன்றிரண்டு லாரிகளை மட்டும் சொந்தமாக வைத்திருக்கும் லாரி முதலாளிகள் எந்தத் தொழிற்சாலையிலும் நேரடியாக ஒப்பந்தம் போட முடியாது. அவர்கள் இதுபோன்ற புரோக்கர்கள் மூலமாகத்தான் சரக்குகளை ஏற்றுவார்கள். அதற்காக, அந்தப் புரோக்கர்களுக்குப் புரோக்கர் கமிஷன் என ஒரு தரகுத் தொகையை லாரிக்காரர்கள் கொடுக்க வேண்டும். அந்தத் தரகுத் தொகை புரோக்கர்கள் பெற்றுத் தருகிற வாடகைக்கு ஏற்றவாறு மாறுபடும்.

புரோக்கர்கள் இப்படித் தினசரி பல லாரிகளைப் பல டிரான்ஸ் போர்ட்களுக்கு அனுப்பி வைத்து, அதன் மூலம் தரகுத் தொகையாக ஒரு பெரும் தொகையைப் பார்த்துவிடுவார்கள். புரோக்கர்களின் முக்கியமான மூலதனம் ஒரு தொலைப்பேசியும் சாமர்த்தியமான பேச்சும்தான்.

ஆனால், எல்லா நேரத்திலும் இந்தத் தரகு அறுவடை நடந்து விடாது. புரோக்கர் மூலம் லோடு ஏற்ற வரும் எல்லா லாரிகளுக்கும் எல்லா நேரத்திலும் உடனே லோடு கிடைத்துவிடாது.

லோடு கிடைக்காத நேரங்களில் அந்த லாரிகளை நிறுத்தி வைக்க புரோக்கர் ஷெட்டில் ஒரு பெரிய இடம் வேண்டும். லாரி ஓட்டுநர்களும் கிளீனர்களும்

படுத்து ஓய்வெடுக்க, நிம்மதியாகக் குளிக்க, சாப்பிட போதுமான வசதிகள் இருக்க வேண்டும். அவர்களுக்குப் போரடிக்காமல் இருக்க இருபத்து நான்கு மணி நேரமும் வண்ணத் தொலைக்காட்சிகள் ஓடிக்கொண்டே இருக்க வேண்டும்.

போதுமான வசதியும், நல்ல கவனிப்பும் இல்லை என்றால் லாரி ஓட்டுநர்கள் அடுத்த முறை அந்தப் புரோக்கர் ஷெட்டுக்கு வரமாட்டார்கள். வேறு புரோக்கர்களைத் தேடிப் போய்விடுவார்கள்.

"இன்னாடா ஷெட்டு அது தம்மாத்தூண்டு டீவிய மாட்டிட்டு நாலு கட்லு போட்டா போதுமா? கொயால தண்ணி வர்ல கக்கூஸ்ல தண்ணி வர்ல லத்த லத்தயா கொசு நிம்மதியா பட்த்து தூங்க முடில கிராசிங் செரியா இல்ல" என ஏதாவது சொல்லிவிட்டுப் போய்விடுவார்கள்.

அதனால், புரோக்கர்கள் சகல வசதிகளுடன் கூடிய ஒரு பெரிய இடத்தை வாடகைக்கோ, சொந்தமாகவோ வைத்திருக்க வேண்டும். எந்தத் தொழிற்சாலைக்கு லாரியை அனுப்பச் சொன்னாலும் அடுத்த ஒருமணி நேரத்தில் லாரிகள் அங்கே போய்ச் சேர வசதியாக நகரத்தின் மையப் பகுதியில் அந்தப் புரோக்கர் ஷெட்டு இருக்க வேண்டும்.

தொழிற்சாலைகளில் இருந்து ஏற்றி அனுப்பப்படும் சரக்குகளுக்கு அந்தந்தத் தொழிற்சாலைகளுடன் ஒப்பந்தம் போட்டுள்ள லாரி நிறுவனங்கள்தாம் பொறுப்பு. புரோக்கர் மூலம் வரும் வெளி லாரிகளுக்குப் புரோக்கர்களே டிரான்ஸ்போர்ட்டிற்கு முழு ஜாமீன் தரவேண்டும். இதெல்லாம் எழுதப்படாத சட்டங்கள். எல்லாமே வாய் வழி உத்தரவாதங்கள்தாம். இதில் பெரும்பாலும் தவறேதும் ஏற்படாது.

வேலைக்குச் சேர்ந்த புதிதில் மணிக்கு இதெல்லாம் ஒன்றுமே புரிய வில்லை. கண்களைக் கட்டிக் காட்டில் விட்டதைப்போலக் குழப்பமாகவும் பிரமிப்பாகவும் இருந்தது.

"இன்னா மணி ராத்திரி சரியா தூங்கலியா?" அவனைப் பார்த்துச் சிரித்தார் மாதவன்.

தலையை உதறி நினைவுலகத்திற்கு வந்தான் மணி.

"லாரியெல்லாம் கிளம்பிட்ச்சி இறைவன்ல மூனு லாரி அம்தாபாத். யாரக் கேட்டாலும் சொல்லி வெச்சமாரி அம்தாபாத் வாடக பன்னண்டு முன்னூறுன்றானுங்க கடைசியா பன்னெண்டுக்கு ஒத்துக்குனான். இறைவன்ல குருவிந்தர் டிரான்ஸ்போர்ட்ல ஒரு வண்டி பரோடாவுக்குச் சொல்லிட்டங். பி.எஸ். டிரான்ஸ்போர்ட்ல பரோச்சுக்கு ஒன்னு. மொத்தம் அஞ்சி வண்டி. இந்தா நம்பர்"

புரோக்கர்கள் பெயர் எழுதி, அதனதன் கீழே லாரி எண்கள் எழுதப்பட்ட கையகல வெள்ளைத் தாளை மணியிடம் நீட்டினார் மாதவன்.

அதை வாங்கிப் பார்த்தான் மணி. அகமதாபாத் வண்டிகள் மூன்றில் ஒரு வண்டி நாமக்கல் பதிவு வண்டி ஒன்று வேலூர், ஒன்று திருச்சி. பரோடா வண்டி மகாராஸ்டிரா பதிவெண், பரோச் வண்டி ஆந்திரா பதிவெண்.

“த்ஸ்” என நாக்கை உறிஞ்சினான்.

“இன்னா மணி?”

“ஒன்னு நாமக்கல் வண்டி சார் அவங்ககிட்ட லோடிங் மாமூல் வாங்கறதுக்குள்ள போதும் போதும்னு ஆயிடும். இந்திக்காரனுங்க அதுக்கு மேல... பாபு பைய்யா கிய்யானு கழுத்த அறுப்பானுங்க”

“குட்த்துருவானுங்க குடுக்கலனா சொல்லு வாடகையில கட் பண்ணிட்லாம் புடி நம்ப கிட்ட இருக்குது”

இவை எல்லாமே சரக்குகளை இறக்கிவிட்டு வந்த பிறகு வாடகை கொடுக்கிற ரகம். பொருள்களை இறக்கிவிட்டு, அந்த ரிசீவ்டு காபி புரோக்கர் மூலம் இவர்கள் கைக்கு வந்த பிறகுதான் வாடகை. அது வந்துசேர எப்படியும் பத்து நாள்களுக்கு மேலாகிவிடும். அப்போதும் அந்தந்த நேரத்துக்கு ஏற்ப அந்த வாடகையைக் காசோலையாகவோ, பணமாகவோ மாதவன்தான் கொடுப்பார்.

இந்தப் பத்து நாள்கள் தாமதத்துக்கும் சேர்த்துதான் லாரி வாடகை. சரக்கு இறக்கியதும் ஸ்தலத்திலேயே வாடகை கொடுப்பது என்றால் அது டூ பே லோடு. அது கையில காசு வாயில தோசை ரகம். அப்படி டூபே லோடு என்றால் அதற்கு மார்க்கட் வாடகையை விட நானூறு, ஐந்நூறு ரூபாய் குறைவாகவே வண்டி கிடைக்கும்.

“மணி சுந்தர இன்னும் காணமே? பத்தர ஆய்ட்ச்சி” சுவர் கடிகாரத்தைப் பார்த்துக்கொண்டே கேட்டார் மாதவன்.

“ஆமா சார் இந்நேரம் வந்திருக்கணுமே” என்றான் மணி.

அப்போது வாசலில் நிழலாடியது. வியர்க்க, வியர்க்க உள்ளே நுழைந்தான் சுந்தர்.

“வணக்கம் சார். டிரைன பேசின்பிரிட்ஜ் சிக்னல்ல கால்மணி நேரம் போட்டாங்க” மேலாளரிடம் சொன்னவாறு சாப்பாட்டுப் பையை ஓரமாக வைத்துவிட்டு, தனது நாற்காலியில் உட்கார்ந்தான் சுந்தார். மாடியேறி வந்ததில் லேசாக மூச்சு வாங்கியது.

“இன்னிக்கி அம்பத்தூர் சைக்கிள் கம்பனில லூதியானாவுக்கு ஒரு லோடு. வண்டிய ஒடனே உடச் சொல்றாங்க கம்பனி வண்டிங்க எதுவும் இல்ல ஏ.எம்.வி.டிரான்ஸ்போர்ட்ல சொல்லிட்டங் வண்டி இந்நேரம் கிளம்பியிருக்கும் கும்மிடிப்பூண்டி பைப் கம்பனில அஞ்சி லோடு நீ எதுக்குப் போற?” சுந்தரிடம் கேட்டார் மாதவன்.

“பைப் லோடிங் முடிய ரொம்ப லேட் ஆய்டுது சார் ராத்திரில வீட்டுக்கு டிரைன் புடிக்க முடில சைக்கிள் லோடு சீக்கரமா முட்ஞ்சிரும் நானு அதயே பார்த்துக்கறங் மணிய பைப் லோடுக்கு அனுப்பலாம்“

“சரி ஒரே ஆளு தெனமும் கண்ணு முழிக்க முடியாது லோடு நெறைய இருக்கற நாள்ல நீயும் இங்கியே தங்கிரு”

“சரி சார்”

“மணி டீ சொல்லு வாணா ராகிமால்ட்டும் வடயும் சொல்லு சாப்புட்டு ரெண்டு பேரும் கெளம்புங்க நானு பழய பில்ல ரெடி பண்ணி வைக்கிறங்”

தனது நீல நிறக் கைக் குட்டையால் நெற்றியையும் முகத்தையும் அழுத்தித் துடைத்துக்கொண்ட சுந்தர், எழுந்து பிளாஸ்டிக் குடத்திலிருந்த தண்ணீரை கிளாசில் மொண்டு தலையை உயர்த்திக் கடகடவெனக் குடித்தான்.

எழுந்து வாசலுக்குப் போன மணி, வராந்தாவில் நின்று வெளியே தலையை நீட்டி கைத்தட்டினான். மூன்றாவது முறையாக அவன் கைதட்டிய பிறகு, அவனுக்கு நேர் கீழே தரை தளத்தில் இருந்த நாயர் கடையிலிருந்து அந்தப் பையன் வெளியே வந்து தலையை உயர்த்தி மேலே பார்த்தான்.

மூன்று விரல்களை நீட்டி, ‘‘மூனு ராகிமால்ட், மூனு வட’’ எனச் சத்தமாகக் கத்தினான் மணி.

மேலாளர் தன் இருக்கையிலிருந்து எழுந்து, அலமாரியிலிருந்த பில் புத்தகத்தை எடுத்து மஞ்சள், வெள்ளை, நீல நிறத்திலிருந்த மூன்று தாள்களைக் கச்சிதமாகக் கிழித்து, இடை இடையில் கார்பன் வைத்து, நழுவாமல் இருக்க ஒரு குண்டூசியைக் குத்தி, இடது ஓர மேசையிலிருந்த தட்டச்சு இயந்திரத்தில் அதைச் செருகி டொக், டொக், டொக் என ஒற்றை விரலில் எழுத்துகளைத் தேடித் தேடி அடிக்கத் தொடங்கினார்.

“சார் ஓனர் கிட்டச் சொல்லி ஒரு டைப்பிஸ்ட் அப்பாயின் பண்ணச் சொல்லணும் சார்” என்றான் சுந்தர்.

“ம் ம் அட்த்த வாட்டி ஓனர் வரும்போது, நல்ல மூட்ல இர்ந்தா கேட்டுப் பாக்கலாம்”

பிளாஸ்டிக் செருப்புகள் சரசரவென வராண்டாவில் தேய வேகமாக நடந்து வந்த தேநீர்க் கடைப் பையன், இரும்பு வளையத்துக்குள்ளிருந்த மூன்று கண்ணாடி கிளாஸ்களையும் செய்தித்தாளில் சுற்றிய மெதுவடைகளையும் மேஜை மீது வைத்தான். கையில் கொண்டுவந்த சின்ன நோட்டில் சுந்தரிடம் எழுதி வாங்கிக்கொண்டு திரும்பி நடந்தான். காலி கிளாஸ்களை எடுக்க மீண்டும் மேலே வருவான். இப்படி ஒவ்வொரு மாடிக்கும், கடைகளுக்கும் அவன் பல முறை அநாயசமாக ஏறி இறங்குவான்.

மூவரும் வடைகளைத் தின்று, செம்பழுப்பு நிற ராகி மால்ட்டையும் நிதானமாக உறிஞ்சிக் குடித்தனர்.

காலி கிளாஸ்களை மேசையின் மீது வைத்த சுந்தரும் மணியும் தங்களின் தஸ்தாவேஜீகளுடன் கிளம்பினர்.

"மணி நேத்து இன்னா விசேசம் மாமுல கரக்டா வாங்கனியா?" படியில் இறங்கிக்கொண்டே சற்றுச் சோர்வாகக் கேட்டான் சுந்தர். அவன் எப்போதும் அப்படித்தான். எதையோ பறி கொடுத்தவன் போல எப்போதும் விரக்தியான முகத்துடனே இருப்பான்.

"ம் தெரிஞ்சதுதான மூனு பேர்ல ஒர்த்தங் ஏமாத்திட்டாங்" உதட்டைப் பிதுக்கியபடி அவனுக்குப் பின்னால் படியில் இறங்கினான் மணி.

"நீ ஏன்டா உட்ட? தெனமுமா அமாவாச சோறு கெடைக்குது இப்டி லோடு இருக்கற நேர்த்துல கறாரா வாங்னாதான" சற்று அக்கறையுடன் சொன்ன சுந்தர், மேற்கில் திரும்பிச் சாலையின் ஓரமாகவே நடக்கத் தொடங்கினான்.

"அட போடா, பிச்ச கேக்கற மாதிரி அவங்ககிட்ட கெஞ்சவா முடியும்?"

"நீ ஏன்டா கெஞ்சற? மாமுலு குடுக்கலனா பில் குடுக்காத அப்பறமா பாரு நம்பகிட்ட அவனுங்க கெஞ்சுவானுங்க"

"இதெல்லாம் ஒரு பொழப்பாடா. இதுவே, இனாம்னு சொல்றானுங்க அத எப்பிட்ரா அதிகாரமா கேக்க முடியும்?"

"இனாம்னு எவன்டா சொன்னது? இதுலதாங் நம்பள மாறி கிளார்க்குங்க பொழப்பே ஓடுது நீ இந்த வேலைக்கி இன்னும் தோதுபடல இப்டியே இருந்தினா லாரி டயர்ல காத்த தட்டிப்பாக்கற மாரி தட்டிப் பாத்துட்டுப் போய்டுவானுங்க"

சொல்லிவிட்டு மெதுவாகச் சிரித்தான் சுந்தர். ஆனால், அந்தச் சிரிப்பில் உயிரில்லை.

"இப்டி நெறைய லோடு இருக்கும்போதே நாலு காசு சேத்துக்க உனுக்குனுதாங் நானு பைப் லோட உட்டுட்டுச் சைக்கிளு லோடுக்குப் போறங் புரிதா?"

அவர்கள் இருவரையும் உரசுவதைப் போல வந்து நின்ற பெரம்பூர் பேருந்தில் ஏறி, கம்பியைப் பிடித்தபடி இருக்கை முனைகளில் சாய்ந்து நின்றுகொண்டனர். பத்து நிமிடப் பயணம். பேசின் பாலத்தின் முனையில் இறங்கி, ரயில் நிலையத்தை நோக்கி நடந்தனர்.

"மணி... இன்னிக்கி உன்னோட ஆளப் பாத்தியா?"

"என்னோட ஆளா. டே லூசுப் பையா, அது சின்னப் பொண்ணுடா. ஏதோ சும்மா ஜாலிக்கி நின்னு பாத்துகினு இறக்கறங். அதப்போயி என்னோட ஆளுன்ற?"

"ஜாலிக்கா தெனமும் வராண்டால நிக்கற லவ் பண்ல? மன்ச தறந்து சொல்லு?"

உடனே தனது சட்டையின் மேல் பட்டனைக் கழற்றி வெள்ளை நிறப் பனியனைக் காட்டினான் மணி.

"தா பார்த்துக்க மனச தறந்தது போதுமா? அது இன்னா படிக்குதுனு கூட தெரியாதுரா. பாவம் அது சிரிக்கும்போது உள்ள சின்னதா ஒரு பீலிங் அவ்ளோதாங்."

"அந்த பீலிங்கதான்டா லவ்னு சொல்றாங்க பேசாம ஒரு நாளிக்குக் கீழே எறங்கிப் போயி அவ எதுர்ல நின்னுடு. ஒரு ரோஸ் குட்த்து பட்னு லவ்வ சொல்லிடு."

வரிசையாக இருந்த கருவாட்டுக் கடைகளிலிருந்து காற்றில் மிதந்து வந்த வாசனையை ஆழமாக உறிஞ்சிய மணி, அந்த வாசனையில் லயித்தபடி சாலையைக் கடந்து, பிளாட்பாரத்துக்குள் நுழைந்தான்.

"ஏன்டா மூக்குல கருவாட்டு வாசன பட்டாலே உனுக்கு மூஞ்சிலாம் பூமாரி பூத்துப்போவுது. நீ சொல்றத வெச்சிப் பாத்தா அது அய்யரு பொண்ணா இருக்கும் போலத் தெரிது. எப்பிட்ரா ஒத்து வரும்?"

"டே நானு இன்னாவோ அவகிட்ட கல்யாணம் பண்ணிக்கலாமானு கேட்ட மாரியுங், அவளும் செரினு ஒத்துக்கின மாரியுங் பேசிகினு வர்ற. கவுன்டருக்குப் போயி மொதல்ல ரெண்டு டிக்கட்டு வாங்கினு வா"

"ம் யார்ரா பாத்தாங்க சீக்கரத்துல கல்யாணம் நடந்தாலும் நடக்கும்" சொல்லிக்கொண்டே பயணச் சீட்டு வாங்க டிக்கட் கவுன்டரை நோக்கி நடந்தான் சுந்தர்.

5

மணி கும்மிடிப்பூண்டி இரயில் நிலையத்தில் இறங்கிய போது மதியம் பன்னிரண்டரை மணி. தலைக்கு மேல் உக்கிரமான வெயில். இரயில் நிலையத்திலிருந்து விருவிருவென வெளியே நடந்தான். இடது தோளில் அவனது பை தொங்கியது. வெயிலுக்கு நாக்கு வறண்டது. எதிரில் இருந்த பெட்டிக் கடையில் ஒரு ரூபாய் நாணயத்தைக் கொடுத்து ஒரு தண்ணீர் பாக்கட்டை வாங்கி, அதன் ஒரு முனையில் முன் பல்லால் கடித்து உள்ளங்கையால் அழுத்தி உறிஞ்சினான்.

உப்பித் தளதளத்தத் தண்ணீர் பாக்கட் அழுத்த அழுத்த உள்ளங் கைக்குச் சுகமாக இருந்தது. அப்போது அவனது கல்லூரி நண்பன் கிரியின் நினைவு வந்தது மணிக்கு. இப்படித் தண்ணீர் பாக்கட்டில் வாய் வைத்து உறிஞ்சும்போதெல்லாம் ஒரு இளம் பெண்ணின் கச்சிதமான மார்பகத்தில் வாய் வைத்து உறிஞ்சுவதைப் போல கண்கள் கிறங்க, போதையோடு சிரிப்பான் கிரி. வேண்டுமென்றே அதை உள்ளங்கையில் வைத்துப் பல முறை அழுத்துவான்.

“த்ஸ்” என உச் கொட்டிய மணி வேகமாகத் தண்ணீரை உறிஞ்சிக் குடித்து, காலி பாக்கட்டை கடை ஓரமாக வீசிவிட்டு, நடந்து நெடுஞ்சாலைக்கு வந்தான்.

அங்கிருந்து ஒரு பத்து நிமிடம் நடந்தால் பைப் நிறுவனம். ஒரு மணிக்குள் தொழிற்சாலை வாசலுக்குப் போய்விடலாம்.

அங்கே போய்விட்டால் மதிய உணவு கிடைக்காது. தொழிற்சாலையின் எதிரில் ஒரே ஒரு தேநீர்க் கடை மட்டும்தான் உண்டு. அதில் பிஸ்கட், பன், கடலை மிட்டாய், மிக்சர் பொட்டலங்கள்தான் கிடைக்கும். மாலையில் வடை, போண்டா போடுவார்கள். மதியம் ஒரு தேநீரைக் குடித்துவிட்டு, மாலையில் நான்கு போண்டா சாப்பிடலாம் என நினைத்தபடி நடந்தான்.

சற்றுத் தூரம் நடந்ததும் மனசு மாறிவிட்டது. லோடு முடிய நடு இரவு கூட ஆகலாம். அதற்குப் பிறகு அறைக்குத் திரும்பிச் சமைக்க முடியாது. அந்நேரத்துக்கு ஓட்டல்களிலும் எதுவும் கிடைக்காது. மதியமும் சாப்பாடு இல்லாமல், இரவும் சாப்பாடு இல்லாவிட்டால் உடம்பு தாங்காது.

சரியாக அவன் நடந்துகொண்டிருந்த இடத்திற்கு வலது புறம் ஓர் உணவகம் இருந்தது. தென்னை ஓலைக் கூரை வேய்ந்த சுமாரான உணவகம்தான். உணவகத்துக்கு வெளியே அகலமான நீள் சதுர வடிவ இரும்புக் கல்லில் வட்ட வட்டமான பரோட்டாக்கள் வெந்துகொண்டிருந்தன. பல முறை அந்த வழியில் போயிருந்தாலும் ஒரு முறை கூட அந்த உணவகத்தில் அவன் சாப்பிட்டதில்லை.

ஒரு ஸ்டூல் கூஜாவிலிருந்த வெளிர் மஞ்சள் நிற எண்ணையை இரும்புத் தோசைக் கரண்டியால் வாரி வாரி பரோட்டாக்களின் மீது தெளித்தார் மாஸ்டர். காய்ந்த இரும்புக் கல்லில் எண்ணெய் பட்டதும் சுறுசுறுவென எண்ணெய் தீய்கிற சத்தம். ஏற்கெனவே முறுகலாக வெந்திருந்த அந்தப் பரோட்டாக்களை அதே தோசைக் கரண்டியால் சட்சட்டெனத் திருப்பிப் போட்டார் மாஸ்டர். உள்ளேயிருந்து வந்த கோழிக் குருமாவின் மசாலா வாசனை மணியின் கையைப்பிடித்து வலுக்கட்டாயமாக உள்ளே இழுத்தது.

அதற்கு மேல் தாமதிக்காமல், எச்சிலைக் கூட்டி விழுங்கியவாறு உணவகத்துக்குள் நுழைந்தான். பையை ஒரு மேசையின் காலுக்கு அருகில் வைத்துவிட்டு, கைகளைக் கழுவி நாற்காலியில் உட்கார்ந்தான்.

கல்லாவில் உட்கார்ந்திருந்த பெண் நெற்றியில் பெரிய குங்குமப் பொட்டு வைத்திருந்தாள். தாட்டியான உருவம். தான் உட்கார்ந்திருந்த கட்டை ஸ்டூலிலிருந்து எழுந்து, இவனை நோக்கி நடந்து வந்தாள். நடுத்தர வயதுதானிருக்கும். ஆனால், உடல் வஞ்சனையில்லாமல் பெருத்திருந்தது. அவளது பரந்த முதுகின் இருபுறமும் கைப்பிடிக்கு அடங்காத அளவில் கனத்த சதைகள் பெரிய ரவிக்கைக்குள்ளிருந்து பிதுங்கித் தொங்கின.

“இன்னா சார் ஓணும்?” என்று கேட்டாள்.

“நாலு பரோட்டா.”

“சைடிஸ் இன்னா ஓணும் சிக்கன் பிரை, மட்டன் பிரை, தலக்கறி போட்டி, ஆம்லேட் இன்னா ஓணும்?”

"ஒரு ஆம்லேட்"

ஆம்லேட்டும் சொல்லவில்லை எனில் மரியாதை இறங்கிவிடும்.

மாஸ்டர் நான்கு பரோட்டாக்களை எடுத்து மேஜை மீது வைத்து ஆவி பறக்க அடித்து, பூப்போல நொறுக்கித் தந்தார். இரண்டு கையகல வாழை இலையை ஸ்டீல் தட்டில் வைத்து, அதன் மீது அந்தப் பரோட்டாக்களை வைத்து, அந்தத் தட்டையும் சிக்கன் சேர்வா பக்கெட்டையும் இவன் எதிரில் கொண்டுவந்து வைத்தாள் அவள்.

பரோட்டா பொன் நிறத்தில் மொறு மொறுவென இருந்தது. அவற்றைப் பிய்த்துப் பிய்த்துத் தட்டில் குவித்தான். சேர்வாவைக் கரண்டி நிறைய மொண்டு அதன் மீது ஊற்றினான். வாசனையிலேயே வாயில் உமிழ் நீர் ஏகத்துக்கும் சுரந்தது.

பரோட்டாத் துண்டுகளைச் சேர்வாவில் முக்கி முக்கிச் சாப்பிடத் தொடங்கினான்.

ருசி அபாரமாக இருந்தது. சிக்கன் சேர்வாவுக்கும் மைதா பரோட்டாவுக்கும் பத்துப் பொருத்தம் என்பதைக் கண்டுபிடித்தவன் ஒரு மகானாகத்தான் இருக்க வேண்டும். ஆம்லேட்டும் மிளகுத் தூக்கலாக முறுகலாக இருந்தது. காரமும் சுறுசுறுவென இருந்தது.

போதும் போதுமெனத் திகட்டும் அளவுக்குச் சேர்வாவை ஊற்றித் திருப்தியாகச் சாப்பிட்டான். வயிறு நிறையத் தண்ணீர் குடித்து, ஏப்பம் விட்டபடி எழுந்துபோய் கையைக் கழுவினான். இருபத்தி ஐந்து ரூபாயை எண்ணிக் கொடுத்தபோது அவன் மனம் பகீரென்றது.

அய்யோ இருபத்தி ஐந்து ரூபாய். அவனது வருமானத்தில் ஒருவேளை உணவுக்கு அவ்வளவு செலவு செய்வதெல்லாம் அதீத ஆடம்பரம். அதைச் சரிக்கட்ட அடுத்தவேளை உணவைக் குறைக்க வேண்டும். அல்லது மறக்க வேண்டும்.

ஆனால், அன்று ஐந்து வண்டிகள் லோடிங் என்பது நினைவுக்கு வந்ததும், உடனடியாக அவனது கவலை காணாமல் போய்விட்டது.

லாரி டிரான்ஸ்போர்ட்டில் வேலை செய்யும் இவனைப் போன்ற எழுத்தர்களுக்கு மாதச் சம்பளம் பெரிதாகக் கிடையாது. எவ்வளவு பெரிய டிரான்ஸ்போர்ட் நிறுவனம் என்றாலும் அதற்கு விதி விலக்கு இல்லை. இவனுக்கு மாதம் ஆயிரம் ரூபாய்தான் சம்பளம். சுந்தர் இவனை விட சீனியர். அவனுக்கு ஆயிரத்து ஐந்நூறு.

"ஏன்டா சுந்தர வெறும் ஆயிரம் ரூபா சம்பளத்துல எப்பிட்ரா மூனு வேள சாப்பிட்றது? வாரத்துக்கு ஒரு வாட்டினா கூட மாசத்துக்கு நாலு வாட்டியாவது ஊருக்குப் போய் வரணும். ஊருக்குப் போனா, தங்கச்சிக்கி துண்றதுக்கு எதுனா வாங்கினு போவணும். ஊட்டுச் செலவுக்கும் எதுனா குடுத்துட்டு வரணும் எப்பிட்ரா?" என வேலைக்குச் சேரும்போது சுந்தரிடம் கேட்டான் மணி.

அப்போது இவனுக்குப் பதில் எதுவும் சொல்லாமல் மர்மமாகச் சிரித்தான் சுந்தர்.

அது இப்போது அவனது நினைவுக்கு வந்தது.

ஒருவேளைச் சாப்பாட்டுக்கே இருபத்தி ஐந்து ரூபாய் என்றால் மாதம் முப்பது நாள்களுக்கும் சாப்பாட்டுச் செலவுக்கே இரண்டாயிரத்தைத் தாண்டி விடுமே. தினம் ஒருவேளை உணவைத் தவிர்த்துவிட்டு, இரண்டுவேளை மட்டுமே சாப்பிட்டால் கூட மாதம் ஆயிரத்து ஐந்நூறுக்குக் குறையாது.

ஆயிரம் ரூபாய்ச் சம்பளத்தில் ஆயிரத்து ஐந்நூறுக்குச் சாப்பிட்டால் மீதிக்கு எங்கே போவது? அது தவிர மற்ற செலவுகள்?

அதற்குத்தான் கிளார்க் மாமுல் வருகிறதே என்றார்கள்.

லாரியில் லோடு ஏற்றி முடித்ததும், இவனைப் போன்ற எழுத்தர்கள் ஜி.சி., என்கிற கூட்ஸ் செலானை நிரப்பி ஓட்டுநர்களிடம் தரவேண்டும்.

"வண்டில இன்னா சரக்கு ஏத்தியிருக்குது அது எங்கயிருந்து எங்க போவுது அந்தப் பொருளோட எட எவ்ளோ, பொருளோட மதிப்பு எவ்ளோ, அத ஏத்திகினு போற லாரி நம்பரு... எல்லாத்தியுமே அந்த ஜி.சி.புக்ல நாமதாங் தெளிவா எழுதணும் கார்பன் பேப்பரு வெச்சி மூனு காபி எழுதணும் அதுல ஒரு காபிய லாரி டிரைவரு கிட்ட குடுக்கணும் ஒரு காபிய சரக்கு ஏத்தி அனுப்பற கம்பனில குடுக்கணும் இன்னொன்னு நம்ப டிரான்ஸ்போர்ட் ஆபீசுக்கு" மணி வேலைக்குச் சேர்ந்த புதிதில் சுந்தர் இந்த வேலையைப் பற்றி இப்படித்தான் சொல்லிக் கொடுத்தான்.

"லாரில லோடு ஏத்தி முட்ச்சதுமே பேக்டரி ஆபீஸ்லருந்து நம்ப கிட்ட ஒரு இன்வாய்ஸ் காபிய குடுப்பாங்க அதுல, லாரியில ஏத்தியிருக்கற பொருள பத்தின டீடெய்ல்ஸ் இருக்கும். கம்பனியோட லைசன்ஸ் நம்பரு டின் நம்பரு ஆர்டர் நம்பரு எல்லாமே இருக்கும். அதப் பாத்துதாங் நாம ஜி.சி.ய எழுதணும். அந்த இன்வாய்சயும், நாம போடற ஜி.சி.காபி கூடவே வெச்சி டிரைவருங்க கிட்ட குட்த்துட்ணும்." வாத்தியார் பாடம் சொல்வதைப் போல அவன் சொல்வதைத் தலையாட்டி தலையாட்டி கவனமாகக் கேட்டுக் கொண்டான் மணி.

"நாம போட்ற ஜி.சி.யும் இன்வாய்சும் காட்னாதாங் ஹைவேஸ்ல லாரிய உடுவாங்க. ஒவ்வோரு செக்போஸ்ட்லயும் அதக் காட்டி சீல் போட்டாதாங் வண்டி மேல போவ முடியும். கடைசியா பொருள வாங்கற கம்பனிக்காரங்க அந்த ஜி.சி.ய வெச்சி தாங் பொருள செக் பண்ணி எறக்குவாங்க."

"அப்டினா நாம போடற ஜி.சி.தாங் ரொம்ப முக்கியமா?"

"ஆமாடா, அதுல எதுனா தப்பு இர்ந்திசினு வையி செக்போஸ்ட்ல வண்டிய உடமாட்டாங்க. போலீஸும் மடக்கிடுவாங்க. அப்பறமா கம்பனிகாரங்க யார்னா போனதாங் வண்டிய ரிலீஸ் பண்ண முடியும்"

அதை ஆச்சரியமாகக் கேட்டுக்கொண்டான் மணி.

"கடைசில ஒரு வழியா பொருள எறக்கி முடிச்சப்பறம் அந்த ரசீதில இருக்கற எல்லாப் பொருளயும் டேமேஜ் இல்லாம எறக்கிட்டோம்னு அந்தக் கம்பனிக்காரங்க எழுதித் தரணும். அத அந்த ஜி.சி.காபிலயே எழுதிக் குடுப்பாங்க. அப்டி ரிசீவ்டுனு எழுதி கம்பனி சீல போட்டுக் குடுத்தாதாங் லாரிக்கி வாடக கெடைக்கும்"

"அந்த வாடகைக்கி இவ்ளோ வேலயாடா?"

"பின்ன சொம்மாவே வாடகய தூக்கி குட்த்துருவாங்களா அப்பறம் பொருளுக்கு யாரு ஜவாப்பு?"

சுந்தரை ஆச்சரியமாகப் பார்த்தான் மணி.

"அப்பயும் வாடகய ஒடனே குட்த்துடமாட்டாங்க டிரைவருங்க அந்த ரிசீவ்டு காப்பிய எட்த்துகினு வந்து இங்க லோடு ஏத்தி உட்ட புரோக்கர் ஆபீஸ்ல குடுப்பாங்க. அந்தப் புரோக்கர்ங்க அத எட்த்தாந்து நம்பள மாதிரி லாரி டிரான்ஸ்போர்ட் ஆபீஸ்ல குடுப்பாங்க. அப்பறமாதாங் அந்த லாரிக்கான வாடக கெடைக்கும். அத புரோக்கர்ங்க வாங்கினு போயி கமிசன புட்ச்சிகினு மிச்சத்ததாங் லாரி டிரைவருங்க கிட்ட குடுப்பாங்க"

தலை சுற்றியது மணிக்கு.

"அப்ப கூட நம்பள மாதிரி டிரான்ஸ்போர்ட் ஆபீஸ்ல இருந்துதாங் லாரி வாடகய குடுப்பாங்க. அதுக்கு டிரான்ஸ்போர்ட் மொதலாளிங்கதாங் மொதுலு வைக்கணும். இப்டி வர்ற மொத்த ரிசீவ்டு காபிங்களயும் சேர்த்து மாசம் ஒருவாட்டி மொத்தமா பில் போட்டு அத அந்தந்தப் பேக்டரியோட ஹெட் ஆபீசுக்கு அனுப்பி வைக்கணும். அத எல்லாத்தயும் சரிபாத்துட்டு கண்டிஷன் பிரகாரம் முப்பது நாளு கழிச்சோ, அறுபது நாளு கழிச்சோ நமக்குப் பேக்டரி காரங்க செக்கா குடுப்பாங்க"

இதையெல்லாம் கேட்கக் கேட்க, மேலும் மேலும் தலை சுற்றியது மணிக்கு.

லாரி டிரான்ஸ்போர்ட்களின் இந்தச் சங்கிலித் தொடர் வேலையில், ரசீது போட்டுத் தருகிற வேலை மட்டும்தான் எழுத்தர்களுக்கு. அது சாதாரண வேலைதான்.

"ஆனா மத்த ஆபீஸ் வேலைய மாதிரி காலில பத்து மணிக்கு ஆரம்பிச்சி சாயந்தரம் ஆறு மணிக்கி இந்த வேல முடிஞ்சிடாது மணி. லோடு ஏத்தி முடிய ராத்திரி பத்து மணி, பனிரெண்டு மணி கூட ஆவும். அது வரைக்கும் அங்கியே இர்ந்து வேலய முடிச்சிட்டுத் தாங் வரணும்."

சுந்தர் இந்த லோடிங் கிளார்க் வேலையில் மணியைச் சேர்த்துவிட்ட போது இவ்வளவையும் சொன்னான்.

“இதெல்லாத்தயும் ஒன்னா கேட்டுகினு, ரொம்பக் கொழப்பிக்காத கேக்கற்துகுதாங் வேல ரொம்பக் கஸ்டமா தெரியும் கத்துகினா ஒன்னுமே இல்ல. சம்பளத்தப் பத்தியும் ரொம்பக் கவலப்படாத. நானு முன்னாலயே சொன்ன மாதிரி டிரான்ஸ்போர்ட் கிளார்க்குக்கு மாசச் சம்பளம் ஆயிர்ரூபாதாங். அது பேருக்குதாங். கிளார்க் மாமூலு தாங் நமக்கு வருமானமே” என அப்போது மணியிடம் பெருமையாகச் சொன்னான் சுந்தர்.

“பைப் கம்பனிலர்ந்து குஜராத் ஸ்டேட்ல கீற எந்த ஊருக்கு லோடு ஏத்னாலும் ஒரு லாரிக்கி லோடு ஏத்தி, பில் போட்டம்னா கிளார்க்கு மாமூலு சொளயா எரநூறு ரூபா குடுப்பாங்க, அத டிரைவருங்க கிட்ட நாமதாங் கேட்டு வாங்கணும் அதுல லோடு ஏத்தற லேபருங்களுக்கு நூறு ரூபாய குட்த்துட்ணும். ஏன்னா அவங்க கம்பனி லேபருங்க இல்ல காண்ட்ராக்ட்டு லேபருங்க. அதனால இது அந்தக் கம்பனி நிர்வாகமே பிக்ஸ் பண்ணது”

“மிச்சம் கீற நூறு ரூபா நமக்கா?” என ஆச்சரியத்தோடு கேட்டான் மணி.

“ரொம்ப ஆசடா உனுக்கு. பேக்டரில கீற ஆபிஸ் ஸ்டாபுங்களுக்கு முப்பது ரூபா கேட் செக்யூரிடிக்கி பத்து ரூபா தரணும்.”

“அப்டினா எரநூறுல மிச்சமிருக்கற அறுபதுதாங் நமக்கா?”

“ம், இரு ஒரு வண்டிக்கி அறுவது ரூபாய கிளார்க்குங்களுக்குக் குட்த்தா நம்ப கிளார்க்குங்கள கைல புடிக்க முடிமா? அதுலயும் முப்பது ரூபாய நம்ப ஆபிஸ் மேனேஜர் மாதவன் சாருக்குப் பங்கு குடுக்கணும்”

“அட போடா அப்ப ஒரு லோடுக்கு முப்பது ரூபாதாங் கிளார்க்குக்கா?”

“இன்னா முப்பது ரூபாதானானு அவ்ளோ சல்ச்சிக்கிற. ஒரு நாளிக்கி அஞ்சி லோடுனு வையி அஞ்சி முப்பது நூத்தியம்பது ரூபா. மாசத்துக்கு நாலாயிரத்தி ஐந்நூறு சொளையா, அவ்ளோ வந்தா போதாதா? லாரி டிரான்ஸ்போர்ட்ல பெரிய பெரிய ஆபீசருக்குக் கூட அவ்ளோ சம்பளம் இல்ல தெரிமா?”

மாதம் நாலாயிரத்து ஐந்நூறு ரூபாய் பெரிய வருமானம்தான். அட மாதம் மூன்றாயிரம் ரூபாய் மாமூல் வந்தால் கூடப் போதுமே சம்பளம் ஒரு ஆயிரம். ஆக, மொத்தம் நான்காயிரம்.

“ஆமாடா மூனு வேளச் சாப்பாட்டுச் செலவு, சினிமா பாக்கற செலவு, லோடிங் போக வர ஊருக்குப் போய் வர போக்குவரத்துச் செலவு இத்தயாதி இத்யாதினு மிஞ்சிப் போனா மாசம் ரெண்டாயிரம் செலவாவுமா? அப்டியும் மாசத்துக்குச் சொளையா ரெண்டாயிரம் ரூபா கைல நிக்கிமே” என்றான் சுந்தர்.

ஆரம்பத்தில் சுந்தர் சொன்ன இந்தக் கணக்கில் சொக்கிப்போய்தான் பெரிய பெரிய கனவுகளோடு இங்கே வேலையில் சேர்ந்தான் மணி. அந்தப் பணத்தில் மாதா மாதம் வீட்டுக்கு ஒரு ஆயிரம் ரூபாயைக் கொடுத்துவிட வேண்டும். மிச்சப் பணத்தை, இவன் திருமணத்திற்கும் தங்கையின் திருமணத்திற்கும் ரகசியமாகச்

சேர்த்து வைக்க வேண்டும். ஊரில் ஒரு கால் காணி நிலமாவது சொந்தமாக வாங்க வேண்டும். சென்னையிலேயே சொந்தமாக ஒரு வீடும் வாங்க வேண்டும்.இப்படி நிறையக் கனவுகள் இருந்தன மணிக்கு. ஆனால், அப்படிச் சுந்தர் சொன்னதைப் போலக் கை நிறைய மாமூல் கிடைக்கும் நாள்கள் அமாவாசை, கிருத்திகையைப் போல அபூர்வமாகத்தான் வரும் என்பது பின்னர்தான் இவனுக்குத் தெரிந்தது.

சில மாதங்களில் பத்து நாள்கள் இப்படி லோடு இருக்கும். சில மாதங்களில் நான்கைந்து நாள்கள் கூட லோடிங் இருக்காது.

இதையெல்லாம் நினைத்துக்கொண்டு, ஒரு பெருமூச்சு விட்டபடியே பைப் தொழிற்சாலையின் பிரமாண்டமான சுற்றுச்சுவரின் தெற்கு முனையை நெருங்கினான் மணி.

சென்னை - தடா தேசிய நெடுஞ்சாலையில், சாலையின் கிழக்கில், வடக்கும் தெற்குமாக நீண்டிருந்த தொழிற்சாலை எப்போதும் போல ஒரு ராட்சசனைப் போல உறுமிக்கொண்டிருந்தது. அதன் பிரமாண்டமான ஐந்து புகைப் போக்கிகளில் கரும் புகையும், வெண் புகையும் வழக்கம் போல வானத்தை நோக்கிச் சீறிக் கொண்டிருந்தன. அந்தப் புகையினூடே நெருப்புத் துகள்களும் வெடித்துச் சிதறுவதை சுவாரஸ்யமற்றுப் பார்த்துக்கொண்டே நடந்தான்.

இரும்பை நெருப்புக் குழம்புப் போல உறுக்கி, அதைப் பல சுற்றளவுகளில் நீள நீளமான இரும்புப் பைப்புகளாக வார்ப்பார்கள். அனலில் கொதிக்கிற அந்தப் பைப்புகளை, ராட்சசக் குளம் போன்ற பிரமாண்டமான தண்ணீர்த் தொட்டிகளில் மூழ்க வைத்துக் குளிர வைப்பார்கள். அவை சில்லெனக் குளிர்ந்த பின்னர் மேலே எடுத்து உலர்த்தி, பிறகு அந்தப் பைப்புகளின் மீது கறுப்புச் சாயம் பூசப்பட்டு, லோடிங் பாயிண்டுகளில் ரகம் வாரியாகப் பிரித்து மலை மலையாக அடுக்கி வைப்பார்கள்.

அவை எல்லாமே பூமிக்குள் புதைக்கப்படும் குடிநீர்க் குழாய்கள். எல்லாப் பைப்புகளும் ஒரே அளவிலான நீளம்தான். அவை லாரியின் பாடிக்குள் அடங்கி விடும். ஆனால், அதன் சுற்றளவுகள் மட்டும் ஒன்றுக்கொன்று மாறும். ஒரு ஆள் சாதாரணமாக நுழைந்து வெளியே வருகிற அளவுள்ள பெரிய பைப்புகள் முதல் இரண்டு கைப்பிடிக்குள் அடங்கி விடுகிற சிறிய பைப்புகள் வரை வெவ்வேறு அளவுகளில் இருக்கும். பெரிய பைப்புகள் ஒவ்வொன்றும் ஒரு டன் வரை எடை இருக்கும்.

“தமிழ்நாடு, ஆந்திரா, கர்நாடகா, கேரளா, மகாராஸ்டிரா, மத்திய பிரதேசம், குஜராத்து, டெல்லி, பஞ்சாப்னு பல ஸ்டேடுக்கு இந்த பைப்புங்க போவுது ஒவ்வொரு ஸ்டேட்டுக்கும் பைப்ப எட்த்துகினு போயி சேக்க அஞ்சாறு லாரி டிரான்ஸ்போர்ட் கிட்ட அக்ரிமெண்ட் போட்டிருப்பாங்கடா. ஆனா, கர்நாடகாவுக்கு மட்டும் மொத்தமா ஏ.எஸ்.ஏ. டிரான்ஸ்போர்ட் கம்பனிக்குத்தாங் காண்ட்ராக்ட் இந்தப் பேக்டரிலருந்து ஒரு நாளிக்கு அம்பது லோடுங்க வெளிய போவுதுன்னா அதுல இருவது லோடாவது கர்நாடகாவுக்குப் போவும்” என்று சொன்னான் சுந்தர்.

“அப்ப அந்த டிரான்ஸ்போர்ட்காரங்களுக்கு மட்டும் தெனமும் லோடு இருக்குமா?”

“ஆமாடா அந்த டிரான்ஸ்போர்ட் ஓனரும், இந்தப் பேக்டரி ஓனரும் சொந்தக்காரங்கனு சொல்றாங்க”

கும்மிடிப்பூண்டியிலும், அதைச் சுற்றியும் இதைப் போல இரண்டு மூன்று பைப் நிறுவனங்கள் இருந்தாலும், இவர்களின் பாவனா டிரான்ஸ்போர்ட் நிறுவனம் இந்தத் தொழிற்சாலையில் மட்டும்தான் ஒப்பந்தம் போட்டிருந்தது.

இந்த யோசனைகளுடன், தனது கைக்கடிகாரத்தில் நேரம் பார்த்தான் மணி. ஒன்னே முக்கால். தொழிற்சாலையில் இரண்டு மணிக்குதான் லோடு ஏற்றத் தொடங்குவார்கள். லோடு ஏற்ற வரும் லாரிகள் அதுவரை தொழிற்சாலைக்கு வெளியே சாலையோரத்தில்தான் நிற்க வேண்டும்.

சாலையின் இருபுறமும் வரிசை வரிசையாக நின்றிருந்த லாரிகளையும், மேலாளர் மாதவன் எழுதிக் கொடுத்த துண்டுச் சீட்டையும் மாறி மாறிப் பார்த்துக்கொண்டே முன்னோக்கி நடந்தான் மணி.

பெரும்பாலும் ஏ.எஸ்.ஏ. டிரான்ஸ்போர்ட் வண்டிகளே வரிசையில் நின்றிருந்தன. ஒவ்வொரு வண்டியின் எண்ணையும் பார்த்து, கையிலிருந்த சீட்டில் டிக் அடித்துக்கொண்டே தொழிற்சாலையின் நுழைவாயிலுக்கு வந்தான்.

இவர்களுக்கான ஐந்து வண்டிகளில் மூன்று வண்டிகள்தான் வந்திருந்தன. அவை மூன்றுமே இறைவன் புரோக்கர் அலுவலகம் மூலம் வந்த அகமதாபாத் வண்டிகள். மீதம் இரண்டு வண்டிகள் இனிமேல்தான் வரவேண்டும்.

பிரமாண்டமான பெரிய நுழைவாயிலின் பக்கவாட்டில் இருந்த சிறிய இரும்புக் கேட்டைத் திறந்து தொழிற்சாலைக்குள் நுழைந்தான் மணி. செக்யூரிட்டி அதிகாரிக்கு ஒரு வணக்கம் வைத்தான்.

“வாப்பா பாவனா எத்தினி லோடு”

லேசாக முன் பற்கள் தெரியச் சிரித்தபடி கேட்ட செக்யூரிட்டி அதிகாரியின் ஊதா நிறச் சீருடையும், அதே நிறத் தொப்பியும் பளிச்சென இருந்தன. அவருக்குப் பக்கத்தில் நின்றிருந்த இந்திக்கார செக்யூரிட்டி உம்மென்ற முகத்தோடு இவனை முறைத்தார். அவர் எப்போதும் அப்படித்தான் முறைப்பார்.

“மொத்தம் அஞ்சி வண்டி சார்”

“வண்டிங்க வந்திட்ச்சா?”

“மூனு வந்திட்ச்சி ரெண்டு வந்துரும்.”

மேஜை மேல் திறந்திருந்த லாரி என்ட்ரி ரிஜிஸ்டரை நோட்டமிட்டான். வரிசை எண், வண்டி எண், டிரான்ஸ்போர்ட் பெயர்கள் ஆங்கிலத்தில் எழுதப்பட்டிருந்தன.

இவர்களது வண்டிகள் 7,8,9 என்று வரிசையாகப் பதிவாகி இருந்தன. அந்த வரிசைப்படிதான் வண்டிகளை உள்ளே அனுப்பி லோடு ஏற்றுவார்கள். மொத்தம் அதுவரைக்குமே முப்பத்தி இரண்டு வண்டிகள் பதியப்படிருந்தன.

இவர்களது மூன்று வண்டிகளுமே பத்து எண்களுக்குள் பதிவாகி இருப்பதால் முதல் இரண்டு மணி நேரத்துக்குள்ளேயே லோடாகிவிடும். இதற்குமேல் வருகிற இரண்டு வண்டிகளும் பத்து மணி நைட் ஷிப்டில் தான் லோடாகும். அப்படியானால் அவன் திரும்பிப் போக நடுநிசி ஆகிவிடும்.

இடது ஓர சிமெண்ட் நடைபாதையில் இறங்கி, மெதுவாக நடந்து தொழிற்சாலையின் அலுவலகத்துக்குள் நுழைந்தான். அங்கே மும்மரமாக எழுதிக்கொண்டிருந்த தொழிற்சாலையின் லோடிங் கிளார்க்குக்கு வணக்கம் வைத்தான்.

அவனை நிமிர்ந்து பார்த்தவர் வேண்டா வெறுப்பாகத் தலையை அசைத்தார்.

"வண்டிங்க வந்திர்ச்சா?"

"மூனு வந்திர்ச்சி சார் ரெண்டு வரணும்''

"அது எப்ப வர்றது?"

"இப்ப வந்துரும் சார்"

"ம் போயி வெயிட் பண்ணு"

அவர் அந்தத் தொழிற்சாலையின் நிரந்திர ஊழியர். தொழிற்சாலையின் மெல்லிய கோடுகளிட்ட இளஞ்சிவப்பு நிறச் சீருடையில் பனிச்சென இருந்தார். மணியைப் போல அவரும் பட்டதாரிதான். ஆனால், அவருக்கு மாதம் எட்டாயிரம் ரூபாய் சம்பளம், தீபாவளி போனஸ், வருடாந்திர ஊதிய உயர்வு, பி.எப், ஈ.எஸ்.ஐ எல்லாம் உண்டு. மணியும் பட்டதாரிதான் என்பது அவருக்குத் தெரியாது. தெரிந்தாலும் அதனால் எதுவும் ஆகப்போவதில்லை.

அந்த அறையிலிருந்து வெளியே வந்து, பக்கத்தில் இருந்த ஒரு சிறிய அறைக்குள் நுழைந்தான். அங்கே ஏற்கெனவே ஏ.எஸ்.ஏ டிரான்ஸ்போர்ட் எழுத்தர் மூர்த்தி, குருவிந்தர் டிரான்ஸ்போர்ட் எழுத்தர் சைமன், பைவ்ஸ்டார் ரோட் மூவர்ஸ் எழுத்தர் குமார் மூவரும் நின்று பேசிக்கொண்டிருந்தனர். அதில் குமார் மட்டும் பன்னிரண்டாவது படித்தவன். மற்ற இருவரும் பத்தாவதுதான்.

"வாப்பா பாவனா இன்னிக்கி உனுக்குக் கொலக்குத்துப் போல. எத்தினி லோடு?" கேட்டுவிட்டுச் சிரித்தான் குமார். அவனுக்கும் மணியின் வயதுதான் இருக்கும்.

"அஞ்சி வண்டிங்க. உங்கள்து?"

"என்தா? என்தின்னா மூனுதாங்"

“தோ தலைவரு இருக்காரே மானாவாரியா நிக்கிதே அவர்து” என ஏ.எஸ்.ஏ டிரான்ஸ்போர்ட் மூர்த்தியைப் பார்த்துச் சிரித்தான் மணி.

அவர் இருட்டின் அசல் நிறம். கால் முதல் தலை வரை ஒரே மாதிரி நிற பேதம் இல்லாம் இருப்பவர். தினமும் நல்ல வருமானம். அதனால் மற்றவர்களிடம் முகம் கொடுத்துப் பேசமாட்டார். பெங்களூர் லோடுக்கு கிளார்க் மாமுல் நூற்றைம்பது ரூபாய்தான். என்றாலும் ஒரு நாளைக்கு இருபது வண்டிக்குக் குறையாது. எல்லாச் செலவும் போக ஒரு வண்டிக்குப் பத்து ரூபாய் நின்றால் கூட அவருக்கு மட்டும் தினமும் இருநூறுக்குக் குறையாது.

மணியே அவரிடம் வலியப் போய்ப் பேசுவான். அவருக்கு எப்படியும் ஐம்பது வயதுக்கு மேலிருக்கும். தொழில் அனுபவமும் அதிகம். லாரி ஓட்டுநர்களின் சுபாவங்கள், லோடுமேன்களின் வித்தைகள், நெடுஞ்சாலைகளில் நடக்கும் சாகசங்கள் எல்லாமே அவருக்கு அத்துப்படி. ஆனாலும், அவர் சகஜமாக யாரிடமும் பேசமாட்டார்.

“ம்கும் இருவது வண்டி ஏத்தி நானு வாங்கற மாமூல அஞ்சி வண்டிலியே நீ வாங்கிட்ற. யாரு பெரியாளு?” இவனைப் பார்த்து எரிச்சலாகச் கேட்டார் அவர். பேசும்போது அவரின் பற்கள் மட்டும் பளிச்சிட்டன.

“ணோவ் இது இன்னிக்கி தாணா நெறைய நாளு சொம்மா காத்து வாங்கினுதான இருக்கறங்.“ அவரின் முகத்தைப் பார்த்தபடியே சொன்னான் மணி.

“ம்... ம் தானிக்கு தீனி செரிபோயிந்தி.நம்ப பொய்ப்பே நாய் பொய்ப்புதான இதுல யாருதாங் பெரியாளு” குமார் சொல்லிவிட்டுச் சிரித்தார்.

அவர்கள் எல்லோருமே அந்த அறையில் நின்றபடிதான் பேசிக்கொண்டிருந்தனர். உட்கார இருக்கைகள் ஏதுமில்லை. அப்படியே இருந்தாலும் உட்கார முடியாது. உட்காரக் கூடாது.

ஜி.சி.கூட நின்றபடியேதான் எழுத வேண்டும். சில நேரங்களில் லாரி கேபினில் உட்கார்ந்து எழுதுவார்கள். பெரும்பாலும் தொழிற்சாலை அலுவலகத்தில் இருக்கும் காலி மேஜைகள் மீது செலான் புத்தகத்தை வைத்து நின்றபடியேதான் எழுதுவார்கள். அலுவலக எழுத்தர்கள் யாராவது சிலர் பரிதாபப்பட்டு, இவர்களை உட்கார்ந்து எழுதச் சொல்வார்கள். அப்படி உட்கார்ந்து பில் போடும்போது பெரிய அதிகாரிகள் யாராவது அங்கே வந்துவிட்டால் பார்வையாலேயே எரித்து விடுவார்கள்.

“ணா நம்பள யாரும் மன்சனாவே மதிக்க மாட்டாங்களா? டிரைவருக்கு இருக்கற அதே மரியாத தானா நமக்கும்?” ஒருநாள் மூர்த்தியிடம் வருத்தத்துடன் கேட்டான் மணி.

“அவவனுக்குச் சூத்துல ஜீவம் போவுது. ஆத்தா ஊட்டுக்கு ஆளனுப்புனு கீது பொய்ப்பு இதுல மரியாத இன்னா மண்ணாங்கட்டி. வந்தமா பில் போட்டமா

குடுக்கற மாமூல வாங்கனமானு போயிகினே இருக்கணும் மரியாததாங் சோறு போடப் போவுதா?'' எரிச்சலாகத் திருப்பிக் கேட்டார் மூர்த்தி.

“நீ டிகிரிலாம் பட்ச்சி கீறியாமே அதாங்.” என்றார் குமார்.

“படிப்ப மூட்டகட்டி எதுனா ஒரு லாரில ஏத்தி அனுப்பிட்டு ஒய்ங்கா வேலயப்பாரு இல்லனா பூவாவுக்குச் சிங்கிதான்.'' சிரித்தான் குருவிந்தர் சைமன்.

லாரிகள் ஒவ்வொன்றாக உள்ளே வரத் தொடங்கின. பத்துப் பத்து வண்டிகளாக உள்ளே அனுப்புவார்கள். முதல் பத்திலேயே இவர்களின் மூன்று வண்டிகளும் உள்ளே நுழைந்து எடை மேடையை நோக்கி விரையத் தொடங்கின.

“வண்டிங்க உள்ள போவுது நானு போயி லோடிங் பாய்ண்ட்ல நிக்கறங்.'' மணி பரபரத்தான்.

“ன்னாத்துக்கு? பைப்ப தூக்கி உடப்போறியா?'' கிண்டலாகச் சிரித்தார் மூர்த்தி.

“இல்லணா அங்க போயி நின்னம்னா கொஞ்சம் சீக்கிரமா லோடு ஆவும் சீக்கிரமா முடிஞ்சா சீக்கிரமா போவலாம்''

“ம்... ம் சீக்கிரமா போய்டுவ போ'' மேலும் நக்கலாகச் சிரித்தார் அவர்.

லாரிகள் நேராக எடை மேடைக்குப் போகும். வெற்று லாரியை எடைபோட்டுக் குறித்துக்கொள்வார்கள். சரக்கு ஏற்றி முடித்ததும் மீண்டும் சரக்குடன் ஒருமுறை எடைபோடுவார்கள். இரண்டு எடையையும் கூட்டிக் கழித்து நிகர எடைய எழுதி எடைச் சீட்டைத் தருவார்கள். அந்த எடைச் சீட்டோடுதான் வண்டிகள் வெளி கேட்டுக்குத் திரும்ப வரும்.

பெரும்பாலும் ஒரு வண்டிக்கு ஒன்பது டன்தான் ஏற்றுவார்கள். அதற்கு மேல் ஏற்றினால் சோதனைச் சாவடிகளில் அபராதம் போடுவார்கள். அதனால் ஒரு லாரிக்கு ஒன்பது டன் ஏற்றிச் செல்லத்தான் வாடகை ஒப்பந்தம். பத்துச் சக்கரங்கள், பதினாறு சக்கரங்கள் கொண்ட பெரிய டாரஸ், டர்போ வண்டிகள், பெரிய டிரைலர் லாரிகள் என்றால் அவற்றுக்கு எந்தந்த அளவு அனுமதிக்கப்பட்டதோ அந்தந்த அளவுக்குதான் சரக்கு ஏற்ற வேண்டும்.

எடை மேடைக்குச் செல்லும் சிமெண்ட் பாதையில் சிறிது தூரம் நடந்து, பின்னர் தொழிற்சாலையின் இடது புறம் திரும்பி, கிழக்கு நோக்கிய நடைபாதையில் நடந்தான் மணி. அதில் இருநூறு மீட்டர் தூரம் நேராக நடந்து, மீண்டும் வடக்கில் திரும்பி, தொழிற்சாலையின் பின்புறம் போனால் லோடிங் யார்ட்.

அது பிரமாண்டமான லோடிங் பாயிண்ட். மூன்று கிரேன்கள் நீள நீளமான கறுப்பு நிற பைப்புகளைத் தூக்கி ஊஞ்சலாட்டியபடி லாரிகளில் இறக்கிக்கொண்டிருந்தன. ஐந்தாறு பைப்புகளை ஒன்றாகச் சேர்த்து இரும்புச் சங்கிலிகளில் கோத்து, ராட்சத ஊக்கில் மாட்டிவிட்டுத் தொழிலாளர்கள் கையாட்டினால், கிரேன் டிரைவர்கள் அவற்றை அநாயாசமாகத் தூக்கி லாரியில் படுக்கவைப்பார்கள். லாரியில் ஏறும் தொழிலாளிகள் ஊக்கைக் கழற்றிவிட்டால்,

சங்கிலியை உருவிக்கொண்டு கிரேன் பின்னுக்கு வந்து மீண்டும் பைப்பைத் தூக்கி வண்டியில் ஏற்றும்.

யானை தன் தும்பிக்கையால் மரத்தைத் தூக்கி நடப்பதைப் போல கிரேன்கள் பைப்புகளைத் தூக்கியபடி அநாயசமாக நகர்வது பார்க்கப் பார்க்கப் பிரமிப்பாக இருக்கும்.

பெங்களூர் செல்லும் சிறிய சுற்றளவு கொண்ட பைப்புகளை ஏற்றிக்கொண்டிருந்தனர். அவை ஒரு லாரிக்கு நாற்பத்தைந்து பைப்புகள் வரை பிடிக்கும்.

அகமதாபாத் போகும் பைப்புகள் சற்றுப் பெரிய சுற்றளவு கொண்டவை. ஒரு வண்டிக்கு இருபது பைப்புகள் தான். அதைவிட பெரிய பைப்புகள் ஒரு வண்டிக்கு ஒன்பதுதான் பிடிக்கும்.

"இன்னா சார் எத்தினி லோடு"

லோடிங் தொழிலாளர்களின் மேஸ்திரி கிரேனின் கனமான இரும்பு ஊக்கை பைப்புகளுக்குள் நுழைத்து மாட்டிவிட்டு, மணியைப் பார்த்துச் சத்தமாகக் கேட்டார். வியர்வையில் அவரது ஊதா நிறச் சட்டை நனைந்து உடலோடு ஒட்டியிருந்தது.

"அஞ்சிணா"

"எல்லா வண்டியும் வந்திட்ச்சா?"

"மூனு வந்திட்ச்சி ரெண்டு வந்துரும்"

"அப்டினா இந்த சிப்ட்லியே லோடிங் முஞ்சிருமா" கைக்கிளவுசில் இருந்த தூசைத் தட்டி, தனது சட்டையில் துடைத்துக்கொண்டே கேட்டார்.

அவர்களும் ஒப்பந்தத் தொழிலாளர்கள்தான். ஒரு நாளைக்கு எழுபது ரூபாய் கூலி. எட்டு மணி நேர வேலை. வாரத்துக்கு ஆறு நாள்கள். கூலி குறைவு என்பதால்தான் கிளார்க் மாமூலில் பங்கு. அதை எல்லாத் தொழிலாளர்களும் பிரித்துக்கொள்வார்கள். அது ஆளுக்கு நூறு ரூபாய் வரை கிடைக்கும். அது குடிப்பதற்கும் மதிய, இரவு சாப்பாட்டுக்கும். தினக் கூலிதான் வீட்டுக்கு.

ஒரே நேரத்தில் ஐந்து யார்டுகளில் ஐந்து வண்டிகள் வரை லோடாகும். ஒரு வண்டிக்குச் சராசரியாக ஒரு மணி நேரம்தான்.

இரண்டாவது சுற்றில் இவர்களது மூன்று வண்டிகளும் பாயிண்டில் நிற்கும். வெட்ட வெளியில்தான் லோடிங். வெயில் தலையைத் தீயாகப் பொசுக்கியது. அந்த வெயிலுக்கு இரும்புப் பைப்புகள் நெருப்பாகக் கொதிக்கும். வெறும் கையால் பைப்பைத் தொட முடியாது. தொழிலாளிகள் கனமான கையுறைகளைப் போட்டால்தான் நிம்மதியாக வேலை செய்ய முடியும்.

"எள்ளுதாங் எண்ணைக்குக் காய்து எலி புழுக்க இன்னாத்துக்கு காய்து?

48 ● சேங்கை

எங்க தலையெய்த்து வெயில்ல காய்றம். நீ இன்னாத்துக்கு இங்க நிக்கற? போயி நெய்ல்ல நில்லு சார்'' என்றார் ஒரு தொழிலாளி.

அவரைப் பார்த்துச் சிநேகமாகச் சிரித்துவிட்டு, சற்றுத் தூரத்தில் நின்றிருந்த இவர்களின் லாரியை நோக்கி நடந்தான் மணி. அந்த லாரியின் கேபினுக்குள் ஏறி உட்கார்ந்தான். ஓட்டுநர் தன் இருக்கையில் உட்கார்ந்து சாப்பிட்டுக்கொண்டிருந்தார்.

நீண்ட தூரம் போகும் லாரிகள் ஒருமுறை போய்த் திரும்பி வர பதினைந்து நாள்களுக்கு மேலாகும். அதனால் அவர்கள் வழியில் சமைத்துதான் சாப்பிடுவார்கள்.

முருங்கைக்காய்ச் சாம்பாரின் மணம் மணியின் வாயில் எச்சிலைச் சுரக்க வைத்தது. பெரும்பாலான ஓட்டுநர்கள் அல்லது கிளீனர்கள் நல்ல சமையல்காரர்களாக இருப்பார்கள்.

"சார் சாப்ட்றீங்களா?'' சோற்றை அவசரமாக விழுங்கிவிட்டு மணியிடம் கேட்டார் ஓட்டுநர்.

அவருக்கு ஓங்குதாங்கான உடம்பு. அதற்கேற்ப நல்ல உயரம். காக்கிச் சட்டையைக் கழற்றிவிட்டு, முண்டா பனியனோடு உட்கார்ந்திருந்தார். முகத்திலும் கழுத்திலும் வியர்வை கோடு கோடாக வழிந்தது.

"நானு சாப்ட்டங் நீங்க சாப்டுங்க கிளி நீ சாப்ட்லியா?'' ஓட்டுநர் இருக்கையின் பின்னால் உட்கார்ந்திருந்த நோஞ்சான் கிளீனரிடம் கேட்டான் மணி.

"அண்ணன் சாப்ட்டதுக்கு அப்பறந்தான் சாப்டணும் அதுக்குள்ள லோடுக்குக் கூப்புட்டா. லோடு ஏத்திட்டு வெளிய போனப்பறந்தாங்'' என்று இழுத்தான் கிளீனர். எச்சிலைக் கூட்டி விழுங்கினான்.

"எந்த ஊரு.?'' ஓட்டுநரிடம் கேட்டான் மணி.

"நமக்கு நாமக்கல்லு சார்''

எப்போது வேண்டுமானாலும் லோடிங் பாய்ண்டுக்குக் கூப்பிடலாம் என்ற பரபரப்போடு அவர் சோற்றை வேகவேகமாக மென்று விழுங்கினார்.

அடுத்த பத்து நிமிடங்களில் அவர் சாப்பிட்டு முடித்தபோது,

"டிரைவர் வண்டியைப் பாய்ண்ட்ல போடு.'' எனச் சத்தமாகக் கத்தினார் ஒரு தொழிலாளி.

6

லாரியிலிருந்து செங்குன்றம் நூறடி சாலைச் சந்திப்பில் இறங்கினான் மணி. எதிரும் புதிருமாக வாகனங்கள் விரைந்துகொண்டிருந்தன. சாலைச் சந்திப்பின் மத்தியிலிருந்த உயர் கோபுர மின் விளக்குகள் பளீரென எரிய, பட்டப் பகல் போல அந்த இடத்தில் மட்டும் வெளிச்சம் பரவி இருந்தது.

கிளீனர் டப்பெனப் பக்கக் கதவை மூடிக்கொள்ள, வலது பக்கம் திரும்பி நூறடிச் சாலையில் ஓடத் தொடங்கியது லாரி.

சாலையின் ஓரமாக ஒதுங்கி நின்று கடிகாரத்தைப் பார்த்தான் மணி. ஒன்பதே முக்கால். அவன் எதிர் பார்த்ததை விட லோடிங் முன்னதாகவே முடிந்துவிட்டது.

முதல் மூன்று வண்டிகளுக்கும் லோடிங் முடிந்து, பில் போட்டு, அவற்றை வெளியே அனுப்பியபோது ஐந்து மணி.

அந்த ஓட்டுநர்களிடம் லோடிங் மாமூல் வாங்குவதற்குள் இவன் பாடு பெரும்பாடு ஆகிவிட்டது. தகராறு செய்வான் என எதிர்பார்த்த நாமக்கல் ஓட்டுநர் மறுபேச்சுப் பேசாமல் கேட்ட பணத்தைக் கொடுத்துவிட்டான். வேலூர் வண்டிக்காரன் தன் கையில் நூறு ரூபாய்தான் இருக்கிறது எனச் சாதித்தான். இவனுக்கும் பாவமாகத்தான் இருந்தது. ஊர்ப்பாசம் வேறு. ஆனாலும், மேலாளர் மாதவனுக்குக் கணக்குச் சொல்ல வேண்டுமே. எப்படியோ பேசி நூற்றைம்பது ரூபாய் வாங்கிவிட்டான். அய்ம்பது ரூபாய் தண்டம். அது இவன் கணக்கில்தான் கழியும்.

தாமதமாக வந்து சேர்ந்த அடுத்த இரண்டு வண்டிகளும் லோடு ஏற்ற தொழிற்சாலைக்கு உள்ளே போனதே ஆறு மணிக்கு மேல்தான்.

அவற்றுக்கு லோடு ஏற்றி பத்துப் பதினோரு மணி கூட ஆகலாம். அதுவரை பசியைச் சமாளிக்க வேண்டுமானால் வயிற்றுக்குள் ஏதாவது போடவேண்டும். தொழிற்சாலை நுழைவாயிலின் எதிரில் ராட்சசக் குடையைப் போல பரந்து விரிந்து கிடந்த ஆல மரத்தின் கீழே போட்டிருந்த நீளமான பெஞ்சில் போய் உட்கார்ந்தான்.

பெட்டிக் கடை வாணலியில் காரவடை வெந்துகொண்டிருந்தது. அந்த வாசனையிலேயே எச்சில் தானாக ஊர இரண்டு ரூபாயைக் கொடுத்து இரண்டு வடைகளை வாங்கினான். சுடச்சுட, கை பதைக்க பதைக்க, வேக வேகமாகப் பிய்த்துத் தின்றான். உள்ளே போய் லோடிங் பாய்ன்ட்டில் நின்றால்தான் அவனுக்கு நிம்மதி. மேலும் இரண்டு வடைகளை வாங்கித் திண்ணலாமா என ஆசையாக இருந்தது. காசு? மதிய சாப்பாட்டிற்கே அதிகமாகச் செலவு செய்தாகிவிட்டது. ஆசையை அடக்கிக்கொண்டான்.

மண் பானையிலிருந்து மூன்று கிளாஸ் தண்ணீரை மொண்டு நிதானமாகக் குடித்தான். வயிறு குளிர்ந்து நெஞ்சு வரை நிறை குடமாகத் தளும்பியது. அது போதும். தேநீரையும் தவிர்த்துவிட்டு, மீண்டும் தொழிற்சாலையின் உள்ளே போனான். எங்கும் இருட்டே இல்லாமல் தொழிற்சாலை முழுவதும் ராட்சத மின் விளக்குகள் பட்டப் பகலாய் ஒளி வீசிக்கொண்டிருந்தன.

அதிசயமான அதிசயமாக எட்டரை மணிக்கெல்லாம் அவர்களின் இரண்டு வண்டிகளுக்குமே லோடு ஏற்றி முடிந்துவிட்டது. மற்ற டிரான்ஸ்போர்ட் நிறுவனங்களின் வண்டிகளும் அன்று குறைவாகத்தான் இருந்தது.

அந்த வண்டிகளுக்கும் வேகவேகமாக ஜி.சி.பில் போட்டு, அவற்றைக் கிழித்து ஓட்டுநர்களிடம் கொடுத்தான். முகத்தைக் கடுமையாக வைத்துக்கொண்டு அவர்களிடம் மாமூல் கேட்டான். அப்படியும் இந்திக்காரன் முரண்டு பிடித்தான். "நஹி பையா நஹி பையா" எனக் கெஞ்சினான். இவனும் விடாப்பிடியாக நின்றான். அப்படியும் பத்து ரூபாய் குறைவாகத்தான் கொடுத்தான். கடைசி வண்டியான ஆந்திராக்காரனும் முதலில் பஞ்சப்பாட்டுப் பாடினான். கடைசியில் மூக்கால் அழுதுகொண்டே இரண்டு நூறு ரூபாய்த் தாள்களை எடுத்து முழுதாகக் கொடுத்துவிட்டான்.

அவனது பில்களை மட்டும் மீண்டும் வாங்கி வைத்துக்கொண்டான். அவனை கேட்டுக்கு வெளியில் காத்திருக்கச் சொல்லிவிட்டு, தொழிற்சாலையின் உள்ளே ஓடினான். லோடிங் மாமூலில் ஆபீஸ் பங்கு, தொழிலாளர்களின் பங்கு, செக்யூரிட்டி பங்கு என அவரவர்களின் பங்குகளைப் பிரித்துக் கொடுத்தான். செக்யூரிட்டி அதிகாரிக்கு ஒரு வணக்கம் வைத்துவிட்டு ஓடி வந்து அந்த ஆந்திராக்காரனின் வண்டியில் ஏறிக்கொண்டான். வண்டியில் உட்கார்ந்த பிறகுதான் பில்களை ஓட்டுநரிடம் கொடுத்தான். முன்னதாகவே பில் கொடுத்திருந்தால் அவனுக்காகக் காத்திருக்காமல் கம்பி நீட்டியிருப்பான் அந்த ஓட்டுநர்.

ஒரு நீளமான உருமலுக்குப்பின் புகையைக் கக்கிவிட்டு வண்டி கிளம்பியது. லோடிங் மாமூலில் தொழிற்சாலைப் பங்குகள் எல்லாம் போக மிச்சம் மணியின் கையில் இருநூற்று நாற்பது ரூபாய் இருந்தது. வண்டிகளின் கணக்குப்படி, ஐந்து வண்டிக்கு இவர்களின் மேலாளர் மாதவனுக்கு நூற்றைம்பது ரூபாய் தரவேண்டும். அதுபோக, கடைசியில் இவனுக்கு மிஞ்சுவது தொண்ணூறு ரூபாய்தான். ஏற்கெனவே பரோட்டாவுக்கும் வடைக்கும் இருபத்து ஏழு ரூபாய் செலவாகிவிட்டது. இன்னும் பேருந்துக் கட்டணம், இரவு சாப்பாட்டுச் செலவு இருக்கிறது.

செங்குன்றத்திலிருந்து நகரப் பேருந்தில் மாடிப்பூங்கா போக ஒன்றரை மணி நேரமாவது ஆகும். ஆனால், அந்த நேரத்தில் அங்கிருந்து மாடிப் பூங்காவுக்கு நேரடிப் பேருந்து கிடைக்காது. மூலக்கடைக்குப் போனால், அங்கிருந்து தங்கச்சாலை அல்லது ராயபுரம் பேருந்தைப் பிடிக்கலாம்.

கால் மணி நேரம் காத்திருந்த பிறகு மூலக்கடை பேருந்து வந்தது. கூட்டம் நிரம்பி வழிந்தது. இடது தோளில் பை தொங்க, வலது கையால் கம்பியைப் பிடித்து, கூட்டத்திற்குள் ஒடுங்கி நின்றவனுக்கு வயிற்றில் பசி அமிலம் சுரந்தது.

ஐஸ் கட்டி கரைவதைப் போல, ஒவ்வொரு நிறுத்தத்திலும் பேருந்தின் கூட்டம் வேகமாகக் கரையத் தொடங்கியது. மாதவரத்தில் அவனுக்கு உட்கார இடம் கிடைத்தது. அடுத்தடுத்த நிறுத்தங்களில் பேருந்து காலியாக, கடைசியில் அவனோடு சேர்ந்து பத்துப் பேர்தான் இருந்தனர். முதல்நாள் இரவே சரியாகத் தூக்கம் இல்லாததால் தூக்கம் கண்களைச் சுழற்றியது. தூங்கத் தொடங்கிவிட்டால் அரை மயக்கமாகிவிடும். பிறகு சாப்பிட முடியாது. சாப்பிடாவிட்டால் வெறும் வயிறு நடு இரவில் விழித்துக்கொண்டு தொல்லைக் கொடுக்கும்.

தலையை உதறித் தூக்கத்தை விரட்டினான். அப்படியும் தூக்கம் கண்களைச் சுழற்றியது. மூலக்கடையில் முதல் ஆளாக இறங்கினான். பத்தே முக்கால். பசி மேலும் வயிற்றைப் பிராண்டியது. இரவுச் சாப்பாட்டைத் தவிர்த்து காசை மிச்சம் பிடிக்கும் அவன் யோசனைக்கு வயிறு ஒத்துக்கொள்ளவில்லை. இனி அது இவன் பேச்சைக் கேட்காது. இப்போது தண்ணீர் குடித்து அதை ஏமாற்றினாலும், அந்த வெறும் வயிறு ராத்திரி முழுவதும் அவனைத் தூங்கவே விடாது.

மனதை தேற்றிக்கொண்டு, தயக்கமாக முன்னே நடந்து, வலது சந்தில் திரும்பினான். அவன் அவ்வப்போது போகிற அந்த முதல் ஓட்டலில் நுழைந்தான். பாதி நாற்காலிகளுக்கு மேல் ஆட்கள் இருந்தனர். காலியாக இருந்த ஒரு நாற்காலியில் கைப்பையை வைத்தான். பிளாஸ்டிக் டிரம்மிலிருந்து தண்ணீர் மொண்டு முகமும், கைகளும் கழுவி, கைக்குட்டையால் துடைத்துக்கொண்டு அலுப்போடு நாற்காலியில் போய் உட்கார்ந்தான்.

பெரிய இரும்புக்கல்லில் வெளுப்பும், மஞ்சளுமாய் வெந்துகொண்டிருந்த செட் தோசையையும். சிவப்பாய் மினுமினுத்த சேர்வா பக்கெட்டையும் பார்த்ததுமே அவன் வாயில் சலசலவென உமிழ் நீர் சுரந்தது. இதற்கு மட்டும் குறைச்சல் இல்லை.

"இன்னா சார் ஒணும்" என்று கேட்டார் சப்ளையர்.

"ரெண்டு செட்தோச" என்றான்.

"சிக்கன் பிரை, மீன் பிரை, ரத்தம், ஈர்லு போட்டி, தலகறி, ஆம்லட் சைடிஸ் இன்னா ஒணும் சார்"

"நைட்ல கறிலாம் ஜீர்ணம் ஆவாது தோச மட்டும் போதும்பா"

“இந்த வய்சுலயா செரிமானம் ஆவாது கல்ல துண்ணாலும் கரையிற வய்சு இன்னா சார் கத சொல்ற?”

“ரெண்டு நாளா கொஞ்சம் வயிறு செரியில்ல தோச மட்டும் போதும்”

நிதிநிலைமைதான் சரியில்லை எனக் கடைக்காரரிடம் எப்படிச் சொல்ல முடியும்.

ஏற்கெனவே வட்ட வட்டமாக வெந்துகொண்டிருந்த தோசைகளின் மீது மேலும் கொஞ்சம் எண்ணெயை வாரி இறைத்துத் திருப்பிப் போட்டார் மாஸ்டர்.

முறுகலான பொன் நிறத்தில் ஆவி பறக்கிற இரண்டு தோசைகளைக் கொண்டுவந்து இவனுக்கு முன்பாக வைத்தார் சப்ளையர். அவசர அவசரமாகத் தோசையைப் பிட்டு, சிக்கன் சேர்வாவில் குழைத்துச் சாப்பிட்டு, கை கழுவியபோது மிக நீளமாக ஒரு ஏப்பம் வந்தது. ஏப்பத்தோடு வந்த வாசனை அவனுக்கே அருவருப்பாக இருந்தது.

சேர்வாவில் தேங்காய்க்குப் பதிலாகத் தேங்காய்ப் புண்ணாக்கும், சாம்பாரில் கடலைப் பருப்புக்குப் பதிலாகக் கடலை மாவும், ருசிக்காக அஜினா மோட்டோவும் கலப்பார்கள் என்று சுந்தர்தான் சொல்வான்.

தலையெழுத்தே என இருபது ரூபாயை எண்ணிக் கொடுத்துவிட்டு, சாலைக்கு வந்தபோது பதினொன்றே கால். இனி இரவுப் பேருந்துதான். இரட்டைக் கட்டணம்.

இருபது நிமிடக் காத்திருத்தலுக்குப் பிறகு வள்ளலார் நகர் பேருந்துதான் வந்தது.

முக்கால் மணி நேரப் பயணத்துக்குப் பின்னர் தங்கச்சாலையில் இறங்கியபோது இரவு பன்னிரண்டைக் கடந்துவிட்டது. அதற்கு மேல் பாரிமுனை போகும் பேருந்து கிடைப்பது அரிது. யோசிக்காமல் அங்கிருந்து நடக்கத் தொடங்கினான். சாலையின் ஓரம் விரிந்திருந்த கும்மிருட்டில் ஆங்காங்கே நாய்கள் படுத்துக் கிடந்தன. கவனிக்காமல் மிதிக்கப் போனபோதெல்லாம் அவை ஆவேசமாகக் கத்திக்கொண்டு எழுந்து நின்றன.

ஸ்டேன்லி மருத்துவமனையின் இரண்டாவது நுழைவாயில் ஓரம் ஒரு இடத்தில் அடர் இருட்டுக் கவிந்திருந்தது. அந்தப் பக்கம்தான் மருத்துவமனையின் பிணவறை இருப்பதாக சுந்தர் ஒரு முறை சொல்லியிருந்தான். அது நினைவுக்கு வந்ததுமே அவன் உடல் சில்லிட்டது. லேசான பயம். மார்பு படபடத்தது. அந்தப் பதற்றத்தில் சாலையின் திருப்பத்தில் படுத்திருந்த ஒரு நாயை மிதித்தேவிட்டான். அது கத்திக்கொண்டு எழுந்தோடியது. வயதான மெலிந்த நாய். அதனால் அவன் தப்பித்தான்.

பாரதிக் கல்லூரிச் சாலை வெறிச்சோடிக் கிடந்தது. ஆங்காங்கே சாலை விளக்குகள் மங்கலாக எரிந்தாலும், ஆளரவமற்ற சாலையில் தனியாக நடப்பது

திகிலாகவே இருந்தது. இப்போது முகமும் முதுகும் வியர்த்து வழிந்தன. நடக்க நடக்க உடல் முழுவதும் எரிச்சலாக இருந்தது.

நகரமே தூங்குகிற அந்த அர்த்த ராத்திரியில் இப்படி ஒற்றையாளாக நடந்து போவது அவனுக்குள் ஆத்திரத்தைக் கிளப்பியது.

ஆயிரம் ரூபாய் சம்பளத்துக்கும், அரை குறை மாமூலுக்கும் இப்படி ராவும் பகலுமாக அலைய வேண்டுமா என்கிற பழைய கேள்வி அவனை மீண்டும் குதறத் தொடங்கியது.

வேலை இல்லாமல் ஊரில் சுற்றிச் சுற்றி வந்ததும், அப்பாவின் ஆத்திரப் பார்வையும், ஊராரின் ஏளனமும், அம்மாவின் புலம்பல்களும் மனதுக்குள் படமாக ஓடின.

கப்சிப்பென அடங்கிவிட்டது மனம். வாசலில் குலைக்கிற நாய், வீட்டுக்காரனின் அதட்டலுக்குச் சொய்ங்கென்று தலையைச் சுழற்றிப் படுத்து விடுவதைப்போல அவன் மனசு வாலைச் சுருட்டிக்கொண்டது.

தலையைக் குனிந்தபடியே நடந்து, மாடிப்பூங்காவை நெருங்கினான். ஒரு காலத்தில் அந்த மாடிப்பூங்கா பூத்துக் குலுங்கும் பூச்செடிகளோடும், வகை வகையான அலங்காரங்களோடும் மிக ஆடம்பரமாக இருந்திருக்கும். மக்கள் வந்து ரசித்து விட்டுப்போகும் இடமாகவும் இருந்திருக்க வேண்டும்.

ஆனால், இப்போது அதற்கான மிச்சம் அங்கே எதுவுமே இல்லை. மாடி போன்ற உயர்ந்த மண் மேடும், அதிலிருந்து சரிவாய் இறங்கும் பாதையும், அதை மறைத்துக் கிடக்கும் புதர்களும் பார்க்கவே பரிதாபமாக இருந்தன.

அன்று காலையில் அவன் பார்த்ததைப் போல, போதை ஊசிகளை ஏற்றிக்கொண்ட அந்த ரிக்சாக்காரன், குப்பை பொறுக்குகிற பையன், தம்புச் செட்டித் தெருவிலும், மண்ணடித் தெருவிலும் லாரி குடோன்களில் லோடு ஏற்றி இறக்கும் தொழிலாளர்கள் எனச் சிலருக்கு மட்டுமே அந்தப் புதர் தஞ்சமளிப்பதாக இருக்கிறது.

ஒரு பெருமூச்சோடு சாலையைக் கடந்தான். அதே சோகத்தோடு நின்றிருந்தது அவர்களின் அலுவலகம் உள்ள அந்த மூன்று மாடிக் கட்டடமும்.

அதன் தரை தளத்தில் நாயர் தேநீர்க் கடை, இருசக்கர பழுது நீக்கும் கடை, ஒரு மளிகைக் கடை, ஒரு வெல்டிங் கடை என நான்கு கடைகள் இருந்தன. முதல் மற்றும் இரண்டாவது மாடிகளில் தளத்திற்கு நான்கு என எட்டு டிரான்ஸ்போர்ட் அலுவலகங்களும், மூன்றாவது மாடியில் சிமெண்ட் சீட் போட்ட நான்கு சிறிய ஒண்டுக் குடித்தனங்களும் இருந்தன. அதில் ஒன்றில் அந்தக் கட்டடத்தை நிர்வகிக்கும் மேலாளர் தனசிங் இருந்தார்.

பகல் நேரத்தின் பரபரப்புக்குச் சம்பந்தமே இல்லாமல், ஒரு பெரிய ராட்சசன் சோம்பலாகக் குந்தியிருப்பதைப் போல அரை குறை இருட்டில் அமைதியாக இருந்தது அந்தக் கட்டடம்.

அதன் வலது புறமிருந்த படியின் இரும்புக் கேட்டை சப்தமெழுப்பாமல் தள்ளித் திறந்தான். தளர்வாய்ப் படியேறி, வராந்தாவில் திரும்பி, அலுவலகக் கதவைத் திறந்து, சுவரில் தோராயமாய்த் தடவி, சுவிட்சைத் தட்டினான். இரண்டாவது சிமிட்டலில் பளிச்சிட்ட குழல் விளக்கின் வெளிச்சம் கண்களைக் கூச வைத்தது. ஆயாசத்தோடு நாற்காலியில் உட்கார்ந்தான். நீண்ட தூரம் நடந்து வந்ததும், படியேறியதும் மூச்சு வாங்க, நெற்றியில் சலசலவென வியர்த்து வழிந்தது.

எழுந்து மின் விசிறியின் பட்டனைத்தட்டி வேகமாகச் சுழலவிட்டான். வியர்வை அடங்கும் வரை உட்கார்ந்திருந்தான். பின்னர் நிதானமாக எழுந்து, பேண்ட் சட்டையைக் கழற்றி மடித்து மேஜை மேல் வைத்தான். மேஜையின் அடிப்புற டிராவில் இருந்த லுங்கியை எடுத்துக் கட்டிக்கொண்டான். கழிவறைக்குப் போய்ச் சிறுநீர் கழித்தான். தொடர்ந்து நீள நீளமாகக் கொட்டாவிகள் வந்தன. அறைகுறையாகக் கை, கால், முகம் கழுவினான். அறைக்கு வந்து நேரம் பார்த்தான். ஒன்னே கால்.

பாயை விரித்துவிட்டு விளக்கை அணைத்தான். கனமான மஞ்சள் நிற அரசுத் தொலைப்பேசிக் கையேட்டை எடுத்துத் தலைக்கு வைத்துப் படுத்தான். அடித்துப் போட்டதைப் போல உடல் சோர்வு, கண்களில் திகுதிகுவென எரிச்சல். தொலைப்பேசிக் கையேடு செங்கலைப்போல பின் மண்டையில் உறுத்தியது. அந்த அகாலத்திலும் விட்டு விட்டுச் சாலையில் ஓடும் வாகனங்களின் ஓசை காதுகளுக்குள் விடாமல் குடைந்தது. கடற்கரைத் துறைமுகத்திலிருந்து பெரிய பெரிய கண்டெய்னர் லோடுகளை ஏற்றி வரும் டிரைலர்கள் அந்த இடத்தைக் கடக்கும்போதெல்லாம் அந்தக் கட்டடமே லேசாக அதிர்ந்தது.

இறுக்கமாகக் கண்களை மூடிக்கொண்டான். காலையிலிருந்து செய்த வேலைகள் ஒவ்வொன்றாக மனதில் ஓடின. சே என்ன பிழைப்பு என மனம் அங்கலாய்த்தது.

அடுத்த நிமிடமே சிவப்புச் சுடிதாரில் தேவதையைப் போல நடந்து வரும் அவளின் நிலா முகம் அவன் கண்களுக்குள் ஆடியது. மனசு பூரித்தது, வெந்நீரில் கொட்டிய சர்க்கரையைப் போல அவளுக்குள் கரையத் தொடங்கினான்.

7

மலையின் விளிம்பைத் தொட்ட பிறகும் நிற்காமல் மேலும் நடக்கத் தொடங்கினான் கோபால். ராணி அப்படியே நின்றுவிட்டாள்.

நடுவானில் அரைவட்ட நிலா பளிச்சென மிதந்துகொண்டிருந்தது. அங்கங்கே கருமேகங்களும், பஞ்சு மேகங்களும் படை படையாய் நகர்ந்துகொண்டிருந்தன. ஏதோ ஒரு குடிகாரன் போதையில் வீசியெறிந்த தட்டிலிருந்து சிதறிய சோற்றுப் பருக்கைகளைப் போல வானம் முழுவதும் வெள்ளை நட்சத்திரங்கள் சிதறிக் கிடந்தன.

மாலை நேரத்தின் மங்கிய வெளிச்சத்தில் தெரிவதைப் போல சுற்றியுள்ள எல்லாமே மங்கலாகத் தெரிந்தன. சற்றுத் தூரத்தில் ஆசா மரங்களும், சாராய மரங்களும், முட்புதர்களும் வரைந்து வைத்ததைப் போல அசையாமல் நிற்பதும், விருந்தாளி போல வந்து போகும் காற்றுக்கு லேசாகத் தலையாட்டிவிட்டு, மீண்டும் மௌனம் காப்பதுமாக இருந்தன. சில செடிப்பூச்சிகள் மட்டும் வாய் ஓயாமல் கத்திக் கொண்டிருந்தன.

"போதும் நில்லு இன்னா வாங்கினு வந்து கீற இங்கியே குடு."

"இங்க நெலா வெள்ச்சம் பள்ச்சினு தெரிதே யார்னா பந்தலுக்குப் பின்னால வந்தா நம்பள பாத்துருவாங்க இன்னும் கொஞ்சம் அப்டிகா போனா யாருக்கும் தெரியாது."

அவன் சொல்லும்போதே யாரோ ஒரு ஆள் பந்தலின் பின் புறம் வந்து, லுங்கியைத் தூக்கிச் சிறுநீர் கழிப்பது தெரிந்தது.

முன்னோக்கி நடந்தான் கோபால். ராணியும் வேகமாக அவன் பின்னால் நடந்தாள். மஞ்சுப்புல் புதர்களைக் கடந்து, சீதாப்பழச் செடிகளின் மறைவில் நின்று திடீரெனத் திரும்பினான். அப்படி அவன் திரும்பியதால் சூடான அவனது மூச்சுக்காற்றுத் திடுமென ராணியின் முகத்தில் பட்டது.

"இந்தா"

"இன்னாது"

"பிர்ச்சி பாரு"

ரத்த நிற சிவப்புத் தாள் சுற்றப்பட்ட சிறிய பார்சல். நிலா வெளிச்சத்தில் மினுமினுப்பாய்ப் பளிச்சிட்டது. அதை வாங்கி வேகமாகப் பிரித்தாள்.

அதனுள்ளிருந்ததைப் பார்த்ததும் அவள் கண்கள் வியப்பில் விரிந்தன. அவள் முகம் நிலவிற்குப் போட்டியாக ஜொலித்தது.

ஒருஜோடி கம்மல்கள். தங்கக் கம்மல்கள். நிலவொளியில் தகதகப்பாய் மின்னலடித்தன. ஆனந்த அதிர்ச்சியில் அவளுக்குப் பேச்சே வரவில்லை.

"அய்யோ மெய்யாலுமே சவரமா"

"ஆமா"

"எனுக்கா?"

"ம்"

அவன் தனது பேண்ட் பாக்கெட்டில் கையை விட்டு வேறு எதையோ எடுத்தான். குபீரென மல்லிகையின் மணம்.

"மல்லிப்பூ கரகத்லர்ந்து எட்த்துகினு வந்தங் கிட்ட வா நானே தலைல வைக்கறங்"

அவள் ஏற்கெனவே தலையில் பூ வைத்திருந்தாலும் சாமி கரகத்திலிருந்து எடுத்து வந்தது என்பதால் அவள் மறுக்கவில்லை.

அவளின் பின் தலையில் பூச்சரத்தை வைத்துச் செருகிவிட்டான். அதன் வாசனை அவனுக்குள் ஒரு போதையேற்றியது. அவளின் தலையைத் திருப்பி, கன்னங்களைப் பிடித்து, அவளது உதடுகளில் அழுத்தமாய் முத்தமிட்டான். அப்படியே அவளின் கீழ் உதட்டைக் கவ்வி உறிஞ்சினான். அப்படி ஏதாவது செய்வான் என்றுதான் அவள் பயந்தாள். அவள் நினைத்ததைப் போலவே நடந்தாலும் அப்போது அதற்காக அவள் பதறவில்லை. அவளது மனமும் கிறங்கத் தொடங்கியது. ஆவேசம் ததும்பும் ஒரு நீளமான முத்தம். இருவருக்குமே போதையில் தலை கிறுகிறுத்தது.

மூச்சு முட்ட, மெது மெதுவாக அவனை விலக்கினாள். உதடுகளைத் துடைத்தபடி, தலையைத் திருப்பி ஊர்ப்பக்கம் பார்த்தாள். தூரத்தில் பந்தலின்

வெளிச்சம் தீவைப் போலத் தெரிய, பாட்டுச் சத்தமும், மேளச் சத்தமும் மெலிதாகக் கேட்டன.

“அப்டி ஓரமா பாற மேல கொஞ்ச நேரம் ஒக்காந்து பேசிட்டுப் போலாம் சத்திமா உன்னோரு வாட்டி முத்தம்லாம் குடுக்க மாட்டங்” உரிமையோடு அவள் கையைப் பிடித்தபடி முன்னால் நடந்தான். மந்திரித்து விட்டக் கோழியைப் போல அவன் பின்னால் நடந்தாள்.

இன்னொரு பெரிய மஞ்சுப்புல் புதரைக் கடந்ததும் பாய் விரித்ததைப் போல ஓர் அகலமான பாறை. அதன் பக்கத்தில் ஒரு பெரிய சாராய மரம். சுற்றிலும் கிளைகளை விரித்து இருட்டும் வெளிச்சமுமாய் அந்த இடத்தை அது மறைத்து நின்றது. இருவரும் அந்தப் பாறையின் மீது உட்கார்ந்தனர். மல்லிகையின் வாசம் இருவருக்கும் ஏகாந்தமாக இருந்தது.

“ஐ லவ் யூ டார்லிங்” மெதுவாக அவளது வலது கையைப் பிடித்து அவள் விரல்களொடு தன் விரல்களைக் கோத்துக் கொண்டான்.

அந்த ஸ்பரிசம் அவளை என்னவோ செய்தது. இறக்கை இல்லாமலே வானத்தில் பறந்தாள். அவனிடமிருந்து தனது கையை விடுவித்துக்கொள்ளாமல் அப்படியே இருந்தாள். மெதுவாக அவளை இழுத்து மெத்தெனத் தன் மார்பின் மேல் சாய்த்து, மல்லிகையை முகர்ந்தான். கழுத்தில் தீயாய்ச் சுட்ட அவனது மூச்சுக் காற்றில் கண்கள் செருக வேர் அறுந்த அவரைக் கொடியைப் போல அவனது அகலமான மார்பின் மீது சரிந்தாள்.

அவ்வளவுதான். அவளது தலையைத் தன் பக்கம் திருப்பி, அவளது கீழ் உதட்டைப் பெரும் போதையோடு உறிஞ்சினான். அதைப் பார்த்த நிலா கருமையான மேகங்களுக்குள் புகுந்து மறைய சுற்றிலும் பெரும் இருள் கவியத் தொடங்கியது.

அரை மணி நேரம் கழித்துத் தான் அந்தக் கருமேகக் கூட்டத்தின் பிடியிலிருந்து விடுபட்டது நிலா. மெது மெதுவாகச் சுற்றிலும் வெளிச்சம் படர்ந்த போது ராணியும் கோபாலும் ஒருவரை ஒருவர் அணைத்தவாறு சோர்ந்து போய் நிர்வாணமாகப் பாறையில் சரிந்து கிடந்தனர். அவர்களின் உடைகள் சுற்றிலும் சிதறிக் கிடந்தன.

நடந்து முடிந்தவை உறைக்க. பகீரென்றது ராணிக்கு. படாரென எழுந்தாள். பாவாடையையும் உள் பாடியையும் ரவிக்கையையும் பொறுக்கி எடுத்து அவசர அவசரமாக உடுத்தத் தொடங்கினாள். அவனும் தனது உடைகளை எடுத்து உடுத்தத் தொடங்கினான். தாவணியைச் சுற்றி இடுப்பில் செருகிய போது வெட்கமும், அடுத்த நொடியே பயமும் அவளது மனதை நெருக்க, தடாலென அவனது மார்பில் சாய்ந்தாள்.

“என்ன கை உட்றமாட்டியே”

“சேச்சே ஐ லவ் யூ ராணி” அவளின் உதட்டை மீண்டும் கடித்தான்.

அதைக் கேட்ட பிறகுதான் அவளுக்குப் பயம் நீங்கியது.

அப்போது வலது புறமிருந்த மஞ்சுப்புல் புதரின் பின்புறமிருந்து ஏதோவொரு சலசலப்பு. இருவரும் திடுக்கிட்டுத் திரும்பிப் பார்த்தனர். புதரின் பின்னாலிருந்து இரண்டு நிழல் உருவங்கள் மெதுவாக வெளியே வந்தன.

இவர்கள் இருவருமே அரண்டு போய் விட்டனர். மனம் திடுக்கிட்டது. ராணியின் உடல் உதறலெடுத்தது. அவள் அதிர்ச்சியோடு எழுந்து நிற்க, அந்த உருவங்கள் இவர்களை நோக்கிதான் வந்தன. இரண்டு பேரும் ஆண்கள் என்பது மட்டும் தெரிந்தது. ஆனால், யார் என்று தெரியவில்லை. ராணியின் மனம் பயத்தில் மேலும் தட் தட் என அடித்துக்கொண்டது.

“எவ்ளோ நாளா நடக்குது உங்க ஆட்டம் ம்?” எக்காளமாகக் கேட்டான் முன்னால் வந்தவன். மூங்கில் தடியைப் போல உயரமாக இருந்தான். ஏற்கெனவே கேட்ட குரலாகத்தான் தெரிந்தது. அவனை உற்றுப் பார்த்தாள் ராணி. கால்கள் மேலும் வேகமாக நடுங்கத் தொடங்கின.

அந்தக் குரலை அவள் பலமுறை கேட்டிருக்கிறாளே. மூளைக்குள் ஓர் அதிர்ச்சி. அவளின் மனதிற்குள் பெரும் திகில் எழுந்தது. அய்யோ அது கோபாலின் பக்கத்து வீட்டுக்காரன் ராமுவின் குரல் தானே. அவன் கோபாலின் பங்காளி.

“டே பங்காளி இன்னிக்கித்தான்டா ஊர்ல யார்கிட்டயும் சொல்லிடாதடா மானம் போய்டும்” அவனிடம் கெஞ்சினான் கோபால்.

”ஆமாணா இனிம இப்டிலாம் நடக்காதுணா” ராணியும் கெஞ்சினாள்.

“இனிமே நடக்காது செரி இப்ப நட்ந்ததுக்கு இன்னா சொல்ற? ஏன்டா கோபாலு போயும் போயும் இவதாங் கெட்ச்சாளா உனுக்கு? ம்., ஆனா இவளும் ஆளு செம கட்டதாங்”

“சாதார்ண கட்ட இல்ல மச்சாங் சந்தன கட்ட?” சிரித்தவாறு முன்னால் வந்தான் இன்னொருவன். அவன் யாரென்று ராணிக்குத் தெரியவில்லை. குரலும் புதிதாக இருந்தது.

“இது இன்னா கட்டனு ஓரசிப் பாத்தாதான தெரியும் பாத்துட்லாமா?” இளிப்புடன் ராணியை நெருங்கினான் ராமு.

ராணிக்குப் பகீரென்றது. பின்வாங்கிக் கோபாலின் முதுகுப் பக்கம் ஒண்டினாள்.

“டே பங்காளி வாய் ரொம்ப நீள்து கிட்ட வந்த கைத்த மெர்ச்சி போட்ருவங் நானு லவ் பண்ற பொண்ணு மரியாதயா போங்கடா” கத்தினான் கோபால்.

“ஹேஹேஹே லவ் பண்றியா? லவ் பண்ணா கல்யாணம் பண்ணிக்கனும் இப்டி மலைக்கி தள்ளிகினு வந்து புல்ப்பாங் அடிக்கக் கூடாது அர மணி நேரமா இங்க நட்ந்தத நாங்களும் பாத்துகினுதான இர்ந்தம் செரி இப்பவே ஊர

கூட்லாமா ஆட்டம் பாத்துகினு கீற மொத்தப் பேரயும் இங்க கூப்ட்லாமா? அவங்களே வந்து நாயத்த சொல்ட்டும்" நக்கலாகச் சிரித்தான் ராமு.

ராணிக்கு உடல் முழுவதும் கிடுகிடுவென உதறத் தொடங்கியது.

"டே வாணா மரியாதயா பூடுங்க" கத்தினான் கோபால்.

"டேய் மாரியாதயா நீ பூடு ஊங் வேல முஞ்சி போச்சில்ல அதோட மூடிகினு போ இல்லனா கல்லத் தூக்கி ஊந்தலைல போட்டுட்டு மத்த வேலய பாப்பம்" கத்தியபடியே அருகில் வந்த ராமு, கோபாலின் மார்பில் கையை வைத்துக் கீழே தள்ளினான்.

அதை எதிர்பார்க்காத கோபால் தடுமாறிக் கீழே விழுந்தான். அவன் விழுந்த இடத்தில் நீட்டிக்கொண்டிருந்த ஒரு கூரான கல் அவன் வலது கெண்டைக்காலில் நறுக்கெனக் குத்த வலியில் பல்லைக் கடித்துக்கொண்டு புரண்டான்.

அதற்குள் ராணியைப் பிடித்து இழுத்த ராமு அவளைத் தன்னோடு சேர்த்தணைத்து, அவளின் கன்னம், காது, உதடு, கழுத்து, மார்பு என வெறியோடு கடிக்கத் தொடங்கினான். திமிறிக்கொண்டு எழுந்த கோபலை மீண்டும் கீழே தள்ளி, அழுத்திப் பிடித்துக்கொண்டான் இன்னொருவன்.

"டேய் சொம்மா கத்தி தகராறு பண்ணாத சத்தம் கேட்டு யார்னா வந்தா உனுக்குதாங் அசிங்கம். மரியாதயா கொஞ்ச நேரம் வாய மூடிகினு கம்னு இரு" என உறுமினான் அவன்.

அடுத்த அரை மணி நேரத்திற்கு அவர்கள் ஒவ்வொருவராக அதே பாறையில் ராணியைத் தள்ளி துவம்சம் செய்தனர். அவளால் கத்தவும் முடியவில்லை. உடன்படவும் மனம் ஒப்பவில்லை. கண்களில் தாரை தாரையாகக் கண்ணீர் வழிய, விரைத்துப் போன பிணத்தைப் போலப் படுத்துக்கிடந்தாள்.

8

குளித்து, நீல நிறப் பேண்டில் இளஞ்சிவப்பு நிறச் சட்டையை டக் இன் செய்து, முகம், கழுத்துக்குத் தாராளமாகப் பவுடர் பூசி, வழக்கம்போல வராந்தாவில் நின்றிருந்தான் மணி. தூரத்தில் அவள் நடந்து வருவதைப் பார்த்ததுமே குப்பெனப் பின் கழுத்து வியர்த்தது. மனதுக்குள் துணிச்சலைத் திரட்டி, வலது கையை உயர்த்தி அவளைப் பார்த்து அசைத்தான்.

ஆச்சரியம். அவளும் அவனைப் பார்த்துக் கையசைத்து, மெலிதாகச் சிரிக்க ஜிவ்வென வானத்தில் பறந்தான் மணி.

உடனடியாக அவன் மேனி முழுவதும் வண்ண வண்ண மலர்கள் மெத்மெத்தென விழுந்து சிதறின. பாரதிராஜா படத்தில் வரும் நடன மாதர்கள் வரிசையாக நின்று அவன் மீது அந்தப் பூக்களைத் தூவ ஒரு தேவதையைப் போல கையின் இரு புறமும் நீளமான வெண்ணிற இறக்கைகள் அசைய அவனைப் பார்த்து மீண்டும் சிரித்தாள் அவள்.

மிகச்சரியாக அந்த நேரம் டப் டப் டப் எனத் தலையில் ஏதோ மோதுவதைப் போலச் சத்தம். திகைத்தான் மணி. மீண்டும் டப் டப் டப் என்ற சத்தம். அதிர்ச்சியில் உடல் அதிர்ந்தது. மார்பு படபடவென அடித்துக்கொண்டது.

தொடர்ந்து டப் டப் டப்பெனக் காதைக் கிழிக்கும் சத்தம்.

அலறிக்கொண்டு எழுந்து உட்கார்ந்தான். சே எல்லாமே கனவா? மீண்டும் டப் டப் டப் எனச் சத்தம். கதவு அதிர்ந்தது.

இந்நேரத்தில் யார் கதவைத் தட்டுவது? எரிச்சலோடு எழுந்து, தடுமாறியபடி சுவிட்சைத் தட்டினான். பளீர் வெளிச்சத்தில் கண்கள் கூச இமைகளை இடுக்கிக்கொண்டு சுவர் கடிகாரத்தைப் பார்த்தான். இரண்டரை மணி.

"டே மணி கதவத்தறடா"

அது சுந்தருடைய குரல் என மண்டையில் உரைக்க, எழுந்து கதவைத் திறந்தான்.

"இன்னாடா இப்டிப் பேய்த் தூக்கம் தூங்கற? எவ்ளோ நேரமா கதவத் தட்றங் இன்னா கனவா?"

"ம் அதாங் பாதில கெடுத்திட்டியே செரி இன்னா இன்னேத்திக்கி வர்ர நீ வீட்டுக்குப் போலயா?"

கேட்டபடியே மீண்டும் பாயில் வந்து உட்கார்ந்தான் மணி.

"சைக்கிள் கம்பனி கததாங் தெரிமே லோடு ஏத்றாங்க ஏத்றாங்க ராத்ரி ஒரு மணி வரைக்கும் ஏத்றாங்க அதுக்கப்பறம் எங்கர்ந்து ஊருக்குப் போறது? செரி சாப்டியா? சமையலா ஓட்லா?" பேசியபடியே தனது மேஜை டிராயரில் இருந்து லுங்கியை எடுத்துக் கட்டிக்கொண்டான் சுந்தர்.

"ஓட்லுதாங் நானே இப்ப ஒரு மணிக்குதான்டா வந்து பட்த்தங் உனுக்குப் பரவால்ல சைக்கிள் கம்பனி கேன்டீன்ல சாப்ட்டிருப்ப இந்தப் பைப்புக் கம்பனில கேன்டீனும் இல்ல ஒரு மண்ணாங்கட்டியும் இல்ல" சலிப்போடு சொன்ன மணி, கொட்டாவி விட்டபடி பாயின் ஒரு ஓரமாகப் படுத்தான்.

கழிவறைக்குப் போய், சிறுநீர் கழித்துவிட்டு, ஜட்டியைக் கழற்றி அலசி, அதைக்கொண்டு வந்து நாற்காலியில் காயவைத்தான் சுந்தர். இன்னொரு பழைய தொலைப்பேசிக் கையேட்டை எடுத்துத் தலைக்கு வைத்தபடி மணியின் பக்கத்தில் படுத்தான். எப்போதுமே இரவில் படுக்கும் முன்பு தன் ஜட்டியை அலசிக் காயவைத்துவிட்டுதான் படுப்பான் சுந்தர். விடிவதற்குள் அது காய்ந்துவிட வேண்டும். அப்போதுதான் மறுநாள் அந்த ஜட்டியைப் போட முடியும். அவனிடம் எப்போதுமே ஒரு ஜட்டிதான் இருந்தது.

"ன்னாடா இன்னிக்கினா மாமூல முழுசா வாங்கினியா?" தலைக்கு மேலாகச் சுவரில் ஓடிய வெளிர் மஞ்சள் நிற பல்லியைப் பார்த்தபடியே கேட்டான் சுந்தர்.

"ம்... ம்... இன்னிக்கிப் பரவால்ல... செரி தூங்குடா காலில பேசிக்கலாம்" சொல்லிவிட்டு இடப்புறம் திரும்பிப் படுத்துக்கொண்டான் மணி. எழுந்து விளக்கை நிறுத்தி விட்டு மல்லார்ந்து படுத்தான் சுந்தர்.

விட்ட இடத்திலிருந்து கனவு தொடர வேண்டும் என கண்களை இறுக மூடிக்கொண்டான் மணி. சீக்கிரத்தில் தூக்கம் வரவில்லை. ஆனால் அடுத்த பத்தாவது நிமிடம் சுந்தரிடமிருந்து வழக்கமான குறட்டை ஒலி வந்தது.

சுந்தர் கடுமையான உழைப்பாளி. எவ்வளவு வேலை இருந்தாலும் பொறுமையாகச் செய்து முடிப்பான்.

மிதிவண்டி நிறுவனத்தில் ஒரு நாளைக்கு ஒன்று அல்லது இரண்டு லோடுகளுக்கு மேல் கொடுக்க மாட்டார்கள். ஆனாலும் பைப் கம்பனி போல லோடிங் ஆரம்பித்தால் ஒரேயடியாக லாரியில் முழுச் சரக்கையும் ஏற்றி லாரியை வெளியே அனுப்பிவிடவும் மாட்டார்கள்.

மிதிவண்டி நிறுவனத்தில் இருபத்தி நான்கு மணி நேரப் பிரமாண்ட லோடிங் பாயிண்ட் இருக்கிறது. பைப் நிறுவனத்தைப் போல வெட்ட வெளியில் இல்லாமல் அது தொழிற்சாலைக்கு உள்ளேயே மிக நீளமாக இருக்கும். இருபது லோடிங் பாயிண்டுகளுக்கு மேலேயே இருக்கும்.

ஒவ்வொரு பாயிண்டிலும் மிதிவண்டியின் ஓர் உதிரிப் பாகத்தை ஏற்றுவார்கள். ஒரு லாரியில் ஐந்நூறு மிதிவண்டிகளை அனுப்ப வேண்டுமானால், முதலில் ஒரு பாயிண்டில் மிதிவண்டியின் ஐந்நூறு முக்கோண பார்களை ஏற்றுவார்கள். ஏற்றி முடித்ததும் வண்டியை லோடிங் பாய்ண்டிலிருந்து வெளியே அனுப்பிக் காத்திருக்கச் சொல்வார்கள். ஒருமணி நேரமோ, இரண்டு மணி நேரமோ காத்திருத்தலுக்குப் பின்னர் மீண்டும் வேறு லோடிங் பாயிண்டில் வண்டியை விடச் சொல்லி ஹேண்டில் பார்களோ, சீட்டோ, பெல்லோ ஏதேனும் ஓர் உதிரிப் பாகத்தை ஏற்றி, மீண்டும் பாய்ண்டிலிருந்து வெளியே அனுப்பிக் காத்திருக்கச் சொல்வார்கள்.

பிறகு பெடல் பாக்சுகளோ, சைன் பாக்சுகளோ ஏற்றுவார்கள். இப்படியே நாள் முழுவதும் உதிரி உதிரியாக ஏற்றி முடித்துக் கடைசியாகச் சக்கரங்களையும் டயர்களையும் ஏற்றி முடிப்பார்கள். அதற்குள் முழு நாளும் ஓடிவிடும். சில நாள்களில் இரவு முழுவதும் இப்படி ஏற்றுவார்கள். மொத்தமாக லோடு ஏற்றி முடிக்க மறுநாள் கூட ஆகிவிடும். ஆனால், அப்படி நாள் கூடினால் அதற்காக லாரிக்காரர்களுக்கு லாரி வாடகையோடு காத்திருப்புக் கூலியும் சேர்த்துக் கிடைக்கும். அதனால் லாரிக்காரர்கள் தகராறு எதுவும் செய்ய மாட்டார்கள். மொத்த லோடும் ஏற்றி முடித்ததும் கேபின் உயரத்தை விட லோடு உயரமாக இருக்கும். தார்ப்பாயை மூடி இழுத்துக் கட்டி வண்டி வெளியே கிளம்புவதற்குள் லோடிங் கிளார்க்குகளுக்குத்தான் வெறுத்துவிடும்.

இதனால் கிளார்க்குகளுக்குதான் பெரும் சிரமம். நாளெல்லாம் சும்மாவே இருந்து உள்ளே தேவுடு காக்க வேண்டும். ஆனால், வேளா வேளைக்கு கேன்டீனில் சாப்பிட்டுக்கொள்ள டோக்கன் கொடுத்துவிடுவார்கள். முழுச் சாப்பாடே அறுபது காசுகள்தாம். இட்லி வடை வெறும் பத்துப் பைசா. காபி, தேநீர் தாராளமாகக் கிடைக்கும்.

ஆயிரக்கணக்கான தொழிலாளர்கள் மூன்று ஷிப்டில் பணியாற்றுகிற மிகப் பெரிய தொழிற்சாலை. அது ஒரு கடல். கிளார்க் மாமூல் பணத்தில் அங்கே யாருக்கும் பங்கு தர வேண்டியதில்லை. இருநூறு ரூபாய் மாமூல் வாங்கினால் போகிற கிளார்க்குக்கு நூறு, மேலாளர் மாதவனுக்கு நூறு.

அந்த நிறுவனத்துக்குப் பெரும்பாலும் சுந்தர்தான் லோடிங் போவான். காலையிலேயே வண்டி அனுப்பி, சீக்கிரமே ஏற்றி முடிந்துவிட்டால், அங்கிருந்தே லோக்கல் ரயிலில் பெரம்பூர் போய், அங்கிருந்து காவேரியோ பெங்களூர் எக்ஸ்பிரசோ, ஜே.பியோ ஏதாவது ஒன்றில் ஏறி வீட்டுக்குப் போய் விடுவான். போக முடியாத நாள்களில் எப்போதாவது இப்படி அர்த்த ராத்திரியில் வந்து கதவைத் தட்டுவான்.

கல்லூரிப் படிப்பு முடிந்த பிறகு, ஏகப்பட்ட கனவுகளோடு அரசு வேலைக்கு இரண்டு முறைத் தேர்வு எழுதினான் மணி. தேர்ச்சி பெற முடியவில்லை. பணம் கொடுத்தால்தான் அரசு வேலை கிடைக்கும் எனச் சிலர் பேசிக்கொண்டார்கள். அது உண்மையா என்றும் அவனுக்குத் தெரியவில்லை. அப்படிப் பணம் கொடுத்து வேலை வாங்க அவனுக்கு வசதியுமில்லை.

அதனால் தேர்வு எழுதுவதை மறந்துவிட்டு, ராணிப்பேட்டையில் உள்ள தோல் தொழிற்சாலைகளிலும் ரசாயன நிறுவனங்களிலும் வேலை தேடி அலைந்தான். பட்டதாரி என்பதால் தொழிற்சாலைகளின் கதவுகள் விரியத் திறந்து அவனை வரவேற்கும் என்ற அவனது நம்பிக்கையும் சிறிது சிறிதாகச் சிதையத் தொடங்கியது.

இப்படியாக மூன்று ஆண்டுகளைத் தொலைத்து, நம்பிக்கை வற்றி, எல்லாப் பட்டதாரிகளையும் போல அவனும் விரக்தியின் விளிம்பில் நின்றான். அப்போதுதான் இந்தச் சுந்தர், அவனைச் சென்னைக்கு அழைத்து வந்து, இந்தப் பெரு நகரத்தில் இதோ இங்கே படுக்கவைத்திருக்கிறான்.

சம்பளத்தைப் பற்றியெல்லாம் அப்போது மணி பெரிதாகக் கவலைப் படவில்லை. ஊர்க்காரர்களின் பரிகாசப் பார்வையிலிருந்து தப்பிக்க வேண்டும். சாப்பிடவும், தங்கவும் ஏற்பாடு செய்தால் போதும் என்றுதான் சுந்தரிடம் சொன்னான்.

சுந்தருக்கும், மணிக்கும் சம வயதுதான். சுந்தர் பி.காம். மணி பி.எஸ்.சி.கணிதம். வெவ்வேறு மேஜர் என்றாலும், ஒரே கல்லூரி. மணியின் ஊர்க்காரனான மனோகரன் சுந்தரின் வகுப்பு. அவன் மூலம்தான் கல்லூரியில் மணிக்கு நண்பன் ஆனான் சுந்தர்.

சென்னையில் ஒரு வேலை கிடைப்பதே பெரும் அதிசயம். இது மாநகரம் மட்டுமல்ல பலரின் கனவு நகரம். அதில் இவனுக்கும் ஒரு வேலை கிடைக்கிறது. அந்தப் பெருமிதத்தோடுதான் ஒரு வருடத்துக்கு முன்னால் இந்த வாசலுக்குள் நுழைந்தான் மணி.

முதன்முதலாக இந்த அலுவலகத்தில் அவன் கால் வைத்த அன்று புதன்கிழமை. காலை சரியாகப் பத்து மணி. படபடக்கும் இதயத்தோடும், சான்றிதழ்கள்

அடங்கிய பழுப்பு நிறப் பைலோடும் அவன் நுழைந்த போது, முதலாளி வலதுபுறச் சுழல் நாற்காலியில் உட்காந்திருந்தார். மேலாளர் மாதவன் இடது புற நாற்காலியில் உட்கார்ந்திருந்தார்.

நிறுவனத்தின் மேலாண் இயக்குநரும், முதலாளியுமான அவரைப் பார்த்ததுமே மணிக்கு மனசு பெருமிதத்தில் தளும்பியது.

பளபளக்கும் ஆப்பிளின் நிறத்தில் இருந்தார். நெற்றியில் சிவப்பு, வெள்ளை, மஞ்சள் என மூன்று நிறங்களில் குங்குமமும், சந்தனமும், விபூதியும் நீளவாக்கில் கோடு கோடாய்த் தீற்றியிருந்தார். கழுத்தில் ஒரு கறுப்பு ருத்ராட்சக் கொட்டை. நாற்பது வயதுக்குள்தான் இருக்கும். ஒரு திரைப்பட கதாநாயகனைப் போல அழகாக இருந்தார். சீரான பல் வரிசை. மீசை கூட கருகருவெனச் செழுமையாக இருந்தது.

"என்ன டிகிரிமா?" அவ்வளவு மென்மையாக அவர் இவனிடம் கேட்டதை இவனால் நம்பவே இல்லை.

"பி.எஸ்.சி. மேத்ஸ் சார்'' பணிவாகச் சொன்னான்.

பைலை அவரிடம் நீட்டினான். அதை வாங்கி ஒவ்வொரு சான்றிதழாகத் தள்ளிப் பார்த்துவிட்டுத் திருப்பிக் கொடுத்தார்.

"ம் இங்க டிகிரிலாம் முக்கியமில்ல நம்பிக்கதான் உன்னப் பத்தி சுந்தர் சொன்னாப்ல வேலய நல்லா கத்துக்க சம்பளம் கம்மினு யோசிக்காத வேலயக் கத்துட்டினா மேல மேல வரலாம்'' சொல்லிவிட்டு அழகாகச் சிரித்தார். சிரித்த போது அவரது பற்கள் மேலும் பிரகாசித்தன.

"சரி சார்" பயபக்தியோடு தலையசைத்தான்.

"வேலயெல்லாம் பொறுமயா சொல்லிக்குடு சுந்தர்" என்றார். இவனை ஒரு நாற்காலியில் உட்காரச் சொல்லிவிட்டு, மேலாளர் வைத்த கோப்புகளைப் பார்க்கத் தொடங்கினார்.

"புதுசா கும்பிடிப்பூண்டி பைப் கம்பனி ஆர்டர் ரெடியாவுது சீக்கிரத்துல அது ஆரம்பிச்சிட்டா வேல டைட்டா இருக்கும். அது மட்டும் பத்தாது இன்னும் நெறைய கம்பனில ஆர்டர் புடிக்கணும் மார்க்கட்ல விசாரிச்சி மூவ் பண்ணு மாதவா" என மேலாளர் மாதவனிடம் சொன்னார்.

அடுத்த ஒருமணி நேரத்தில் மேலும் சில கோப்புகளைப் பார்த்துவிட்டுக் கிளம்பும் போது, மணியின் தோளிலும் மெதுவாகக் கைவைத்து அழுத்திவிட்டுச் சென்றார். மெத்தென்ற அவரது கையின் ஸ்பரிசம் அவனுக்குப் பிரமிப்பாக இருந்தது.

அவரையும், இந்த அலுவலகத்தையும் மேலாளர் மாதவனையும் மணிக்கு நிறையவே பிடித்துவிட்டது.

“நமக்கு ஹெட்டாபீஸ் வேலூர்தான் கம்பனி லாரிங்களுக்குக் கணக்குப் பாக்கறதுலாம் அங்கதான். காண்ட்ராக்ட் போட்ட கம்பனிங்கள்ல லோடு ஏத்தி அனுப்பறதுதான் நம்ப வேல. கம்பனி லாரிங்க தேவையான அளவு கைவசம் இல்லன்னா வெளி மார்க்கட்ல லாரி புக் பண்றதுலாம் மேனேஜர் பாத்துக்குவார். அவசரத்துக்கு நாமளும் பேசி லாரி புக் பண்ணலாம். அதெல்லாம் போவப் போவச் சொல்லித்தரங்” ஒரு குருவின் அக்கறையோடு சொன்னான் சுந்தர்.

அலுவலகத்தில் அப்போது மேலாளரும், சுந்தரும் மட்டும்தான் வேலையில் இருந்தனர். அங்கே இருந்த இன்னோர் எழுத்தரான சந்திரன் என்ற பெரியவரை குஜராத் கிளைக்கு அனுப்பிவிட்டார்களாம். புதிதாக ஒரு எக்சிகியூட்டிவ் மேனேஜரை நியமிக்கப் போவதாகவும், அதற்கு டிரான்ஸ்போர்ட் தொழிலில் குறைந்தது பத்து வருட அனுபவமும், சரளமான ஆங்கிலப் புலமையும் வேண்டும் என்றும் முதலாளி சொன்னதாகச் சுந்தர் சொன்னான்.

ஆனால், மணி வேலைக்குச் சேர்ந்து ஒரு வருடம் முடிந்த பிறகும் அப்படி எந்த மேனேஜரும் வரவில்லை. பைப் கம்பனி ஒப்பந்தம் மட்டும் ஆறு மாதங்களுக்கு முன்பு கிடைத்தது. அதுவும் நடைமுறைக்கு வர அடுத்து ஒருமாதம் ஆகிவிட்டது. இப்படியாகக் கடந்த சில மாதங்களாகத்தான் பைப் கம்பனி லோடிங்.

வேலைக்குச் சேர்ந்த புதிதில் மிதிவண்டி லோடிங்தான் பிரதானம். அங்கே சுந்தரும், மணியும் சேர்ந்தே போவார்கள். கிடைக்கிற நூறு, இருநூறு மாமூல் பணத்தில் மணிக்கும் ஒரு பங்கு கிடைக்கும்.

மீனம்பாக்கம் இரும்பு நிறுவனத்தில் எப்போதாவது லோடு இருக்கும். அங்கே போனாலும் ஐம்பது ரூபாய்க்கு மேல் மாமூல் கிடைக்காது. அதுவும் மாதத்துக்கு ஐந்தோ ஆறோதான்.

இப்படி லோடிங் குறைவாக இருக்கிற நேரங்களில் கம்பனியின் சொந்த லாரிகள் சென்னைக்கு வராது. வேலூர், குடியாத்தம், திருச்சி, கோவை எனச் சரக்கு ஏற்றிக்கொண்டு போய்விடும். வேறு வழியில்லாமல் சென்னைக்கு வருகிற கம்பனி லாரிகளுக்கு வேறு நல்ல லோடு எதுவும் கிடைக்காத போது டிரான்ஸ் இன்டியா என்ற ரசாயன நிறுவனத்திலிருந்து கெமிக்கல் பவுடர் லோடு ஏற்றி குஜராத்துக்கு அனுப்பிவிடுவார்கள். அதற்கு வாடகை மிகவும் குறைவு.

அந்த லோடும் இல்லாதபோது, துறைமுகத்திலிருந்து ஹொஸ்பேட், பெல்லாரி என ஏதாவது ஓர் ஊருக்கு நிலக்கரி லோடு ஏற்றி அனுப்புவார்கள். அதற்குக் கட்டை வாடகை. அதற்கெல்லாம் அந்தந்த டிரான்ஸ்போர்ட் நிறுவனங்களின் எழுத்தர்களே பில் போடுவார்கள். மணிக்கும், சுந்தருக்கும் அங்கே போக வேண்டிய வேலையிருக்காது.

கம்பனியின் சொந்த லாரிகளில் பைப் லோடு, மிதிவண்டி லோடு என எதை ஏற்றி அனுப்பினாலும் அதற்கும் இவர்களுக்கு எழுத்தர் மாமூல் கிடையாது.

தூக்கம் வராமல் இதையெல்லாம் யோசித்துக்கொண்டிருந்த மணி, சுந்தருடைய குறட்டையின் அளவு கூடிய தருணத்தில் அவனை அசைத்து எழுப்பினான்.

"தூங்க முடிலடா சவுண்ட கொறைடா" என்றான் பாவமாக.

சுந்தர் திரும்பிப் படுத்தான். குறட்டை ஒலி நின்று, புஸ் புஸ் என மூச்சு விடத் தொடங்கினான். மீண்டும் அவனிடமிருந்து குறட்டைத் தொடங்குவதற்குள் எப்படியோ தூங்கிவிட்டான் மணி.

9

அடுத்த மாதம் ராணிக்குத் தீட்டு வரவில்லை. அதை அவள் யாரிடமும் சொல்லவில்லை. அந்தச் சம்பவம் நடந்த நாளிலிருந்தே பிரம்மை பிடித்தவள் போலக் கிடந்தாள். யாரிடமும் முகம் கொடுத்துப் பேசுவதில்லை. அடிக்கடி அந்தக் கிணற்றுப் பக்கம் போவதும், கோபால் இல்லாமல் வெறுமையாய்க் கிடக்கும் அந்தக் கல்லைப் பார்த்துவிட்டு ஏமாற்றத்தோடு திரும்புவதுமாக இருந்தாள்.

ராணியைக் கன்னிமார் சோகை அடித்திருக்கும் எனப் பண்டாரத்திடம் அழைத்துப் போய் வேப்பிலை மந்திரம் போட வைத்தாள் கன்னிச்சி. திருநீறு மந்திரித்துப் பூசி, ராணியின் வலது புஜங்கையில் ஒரு கறுப்புத் தாயத்தும் கட்டினார் பண்டாரம்.

பல நாள்கள் கடந்த பிறகும் கிணற்றுப் பக்கம் வரவே இல்லை கோபால்.

அடுத்த மாதமும் ராணிக்கு மாதவிலக்கு வரவில்லை. அடிக்கடி குமட்டிக்கொண்டு வாந்தி வந்தது. தன் அம்மா கன்னிச்சிக்குத் தெரியாமல் வேலிப் பக்கம் போய் வாந்தி எடுத்தாள். வயிற்றில் ஏதேதோ மாற்றங்கள். மூன்றாவது மாதத்திலிருந்து வயிறு மேடு கட்டத் தொடங்கியது. மார்பகங்கள் மேலும் பெருக்கத் தொடங்கின.

அந்த மாற்றங்களைப் பார்க்கப் பார்க்க, பயத்தில் அவளுக்கு அடிக்கடி உடல் உதறல் எடுத்தது. தலை கிறுகிறுத்தது.

ஒரு மாலை நேரம். சூரியன் மேற்கில் இறங்கிக்கொண்டிருந்தான். மலைச் சரிவில் உள்ள ஆசா மரங்களுக்கு நடுவில் ஒரு பாறையின் மீது உட்கார்ந்திருந்தான் கோபால். கையில் ஒரு கனமான புத்தகம். திடுமென அவன் எதிரில் போய் நின்றாள் ராணி.

அவளை நிமிர்ந்து பார்த்தான் கோபால். முன் பின் தெரியாத யாரோ ஒரு புதிய நபரைப் பார்ப்பதைப் போல அவளை வெறித்துப் பார்த்துவிட்டு, வெறுமனே தலையைக் கவிழ்த்துக்கொண்டான். அது அவளுக்கு மேலும் அதிர்ச்சியாக இருந்தது.

"மூனு மாசம்."

கோபால் விருட்டெனத் தலையை உயர்த்தி அவளைப் பார்த்தான். அவன் கண்களில் லேசான அதிர்ச்சி.

"இன்னா மூனு மாசம்?"

"நானு தலமுய்வி மூனு மாசம் ஆவது"

"ம். அதுக்கு இன்னா இப்ப?"

ராணிக்கு அது மேலும் பேரதிர்ச்சியாக இருந்தது.

"கல்யாணம் பண்ணிக்கலாம்."

கீற்றுக் கீற்றாக அரிந்து போட்ட கத்தரிக்காயில் திடீரென நெளிந்து நெளிந்து வெளிவரும் ஒரு புழுவைப் பார்ப்பதைப் போல அவளை அருவருப்பாகப் பார்த்தான்.

"அன்னிக்கி மொத்தம் மூனு பேரு கூட பட்த்த அதுல யாருக்குத் தங்குச்சி இது? இப்ப என்ன மட்டும் தாலி கட்டச் சொல்றியா? நானு இன்னா எருமாட்டுச் சாணில தட்ன எரமுட்டயா?"

அவ்வளவுதான். மலையிலிருந்து ஒரு பெரும் பாறை உருண்டு வந்து அவள் மேல் விழுந்து, அவளை மண்ணோடு மண்ணாக நசுக்கிவிட்டதைப்போல அவளுக்கு மூச்சடைத்தது. பெரும் திகிலோடு அவனைப் பார்த்தாள்.

ஆத்திரத்தில் நெருப்பைப் போலச் சிவந்துவிட்டன அவன் கண்கள். அந்த நொடியிலேயே அவள் மனம் செத்துப்போனது. அதற்கு மேல் அவளால் எதுவுமே பேச முடியவில்லை.

"போ போயி வைத்ல கீற கருவ கல்ச்சிட்டு உங்காளுங்கள யாரனா பாத்துக் கல்யாணம் பண்ணிக்க உன்னோரு வாட்டி இப்டி என்ன பாக்க வராத"

அவ்வளவுதான். ஒருநிமிடம் அவன் முகத்தை உற்றுப் பார்த்தாள். திரும்பி ஒரு சூரைக் காற்றைப்போல கீழே ஓடத் தொடங்கினாள். கால்களில் குத்திய

கல்லும் முள்ளும் எதுவுமே அவளுக்குத் தெரியவில்லை. காற்று மாயமாக தடதடவென ஓடி வீட்டிற்குள் நுழைந்து தொபீரெனத் தரையில் விழுந்தாள்.

அன்றிலிருந்து மூன்று நாள்கள் வீட்டுச் சுவரையே வெறித்தபடி, துளி கூட அசைவின்றிக் கிடந்தாள். அன்னந்தண்ணி எதுவும் தொண்டையில் படவில்லை. பல் தேய்க்கவில்லை. குளிக்கவில்லை.

மீண்டும் வைத்தியரிடம் ஓடினாள் கன்னிச்சி. அவரை வீட்டுக்கே அழைத்து வந்தாள். ராணியை உற்று உற்றுப் பார்த்தார் வைத்தியர்.

"இப்டி அடிக்கடிக்கும் இது சொவர உத்து உத்துப் பாத்துகினு குந்திகினு கீதுனா இது கன்னிமார் சோகையாகத்தாங் இருக்கும்."

என்று சொன்ன வைத்தியர் தனது பையிலிருந்த விபூதியை அள்ளி ராணியின் நெற்றியில் பூசினார். இன்னொரு கை அள்ளிக் கன்னிச்சியிடம் நீட்ட, அவள் பயபக்தியோடு தன் புடவை முந்தானையில் வாங்கி, முடிந்து வைத்துக்கொண்டாள். ராணியின் வாயை வலுக்கட்டாயமாகத் திறந்து வாய்க்குள் ஒரு துளி விபூதியைப் போட்டாள். அப்போது கூட எந்தச் சலமுமின்றிக் கிடந்தாள் ராணி.

அவளைப் பார்த்துப் பார்த்து, திக்பிரமை பிடித்துக்கொண்டது கன்னிச்சிக்கி. ஒத்தைக்கு ஒத்தையான மகள். இப்படிக் கிடந்தால் யாருக்குத்தான் வாயில் அன்னந்தன்னி இறங்கும். ஒவ்வொரு நொடியும் மனம் உருகி உருகி வடக்கு மலையானிடம் வேண்டிக்கொண்டிருந்தாள்.

மறு நாள் அதிகாலையில் ராணியின் சித்தி நீலம்மாவின் வீட்டு வாசலில் நிற்கும் புளியமரத்தில் பீக்குருவிகள் "கீ... கீ...கீ... கீ..." என வாய் ஓயாமல் கத்தத் தொடங்கின.

அந்தச் சத்தத்தைக் கேட்டு முழிப்புத் தட்டிவிட்டது நீலம்மாவுக்கு. பீக்குருவிகள் ஏன் இப்படிக் கத்துகின்றன என்ற யோசனையோடு எழுந்து கதவைத் திறந்து வெளியே வந்தாள். சுற்றிலும் புகையைப் போல மசமசவென இருட்டு.

பீக்குருவிகள் கத்திக் கொண்டிருந்த புளிய மரத்தை நிமிர்ந்து பார்த்தாள். திடுக்கென அவளது ஈரக்குலை அதிர்ந்தது. ஒரு விநாடி நேரம் அந்த அதிர்ச்சியில் அவள் கண்கள் தானாக மூடிக்கொண்டன. சட்டெனத் தலையை உதறி மீண்டும் கண்களைத் திறந்து இமைகளை இடுக்கியபடி அதை உற்றுப் பார்த்தாள். வடக்குப் பார்த்த கிளையிலிருந்து கீழே தொங்கிய ஓர் உடல் மெதுவாகக் காற்றில் அசைந்துகொண்டிருந்தது. பயத்தோடு அதை உற்றுப் பார்த்தாள். அது ஒரு பெண்ணுடல். தாவணி கட்டிய உடல். அது அது அய்யோ. ராணியின் உடல்.

"அய்யோ ஏலு குண்டல வாடா" எனக் கத்தியவள் அடுத்த நொடியில், பேச்சு மூச்சற்று, ஒரு மரம் கீழே சாய்வதைப் போல தடாலெனக் கீழே சரிந்து விழுந்தாள்.

அடுத்த பத்தாவது நிமிடத்தில் அங்கே ஒரு கூட்டம் கூடிவிட்டது. கத்தலும் கதறல்களுமாக மரத்தைச் சுற்றிச் சுற்றி அவர்கள் ஓலமிட, ராணியின் பிணத்தைப் போலவே அந்தப் பிரமாண்டமான மலையும் பேச்சு மூச்சற்று அவர்களையே பார்த்துக்கொண்டிருந்தது.

மூன்று மணி நேரம் கழித்து இரண்டு போலீசார் அங்கே வந்தனர். அவர்களிடம் என்னென்னவோ கேள்விகளைக் கேட்டனர். பிணத்தைச் சுற்றிச் சுற்றி வந்தனர். உற்று உற்றுப் பார்த்தனர்.

அது தற்கொலைதான் எனச் சந்தேகத்திற்கிடமின்றி முடிவு செய்து கொண்டனர். அவசரமில்லாமல் பிணத்தைக் கீழே இறக்கி, சர்க்கார் மருத்துவ மனைக்குக் கொண்டுபோனார்கள்.

10

மண்ணெண்ணெய் ஸ்டவ்வில் அரிசி உலை கொதித்துக்கொண்டிருந்தது. முருங்கைக் காயை ஒரு ஸ்டீல் தட்டில் வைத்துத் துண்டுத் துண்டாக நறுக்கிக்கொண்டிருந்தான் மணி. தக்காளி, வெங்காயம் நறுக்கப்பட்டு, இன்னொரு தட்டில் கிடந்தன.

மேஜைகளுக்கிடையில் இருந்த இடைவெளியில் லுங்கியும், முண்டா பனியனுமாகப் பஸ்கி எடுத்துக்கொண்டிருந்தான் சுந்தர்.

ஸ்டவ்வின் உஸ்ஸ் என்ற சத்தம் ஒரே சீராகக் கேட்டுக் கொண்டிருந்தது. மணியின் நெற்றிக் கசகசத்து, முத்து முத்தாக வியர்வை திரண்டது. அதனை இடது முழங்கையால் துடைத்துக்கொண்டான். ஸ்டவ்வின் புகையில் கண்கள் எரியும் என்பதால் மின் விசிறி நிறுத்தப்பட்டிருந்தது. சுற்றாத விசிறியின் மூன்று இறக்கைகளும் பஸ்கி எடுக்கும் சுந்தரையும், மணியையும் உற்றுப் பார்த்துக்கொண்டிருந்தன.

“டே பயில்வான் சோறு வெந்திட்ச்சானு பாத்து வடி சோறு கொய்ஞ்சிடப் போவுது” சுந்தரிடம் சொன்ன மணி, இன்னொரு முருங்கைக்காயை எடுத்து வெட்டத் தொடங்கினான்.

“இன்னும் வேகல வாசனையே சொல்தே“ எழுந்து நின்று கைகளை வலதும், இடதுமாகச் சுழற்றினான் சுந்தர்.

“ம்க்கும் பெரிய சைன்டிஸ்ட் இவுரு வாசனய மோந்து பாத்தே சொல்வாரு“

எழுந்து, விரல்களற்ற உள்ளங்கையைப் போலிருந்த அன்னக்குத்தியால் சோற்றைக் கிளறி எடுத்து, அழுத்திப் பார்த்தான் மணி.

“ம் நீ சொன்னது சர்தான்டா இன்னும் ரெண்டு நிமிசம் வேகணும் சரி போயி கை கழுவிகினு வா எட்த்துகினு போயி வடிப்ப“

இரண்டு நிமிடங்கள் கழித்துத் துளைகளிடப்பட்ட அலுமினிய வடி தட்டைச் சோற்றுக் குண்டானின் மீது வைத்து, கந்தல் துணியால் பிடித்துப் பாத்ரூமுக்குத் தூக்கிப்போனான் சுந்தர்.

நீல நிற ஜுவாலையோடு எரிந்த ஸ்டவ்வின் மீது குழம்புக் குண்டானை வைத்து, ஹார்லிக்ஸ் பாட்டிலில் இருந்த கடலை எண்ணெயை ஊற்றிக் கடுகு போட்டான் மணி.

அடுத்த இருபதாவது நிமிடம் முருங்கைக்காய் காரக் குழம்பின் வாசனை அறை முழுவதும் சுழன்று சுழன்று வந்தது.

“வாசன மட்டும் நல்லாதான்டா வர்து ஆனா’’ மெதுவாகச் சிரித்தான் சுந்தர்.

“ம் கை பக்குவத்த காட்றதுக்கு நானு நள மகராஜா ஏதோ உப்பும் மொளகா தூளுமா கொதிச்சத சோத்துல ஊத்தித் திண்ணுட்டு, காலத்த ஓட்றங் போயி வேலய பார்ரா’’

சமையல் முடிந்ததும் ஸ்டவ் மேஜைக்குப் பின்னால் ஒளிந்துகொண்டது. அதன் மீது ஓர் அட்டையை வைத்து மூடினான் மணி. மிச்சமிருந்த காய்கறிகள், எண்ணெய், உப்பு, மிளகாய்த் தூள் பாட்டில்கள் மேஜையின் அடி டிராயரின் உள்ளே மறைந்து கொண்டன.

இருவரும் கழிவறைப் பக்கம் போனார்கள். குளியலறையும் கழிவறையும் ஒன்றாகவே இருந்தன. மணி உள்ளே நுழைந்து கதவைச் சாத்திக்கொண்டான்.

“ஏண்டா ஒரு பக்கம் நீ கக்கூஸ் போ... நானு குளிக்கறங் அப்பறம் நானு கக்கூஸ் போறங் நீ குளி சீக்கிரமா வேல முடியும்ல ஒவ்வொருத்தரா போனா டைம் வேஸ்டாவுதுரா...’’ கதவுக்கு வெளியே நின்று பல் துலக்கியபடி சுந்தர் சொன்னான்.

“ம்ம்... நாம ஐ.ஏ.எஸ். ஆபிசருங்க. டைம சேவ் பண்ணித் தலைமைச் செயலகத்துல மீட்டிங் நட்த்தப் போறோம் மூடிகினு வெளிய நில்றா முட்ச்சிட்டு வர்றங்’’ கழிவறையில் குத்துக்காலிட்டுக் குந்தியிருந்த மணி முக்கியபடியே நக்கலடித்தான்.

"ஏங் உள்ள வந்தா ஊங் கல்யாண சாமான நானு பார்த்துருவனா.?"

"ம் நீ பாத்து இன்னாடா ஆவப்போவுது?"

"வேற யாரு பாத்தா ஆவும்? ஊங் ஆளுக்கு ஒணும்னா மேல இர்ந்து தூக்கிக் காட்றியா.?"

"டேய் வாய மூடிகினு நில்லு வந்தனா மூஞ்சி மேலயே குத்துவங்"

பெரும்பாலும் சோகமாக இருக்கும் சுந்தர் இப்படி எப்போதாவதுதான் கிண்டலாகப் பேசுவான். அதனால் அவன் சொன்னதை நினைத்து உள்ளுக்குள் சிரித்துக்கொண்டான் மணி. அதே சிரிப்புடன் தலையைக் குனிந்து தனது கல்யாணச் சாமானை ஒரு முறைப் பார்த்துக்கொண்டான். அவள் வரும் நேரம் நெருங்குவது நினைவுக்கு வர, அவசர அவசரமாகக் கழுவி, எழுந்து வெளியே வந்தான்.

உடனே சுந்தர் உள்ளே நுழைய, அறைக்குள் போய் சோப்பு டப்பாவை எடுத்துக்கொண்டு வந்தான் மணி.

ஒரு வழியாக இருவரும் குளித்துத் தயாராகி, பாயைக் கீழே விரித்து அமர்ந்து, சோற்றைத் தின்று, குளோரின் வாசனையடித்த மாநகராட்சித் தண்ணீரைக் குடித்து, ஏப்பம் விட்டபோது நேரம் ஒன்பதை நெருங்கியது.

தலைமுடியைக் கைகளால் கோதி, லுங்கிக்கு மேல் சட்டையை மாட்டி, அவசரமாக வராந்தாவில் போய் நின்றான் மணி. அவன் பக்கத்திலேயே பனியனோடு வந்து நின்றான் சுந்தர். உருண்டு திரண்ட உடற்கட்டு. வெயிலில் அவன் உடலின் நிறம் தகதகத்தது.

"நீ ஏன்டா கூட வந்து நிக்கிற?" அவனை முறைத்தான் மணி.

"ஏங் ஊங் ஆளு என்ன சைட் அடிக்கும்னு பயமா?"

"ஏங் ஆளுனு நானு உங்கிட்ட சொன்னனா?"

"அப்பறம் எதுக்குக் கொக்கு மாரி தலைய எட்டிப் பாத்துகினு இங்க நிக்கற? மூடிகினு நில்டா ஊங் ஆளு எப்டிதாங் கீதுனு நானும் பாக்கறங்?" அவனை உரசிக்கொண்டு நின்றான் சுந்தர்.

மாடிப் பூங்கா புதரை உற்றுப் பார்த்தான் மணி. அங்கே எந்த அசைவும் இல்லை. ரிக்சாக்காரனும், அந்தப் பையனும், லோடு மேஸ்திரியும் இன்னும் வரவில்லை.

"ஏன்டா ரோட்ல வர்ற எல்லாப் பசங்களும் யூனிபார்ம்ல ஒரே மாதிரி தெர்தே இதுல ஊங் ஆளு எதுரா?"

"ம் ஆடுங்க கூடப் பாக்க ஒரே மாதிரிதாங் இருக்குது. ஆனா குட்டிங்க எப்டி கரக்டா கண்டுபுட்ச்சு அம்மாகிட்ட மட்டும் பால் குடிக்க ஓடுது?"

“ஓ நீ பெரிய அறிவாளியா ஆய்ட்டடா”

அடுத்த ஐந்தாவது நிமிடம் அவள் மட்டும் தனியாக தலை குனிந்தபடியே நடந்து வந்தாள். பழையபடியே இரண்டு பின்னல்களுக்கும் பாலம் கட்டியதைப் போல மல்லிகைப் பூச்சரம். இடது தோளில் தொங்கும் புத்தகப் பை. வழக்கம் போல மார்பின் மீது குதித்துக் குதித்து விளையாடும் துப்பட்டா. அதை விரல்களால் நீவியபடியே வந்தவள், வழக்கமான இடத்தில் வந்ததும் தலையை நிமிர்த்தி மேலே பார்த்தாள்.

மேலே இரண்டு பேர் நின்று அவளையே பார்ப்பதை அவள் எதிர்பார்க்க வில்லை. கண்களில் ஒரு மிரட்சி தடுமாறிக் கீழே குனிந்துகொண்டாள்.

“மச்சாங் அவதானா நல்லாதாண்டா இருக்குது தளதளனு தக்காளியாட்டம் அய்ரு பொண்ணா சேட்டுப் பொண்ணா? பாத்துரா இதுங்கல்லாம் சும்மா டைம்பாசுக்குப் பாத்துட்டுப் போவப் போவுதுங்க” மணியின் வலது தோளைப் பற்றினான் சுந்தர்.

தலையைத் திருப்பி, அவள் முதுகையும், பின்னலில் சிரிக்கும் மல்லிகைச் சரத்தையும் பார்த்தபடி நின்றான் மணி.

அறைக்குள் நுழைந்து பேண்ட்டை மாட்டிக்கொண்டு தனது இருக்கையில் உட்கார்ந்தான் சுந்தர். மணி உள்ளே வந்து, சோற்றுக் குண்டானயும், குழம்புக் குண்டானையும் மறைவாய் மூடி வைத்துவிட்டு, பேண்ட் மாட்டிக்கொண்டான். அறையில் குழம்பின் வாசனை அங்குமிங்குமாய்ச் சுற்றிக்கொண்டிருந்தது.

ஊது வத்தியைக் கொளுத்தி சாமிப் படங்களின் முன்னால் செருகிவிட்டு, ரூம் பிரஷ்னரை அறை முழுவதும் பீய்ச்சி அடித்துவிட்டு, மின் விசிறியைச் சுழலவிட்டான்.

ஸ்டவ் எரிந்த வெப்பத்தை மெலிதாக வெளியே விரட்டிய மின்விசிறி, வெளிக் காற்றை உள்ளே இழுத்து வந்து அறையைக் குளிர்வித்தது.

மணி 9.30. உள்ளே நுழைந்தார் மேலாளர் மாதவன்.

“ன்னாபா சுந்தர் நீயும் நேத்து வீட்டுக்குப் போலியா?” சுந்தரிடம் கேட்ட மாதவன், அவர்களின் வணக்கங்களைத் தலையசைத்து ஏற்றுக்கொண்டார்.

சாமி படங்களைக் கும்பிட்டுவிட்டு, தனது இருக்கையில் உட்கார்ந்து, தொலைப்பேசியில் லோடு விவரங்களை விசாரித்தார். அன்றைக்கு பைப் கம்பனியில் மூன்று லோடுகள். மூன்றுமே குஜராத் மாநிலத்தில் உள்ள பரோடாவுக்கு.

முந்தைய நாள் வாடகையிலேயே வண்டிகளை எடுக்கப் போராடினார் மாதவன். அன்று வண்டிகளுக்கு ஏக டிமாண்ட். அதனால் வாடகை முந்நூறு ரூபாய் கூடிவிட்டது.

மிதிவண்டி நிறுவனத்தில் ஒரு லோடுதான்.

லோடிங் இருக்குமோ இருக்காதோ என மதியத்திற்கும் சேர்த்தே சோறாக்கி இருந்தனர். இரவு திரும்பி வர நேரமாகலாம் என்பதால் சோற்றில் தண்ணீர் ஊற்றி வைத்தான் மணி. அது மறுநாள் காலை வரை தாங்கும். அப்படியே வைத்துவிட்டுப் போனால் இரவுக்குள் கொசகொவென நொந்து சோறு கூழைப் போல குழைந்துவிடும். அதை வாயில் வைக்க முடியாது.

முதல் நாள் லோடிங் மாமூலில் மேலாளரின் பங்கை மணியும், சுந்தரும் கொடுத்து விட்டு, தேநீர் அருந்திய பின்னர் இருவரும் ஒன்றாகவே லோடிங் கிளம்பினார்.

தளும்பிக்கொண்டு வந்து நின்ற பெரம்பூர் பேருந்தில் ஏறினர்.

“ன்னா மச்சாங் இந்த வாரம் லோடிங் பரவால்லல?” கம்பியைப் பிடித்துக்கொண்டு நின்றதும் சுந்தர் மணியைப் பார்த்துக் கேட்டான்.

“ம்... மாசம் ஃபுல்லா இப்டியே இர்ந்தா நல்லாதாம் போவும்”

“இருக்கும்டா இது மார்ச் மாசம்தான எப்பவுமே இந்த மாசம் லோடிங் நல்லா இருக்கும்”

வழக்கம் போலப் பேசின்பாலம் ரயில் நிலையத்தில் இருவரும் வேறு வேறு ரயில்களில் ஏறினர்.

மணி வழக்கம்போல அந்த உணவகத்தில் பரோட்டாவும், கோழிக்கறிச் சேர்வாவும் சாப்பிட்டு, வேகமாக நடந்தான். தொழிற்சாலையின் எதிரில் வரிசையாக நின்றிருந்த லாரிகளை ஒவ்வொன்றாகப் பார்த்தான். மேலாளர் எழுதிக் கொடுத்த ஒரு லாரி கூட அந்த வரிசையில் இல்லை.

மூன்று வண்டிகளில் இரண்டு வண்டிகள் இறைவன் புரோக்கர் அலுவலகத்தில் கேட்டிருந்தனர். ஒன்று மட்டும் நீராலா புரோக்கர். நீராலாவில் அரிதாகத்தான் வண்டி எடுப்பார் மாதவன். நீராலா மேலாளர் சொன்ன நேரத்தில் வண்டியை அனுப்ப மாட்டான். ஆனால், அரிச்சந்திரனுக்குச் சொந்த அண்ணனைப் போலப் பேசுவான்.

நேரம் சரியாக இரண்டு மணி. வெளியே காத்திருந்த வண்டிகளைத் தொழிற்சாலைக்கு உள்ளே விட ஆரம்பித்தனர். அவர்களுக்கு அதுவரை ஒரு வண்டி கூட வராதது மணிக்கு எரிச்சலாக இருந்தது. சோர்வாக நடந்து தொழிற்சாலைக்குள் போனான். வழக்கம் போல எல்லோருக்கும் வணக்கம் வைத்துவிட்டு, மீண்டும் வெளியே வந்தான். அப்போதும் இவர்களின் வண்டிகள் எதுவுமே வரவில்லை.

பெட்டிக்கடைக்குப் போனான். அதன் முகப்பில் வலது ஓரமாக நின்றிருந்த இரும்புப் பைப்பில் தொங்கிக் கொண்டிருந்தது காய்ன் பாக்ஸ். பாதிக் கறுப்பும்,

பாதி மஞ்சளுமாய்ப் பளபளத்த அந்தக் காய்ன் பாக்சில் ஒரு ரூபாய் நாணயத்தைப் போட்டு. அலுவலகத் தொலைப்பேசி எண்களை அழுத்தி, மாதவனிடம் பேசினான்.

"சார் இன்னும் ஒரு வண்டி கூடப் பேக்டரிக்கு வர்ல சார்"

இவன் சொன்னதைக் கேட்டதும் பதற்றமாகிவிட்டார் மாதவன். இரண்டு புரோக்கர்களையும் அசிங்கமாகத் திட்டிக்கொண்டே போனை வைத்தார். உடனே அவர் அந்த புரோக்கர் அலுவலகங்களுக்கு போன் போட்டுப் பேசுவார்.

கால்மணி நேரம் கழித்து மீண்டும் ஒரு ரூபாய் நாணயத்தைப் போட்டு மாதவனிடம் பேசினான். ஏற்கெனவே கொடுத்திருந்த லாரி எண்களுக்குப் பதிலாக வேறு மூன்று லாரிகளின் எண்களைச் சொன்னார் மாதவன். அதே புரோக்கர் அலுவலகங்கள்தாம்.

அவற்றை ஒரு துண்டுச் சீட்டில் குறித்துக்கொண்டான். சாலைக்கு வந்து லாரிகளைப் பார்த்துக்கொண்டே முன்னால் நடந்தான். ம்கூம். அந்த லாரிகளும் வரவில்லை.

இவனுக்கு என்ன செய்வதென்றே தெரியவில்லை. மீண்டும் மாதவனுக்கு போன் போட்டால் கோபத்தில் கத்துவார். சொல்லாவிட்டால் அதைவிட அதிகமாகக் கத்துவார். குழப்பமாக இருந்தது.

மீண்டும் பெட்டிக் கடைக்குப் போனான். பாக்கட் டைரியிலிருந்து தொலைப்பேசி எண்களைத் தேடி எடுத்து இவனே நேரடியாக இறைவன் புரோக்கர் அலுவலகத்துக்கு போன் போட்டான்.

"பாவனா டிரான்ஸ்போர்ட் லோடிங் கிளார்க் பேசறங் சார் பைப் கம்பனிக்கி வண்டிங்க இன்னும் வர்லியே"

"பரோடா வண்டிதானணா வண்டி அப்பவே அனுப்பியாச்சி எங்கனா டிராபிக் ஜாமா இருக்கும் வந்துரும்ணா" எனச் சாதாரணமாகச் சொன்னார் இறைவன் மேலாளர்.

நீராலா புரோக்கர் அலுவலகத்திலும் அதே பல்லவிதான்.

"நம்ப வண்டிலாம் சொன்னா சொன்ன நேர்த்துல களம்பிரும் தலைவரே வழில தாங் நூறு நூத்தம்பது சிக்னலு இருக்குதோ நின்னு நின்னு வரவேணாமா" என்றான் அந்த மேலாளர்.

நேரம் மூன்று மணியையும் கடந்து ஓடிக்கொண்டிருந்தது. நின்றிருந்த லாரிகளை மீண்டும் ஒரு முறை பார்த்துக்கொண்டு முன்னோக்கி நடந்தான்.

அப்பாடா என மூச்சு வந்தது இவனுக்கு. வரிசையின் கடைசியில் அப்போதுதான் வந்து நின்ற, இரண்டு லாரிகளும் இறைவனிலிருந்து வந்தவை. நுழைவாயிலுக்குப் போய் வண்டி எண்களைப் பதிவு செய்யச் சொல்லி அதன் ஓட்டுநர்களை விரட்டினான்.

நீராலா வண்டி மட்டும் வரவில்லை. இரவு எட்டு மணிக்கு வண்டி வந்து விட்டால் கூடப் போதும். எப்படியாவது லோடு ஏற்றிவிடலாம். ஆனால், மாலை ஆறு மணியைக் கடந்துவிட்டாலே லாரிகள் வந்து சேர்வது என்பது அவ்வளவு நிச்சயமில்லை.

புரோக்கர்களிடம் வண்டி கேட்கிறபோது, வேறு நிறுவனங்களில் சரக்கு இறக்கிக்கொண்டிருக்கும் லாரிகளின் எண்களைக் கூடக் கொடுத்து விடுவார்கள். அவை அங்கே சரக்கை இறக்கி, ரிசீவ்டு வாங்கி, அங்கிருந்து கிளம்பி வருவதற்குள் இப்படித்தான் தாமதமாகும். சொன்ன நேரத்தில் அங்கே லோடு இறக்க முடியாவிட்டால் வண்டிகள் வராமலும் போகலாம்.

மணிக்குப் பதற்றம் குறைந்தபாடில்லை. லாரிகள் தொடர்ச்சியாகத் தொழிற்சாலையின் உள்ளே போவதும், பைப்புகளை வயிறு முழுவதும் நிரப்பிக்கொண்டு வெளியே வருவதுமாக இருந்தன.

இரண்டு மணிக்குத் தொழிற்சாலைக்குள் போய் வந்தவன்தான். அதற்குப் பிறகு உள்ளே போகாமல் வெளியே லாரிகள் நிற்குமிடத்திலேயே சுற்றிச் சுற்றி வந்தான்.

வேறு வழியில்லாமல் மீண்டும் மாதவனுக்கு போன் போட்டான்.

“சார் இறைவன் வண்டி வந்திர்ச்சி நீராலா வண்டி வரவே இல்ல சார்”

“இன்னுமா வர்ல இன்னேத்திக்கி சாவகாசமா சொல்ற அந்தப் பேபர்சிங்க கிட்ட இதே ரோதனயா போச்சி பாடுஸ்ங்க வண்டி இல்லனா இல்லனு சொல்லமாட்டானுங்க”

அவர் ஏகத்துக்கும் கத்திவிட்டுச் சடாரெனப் போனை வைத்துவிட்டார்.

நாளெல்லாம் காட்டில் மேய்ந்துவிட்டு வயிறு பெறுத்து மாலையில் திரும்பி வரும் ஆடு மாடுகள் போகிற வழியில் சும்மா போகாது. சிவனே எனக் கிடக்கிற சுமைதாங்கிக் கல்லில் ஒரு உரசு உரசிவிட்டுத்தான் போகும். எதிர்ப்படும் வேலியிலாவது உரசினால்தான் அவைகளின் அரிப்பு அடங்கும். அப்படி யார் யார் மீதோ இருக்கிற கோபத்தை எல்லாம் இவன் மீது இறக்கி வைக்கிறார் மேலாளர். மணிக்கு எரிச்சலாக இருந்தது.

இறைவனிலிருந்து ஏற்கெனவே வந்த இரண்டு வண்டிகளும் லோடு ஏற்ற உள்ளே போன போது ஆறு மணி. அப்போதும் நீரலாவிலிருந்து அந்த மூன்றாவது வண்டி வரவேயில்லை. உள்ளுக்குள் பதற்றத்துடனே தொழற்சாலையின் உள்ளே போனான் மணி.

“இன்னாபா பாவனா உள்ள ஆளயே காணோம் மூனு வண்டியும் வந்திட்ச்சா” இவனிடம் சாதாரணமாகத்தான் கேட்டார் லோடிங் மேற்பார்வையாளர்.

"ரெண்டு வண்டி உள்ள வந்திட்ச்சி சார் இன்னொண்ணு வெளில நிக்கிது சார்" துணிந்து பொய் சொன்னான்.

ஒருவேளை இனி மேலும் அந்த வண்டி வராவிட்டால் இவன் தொலைந்தான்.

லோடிங் பாயிண்டில் தலையைக் காட்டிவிட்டு, மீண்டும் வெளியே வந்து லாரிகளைப் பார்த்தான். வெளியில் மொத்தமே பத்து வண்டிக்கும் குறைவாகத்தான் நின்றிருந்தன. நீராலா வண்டி வரவேயில்லை.

இவர்களின் அலுவலக அறைக்குப் பக்கத்து அறையில் ரோட் கிங் டிரான்ஸ்போர்ட் அலுவலகம் இருக்கிறது. அதன் ஊழியர்கள் எல்லோருக்கும் உள்ளங்கை அகலத்தில் இருக்கும் கறுப்பு நிற பேஜர்களை வாங்கிக் கொடுத்திருக்கிறார்கள். அவசரத்துக்கு அதில் குறுஞ்செய்திகளை அனுப்பித் தகவல்களைப் பரிமாறிக்கொள்கிறார்கள்.

அவர்களின் முதலாளி சென்னைக்காரர். அவர் தனக்கென்று ஒரு செல்லுலார் போனும் வைத்திருக்கிறார். எந்த இடத்தில் இருந்தாலும், எந்த நேரமாக இருந்தாலும், நினைத்தவுடன் அதில் பேசுவார்.

கறுப்பு நிறத்தில், அரை செங்கல் நீளத்தில் பார்க்க அழகாக இருக்கிறது அந்தச் செல்லுலார் போன். அதன் தலையின் ஒரு பக்கம் விரல் கனத்தில் சின்னதாய் ஓர் ஒற்றைக் கொம்பு. அழைப்புகள் வரும்போது அது மணி அடிப்பதைக் கேட்கவே கிளுகிளுப்பாக இருக்கும். அப்போதெல்லாம் அவரின் முகம் பூரிப்பில் விரியும். "ஹலோ ஹலோ" என வராந்தாவில் வந்து நின்று, கத்திக் கத்திப் பேசுவார். அறையின் உள்ளே சரியாகச் சிக்னல் வரவில்லை என்பார்.

பேசி முடித்ததும், ஒரு குழந்தையைப் போல அதைக் கையில் ஏந்தியபடி வராந்தாவில் உலவுவார். அப்போது அவர் முகம் காலைச் சூரியனைப் போலப் பெருமையில் பிரகாசிக்கும்.

அதைப் போன்ற செல்லுலார் போன்கள் எல்லோரிடமும் இருந்தால், அவசர நேரங்களில் எவ்வளவோ உதவியாக இருக்கும். வண்டி எந்த இடத்தில் வருகிறது என ஓட்டுநர்களிடமே நேரடியாகக் கேட்டுத் தெரிந்துகொள்ளலாம்.

ஆனால், அப்படி ஆளுக்கொரு செல்போன் வைத்துக்கொள்ள பெருஞ்செலவு செய்ய வேண்டுமே.

அதற்கெல்லாம் பெரும் கொடுப்பினை வேண்டும் என நினைத்துக்கொண்ட மணி கைக்கடிகாரத்தில் நேரம் பார்த்தான். ஏழு. "த்ஸ்" எனச் சலிப்போடு தலையை உயர்த்தினான்.

சுற்றிலும் அடுப்புக்கரித் தூளைத் தூவி வைத்ததைப் போல கருமையான இருட்டுக் கவிழ்ந்திருந்தது. வரிசை வரிசையாய் நெடுஞ்சாலையில் ஓடும் வாகனங்கள் முகப்பு விளக்கு வெளிச்சங்களோடும், நீளமான ஹாரன் ஒலிகளோடும் பேய் வேகத்தில் விரைந்துகொண்டிருந்தன.

இவன் வயிற்றில் பசியின் எரிச்சல் தொடங்கிவிட்டது. வடை சாப்பிடவோ, தேநீர் குடிக்கவோ மனசு வரவில்லை. நீராலாவிலிருந்து அந்த மூன்றாவது வண்டியும் வந்துவிட்டால் நிம்மதியாக இருக்கும். வராவிட்டால் தொழிற்சாலை அதிகாரிகளிடம் இவன்தான் திட்டு வாங்கவேண்டும்.

மனதைச் சற்றுத் திடப்படுத்திக்கொண்டு மீண்டும் தொழிற்சாலைக்குள் போனான். லோடு ஏற்றித் தயாராக நின்றிருந்த இரண்டு வண்டிகளுக்கும் பில் போட்டு ஓட்டுநர்களிடம் கொடுத்தான். மாமூல் கேட்கக் கூட மனசு வரவில்லை. அவர்களாகவே மாமூல் எவ்வளவு எனக் கேட்ட பின்னர்தான் இருநூறு என்று சொன்னான். ஒரு வண்டியில் நூற்றி அறுபதும், இன்னொரு வண்டியில் நூற்றி எண்பதும் கொடுத்தார்கள். எதுவும் பேசாமல் கொடுத்ததை வாங்கிக்கொண்டான். வண்டிகளை அனுப்பிவிட்டு வேகமாக வெளியே வந்தான்.

இன்னொரு வண்டியும் வந்து அதற்கும் லோடு ஏற்றிவிட்டுதான் அவன் போக முடியும். எத்தனை மணி ஆனாலும் காத்திருக்க வேண்டும். ஒருவேளை வண்டி வராவிட்டால் தொழிற்சாலை அதிகாரிகளின் திட்டுகளை வாங்கிச் சுமந்துகொண்டு, பேருந்தில்தான் திரும்பிப் போகவேண்டும். எட்டு மணிக்கு மேல் போவதற்கு மின்சார இரயில் இல்லை.

வெறுப்போடு சாலையில் இப்படியும் அப்படியுமாகச் சுற்றிச் சுற்றி வந்தான். எட்டே கால் மணி. தேர் போன்ற உயரமான குஜராத் லாரி ஒன்று வந்து மெயின் கேட் அருகில் நின்றது. வண்டியின் முன்புறம் சிறிய சிறிய திரைச் சீலைகளைப் போலப் பல வண்ணத்தில் விதவிதமான துணிகள் தொங்கிக்கொண்டிருந்தன. ஆர்வத்தோடு அந்த லாரியின் பதிவு எண்ணைப் பார்த்தான். ம்ஹீம். அதுவும் நீராலாவில் கொடுத்த வண்டி எண் இல்லை. அவனுக்குப் பெரும் ஏமாற்றமாக இருந்தது.

அந்தக் குஜராத் வண்டியின் ஓட்டுநர் ஒரு சிங். காவி நிற ஜிப்பா. அதே நிறத்தில் தலையில் பெரிய டர்பன் கட்டியிருந்தார். கழுத்துவரை வளர்ந்திருந்த கரு கரு தாடி. ஆள் நெடு நெடுவென நல்ல உயரம். வண்டியிலிருந்து ஆதாபாதையாகக் கீழே குதித்துத் தொழிற்சாலையின் நுழைவாயிலுக்கு ஓடினார் அவர். செக்யூரிட்டி அதிகாரியிடம் என்னவோ சொன்னார்.

"ஏம்பா பாவனா. இங்க வா"

அங்கிருந்தே மணியைப் பார்த்துக் கையசைத்தார் செக்யூரிட்டி அதிகாரி. கண்களில் கேள்வியோடு நுழைவாயிலுக்கு ஓடினான் மணி.

"இது உங்க வண்டியா.? இந்நேத்திக்கி வர்து"

"இல்ல சார்."

"உங்க கம்பனி பேருதான் சொல்றாம்பா சிங்கு"

“க்யா டிரான்ஸ்போர்ட் காடி?” சிங்கிடம் கேட்டான் மணி.

மணிக்கு இந்தியில் தெரிந்தது இரண்டே வார்த்தைகள்தான். ஒன்று கியா, இன்னொன்று காடி.

“நீராலா டான்சிபோட் சாப் பாவனா ஆப்பீஸ் பரோடா லோடு ஹை'' சத்தமாக நீட்டி நீட்டிப் பேசினார் சிங்.

அவர் கையிலிருந்த சீட்டை வாங்கிப் பார்த்தான். நீராலா புரோக்கர் அலுவலகத்திலிருந்துதான் அனுப்பியிருந்தனர். முதலில் இவர்களிடம் கொடுத்த வண்டி எண், இரண்டாவதாகக் கொடுத்த எண் என இரண்டுமே சும்மா பேருக்காகக் கொடுத்த எண்களாக இருக்கும்.

தலையில் அடித்துக்கொண்டான் மணி. செக்யூரிட்டியிடம் வண்டி எண்ணைப் பதியச் சொன்னான். இவனை முறைத்துவிட்டு வேண்டா வெறுப்பாக எழுதினார். லோடிங் மேற்பார்வையாளரிடம் ஓடிப் போய் மூன்றாவது வண்டியும் வந்துவிட்டதாகச் சொன்னபோது ஒரு சொறி நாயை முறைப்பதைப் போல இவனை கேவலமாக முறைத்துப் பார்த்தார்.

“இப்ப டைம் இன்னா மேன்? காலைல பத்து மணிக்கு லோடு சொன்னா ராத்திரி எட்ர மணிக்குதாங் வண்டி வருமா? மதியானமே மூனு வண்டிங்களும் வந்திட்ச்சினு சொன்ன இரு உங்க ஓனர்கிட்ட பேசறங்”

“இனிமே கரக்டா வந்துரும் சார்''

முறைப்புக் குறையாத முகத்துடன் எரிச்சலோடு தலையை வேறு பக்கமாகத் திருப்பிக்கொண்டார். அதையே சம்மதத்திற்கான அறிகுறியாக எடுத்துக்கொண்டு, திரும்பி வேகமாக நுழைவாயிலுக்கு ஓடினான்.

செக்யூரிட்டியிடம் போய் வண்டியை உள்ளே விடச் சொன்னான். அந்த வண்டியைத் தவிர அப்போது வெளியே வேறு எந்த வண்டியும் காத்திருக்கவில்லை. என்றாலும் செக்யூரிட்டி வண்டியை உள்ளே விடாமல், இண்டர்காமை எடுத்து யாரிடமோ பேசினார். தலையாட்டிவிட்டு ரிசீவரை வைத்தார்.

மணிக்குப் பதில் எதுவும் சொல்லாமல் நாற்காலியில் நன்றாகச் சாய்ந்து உட்கார்ந்துவிட்டார். மணி அவர் முகத்தையே பார்த்துக்கொண்டு நின்றான். சிங் இருவரையும் மாறி மாறிப் பார்த்துக்கொண்டு நின்றார். மணிக்குச் சங்கடமாக இருந்தது.

அதே நேரம் அவனுக்குச் சற்றுப் பயமாகக்கூட இருந்தது. வட இந்திய ஓட்டுநர்களிடம் உசாராக இருக்க வேண்டும். அதிலும் சிங்குகளிடம் சண்டைப் போடக்கூடாது. அவர்களுக்குக் கோபம் வந்தால் இடுப்பில் செருகிவைத்திருக்கும் குறுவாளை எடுத்துச் சரக்கெனச் சொருகிவிடுவார்கள் என அவன் ஏற்கெனவே கேள்விப்பட்டிருக்கிறான்.

செக்யூரிட்டியைப் பாவமாகப் பார்த்தான் மணி.

"சார் வண்டிய உள்ள விடலாமா சார்"

அவன் குரல் பரிதாபமாக இருந்தது. செக்யூரிட்டி அவனை எரிச்சலாகப் பார்த்தார். சிங்கையும் அதைப் போலவே பார்த்தார்.

"இரு உள்ளருந்து போனு பண்ணுவாங்க ஏற்கெனவே பாயிண்ட்ல வண்டிங்க இருக்குதாம் சார் வேற உம் மேல ரொம்பக் கோவமா இருக்காரு" என்றார் எரிச்சலாக.

வண்டியில் போய்க் காத்திருக்குமாறு சிங்கிடம் சைகையில் சொன்னான் மணி. அவர் தனது ஜிப்பாவின் பக்கவாட்டுப் பாக்கட்டிலிருந்து ஒரு புகையிலைப் பொட்டலத்தை எடுத்தார். அதிலிருந்து கொஞ்சம் புகையிலைத் தூளைத் எடுத்து தனது இடது உள்ளங்கையில வைத்து நசுக்கியவாறே நிதானமாக நடந்து போய் வண்டியில் ஏறி உட்கார்ந்தார்.

வட இந்திய வண்டிகள் சென்னைக்குச் சரக்கு ஏற்றி வந்தால், தொழிற்சாலைகளில் அந்த லோடுகளை இறக்கவோ, புதிய லோடுகளை ஏற்றவோ அந்த ஓட்டுநர்கள் ஸ்பாட்டுக்கு வரமாட்டார்கள்.

சென்னையைப் போன்ற பெரு நகரங்களில் வழி தேடி அலைவதும், சாலையில் நிற்கும் காவலர்களிடம் தண்டம் அழுவதும் வெளி மாநில ஓட்டுநர்களுக்குப் பெரும் தலைவலி.

அதனால் வண்டியிலிருக்கிற லோடு இறக்க, புதிய லோடு ஏற்ற புரோக்கர்கள் மூலமாக உள்ளூர் ஓட்டுநர்களை நியமித்துக்கொள்வார்கள். அந்த லோக்கல் டிரைவர்கள் வண்டியில் உள்ள சரக்கை இறக்கிவிட்டு, வேறு புதிய சரக்கையும் ஏற்றிக்கொண்டு வந்து வண்டியை ஒப்படைப்பார்கள்.

அதற்காக ஏரியாவைப் பொருத்தும், நேரத்தைப் பொருத்தும் உள்ளூர் ஓட்டுநர்களுக்குப் படி தந்துவிட வேண்டும். அந்த இடைப்பட்ட நேரத்தில் இந்த ஓட்டுநர்கள் புரோக்கர் ஷெட்டில் குளித்து, சாப்பிட்டு, தூங்கி ஓய்வெடுத்துக்கொள்வார்கள்.

அப்படி உள்ளூர் ஓட்டுநர்கள் லோடு ஏற்ற வந்தால் அவர்களிடம் மாமூல் வாங்குவதற்குள் மணியைப் போன்ற எழுத்தர்களின் பாடுதான் திண்டாட்டமாகிவிடும். அவர்களிடம் பேசிச் சமாளிக்க முடியாது. கெஞ் சினால் மிஞ்சுவார்கள், மிஞ்சினால் கெஞ்சுவார்கள். ஆனால், எப்படியும் டபாய்த்துவிடுவார்கள். முக்கி முனகி அரைகுறையாகத்தான் மாமூலைக் கொடுப்பார்கள். ஆனால், கொடுத்த பணத்தைவிட இரண்டு மடங்காக அந்த வெளி மாநில ஓட்டுநர்களிடம் கறந்துவிடுவார்கள்.

அதனால்தான் பெரும்பாலான சிங்குள் உள்ளூர் ஓட்டுநர்களை நம்புவதில்லை. அவர்களாகவே அலைந்து திரிந்து, வழியை விசாரித்துச் சரக்கை இறக்கி, வேறு சரக்கும் ஏற்றிக்கொண்டு போவார்கள்.

இப்போது நேரம் பத்து மணியை நெருங்கிக்கொண்டிருந்தது. சிங் வண்டியில் உட்கார்ந்து நுழைவாயிலையே பார்த்துக்கொண்டிருந்தார். அவருக்கு அருகில் பலகையில் உட்கார்ந்து துங்கிக் கொண்டிருந்த கிளினருக்கு முப்பது வயதிருக்கலாம். ஒல்லியாக இருந்தான். அழுக்காக இருந்தாலும் சிவப்பாகத் தெரிந்தான். தலையில் டர்பன் இல்லை. ஆட்டுத் தாடி மட்டும் இருந்தது. தலை முடியை ஒட்ட வெட்டியிருந்தான். அவனும் சிங்கா எனத் தெரியவில்லை.

அந்த லாரியின் பக்கத்திலேயே நின்று நுழைவாயிலையும், லாரியையும் மாறி மாறிப் பார்த்துக்கொண்டிருந்தான் மணி. வயிற்றில் பசியின் எரிச்சல்.

பத்து மணிக்கு ஷிப்ட் முடிந்து அந்த செக்யூரிட்டிகள் கிளம்ப, வேறு இரண்டு செக்யூரிட்டிகள் வந்து உட்கார்ந்துகொண்டனர்.

பத்தரை மணிக்கு செக்யூரிட்டி அறையிலிருந்த தொலைப்பேசி ஒலித்தது. எடுத்துப் பேசிய செக்யூரிட்டி அதிகாரி, இன்னொரு செக்யூரிட்டியிடம் என்னவோ சொன்னார். மணி அந்த அறையின் வாசலிலேயெ நின்று கொண்டிருந்தவன், அவர்களையே பார்த்துக்கொண்டிருந்தான். அந்தச் செக்யூரிட்டி எழுந்து வெளியில் வந்தார்.

“வண்டிய உள்ள உட சொல்லுங்க” என மணியிடம் சொல்லிவிட்டுக் கேட்டை விரியத் திறந்தான். மணி அவசரமாக வெளியில் ஓடி லாரியின் பக்கக் கதவைத் தட்டினான். வண்டி உயிர் பெற்று, மெதுவாகக் கேட்டுக்குள் நுழைந்து, வேகமாக உள்ளே சென்றது.

வண்டியின் பின்னாலேயே வேகமாக நடந்து யார்டுக்குப் போனான் மணி. யார்டில் இருந்த கடைசி ஐந்து வண்டிகளும் நிறை மாத கர்ப்பிணிகளைப் போல முக்கியபடி மெதுவாக வெளியேறின.

எடை மேடைக்குப் போய் வெற்று வண்டியை எடை போட்டு, லோடிங் பாய்ண்ட்டுக்கு வேகமாக வந்தது சிங் வண்டி. அப்போது சரியாகப் பதினோரு மணி.

“இன்னா சார் இந்நேத்திக்கி வண்டி வர்து” மணியிடம் எரிச்சலாகக் கேட்டார் மேஸ்த்திரி.

“டிராபிக்ல மாட்டி லேட்டாய்ச்சிணா” இவனாகவே பொய் சொன்னான்.

“இந்நேத்திக்கி வந்தா எப்ப ஏத்திட்டு நாங்க போறது” என ஒரு தொழிலாளி முனகினார்.

“சரி வண்டிய பாய்ண்ட்ல போடச் சொல்லுங்க” என்றார் மேஸ்த்திரி.

வண்டி பாயிண்ட்டில் திரும்பி நின்றது. தொழிலாளிகள் வழக்கத்தைவிட சோர்வாக இருந்தனர். ஆறு தொழிலாளர்கள் மட்டும் சலிப்போடு இந்த வண்டியின் அருகில் வந்தனர். மற்றவர்கள் கை, கால் கழுவ குழாய்ப் பக்கம் போனார்கள்.

கால் டண் எடையுள்ள சின்னப் பைப்புகளை இந்த வண்டியில் ஏற்ற வேண்டும். ஒன்பது டன்னுக்கு முப்பத்தாறு பைப்புகள். ஒரு டன் எடையுள்ள பைப்புகளை ஏற்ற வேண்டி இருந்தால் ஒன்பது பைப்களை ஏற்றினாலே போதும். சீக்கிரமே லோடிங் முடிந்து விடும். இந்தச் சிறிய பைப்புகளை ஏற்றி முடிக்க ஒரு மணி நேரமாவது ஆகும். அந்த எரிச்சல் தொழிலாளிகளிடம் வெளிப்படையாகவே தெரிந்தது.

மேஸ்த்திரி ஒரு ஓரமாகப் போய் நின்று கொண்டார். இரண்டிரண்டு பேராகப் பிரிந்து பைப்புகளின் இரண்டு முனைகளிலும் சங்கிலிகளை மாட்டி விட நான்கு நான்கு பைப்புகளாக வண்டியில் ஏறியது.

வண்டியிலிருந்து இறங்கிய சிங், சற்றுத் தூரமாகப் போய் நின்றுகொண்டார். கிளினர் வண்டியின் கேபின் மீது ஏறி நின்று, ஊஞ்சலாடியபடி வரும் பைப்புகளைப் பார்த்துக்கொண்டிருந்தான். கிரேன் ஓட்டுநர் அடிக்கடி கொட்டாவி விட்டபடி கிரேனை வேகமாக இயக்க, கிரேன் முன்னும் பின்னும் சுழன்று சுழன்று பைப்புகளைத் தூக்கித் தூக்கி லாரியில் இறக்கியது.

ஐந்தாவது முறையாக நான்கு பைப்புகளைத் தூக்கியபடி வேகமாக முன்னால் நகர்ந்தது கிரேன். கிரேன் ஓட்டுநர் மீண்டும் நீளமாக ஒரு கொட்டாவி விட, அப்போது கிரேன் சடக்கென உறுமிவிட்டு வேகமாக முன்னால் நகர்ந்தது.

கிரேனிலிருந்து தொங்கி முன்னும் பின்னுமாய் ஆடிய பைப்புகள் அப்போது வேகமாக ஒன்றோடு ஒன்று உரசின. அதே நேரத்தில் லாரியின் கேபின் உயரத்திற்கு மேலெழுந்த பைப்புகள் கேபின் மீதும் டங் டங்கெனச் சத்தமாக இடித்தன.

அதே நொடியில் கேபின் மேலிருந்து ஒரு பெரிய அலறல் சத்தம் கேட்டது. லோடு ஏற்றிக் கொண்டிருந்தவர்கள் தூக்கத்தை உதறிவிட்டு லாரியின் மேற்புறம் பார்த்தனர். கிரேன் டிரைவர் தலையை உலுக்கிக் கண்களை விரியத் திறந்து பார்த்தான். பைப்புகள் அப்படியே அந்தரத்தில் தொங்கின.

யார் அலறியது? லாரி கேபினின் மேல் நின்று லோடிங்கைப் பார்த்துக்கொண்டிருந்த கிளீனரும் மேலே இல்லை. அவனும் அங்கே இல்லை என்றால் யார் கத்தியது?

எல்லோரும் குழப்பத்தோடும் பயத்தோடும் லாரியைப் பார்த்தனர். பீதியோடு ஒருவரை ஒருவர் பார்த்துக்கொண்டனர்.

ஓட்டுநர் சிங் வேகவேகமாக ஓடிப்போய் லாரியின் பக்கவாட்டு ஏணியைப் பிடித்துக் கேபின் மீது ஏறினார்.

நீள் சதுரமாகக் கேபின் மீது பெரிய தார்ப்பாய் மடித்து வைக்கப் பட்டிருக்க, அதன் மீது கிளியின் உடல் விழுந்து துடித்துக்கொண்டிருந்தது.

சிங் அதிர்ச்சியோடு கிளீனரைப் பார்த்தான். மரத்திலிருந்து ஒருகிளை ஒடிந்து தொங்குவதைப் போல கிளியின் தலை கழுத்திலிருந்து கிழிந்து ஒரு பக்கமாகத்

தொங்கிக்கொண்டிருந்தது. உடைந்த குடிநீர்க் குழாயிலிருந்து தண்ணீர் பீய்ச்சி அடிப்பதைப் போல, கழுத்திலிருந்து ரத்தம் பீய்ச்சி அடித்துக்கொண்டிருந்தது. ஒரு பந்தைப் போல கிளீனரின் உடல் துள்ளித் துள்ளி விழ கால்கள் வேகமாக உதைத்துக்கொண்டிருந்தன.

நடந்துவிட்ட விபரீதத்தை உணர்ந்துகொண்டதும் கிரேன் ஓட்டுநர் சடாரென கிரேனிலிருந்து கீழே குதித்தான். பைப்புகள் அப்படியே அந்தரத்தில் தொங்கிக்கொண்டிருந்தன. வேட்டைச் சிங்கத்தைப் பார்த்ததும் மிரண்டு ஓடும் மானைப் போல தொழிற்சாலையின் பின்புறத்தை நோக்கி அவன் தடதடவென ஓடத் தொடங்கினான்.

அடுத்தடுத்த நொடிகளில் லோடிங் தொழிலாளர்களும் ஆளுக்கொரு பக்கமாகப் புகுந்து ஓடிக்கொண்டிருந்தனர். உடனே சுதாரித்துக்கொண்ட லோடிங் மேஸ்திரி அலுவலகத்தை நோக்கி ஓடினார். கேபின் மேலிருந்த சிங் வெறிபிடித்தபடி கத்திக்கொண்டு ஆத்திரத்தோடு கீழே இறங்கினார். அதிர்ச்சியில் பேச்சு மூச்சற்று அசைவில்லாமல் அங்கேயே நின்றுகொண்டிருந்தான் மணி.

11

அலுவலகத்திலிருந்த லோடிங் மேற்பார்வையாளர் வேகமாக ஓடி வந்தார். அவரின் பின்னாலேயே மேஸ்திரியும் ஓடி வந்தார். அவர்கள் யார்டுக்கு வந்து சேர்ந்தபோது கிளீனரின் உடல் சுத்தமாக அடங்கியிருந்தது. ஓடி வந்ததில் மேற்பார்வையாளருக்கு ஏகமாக மூச்சு வாங்கியது.

நடந்து முடிந்ததை உணர்ந்துகொண்டதும் அவரும் சில நொடிகள் அசையாமல் அப்படியே நின்றார். சட்டென உயிர் வந்தவரைப் போலத் தலையை உதறி, மீண்டும் அலுவலகத்தை நோக்கி வேகமாக நடந்தார்.

சம்பவ இடத்தில் தொழிலாளர்கள் யாருமே இல்லை. மணி, லாரியின் ஓட்டுநர் சிங், லோடிங் மேஸ்திரி என மூவர் மட்டுமே அங்கே நின்றிருந்தனர். சிங் இந்தியில் ஏதோ சொல்லி கத்திக்கொண்டிருந்தான்.

அடுத்த பதினைந்தாவது நிமிடம் இரண்டு செக்யூரிட்டிகளும், தொழிற்சாலையின் சீருடை அணிந்த குண்டு குண்டான மூன்று தொழிலாளர்களும் வேக வேகமாக அங்கே நடந்து வந்தனர். அவர்கள் மணியையும் சிங்கையும் கையைப் பிடித்து வலுக்கட்டாயமாக அங்கிருந்து இழுத்துக்கொண்டு போனார்கள்.

சிங் அவர்கள் பிடியிலிருந்து திமிறத் தொடங்கினார். அவருடைய கை தனது இடுப்புப் பக்கம் போனது. அதைப் பார்த்துச் சுதாரித்துக்கொண்ட செக்யூரிட்டிகள் அவரது கையைப் பிடித்து முதுகுப்பக்கம் மடக்கி அழுத்திக்கொண்டனர்.

அலவலகத்தின் ஒரு அறையில் மணியையும், இன்னோர் அறையில் சிங்கையும் தள்ளிக் கதவைப் பூட்டினார்கள்.

மணியின் உடல் தடதடவென நடுங்கிக்கொண்டிருந்தது. காலையில் கிளம்பி வந்ததிலிருந்து அவன் உட்காரவே இல்லை. மதியம் சாப்பிட்ட போது உணவகத்தில் சில நிமிடங்கள் உட்கார்ந்ததோடு சரி. கால்களின் விண் விண்ணென்ற வலி அப்போதுதான் தெரிந்தது. வலுவே இல்லாமல் துணியைப் போலத் துவண்டன கால்கள்.

அவனால் நேராக நிற்கவே முடியவில்லை. அப்படியே கீழே சரிந்து, சுவரில் சாய்ந்து சிமெண்ட் தரையில் உட்கார்ந்தான். அந்த அறையில் அவனைத் தவிர வேறு யாருமில்லை. ஒரு மூலையில் ஏதோ சில பழைய மூட்டைகள் மட்டும் அலங்கோலமாகக் கிடந்தன. அறை முழுவதும் ஏதோ ஒரு விதப் புழுங்கல் நாற்றம். அது அவன் மூக்கைத் துளைத்து, மூச்சை அடைத்தது.

அப்போது அந்த அறையில் எரிந்துகொண்டிருந்த ஒற்றை விளக்கும் அணைக்கப்பட்டது. திடீரெனப் பார்வை பறி போய் விட்டதைப்போல அவனைச் சுற்றிலும் எல்லாமே இருண்டுவிட்டது.

அந்த நள்ளிரவில் நடந்துவிட்ட திடீர் விபத்து அவனை ஏற்கெனவே திகிலில் ஆழ்த்தியிருந்தது. கண் மூடித் திறப்பதற்குள் நடந்துவிட்ட ஒரு துர் மரணம். அந்த எதிர்பாராத விபரீதமே அவனை நிலைகுலைய வைத்திருந்தது. இப்போது அவனை வலுக்கட்டாயமாக இழுத்துவந்து இருட்டறைக்குள் அடைத்து வைத்திருக்கிறார்கள். அது மேலும் அவனுக்குக் குழப்பமாகவும் பயமாகவும் இருந்தது.

இதைப் போன்ற பெரிய தொழிற்சாலைகளில் இப்படியான விபத்துகள் நடப்பது சாதாரணமானது என அவன் ஏற்கெனவே கேள்விப்பட்டிருக்கிறான். அந்த விபத்துகள் வெளியில் தெரியாமலிருக்க இறந்து போனவர்களின் உடல்களை, இரும்பை உருக்கும் பிரமாண்டமான மின் அடுப்புகளுக்குள் தள்ளிவிடுவார்கள். சில விநாடிகள்தான். அப்படி ஒரு நபர் அங்கே இருந்ததற்கான சுவடே இல்லாமல் நொடியில் அழிக்கப்பட்டு விடும். சத்தமில்லாமல் மின் தகனம் நடந்துவிடும்.

தொழிற்சாலையில் இரும்பு உருக்குகிற போது, இயந்திரங்களைக் கையால் கிறபோது, உயரத்தில் தொங்கியபடி வேலை செய்கிறபோது எனத் தொழிற்சாலையின் தற்காலிகத் தொழிலாளர்கள் திடீர் விபத்தில் சிக்கி இறந்தாலும் இதுதான் நடக்கும்.

விபத்தில் சிக்கித் தொழிலாளிகள் இறப்பது வெளியே தெரிந்தால் ஏராளமான சட்டச் சிக்கல்கள் ஏற்படும். வழக்கு நடப்பது மட்டுமல்ல இழப்பீடு தருவது

மட்டுமல்ல அடிக்கடி விபத்து ஏற்படுவது தெரிந்தால் தொழிற்சாலையின் அங்கீகாரமே ரத்தாகிவிடும். உடனடியாக ஒட்டுமொத்தத் தொழிற்சாலைக்கே சீல் வைத்துவிடுவார்கள்.

அதெல்லாம் நடக்காமல் இருக்கத்தான் இப்படி மரணங்களைச் சுவடே இல்லாமல் மறைப்பது என அவன் ஏற்கெனவே கேள்விப்பட்டிருக்கிறான். அது தொழிலாளர்களின் குடும்பங்களுக்குத் தெரிந்தும் நடக்கும். தெரியாமலும் நடக்கும்.

இந்த விபத்தைப் பார்த்துவிட்டதற்காகத் தன்னையும் சிங்கையும் கூட இரும்பு உலையில் தள்ளிப் பொசுக்கப் போகிறார்களா? அதற்காகத்தான் இப்படி இருட்டறையில் அடைத்து வைத்திருக்கிறார்களா?

அப்படி நினைத்ததுமே மணியின் அடி வயிற்றில் திகீர் என ஒரு பயம் எழுந்தது. அய்யோ எந்தத் தடயமுமே இல்லாமல் சுத்தமாக அழித்துவிடுவார்களோ?

ஒரு பெரும் திகில் உள்ளுக்குள் சுழல சற்று நேரம் அப்படியே சரிந்துகிடந்தான். என்ன செய்வது எனத் தெரியவில்லை. மாதவனுக்கோ, சுந்தருக்கோ இந்தத் தகவலை எப்படிச் சொல்வது? தான் இங்கே லோடிங் வந்தது அவர்களுக்குத் தெரியும். திரும்பிப் போகவில்லை என்றால் தேடமாட்டார்களா? இந்தத் தொழிற்சாலையில் வந்து விசாரிக்க மாட்டார்களா?

இவ்வளவு செய்கிறவர்கள் அதற்கும் ஏதாவது செய்யாமலா போவார்கள்? லோடிங் முடிந்து பொழுதோடு தொழிற்சாலையிலிருந்து கிளம்பி விட்டதாகச் சொல்லிவிட்டால் அவர்களை என்ன செய்ய முடியும்?

அந்த அறையிலிருந்து அவன் வெளியில் போனால்தானே அவனை மின் அடுப்பில் தள்ளி எரிக்க முடியும்? அறைக்குள்ளேயே இருந்துவிட்டால்? குபீரென எழுந்தான். தட்டித் தடவி நடந்து போய் கதவைத் தாளிட்டான். யார் வந்து கதவைத் தட்டினாலும் திறக்கக் கூடாது என நினைத்துக்கொண்டான்.

தட் தட். தட் எனத் தலையில் அடிப்பதைப் போல கதவு தட்டப்படும் சத்தம். சுவரோடு சாய்ந்து கிடந்த மணி துள்ளி எழுந்தான். உடல் தடதடவென நடுங்கத் தொடங்கியது. இதயம் டமார் டமார் என அடித்துக் கொண்டது. வெளியில் கேட்கும் சத்தங்களைக் கூர்ந்து கவனித்தான். இதைப் போல ஏற்கெனவே இரண்டு முறை கதவைத் தட்டியபோது அவன் திறக்கவே இல்லை.

"மணி மணி" யாரோ அவனது பெயரைச் சொல்லிக் கூப்பிட்டபடியே கதவைத் தட்டுவது லேசாகக் கேட்டது. வெளியே வெளிச்சம் பரவத் தொடங்கியிருக்க வேண்டும். அறைக்குள்ளும் லேசாக வெளிச்சம் பரவியிருந்தது. விடிந்துவிட்டதோ?

"மணி டேமணி கதவத் தறடா"

அது சுந்தரின் குரல். உற்றுக் கேட்டான். மீண்டும் சுந்தரின் குரல். பாதி உயிர் வந்துவிட்டது அவனுக்கு. ஓடிப்போய்க் கதவைத் திறந்தான். வெளி

வெளிச்சத்தில் கண்கள் கூசின. பட்டம் பகலாய் வெளிச்சம். வாசலில் சுந்தரும், மேலாளர் மாதவனும் நின்றிருந்தனர். அப்போதுதான் மணிக்குச் சற்றுத் தைரியம் வந்தது. பக்கத்தில் வேறு யாருமில்லை.

“மணி வா போலாம்” சுந்தர் அவன் கையைப் பிடித்து இழுத்தான்.

பலி கொடுக்கப்போகும் ஆடு அமைதியாக நடப்பதைப்போல அவர்கள் பின்னால் நடந்தான். தொழிற்சாலை வாயிலுக்கு வெளியே ஒரு சிவப்பு நிற கார் நின்றிருந்தது. மாதவனும், சுந்தரும் அதில் ஏறி உட்கார்ந்தனர். மணியும் தயக்கத்தோடு ஏறி உட்கார்ந்தான். கார் உடனே கிளம்பியது.

“மணி ரொம்பப் பயந்திட்டியா...?” மாதவன் மெதுவாக மணியிடம் கேட்டார்.

மணி எதுவும் பேசவில்லை. பேச முடியவில்லை. உடலில் அப்போதும் லேசான உதறல் இருந்தது. சுந்தர் அவன் தோள் மீது கைகளைப் போட்டு லேசாக அணைத்தபடி உட்கார்ந்தான். கார் ஒரு மைல் தூரம் போனதும் சாலையின் இடது புறம் வெள்ளைப் பவுடரால் நீளமாக ஏதோ வரைந்து வைத்திருந்தார்கள். அதைச் சுற்றி ஒரு தடுப்புப் போடப்பட்டிருந்தது.

“மணி இதப் பாத்தியா” அதைக் கை காட்டினார் மாதவன்.

மணிக்கு எதுவும் புரியவில்லை. ஏதோ விபத்து நடந்து அதைக் காவல் துறை வரைந்து வைத்திருக்கிறது என நினைத்துக்கொண்டான்.

“இங்கதாம்பா ராத்திரி லாரி ஆக்சிடெண்ட்ல அந்தக் கிளி செத்துப் போய்ட்டான்”

“எந்தக் கிளி சார்”

“அதாம்பா ராத்திரி நம்பகிட்ட பைப் லோடு ஏத்த வந்த இந்திக்காரக் கிளி”

அவரை அதிர்ச்சியோடு பார்த்தான் மணி.

“நேத்து ராத்திரி பேக்டரில நீ பாத்த எல்லாத்தயும் மறந்துடு மணி. இந்த மாதிரி தொழில்ல இதெல்லாம் சகஜம். ராத்திரியே எல்லாத்தயும் சரி பண்ணி முடிச்சிட்டானுங்க”

மாதவனை மேலும் அதிர்ச்சியோடு பார்த்தான் மணி.

“வேற யார்னா இர்ந்தா ஒரு பத்து நிமிசத்துல உள்ளயே மேட்டர முடிச்சிருப்பாங்க கிளீனர் பாடிய நெருப்பு ஒலையில தள்ள அந்த டிரைவர் சிங்கு ஒத்துக்கலயாம் பணத்துக்கும் மசியல. அதனாலதாங் தூக்கத்துல வண்டிலர்ந்து கீழ விழுந்து, ரோட்ல தல மோதி ஆக்சிடெண்ட்ல செத்தமாரி செட்டப் பண்ணிட்டாங்க அதாங் அந்த மேப். பாடி போஸ்ட் மார்டத்துக்குப் போயிருக்கு. கிளி குடும்பத்துக்குப் பைப் கம்பனிலருந்து ரகசியமா ஒரு அமவுண்ட் குடுப்பாங்க இன்சூரன்ஸ் பணமும் வரும்.”

மணி எதுவும் பேச முடியாமல் அவரையும், சுந்தரையும் மாறி மாறிப் பார்த்தான்.

“நீ தப்பிச்சது கூட யாரு புண்ணியமோ, போ இன்னா பண்றது எல்லாமே பணம். அதனாலதாங் நாம தேவயில்லாம எதுலயும் மூக்க நீட்டக் கூடாது. பெரிய எடத்துல இன்னானாலும் நடக்கும்” மாதவன் சொல்லிவிட்டு ஒரு பெருமூச்சு விட்டார்.

செங்குன்றத்தில் ஒரு தேநீர்க் கடையின் முன்பாக கார் நின்றது. அவனைக் கட்டாயப்படுத்தித் தேநீர் குடிக்க வைத்தான் சுந்தர். இரவு எதுவுமே சாப்பிடாதது வயிற்றைக் குமட்டிக்கொண்டு வந்தது. பாதித் தேநீரை மட்டும் குடித்துவிட்டு, மீதியைக் கீழே ஊற்றினான். மீண்டும் கார் கிளம்பியது.

அலுவலக வாசலில் காரிலிருந்து இறங்கி, மெதுவாகப் படியேறி அலுவலகத்துக்குள் வந்த பிறகும் பேயடித்த மாதிரியே இருந்தான். சுந்தர் அவன் தோளைத் தொட்டு உசுப்பி அனுப்பிய பிறகு கழிவறைக்குப் போய்க் குளித்துவிட்டு வந்தான். யாரிடமும் எதுவும் பேசாமல் அமைதியாகவே உட்கார்ந்திருந்தான். ஏதோ ஒரு திகில் படம் பார்த்ததைப் போல நடந்தவை எல்லாம் அவனுக்குள் புரண்டுகொண்டே இருந்தது.

மறுநாள் அவன் லோடிங் போகவில்லை. இந்த வேலையே வேண்டாம் என ஊருக்குப் போய்விடலாமா என யோசித்துக்கொண்டிருந்தான். அவனுக்குப் பதிலாகச் சுந்தர்தான் பைப் லோடிங் போனான்.

இரவு திரும்பி வந்த சுந்தர் சாதாரணமாகவே இருந்தான்.

“ஏன்டா பைப் கம்பனில நிஜமாவே ஆக்சிடென்ட் நடந்திச்சா அங்க அப்டி ஒன்னுமே தெர்லியேடா” என்றான் மணியிடம்.

12

ராணியின் உடலை அறுத்துப் பிணப் பரிசோதனை முடித்த பின்னர் காடாத் துணியில் சுற்றி, பெரிய ஓலைப் பாயில் வைத்துக் கட்டிக்கொண்டிருந்தனர். சூரியன் மேற்கில் இறங்கத் தொடங்கியிருந்தான். பிணத்தை வாங்க நீலம்மாவும் கன்னிச்சியும் அந்த சர்க்கார் மருத்துவமனைக்குப் போயிருந்தனர். அவர்கள் குடியிருப்பிலிருந்து இரண்டு ஆண்களும் அவர்களுடன் போயிருந்தனர். அவர்களோடு பதினோராவது படிக்கும் நீலம்மாவின் மகனும் போயிருந்தான்.

முழு உடலும் ஓலைப்பாயில் வைத்துச் சுற்றப்பட்டு, முகம் மட்டும்தான் திறந்திருந்தது. நாவல் பழத்தைப் போல கருத்துப் போயிருந்த ராணியின் முகத்தைப் பார்த்ததுமே கன்னிச்சி கதறி அழுதாள். அழுகிற கன்னிச்சியை நீலம்மா ஆறுதலாகத் தாங்கிப் பிடித்துக்கொள்ள ஒரு வாடகை காரின் பின்புற டிக்கியில் பிணத்தை மடித்து ஏற்றத் தொடங்கினார்கள். அப்போது அங்கே வந்த மருத்துவமனையின் காவலாளி ஒருவர், அவர்களைப் பெரிய மருத்துவர் அழைப்பதாக நீலாவிடம் சொன்னான்.

கன்னிச்சியும், நீலம்மாவும் மருத்துவரின் அறையை நோக்கி ஓடினார்கள்.

அந்த மருத்துவருக்கு ஐம்பது வயதுக்கு மேல் இருக்கும். வெயில் படாத உடம்பு. நல்ல சிவப்பாக இருந்தார். நடுத்தர உயரம். சற்றுக் கட்டையான உடல். யானையின் முகத்திலிருந்து தொங்குகிற தும்பிக்கையைப் போல அவரின் மார்பின் மீது ஸ்டெதஸ்கோப் தொங்கிக்கொண்டிருந்தது. அவர்தான் ராணியின் பிணத்தை அறுத்துச் சோதனை செய்த மருத்துவர் என அந்தக் காவலர் சொன்னார்.

இவர்களைப் பார்த்ததும் அந்த மருத்துவர் சற்றுக் குழப்பமடைவது போலத் தெரிந்தது. ஏதோ யோசனையோடு இவர்களை உற்று உற்றுப் பார்த்தார். காலையிலிருந்து அழுது அழுது இவர்களின் கண்கள் ரத்தமாய்ப் பழுத்திருந்தன. முகங்களும் பொத பொதவென ஊதியிருந்தன. அளவுக்கு அதிகமாகத் துவண்டு போயிருந்தாள் கன்னிச்சி.

"அந்தப் பொண்ணுக்குக் கல்யாணம் ஆயிருச்சா" என்று பொதுவாகக் கேட்டார் மருத்துவர்.

"இல்ல சாமி" என அழுதாள் நீலம்மா. கன்னிச்சிக்கு மீண்டும் அழுகை பீறிட்டுக்கொண்டு வந்தது. நீலம்மாவின் தோளில் முகம் புதைத்து ஓவென அழுதாள்.

மருத்துவர் அவர்களை அதிர்ச்சியோடு பார்த்தார். நீண்ட நேரம் எதையோ யோசித்தார். தானாகத் தலையாட்டிக்கொண்டார்.

"உங்க பொண்ணு மூனு மாசம் கர்ப்பமா இருந்திருக்கு" என்றார் மெதுவாக.

அவ்வளவுதான். கன்னிச்சியின் தலை அதிர்ச்சியல் ஒரு துள்ளுத் துள்ளியது. கண்கள் இருட்ட, தலை சுற்ற, அப்படியே கீழே சாய்ந்தாள். நீலம்மா அவளைத் தாங்கிப் பிடித்தாள். நீலம்மா மருத்துவரைப் பயத்தோடு பார்த்தாள். உடன் இருந்தவர்களும் வாயடைத்துப் போய் நின்றார்கள்.

மீண்டும் சுதாரித்து எழுந்து உட்கார்ந்த கன்னிச்சிக்கு, அந்தக் கனத்திலிருந்தே திக் பிரமைப் பிடித்துவிட்டது.

கன்னிச்சியின் மகள் ராணியா கர்ப்பமாக இருந்தாள்? திருமணம் ஆகாமலே எப்படிக் கர்ப்பமானாள்? அதற்குக் காரணம் யாராக இருக்கும்? அவர்களுக்கு எதுவுமே புரியவில்லை.

ராணியின் உடலைக்கொண்டு போய், இருட்டிலேயே தட்டுத்தடுமாறி மலைச்சரிவில் ஒரு குழி வெட்டிப் புதைத்துவிட்டு வந்தனர்.

சாவு வீட்டு வாசலில் புகையும் நெருப்பைப் போல ஊரில் இது புகைந்துகொண்டே இருந்தது. அடுத்த பல மாதங்களுக்குச் சம்சாரிகள் வீட்டு ஊர்க்கிழவிகள் மோவாயில் விரல் வைத்து, அதையே பெரும் பேச்சாகப் பேசிக்கொண்டிருந்தனர்.

சூரியனைப் பார்த்தே கர்ப்பமான குந்தி தேவியைப் போல இவளும் கர்ப்பமாகி இருப்பாளோ எனக் கிண்டலடித்தனர் ஊர் சம்சாரிகள்.

ராணியின் சித்தி நீலம்மாவின் மகன் அப்போது பதினோராவது படித்துக்கொண்டிருந்தான். தனது சொந்த அக்கா சந்திராவைப் போலவே, ராணியிடமும் அவனுக்குப் பாசம் அதிகம். ராணி அவனை விட இரண்டு வயது மூத்தவள். ராணியும் "தம்புடு தம்புடு" என அவனிடம் பாசம் காட்டுவாள். சந்திராவை எவ்வளவு பிடிக்குமோ அதே அவளது ராணியையும் அவனுக்குப் பிடிக்கும்.

நாளாக நாளாக ஊராரும், உறவினர்களும் ராணியின் இறப்பை மறக்கத் தொடங்கி விட்டனர். ஆனால், அவன் மட்டும் அந்த அகால மரணத்தையும், திருமணமாகாமலே அவள் கர்ப்பமாக இருந்ததையும் நினைத்து நினைத்து உள்ளுக்குள் புழுங்கிக்கொண்டிருந்தான். அவளைக் கர்ப்பமாக்கியது யாராக இருக்கும் என அவன் சதா நேரமும் யோசித்துக்கொண்டிருந்தான்.

பாட்டிலுக்குள் ஊற்றி மூடி வைக்கப்பட்ட தென்னங் கல்லைப் போல வெளியேற வழியில்லாமல் உள்ளுக்குள்ளேயே நுரைத்து நுரைத்துப் பொங்கிக்கொண்டிருந்தது அவனது ஆத்திரம்.

ராணியைக் கெடுத்த முகம் தெரியாத அந்த துரோகி யாராக இருக்கும் என யார் யார் முகத்தையோ பொருத்திப் பொருத்திப் பார்த்துக்கொண்டிருந்தான் அவன்.

13

பாவனா டிரான்ஸ்போர்ட் நிறுவனத்தின் வேலூர் தலைமை அலுவலகம். தனது இருக்கையில் குனிந்து உட்கார்ந்திருந்த பெரிய மேலாளர் கேசவன், ஒரு கனமான பேரேட்டில் மும்முரமாக எழுதிக்கொண்டிருந்தார்.

அவர் முன்பாகப் போய் நின்ற மணி, மிகுந்த மரியாதையுடன் அவருக்கு வணக்கம் வைத்தான்.

மெட்ராஸ் மண்ணடியில் இருக்கும் பரோடா வங்கியிலிருந்து ஒரு இலட்சம் ரூபாயை எடுத்த மாதவன், அதை மணியிடம் கொடுத்து, தலைமை அலுவலகத்தில் கொண்டு போய்ச் சேர்க்கச் சொல்லி அவனை வேலூருக்கு அனுப்பியிருந்தார்.

அன்று சனிக்கிழமை. பைப் லோடிங் எதுவுமில்லை. மிதிவண்டி நிறுவனத்தில் மட்டும் ஒரு லோடு இருந்தது. அதற்குச் சுந்தரை அனுப்பிய மாதவன், பணத்தை வேலூர் கொண்டு போய்ச் சேர்க்கும் வேலையை மணியிடம் ஒப்படைத்தார்.

பைப் தொழிற்சாலையில் நடந்த அந்த விபத்துக்குப் பிறகு, சுந்தர்தான் அங்கே லோடிங் போனான். மணிக்கு அந்தத் தொழிற்சாலைக்குப் போகவே பிடிக்கவில்லை. இந்த வேலையில் தொடரவும் பிடிப்பில்லாமல்தான் கிடந்தான். அதற்காக ஊருக்கே திரும்பிப் போகவும் முடியவில்லை. அங்கே போய் என்ன செய்வது என்ற கேள்வியும் அவனைக் குடைந்துகொண்டிருந்தது.

இங்கே சம்பளம் மிகக் குறைவாக இருந்தாலும், அது ஊரில் யாருக்கும் தெரியாது. சென்னைப் பட்டணத்தில் வேலை செய்கிறான் என்பதால் ஊராரும், அவனது உறவினர்களும் அவனை கவுரமாகத்தான் பார்க்கிறார்கள்.

அதனாலேயே இந்த வேலையை விட்டுவிடவும் அவனுக்கு மனம் வரவில்லை. அதற்காக இப்படி ஆளையே விழுங்கி ஏப்பம் விடுகிற தொழிற்சாலைகளுக்குள் மீண்டும் எப்படிப் போக முடியும்?

சுந்தரும், மாதவனும் தொடர்ந்து பேசிப் பேசிதான் அவனை இயல்பு நிலைக்குக் கொண்டுவந்தார்கள். அப்படியும் ஒரு மாதத்துக்குப் பிறகுதான் அவன் தன்னிலைக்கு வந்தான்.

ஒரு வழியாக எல்லாவற்றுக்கும் துணிந்து, அவன் மீண்டும் பைப் நிறுவனத்திற்கு லோடிங் போன போது, சுந்தர் சொன்னதைப் போல அவனுக்கு அங்கே எந்த வித்தியாசமும் தெரியவில்லை. நுழைவாயிலில் புதிய செக்யூரிட்டிகள் இருந்தனர். லோடு ஏற்றும் தொழிலாளர்கள்கூடச் சாதாரணமாகத்தான் இருந்தனர்.

லோடிங் மேற்பார்வையாளர் மட்டும் கொஞ்சம் இறங்கி வந்து இவனிடம் பேசினார்.

“இன்னாப்பா ரொம்ப நாளா இந்தப் பக்கம் ஆளயே காணோம் ஆக்சிடெண்ட பாத்து ரொம்பப் பயந்திட்டதா உங்க ஆளு சொன்னாப்ல”

இவன் எதுவும் சொல்லாமல் அவரையே பார்த்தான்.

“அன்னிக்கி நீ ரொம்பப் பயந்து போயி அந்த ஸ்பாட்ல நின்னுகிட்டு இருந்த அதனால உன்னோட சேப்டிக்காகத்தான் அந்த ரூம்ல இருக்க விட்டோம். நடுவில ரெண்டு வாட்டி வந்து கதவ தட்னம் நீ இன்னாடான்னா உள்ள தாப்பா போட்டுகிட்டுக் கதவயே தறக்கல”

அவர் சொல்வதை நம்பலாமா வேண்டாமா என அவனுக்குத் தெரியவில்லை.

எப்படியோ நாளாக நாளாக இதுதான் தொழில் என மனதைத் தேற்றிக்கொண்டான். வழக்கம் போலப் பைப் நிறுவனத்திலும், வேறு தொழிற்சாலைகளிலும் லோடிங் போகவும் தொடங்கிவிட்டான்.

மறுநாள் ஞாயிற்றுக்கிழமை. சீக்கிரமாகப் பணத்தைக்கொண்டு போய் வேலூரில் கொடுத்துவிட்டால் அப்படியே ஊருக்குப் போய்விட்டு, திங்கள் கிழமை அலுவலகம் வந்தால் போதும் என்றார் மாதவன். அதனால்தான் மணியும் காலையிலேயே கிளம்பினான்.

ஆனால், பணமோ ஒரு இலட்சம் ரூபாய். எல்லாமே நூறு ரூபாய் கட்டுகள். பத்துக் கட்டுகளையும் ஹேண்ட் பேகில் அவனது அழுக்குத் துணிகளுக்கடியில் வைத்து, மூன்று பேருந்துகள் மாறி, பதைபதைப்புடன் பயணித்து, வேலூர் வந்து சேர்கிற வரை அவனது உடலும் மனசும் உதறிக்கொண்டே இருந்தன.

இந்தத் தொழிலில் நடக்கும் விபத்துகள் போன்ற விபரீதங்கள் ஒரு பக்கம் என்றால் இதைப் போன்று பணத்தைப் பாதுகாத்துக்கொண்டு போவது இன்னொரு பக்க விபரீதம். உயிர் போனாலாவது ஒரு நாளோடு போய்விடும். பணம் பறி போனால்? வாழ்க்கை முழுவதும் கடன் கட்டியே சாக வேண்டியதுதான்.

பேருந்திலோ, வழியிலோ எவனாவது பணத்தில் கை வைத்துவிட்டால் யார் பதில் சொல்வது? மாதவன் ஒருமுறைக்குப் பத்து முறை எச்சரிக்கை செய்து அனுப்பினார்.

ஒருமுறை வால்டாக்ஸ் சாலையில் உள்ள ஒரு லாரி அலுவலகத்தில் வாடகைப் பணம் வாங்க இவன் போயிருந்தான். பணத்தைக்கொண்டு வர ஒரு சிறிய லெதர் பையைக்கொண்டு போயிருந்தான். மாடிப்பூங்கா நிறுத்தத்தில் நகரப் பேருந்தில் ஏறி, வால்டாக்ஸ் சாலையில் இறங்கி, அந்த வடக்கிந்திய நிறுவனத்தின் கேஷ் கவுண்டர் வரிசையில் போய் நின்றான். வாடகை ரசீதை எடுக்க, கையிலிருந்த பையைப் பார்த்தவனுக்குப் பகீர் என்றது. பையின் மேற்புறம் பிளேடால் டாக்கா போடப்பட்டு இரண்டாகப் பிளந்திருந்தது. பேருந்து நெரிசலில் எவனோ கச்சிதமாகப் பிளேடு போட்டிருக்கிறான்.

நல்ல வேளை. அப்போது பையில் ரசீதைத் தவிர வேறு நயா பைசா இல்லை. வாடகை இருபத்தி ஐந்தாயிரம் ரூபாய். அதை வாங்கிப் பையில் வைத்துக்கொண்டு திரும்பும்போது பிளேடு போட்டிருந்தால்? அப்படி நினைத்ததுமே உடல் உதறல் எடுத்தது மணிக்கு.

உடனே சுதாரித்துக்கொண்டான். காசாளரிடமிருந்து பணம் வாங்கியதும், அதை அந்தப் பையில் வைக்காமல், சட்டை பணியனுக்குள் வைத்துக்கொண்டு, கையில் வெற்றுப் பையைப் பிடித்தபடி, உசாராகத் திரும்பி வந்தான்.

இப்போதும் காலையில் பணத்தோடு வேலூருக்குக் கிளம்பியதிலிருந்தே பதற்றமாகத்தான் இருந்தது. பயத்துடனே பயணித்து, வேலூர் பேருந்து நிலையத்தில் இறங்கி, அங்கிருந்து இரண்டாம் எண் நகரப் பேருந்தில் ஏறி, நேஷனல் திரையரங்கு நிறுத்தத்தில் இறங்கி, பைபாஸ் சாலையில் நடக்கிற போதும் அவனது உடம்பில் உயிரில்லை.

பைபாஸ் சாலையில் நடக்கும் போது கூட முன்னும் பின்னும் திரும்பித் திரும்பிப் பார்த்தவாறே நடந்தான். எதிர்ப்படுகிற இருசக்கர வாகன ஓட்டிகள், நடைபாதைக் கடைவாசிகள், பாதசாரிகள் என எல்லோரையும் சந்தேகத்துடனே பார்த்தான். பயமும் சந்தேகமும் வந்துவிட்டால் சுற்றி இருக்கிற எல்லோரையுமே அயோக்கியர்களாகப் பார்க்க வைத்துவிடுகிறது மனித மனம்.

மெக்கானிக் கடைகளும், ஆட்டோமொபைல் கடைகளும் கசகசவென நிரம்பி இருந்த பைபாஸ் சாலையைக் குறுக்கில் கடந்து, அலுவலக வளாகத்துக்குள் கால் வைத்த போதுதான் அவனுக்கு மீண்டும் உயிர் வந்தது.

கிரீஸ் கறைகளும், அழுக்கும் சேர்ந்து கறுப்பு நிறமாக மாறியிருந்த காக்கிச் சீருடையில் வாசலுக்கு வெளியில் நின்றிருந்த இரண்டு ஓட்டுநர்கள் மணியைப் பார்த்ததும் பவ்யமாக வணக்கம் வைத்தனர். அவர்கள் கம்பனி ஓட்டுநர்கள். சென்னைக்கு லோடு ஏற்ற வரும்போது பழக்கமானவர்கள்.

அலுவலகத்துக்கு மேற்கு பார்த்த வாசல். அதன் செஞ்சாந்து நிறக் கதவுகள் உச்சி வெயிலில் பளபளத்தன. வாசலில் நின்றிருந்த பெரிய கொன்றை மரம் இளம் தீயின் நிறத்தில் மஞ்சள் மஞ்சளாய்ப் பூத்திருந்தது. லேசாகக் காற்று வீச அந்த மலர்கள் மெதுவாக மேலும் கீழுமாய் அசைந்துகொண்டிருந்தன.

அலுவலகத்தின் முன் அறையில், பெரிய மேஜைக்கு முன்புறம், சோடா புட்டிக் கண்ணாடியோடு அமர்ந்து, குனிந்து எழுதிக்கொண்டிருந்த மேலாளர் கேசவன் அவனை நிமிர்ந்து பார்த்தார். அவருக்கு மீண்டும் ஒரு முறை வணக்கம் வைத்தான். அவர் அவனை நிதானமாக நிமிர்ந்து பார்த்தார். முகத்தில் எவ்வித உணர்ச்சியும் காட்டாமல் சில நொடிகள் வெறித்துப் பார்த்தார்.

அவரது தலையிலிருந்த முக்கால்வாசி முடிகள் அவருக்குப் பின்னாலிருந்த சுண்ணாம்புச் சுவரின் நிறத்திலேயே இருந்தன. முகத்தில் முள்ளு முள்ளாக நீட்டியிருந்த தாடி முழுவதுமே வெள்ளையாக இருந்தன. கனமான, நீல நிறச்சட்டையும், கறுப்பு நிறப் பேண்ட்டும் அவருக்குத் தொளதொளப்பாக இருந்தன.

டீசல் வாசனையும் கம்ப்யூட்டர் சாம்பிராணி, ஊதுவத்தி வாசனைகளும் கலவையாய் உள்ளே சுழன்று கொண்டிருந்தது.

“சார் பணம்” ஹேண்ட் பேகின் ஜிப்பைத் திறந்து, துணிகளை ஒதுக்கி, பணக் கட்டுகளை எடுத்து மேசைமீது அவர் முன்பாக அடுக்கினான்.

“ஒன்னு ரெண்டு மூனு” என பத்துக் கட்டுகளையும் இரண்டு முறை எண்ணி, மொத்தமாய் அள்ளி மேஜையின் அடி டிராயரில் வைத்து மூடினார். மாதவன் கொடுத்த கணக்கு வழக்குகள் கொண்ட ஒரு பெரிய உறையையும் அவரிடம் நீட்டினான். அதை வாங்கி மேல் டிராயரில் வைத்துக்கொண்டார். வேறு எதுவும் பேசவில்லை.

“மணி இங்க வாப்பா”

உள் அறையிலிருந்த இன்னொரு மேலாளர் கதிரேசன் அவனை அழைத்தார். லாரி மெயின்டனன்ஸ் மேலாளர் அவர். லாரிகளை எப்சிக்கு அனுப்புவது, மாதாந்திரத் தவணைகள், இன்ஷீரன்ஸ் கட்டுவது, பழுது பார்ப்பது போன்ற வேலைகள் அவர் பொறுப்பு. தினசரி லோடுகள், அதற்கான வாடகை, சம்பளம், வரவு, செலவுகளைக் கவனிப்பது கேசவன் பொறுப்பு.

ஹேண்ட்பேகை கீழே வைத்துவிட்டு, உள்ளறைக்குப் போன மணி, கேசவனுக்கும் ஒரு வணக்கம் வைத்துவிட்டு, அவரது பெரிய மேசைக்கு எதிரிலிருந்த பிளாஸ்டிக் நாற்காலியில் உட்கார்ந்தான். அந்த மேசையின் கால்வாசி அகலத்தைப் பிடித்துக்கொண்டிருந்த ஒரு பெரிய ரிஜிஸ்டரில் சிவப்பு நிற மையால் டிக் அடித்துக்கொண்டிருந்தவர் இவனை நிமிர்ந்து பார்த்தார்.

“மெட்ராஸ்ல இன்னாபா விசேசம் வேல செட்டாய்ச்சா?”

“பரவால்ல சார்”

தலைக்கு மேலே மின் விசிறி வழக்கமான ஓசையோடு சுற்றிக்கொண்டிருந்தது. அடுத்த அறையில் கணிப்பொறிக்கு முன்னால் உட்கார்ந்திருந்த சீனு, டப்டப்டப்பென விசைப் பலகையை அழுத்தும் ஓசை விட்டு விட்டுக் கேட்டுக்கொண்டிருந்தது. இடது புறம் அமர்ந்திருந்த எழுத்தர் பாண்டு நீளமான லெட்ஜரில் கணக்குகளை எழுதிக்கொண்டிருந்தார்.

“டே முருகா” சற்று உரக்க வாசலைப் பார்த்துக் கூப்பிட்டார் கதிரேசன்.

வாசலில் நின்று ஓட்டுநர்களோடு பேசிக்கொண்டிருந்த பியூன் முருகன் உள்ளே ஓடி வந்து கதிரேசன் முன்பாக நின்றான்.

“டைம் ஒன்னாய்ட்ச்சி சாப்பாடு வாங்கிட்டு வந்துரு நம்ப மெட்ராஸ்காருக்கும் சேத்து வங்கிக்க”

கதிரேசன் சொன்னதும் தலையாட்டிவிட்டுக் கிளம்பினான் முருகன்.

அடுத்த அரை மணி நேரத்தில் பெரிய ஸ்டீல் கேரியரில் சாப்பாடு வந்தது. சாம்பார், காரக்குழம்பு, ரசம், மோர், கூட்டு, பொறியல், அப்பளம், காரவடை, பக்கோடா எனத் தடபுடலான சாப்பாடு. எல்லாமே நல்ல ருசி. புதிய இடத்தில் சற்றுக் கூச்சமாக இருக்க நாற்காலியின் நுனியில் உட்கார்ந்து சாப்பிட்டாலும் நன்றாகவே சாப்பிட்டான் மணி.

சாப்பிட்டு முடித்து ஒரு ரஸ்தாளி வாழைப்பழத்தைச் சாப்பிட்ட மேலாளர் கதிரேசன், இருக்கையிலேயே சாய்ந்து, கண்களை மூடினார்.

வெற்றிலையை மென்று, கண்களை மூடி சாரத்தை விழுங்கிய மேலாளர் கேசவன், வாசல் பக்கமிருந்து எட்டிப் பார்த்த தலைகளைக் கண்டதும் எரிச்சலானார்.

“எவண்டா மயிறு அது யார்ரா எட்டி எட்டிப் பக்கறது?” என வாசலைப் பார்த்துக் கத்தினார்.

ஒரு ஓட்டுநர் தயக்கத்தோடு உள்ளே வந்தார்.

“ன்னாடா?”

“கணக்கு குடுக்கணும் சார்”

“ன்னா அவசரம்? டூட்டி எறங்கியாச்சி ஊட்டுக்குதான போவப் போற?”

“சீக்கரமா போனா பசங்கள பாக்கலாம்”

“டேய் பசங்கள பாக்கணுமா பொண்டாட்டிய பாக்கணுமா? இப்பவே போயி பொண்டாட்டி பக்கத்துல பட்த்துக்கணுமா?”

“இல்ல சார் ஹி ஹி...”

“ஒடம்பு மேல தண்ணி கிண்ணி ஊத்திக்கினு போவியா? இல்ல இப்டியே கப்பு நாத்தத்துலயே போயி பக்கத்துல பட்த்துக்குவியா?”

“கணக்க முட்ச்சிட்டா மத்தியான சாப்பாட்டுக்கு ஊட்டுக்குப் போய்டுவன் சார்”

“ம் இத்தினி நாளா லைன்ல ஆக்கித் துண்ல இப்ப மட்டும் ஊட்டுச் சாப்பாடு ஒணுமா எந்தச் சாப்பாடு? வய்த்துக்கா ஒடம்புக்கா, ஏங் வய்ல மேய்ல?”

பின் தலையில் தன் அழுக்கு விரல்களால் கீறியபடி வெட்கப்பட்டார் ஓட்டுநர்.

“சார் கேசவன் சார் கணக்க வாங்கினு தொர்த்தி உடு சார் பதினஞ்சி இருவது நாளு ஊர் ஊரா சுத்திட்டு வரானுங்க இன்னிக்கினா ஊட்டுச் சாப்பாடு துண்ணட்டும்” கண்ணடித்து, கெக் கெக் கெக் எனச் சிரித்தார் கதிரேசன்.

“செரி செரி கணக்க எட்த்தா”

வேண்டா வெறுப்போடு சொன்ன கேசவன், நீல நிறத்தில் அச்சிடப்பட்ட நீளமான லாரி கணக்குத் தாளை எடுத்துப் பிரித்து, மேஜை மேல் வைத்துக்கொண்டார்.

அழுக்குப் படிந்த மஞ்சள் நிறத் துணிப் பையிலிருந்த நோட்டுப் புத்தகத்தையும் கத்தைக் கத்தையான ரசீதுகளையும் அள்ளி மேலாளருக்கு முன்னால் வைத்தார் ஓட்டுநர்.

“ம் சொல்ரா”

“ஈரோடு லோடிங் மாமூலு எரநூத்தம்பது சார்”

“ம் லோடிங் மாமூல் எரநூறு” என எழுதினார்.

“எரநூத்தம்பது சார்”

“டே எல்லாம் எனுக்குத் தெரியும் எரநூறுதான் மேல சொல்லு”

“புரோக்கர் கமிசன் ஆயிரத்து நூறு சார்”

“புரோக்கர் கமிஷன் ஆயிரம்”

“ஈரோட்லர்ந்து குஜராத் வரைக்கும் செக்போஸ்ட் செலவு அறுநூத்தம்பது”

“செக்போஸ்ட் செலவு அறநூறு”

“போலீஸ் மாமூல் ஐந்நூத்தி அம்பது”

“போலீஸ் மாமூல் நானூத்தியம்பது”

“குஜராத் எறக்குக் கூலி அறநூத்தம்பது சார்”

“எறக்குக் கூலி ஐந்நூறு...”

இப்படியே ஓட்டுநர் சொன்ன கணக்குகளை எல்லாம் குறைத்துக் குறைத்து எழுதிக்கொண்டு வந்தார் மேலாளர்.

ஓட்டுநர்கள் செலவு கணக்குகளைச் சொல்லும்போதே அதிகமாகத்தான் சொல்லுவார்கள். மேலாளர் எழுதுவது தான் சரியாக இருக்கும் என்று சுந்தர் மணியிடம் ஏற்கெனவே ஒரு முறை சொல்லியிருக்கிறான்.

ஆனால், டீசல் பில், பார்க்கிங் பில் போன்றவற்றை மட்டும் அப்படியே எழுதிக் கொண்டார்.

முதலில் செலவுக் கணக்கையும், பின்னர் வாடகை வரவுக் கணக்குகளையும் எழுதி, ஓட்டுநருக்கும், கிளீனருக்குமான சம்பளம், படி எல்லாவற்றையும் கணக்கிட்டு, வசக்கட்* தொகையைக் கழித்து, மீதி அவர்களுக்குச் சேர வேண்டியதைக் கொடுத்து, கணக்கு முடிக்க ஒருமணி நேரத்துக்கும் மேல் ஆனது.

"ம் எப்டியும் டீசல்ல ஒரு ஐந்நூறு திருடியிருப்ப பஞ்சரே போடாம பஞ்சர் செலவு எர நூறு புரோக்கர்ங்க கிட்ட ஐந்நூறு அறுநூறாவது கமிஷன் வாங்கியிருப்ப போ போ மொதுலு வைக்கிற மொதலாளிய உட உங்க பாடுதான் கொண்டாட்டம்" எரிச்சலாகச் சொன்னார் கேசவன்.

"சார் உங்ககிட்ட ஏமாத்த முடியுமா சார்? கணக்க கரைக்டா குட்த்துகீறங் சார்" சிரித்தார் ஓட்டுநர்.

"ம்... ம்... எல்லாக் கணக்கும் எனக்கும் தெரியும்டா போ போ இன்னும் பதினஞ்சி நாளிக்கு உனுக்கு ஜமாய்தான் கறியும் மீனுமா துண்ட்டு, குட்ச்சி கூத்தடி அட்த்த டூட்டிக்கி ஆள அனுப்பி கூப்ட்ற மாதிரி மல்லாந்துகினு இருக்காத டூட்டி அன்னிக்கி கிளீனரோட டாண்ணு வந்து நிக்கணும் தவற்ன மவன கம்பனி பக்கமே வரமாட்ட ஓடிப் போ" அவர் பாணியில் ஆசீர்வதித்து அனுப்பினார்.

"ம்... அட்த்த டிரைவரு யாரு வாப்பா அட்த்த அரிச்சந்தரன்" நக்கலாகக் கூப்பிட்டார்.

அதற்குள் ஒரு குட்டித் தூக்கம் தூங்கி, விழித்துக்கொண்ட மேலாளர் கதிரேசன், தேநீர் வாங்கி வரச் சொன்னார். பியூன் பிளாஸ்க்கோடு தேநீர்க் கடைக்குப் போக, கேசவன் தன் பாணியில் அடுத்த வண்டியின் கணக்கை எழுதத் தொடங்கினார்.

சூடான தேநீரை பிளாஸ்டிக் கப்பில் ஊற்றி, உறிஞ்சி, உறிஞ்சி அவர்கள் குடித்துக்கொண்டிருந்தபோது முதலாளியின் வெள்ளை நிற கார் வாசலில் வந்து நின்றது.

எல்லோரும் எழுந்து நின்று வணக்கம் வைக்க வாசலில், கூடத்தில், மேலாளர் கேசவனின் தலைக்கு மேல் என எல்லா அறையிலும் தொங்கிக்கொண்டிருந்த மொத்த சாமிப் படங்களையும் பார்த்துப் பார்த்துக் கண்களை மூடி, நெஞ்சில் கை வைத்துக் கும்பிட்டபடி, உள்ளே வந்து தனி அறையிலிருந்த தன் பிரமாண்டமான இருக்கையில் உட்கார்ந்தார் முதலாளி.

அரக்கு நிறத்தில் கட்டம் போட்ட சட்டையும், நீல நிறத்தில் விலை உயர்ந்த பேண்ட்டும், நெற்றியில் வழக்கமான மூன்று நிறப் பொட்டுகளுமாகப்

பளபளவென இருந்த முதலாளியைப் பார்த்ததுமே மணியின் மனதில் மரியாதை வான் உயரத்துக்கு வளர்ந்தது. அவனும் எழுந்து நின்று பவ்வியமாக வணக்கம் வைத்தான்.

“இன்னா மணி சாப்ட்டியா?” என்றார்.

அதே பவ்யத்தோடு தலையாட்டினான்.

“பணத்தக் குடுத்திட்டியா?”

“குட்த்திட்டன் சார்”

“லோடிங் ரொம்பக் கொறஞ்சி போச்சே மெட்ராஸ்ல பைப் கம்பனிக்காரன் சரியாவே லோடு குடுக்கல நம்ப வண்டிங்களுக்கே லோடு பத்தலியே”

“ஆமா சார்”

“மாதவன் இன்னா பண்றாப்ல? சீக்கிரத்துல அங்க புதுசா ஒரு எக்சிகியூட்டிவ் மேனேஜர போடப் போறங் அப்ப நெறைய புது ஆர்டர்ஸ் வரும் உனுக்கும் நெறைய மாமுல் கெடைக்கும்” தன் புருவங்களை அடிக்கடி மேலே உயர்த்திய படியே பேசிய முதலாளியைப் பார்க்கப் பார்க்க அவனுக்குப் பெருமையாக இருந்தது. இறுதியில் மணியைப் பார்த்து உதடு பிரியாமல் லேசாக ஒரு புன்முறுவலைப் பூத்தார்.

அவர் சொல்வதை எல்லாம் பவ்யமாகத் தலையாட்டிக் கேட்டுக் கொண்டான் மணி.

“சரி இப்ப மெட்ராசுக்குதான?”

“இல்ல சார். இப்டியே ஊருக்குப் போயிட்டு, மன்டே காலீல மெட்ராஸ் போய்ட்றன் சார்”

“அப்டியா சரி பஸ் ஸ்பேர்லாம் குட்த்தாரா மாதவன்?”

“குட்த்தார் சார்”

“சரி வேளையோட கெளம்பு”

அவருக்கு மீண்டும் ஒரு வணக்கம் வைத்துவிட்டு, இரண்டு மேலாளர்களிடமும் சொல்லிக்கொண்டு, தனது பையோடு வெளியே வந்து கடிகாரத்தைப் பார்த்தான். ஐந்தே கால்.

புறவழிச் சாலையின் முனைக்கு வந்து, நகரப் போருந்தில் ஏறிப் பேருந்து நிலையம் வந்தான். வானம் கவிழத் தொடங்கியிருந்தது. பேருந்து நிலையம் முழுவதும் பெரும் இரைச்சலாக இருந்தது. நடைபாதை வியாபாரிகளும், பஸ் புரோக்கர்களும், நடத்துநர்களும் வாய் ஓயாமல் கத்திக்கொண்டிருந்தனர். வாகனங்களுக்குப் போட்டியாகக் குறுக்கும் நெடுக்குமாக ஓடும் சனக்கூட்டம்.

டீசல் புகையின் நாற்றமும், சாக்கடையின் நாற்றமும், தெற்கு மூலையிலிருக்கும் கட்டணக் கழிவறைப் பக்கமிருந்து வீசும் மூத்திர நாற்றமும் காற்றில் மிதமிஞ்சியிருந்தது. அந்தக் கட்டணக் கழிவறையை ஒட்டிய காம்பவுண்ட சுவர் ஓரம் சின்னக் குட்டையைப் போலச் சிறுநீர் தேங்கியிருந்தது. அந்த நாற்றத்திலும் பல பேர் கால்களை அகட்டி வைத்து நின்று சிறுநீர் கழித்துக்கொண்டிருந்தனர்.

கோட்டையின் பின்புறம் ஜலகண்டேஸ்வரர் கோயில் கோபுரத்தின் பின்னால் சூரியன் சிவப்பும் மஞ்சளுமாய்த் தகதகப்பாக இறங்கத் தொடங்கியிருந்தான். அந்தக் களேபரத்துக்குச் சம்பந்தமே இல்லாமல் மிக அழகாக இருந்தது அந்தக் காட்சி. ஒரு கணம் அதில் தன்னை மறந்தான் மணி.

கற்பூர வாழைப்பழம் ஒரு சீப்பு, ஆரஞ்சுப் பழம் ஒரு கிலோ, கால் கிலோ மிக்சர், அவன் தங்கை ரேகாவுக்குப் பிடித்த ஆந்திரா முருக்கு நூறு கிராம் என அவசர அவரசமாக வாங்கிப் பையில் வைத்துக்கொண்டான்.

ஐந்தே முக்காலுக்கு நீளமாகக் கூவிக்கொண்டே வந்தது வள்ளிமலைப் பேருந்து. அதை நோக்கி ஓடி, டவுன்ஹால் திருப்பத்திலேயே அதை எதிர்கொண்டு, பின் படியில் ஏறி சன்னலோர இருக்கையில் உட்கார்ந்தான். இரண்டே நிமிடங்களில் பேருந்து நிறைந்துவிட்டது.

கூச்சலும், புழுக்கமும், அலுப்புமாய் ஒருமணி நேரப் பயணம். ஆற்றின் மேல் கரையில் இறங்கினான். அரை நிலாவின் சன்னமான வெளிச்சம். கெட்டியான மேற்குக் கால்வாய்க் கரையின் மீது ஏறித் தேய்ந்த வழியிலேயே அரை மைல் தூரம் நடந்து, முக்கால்வாசி ஆற்றை மூடியிருந்த கொடுக்காப்புளி தோப்புக்குள் நுழைந்தான்.

கபீர் என அடர்த்தியான இருட்டு. நடந்து நடந்து தேய்ந்த கொடி வழி மட்டும் அந்த முழு இருட்டிலும் கூட மங்கலாய்த் தெரிந்தது. செடிப்பூச்சிகளின் "கொய்ங்." என்ற தொடர் ஓசை காதில் ரீங்கரித்தது. பையின் பாரம் உறுத்த, தோள் மாற்றி மாட்டினான்.

மெதுவாக நடந்து தோப்பைக் கடந்த பிறகு பரந்து கிடந்த நீவாநதியின் மணல் வெளி நிலா வெளிச்சத்தில் வெளிர் மேகம் போலப் பளிச்சிட்டது. மணலினூடே புதர் புதராய்ப் பரவிக்கிடந்த நானலும், குறுக்கில் துள்ளி ஓடிய வெள்ளெலிகளும், நானல்களின் தலைகளைச் சிலுப்பிவிட்ட மெலிதான காற்றும் அவன் மனசுக்குள் ஒரு நெகிழ்ச்சியை இறக்கி வைத்தன.

மணலில் சர்ரக் சர்ரக் என நடந்தான். செருப்புகளில் புகுந்த மணல் உள்ளங்கால்களில் உறுத்தி நடையை மட்டுப் படுத்தியது. மெதுவாக நடந்து ஆற்றின் கிழக்குக் கறையின் மேடேறி, தார்ச்சாலையில் கால் வைத்ததும் கால்களை உதறி மணல் துகள்களைத் தட்டிவிட்டான். இப்போது நடக்க எளிதாக இருந்தது.

ராணிப்பேட்டையிலிருந்து பொன்னை செல்லும் தார்ச்சாலையைக் கடந்து, வடக்கும் தெற்குமாய்ப் படுத்துக் கிடக்கும் வெள்ளைக்காரன் கால்வாய்ப் பாலத்தில்

102 ● சேங்கை

கால் வைத்தான். பாலத்தின் இருபுறமும் கால்வாய் கொள்ளாமல் கடல்பால் மண்டைகளும் பீவேல முட்செடிகளும் புதர் புதராக மண்டிக் கிடந்தன. ஆற்றில் முழுதாக வெள்ளம் வந்து எத்தனையோ ஆண்டுகள் ஆகிவிட்டதால் கால்வாய் இப்படிச் சீரழிந்து கிடக்கிறது.

அதே யோசனையோடு ஊருக்குப் போகும் ஒற்றைச் சாலையில் இறங்கி நடந்தான். ஒரு செல்ல நாய்க்குட்டி வாலாட்டிக்கொண்டு பின்னாலேயே வருவதைப் போல, நிலா அவன் கூடவே வந்துகொண்டிருந்தது.

வானம் தெளிவாக இருந்தது. நடந்து நடந்து ஒரு வழியாக ஊருக்குள் நுழைந்தான். தெரு விளக்குகளின் மஞ்சள் வெளிச்சத்தில் மஞ்சுப்புல் கூரை வீடுகள், நாட்டு ஓடு அடுக்கிய பழைய வீடுகள், மங்களூர் ஓடு வேய்ந்த புதிய வீடுகள், தளம் போட்ட வீடுகள் என ஒவ்வொரு வீட்டின் வாசலிலும், திண்ணையிலும் மனித உருவங்கள் நின்றபடியும், அமர்ந்தபடியும், படுத்தபடியும் கிடந்தன. சில உருவங்கள் அவனை அடையாளம் கண்டு நலம் விசாரித்தன.

ஊரின் இரண்டாவது தெருவில் இருந்த அவர்களது ஓட்டு வீட்டை அவன் அடைந்த போது, உள்ளிருந்து வந்த லேசான அடுப்புப் புகை வாசலில் சூழன்றுகொண்டிருந்தது.

திண்ணையில் அவன் அப்பா சின்னசாமி மல்லாந்து படுத்திருந்தார். அவரின் சாராய வாசனை முந்திக்கொண்டு வந்து அவனைத் தழுவியது. வீட்டின் உள்ளே விரித்த புத்தகத்தோடு உட்கார்ந்திருந்த ரேகா அவனைப் பார்த்துத் துள்ளியபடி எழுந்தாள்.

“ஹை அண்ணா” என்றாள்.

அவனது அம்மா லட்சுமி அடுப்பில் ஊதிக்கொண்டிருந்த ஊதாங்குழலைக் கீழே வைத்து விட்டு, “வாடா நைனா” என்றாள்.

அவனுக்குப் பிடித்த கருவாட்டுக் குழம்பின் வாசனை. அன்று அவன் வரலாம் என எதிர்ப்பார்த்தே கருவாடு உலையில் கொதித்துக்கொண்டிருந்தது.

முந்தைய வாரம் அவன் ஊருக்கு வரவில்லை, அந்தச் சனிக்கிழமை பைப் லோடிங் முடிய வழக்கம் போல நடு நிசியைக் கடந்துவிட்டது. ஞாயிறு காலையில் கிளம்பினால் ஊருக்கு வந்து சேரவே மதியம் கடந்துவிடும். உடனே மாலையில் திரும்ப வேண்டும். அதனாலேயே வராமல் நின்றுவிட்டான்.

“ஏம்பா வார்த்துக்கு ஒருவாட்டினா ஊருக்கு வராம அப்டி இன்னா வேல? அப்டி இன்னாத்த சம்பார்ச்சி ஆயிரமாயிரமா எட்த்துகினு வர்ர” தடுமாறி எழுந்து உட்கார்ந்த சின்னசாமி, கேட்டுவிட்டு மீண்டும் சாய்ந்து விட்டார்.

“ம்க்கும் ஊட்டுக்கு வரும்போதே புள்ளய விசாரிக்கற லச்சணத்தப் பாரு நீ போயி கை, காலு கெய்விகினு வாப்பா சாப்ட்லாம் ரேகா உங்கப்பந் தட்டயும் எடு துண்ட்டு ஒரேடியா நீட்டிக்கட்டும்” குழம்பு குண்டானை மண் அடுப்பிலிருந்து இறக்கிக் கீழே வைத்தபடியே சொன்னாள் லட்சுமி.

களி உலையை இறக்கி, அடுப்பின் முனையில் வைத்து, உள்ளங்கால்களால் குண்டானை இடுக்கிக் கொண்டு, களிக் கொம்பால் மாவை இழைத்துக் கிளறி, மரத்தட்டினால் உருண்டை உருட்டி ஆவி பறக்கத் தட்டுகளில் போட்டாள்.

உடை மாற்றி முகம், கை, கால், கழுவி ஈரத்தைத் துடைத்துவிட்டு, சாணம் மொழுகிக் காய்ந்த மண் தரையில் உட்கார்ந்தான். குளிர்ச்சியாக இருந்தது தரை. உலர்ந்த மொச்சைக் கொட்டையை வறுத்து, அதோடு முள்கத்தரிக்காய், முருங்கைக்காய் அரிந்து போட்டு, புளி தூக்கலாக ஊற்றிக் கொதிக்க வைத்த ஒல வாலைக் கருவாட்டுக் குழம்பு. ஒரு உருண்டைக் களியை ரசித்து, ருசித்துச் சாப்பிட்டான்.

அவன் சாப்பிடுவதைக் கண்களில் நீர் கோக்க பார்த்துக்கொண்டிருந்தாள் லட்சுமி. உச்சி சூரியனுக்குக் கீழே உருகும் குச்சி ஐசைப் போலக் கரைந்துகொண்டிருந்தது அவள் மனம்.

முருங்கைக் காய்களை மென்று, சாற்றை விழுங்கி, சக்கையைத் தரையில் துப்பிக் கொண்டிருந்தான் மணி. முருங்கைக் காயை அப்படிப் பஞ்சு பஞ் சாக மென்று தின்றால்தான் அவனுக்குத் திருப்தி. உணவகங்களில் சாப்பிடுகிற போது, முருங்கைக்காயை முன் பற்களில் கடித்து லேசாக உறிஞ்சிவிட்டு வீசி விடுகிறவர்களைப் பார்த்தாலே அவனுக்கு எரிச்சலாக வரும்.

அந்த மாதம் அவனுக்கு லோடிங் ஓரளவுக்கு இருந்தது. மாமூல் பணத்தில் சாப்பாட்டுச் செலவு, போக்குவரத்துச் செலவு என எல்லாம் போக, கையில் ஐந்நூறு ரூபாய் மிச்சமாகவே நின்றது. கிளம்பும்போதே அந்த மாதத்திற்கான சம்பளம் ஆயிரத்தையும் கையில் கொடுத்திருந்தார் மாதவன்.

அதில் அடுத்த மாதச் செலவுக்கு ஐந்நூறை வைத்துக்கொண்டு, ஆயிரம் ரூபாயை அம்மாவிடம் கொடுத்தான்.

“உங்கொப்பாகிட்ட குட்ரா” அவன் கை கழுவிய தட்டை எடுத்தவள் மெலிதான குரலில் அவனிடம் சொன்னாள்.

“ம்க்கும் புடிம்மா ஊங்கிட்ட இர்ந்தா ஊட்டுச் செலவுக்கு ஆவும். அங்க போனா மூத்ரமாதாம் போவும்” அவள் கையில் பணத்தைத் திணித்துவிட்டு, தெருவில் இறங்கி மேற்கில் நடந்தான். திண்ணையிலேயே புரண்டுகொண்டிருந்தார் சின்னசாமி.

பஜனைக் கோயில் ஆல மரத்தின் கீழே, சாயம் போன இருட்டில் கும்பலாக உட்கார்ந்து பேசிக் கொண்டிருந்த சகாக்கள் அவனைக் கண்டதும் உற்சாகமானார்கள்.

“அட பட்ணத்துக்காரு எப்ப வந்தாரு? ம் பெரிய எடம் பெரிய வேல” கிண்டல் கலந்த மரியாதையுடன் சிரித்தான் தண்டபாணி.

“டே ஆரம்பிச்சிட்டியா மூடிகினு ஒக்காரு. எஞ்சூத்த எதுக்குக் கரண்டியப் போட்டுக் களார்ற?” என்றபடி அவனை உரசிக்கொண்டு உட்கார்ந்தான் மணி.

ஆலமரத்தைச் சுற்றிப் போடப்பட்டிருந்த விசாலமான சிமெண்ட் மேடை நடுராத்திரி வரை உட்கார்ந்து கதை பேச வசதியாக இருந்தது.

ஊர்க்கதை, சென்னைப் பட்டிணத்துக் கதை, சினிமாக் கதை எனச் சாவகாசமாகப் பேசிவிட்டு அவன் வீட்டுக்குப் போனபோது, அவன் அப்பா திண்ணையில் உட்கார்ந்து பீடி இழுத்தபடி இருமிக்கொண்டிருந்தார். போதை பாதியாகத் தெளிந்திருக்க வேண்டும்.

"மணி எப்டா வந்த? சாப்ட்டியா?" அக்கறையோடு கேட்டார்.

"ம்..." என்றவன் தலையில் அடித்துக்கொண்டு, வீட்டுக்குள் நுழைந்து, அம்மா விரித்து வைத்திருந்த கோரைப் பாயில் படுத்தான். உடல் அலுப்பில் உடனே தூங்கிப் போனான்.

மறுநாள் காலையில் கோழிக் கறிக் குழம்பும், கேழ்வரகு நொய்யரிசிக் களியும். குழம்பு நாக்கில் நின்று ருசித்தது. சுரீரென்ற காரத்தில் அடிக்கடி மூக்கை உறிஞ்சியபடி சாப்பிட்டான்.

"மணி வயசு ஏறிகினே போவுது காலாகாலத்ல அதது ஆவ வாணாமா? உம் மாமங்காரன் வந்து வந்து எப்ப வச்சிக்லாம்னு கேட்டுகினே கீறான்டா?"

அம்மா கேட்டதும், களி அவனது தொண்டையில் சிக்கிக்கொண்டது.

*வசக்கட் - முன்பணம்.

14

மூன்று வருடங்களுக்குப் பிறகு ஒரு கெங்கையம்மன் திருவிழா. கரகங்கள் வீதி ஊர்வலம் முடிந்து பந்தலில் இறங்கிவிட்டன. ஆட்டுக் கறிக் குழம்பு, கோழிக்கறிக் குழம்பு, கருவாட்டுக் குழம்பு என ஊரெல்லாம் விதம் விதமான குழம்பு வாசனைகள் மணத்துக்கொண்டிருந்தன.

சித்திரை வெயில் நெருப்பாய்க் கொளுத்தும் மதிய நேரம். மலையின் முதல் ஆலமரத்தின் கீழே ராமுவின் ஜமா கூடியிருந்தது. வெயிலுக்குத் தொடர்பே இல்லாததைப் போல மரத்தடி குளு குளுவென இருந்தது. பாட்டில் சரக்குகளும் நுரைத்துப் பொங்கும் ஆந்திராவின் புளித்த தென்னங் கள்ளும் அவர்களைத் தேவ லோகத்தில் குடியமர்த்தியிருந்தன.

நிறை குடியில் இருந்தான் ராமு. கடிகார பெண்டுலம் போல இப்படியும் அப்படியுமாய் நிற்காமல் ஆடிக் கொண்டிருந்தது அவனது தலை. ஜமா அங்கத்தினர்களும் போதையின் உச்சத்தில் இருந்தனர்.

ஒவ்வொருவரும் வாழ்வில் தாங்கள் செய்த வீர தீர சாகசங்களைப் பெருமை வழிய வழிய சொல்லிக்கொண்டிருந்தனர்.

“மல மேல மொசுலு வேட்டிக்கிப் போணம்னு வெய்யி அதுல எவனாலும் என்ன அசைக்க முடியாது எவ்ளோ பெரிய பொதுரா இர்ந்தாலும் செரி அந்தப் பொதுர்ல மொசுலு கீதா இல்லியானு மோந்து பாத்தே சொல்றுவங் நானு” என்றான் அமாட்டி.

“அய்ய இவுரு பெரிய மோப்ப நாயி ஜாதி அப்டினா போலீஸ்ல போயி சேர்றது போலீஸு நாய்க்கி இப்ப செம கிராக்கியாமே” எவனோ ஒருவன் நக்கலாகச் சொல்ல, அனைவரும் கெக்கலியிட்டுச் சிரித்தனர்.

“டே இளிச்சது போதும் சூத்தயும் வாயயும் சேத்து மூடுங்கடா ஒரு நாளு ஒரு பெரிய கார முள்ளு பொதுர்ல பதுங்கினு இர்ந்த எட்டு மொசுலுங்கள சிட்டிக்கிப் போட்றதுக்குள்ள சட்டுச் சட்டுனு சிலாக் கோல்ல குத்தி தூக்கிட்டடங் தெரிமா” என அந்தச் சாகசக் கதையை நீட்டி முழக்கிச் சொன்னான் அமாட்டி.

“அடப் போடா மொசுலு கெறிக்கி ஒம்போது பேர கும்பலு சேத்துகினு மல ஏறிப் போனாரம் இவுரு நமக்கு ஒக்காந்த எட்த்துலயே கெறி தெரிமா” பீடிகைப் போட்டான் தெற்குத் தெரு சுப்பிரமணி.

எல்லோரும் அவனை வியப்போடு பார்த்தனர்.

“நம்ப கூலுராமூட்டு சுந்தரம் கெய்வி கீதே அது நாலு சேவலு வளத்துக்குனு இர்ந்திச்சி நாலஞ்சி வர்சத்துக்கு முன்னால சொம்மா முட்டி ஒசரம் ஒன்னொன்னும் அந்த நாலு சேவலயும் வார்த்துக்கு ஒன்னுனு சுடுக்குமுனு தெரியாம அமுக்கினு போயி மல அடிவாரத்திலேயே அடுப்புப் பத்த வெச்சி கொயம்பு காசி துண்ணங் தெரிமா ஒத்த ஆளாவே நம்ப மலைல காசற பட்ட சாராயத்துக்கு அந்தக் கெறிக்கொயம்பு எப்டி இருக்கும் தெரிமா? சொம்மா சுர்ருனு ஆளயே தூக்கும்” அந்தக் கறியின் ருசி வார்த்தைகளில் வழிய வழியச் சொன்னான் அவன்.

வயிறு நிறையச் சர்க்கரைத் தண்ணீரைக் குடிக்க வைத்து, சின்ன ஆட்டுக் குட்டியைச் சினை ஆடு என ஏமாற்றி வெள்ளிக்கிழமைச் சந்தையில் விற்ற சாகசத்தைச் சொன்னான் சுப்புகான்.

“தம்தூண்டு குட்டிதாங் குடுக்க மாறி ஒயிறு கெறிய அற்த்துப் போட்டா நாலு கிலோ கூடத் தேறாது ரெண்டு சொம்பு தண்ணில அர கிலோ சக்கரயக் கர்ச்சி வச்சங் நாக்க சப்பிகினு குடிக்குது குட்டி அத குட்ச்சிதுமே காத்தடச்ச பலூன மாரி பம்னு உப்பிகிசி ஒயிறு நாலு மாச சென ஆடுனு சொன்னங் மறு பேச்சி பேசாம துட்ட எண்ணி எங் கைல வெச்சிட்டு கம்னு வாங்கினு போய்ட்டாங் ஒரு மவராஜங்”

ஒரு பௌர்ணமி இரவில் ஒற்றை ஆளாக, கசக்கால்வாயில் உள்ள ஒரு பள்ளத்தில் தண்ணீரை இறைத்து, ஒரு ஏற்ற சால் நிறையக் குறவை மீனும், கெளுத்தி மீனும் பிடித்த பிரதாபத்தைச் சொல்லித் தொடையைத் தட்டினான் மேஸ்த்திரி சேகர்.

“ஒரே ஒரு சாராய ஒறையதாங் உறிஞ்சிட்டுக் கோதாவுல எறங்கனங் எங் காலு முட்டிக்கி மேலயே தண்ணி இர்ந்திச்சி அசறலயே நானு மூனு மணி நேரம் ஒத்த ஆளாவே இரும்புச் சால புட்ச்சி வாரி வாரி ஊத்தனங் தண்ணி வத்த வத்த சொம்மா துள்ளூது பாரு கொறவையும் கெள்த்தியும் கொறவ ஒன்னொன்னும் மொழ நீட்டு, கைக்கணம் புட்ச்சிப் புட்ச்சி மாளல”

அவர்கள் எல்லோரையும் அற்பமாகப் பார்த்தான் ராமு. தொண்டையைச் செருமி, ஒரு கெக்கலிப்புச் செய்தான்.

“இன்னாடா பெக்க பீத்தறீங்க மொசுலு புட்ச்சங் மீனு புட்ச்சங் கோயி புட்ச்சன்னு தூ இதாடா பெரும? நாந்தாண்டா ஆம்பள சிங்கம் எத புட்சந் தெரிமா மோகினிய”

எல்லோரும் அவனை விசித்திரமும் ஆர்வமுமாகப் பார்த்தனர்.

மூன்று ஆண்டுகளுக்கு முன்பு நடந்த திருவிழா நாள் இரவில், இதே மலையடிவாரத்தில், வன மோகினியைப் போல இருந்த ராணியைப் பிடித்துத் துவம்சம் செய்த கதையைப் பெருமை பொங்கச் சொல்லத் தொடங்கினான் ராமு.

நிலா வெளிச்சத்தில், பாறையின் மீது ராணியோடு படுத்து ஜல்சா செய்த கோபாலை அடித்துக் கீழே தள்ளியது, ராணியை மிரட்டி, அதே பாறையில் தள்ளி, திமிறத் திமிற அவளை ருசி பார்த்தது என விலாவாரியாகச் சொல்லத் தொடங்கினான் ராமு. ராணியின் உடல் வனப்பை அங்கம் அங்கமாக வர்ணித்தான்.

“மஞ்சாக் கெய்ங்கு மாரி செம கட்ட வெண்ணய பூசி வெச்ச கோயிலு செல மாரி வய வயனு ஒடம்பு இன்னா ப்பா ஒன்னொன்னும் பட்டாள்த்தாமூட்டுத் தேங்கா மாரி கைல புடிக்க முடில இன்னா தொட நடு ஊட்ல கீற தூலம் மாரி நெலா வெள்ச்சத்துல ரெண்டும் பளபளனு மின்னுது அய்யோ இப்ப நென்ச்சாலும் கவுறு மாரி முறுக்கினு நிக்கிது எனக்கு ஒடம்பு மொத்தம்”

கேட்டுக்கொண்டிருந்த எல்லோரது கடை வாயிலும் எச்சில் வழிந்தது. அவர்களின் தொடைப் பகுதியிலும் ஒரு குறுகுறுப்பு. அவர்களின் உடல்களும் ஒட்டுமொத்தமாக முறுக்கேறின.

செத்துப்போன ராணியின் உடல் வனப்பும், ரவிக்கைகள் திமிறிக்கொண்டு தெரிந்த அவளின் பெரு முலைகளும் இப்போது அவர்கள் அத்தனை பேரின் கண்களுக்குள்ளும் நிர்வாணமாகத் தெரிந்தன.

அன்று நடந்தது எல்லாமே கோபாலோடு சேர்ந்து அவர்கள் முன்னாலேயே திட்டமிட்டபடி கச்சிதமாக நடந்து முடிந்தது என அவன் சொன்ன போது எல்லோருக்குமே திக்கென்றது.

நாடகத்தின் உச்சபட்சத் திருப்பம் போல அதைச் சொல்லிவிட்டு, கெத்தாகத் தன் மீசையை முறுக்கி விட்டுக்கொண்டான் ராமு. அப்போது அவன் முகத்தில் வழிந்த பெருமையும் வியர்வையும் சரிசமமாகக் கீழே சொட்டியது. அவற்றைக் கேட்டுக்கொண்டிருந்த எல்லோருக்குமே அதிர்ச்சியில் வாயடைத்துப் போனது.

மறுநாள் இந்தத் தகவல் வேகமாக ஊரில் பரவியது. ராணியின் குடியிருப்பிலும் பரவிய போது ராணியின் அம்மா கன்னிச்சியும் சித்தி நீலம்மாவும் வாயிலும், வயிற்றிலும் அடித்துக்கொண்டு கதறினார்கள்.

கன்னிச்சி நெட்டுக் குத்தலாகத் தரையில் விழுந்து புரண்டாள். மலையையும் ஊரையும் பார்த்துப் பார்த்துக் கைகளை விரித்துக் கதறினாள். இரண்டு கைகள் நிறைய மண்ணை அள்ளி ஊரைப் பார்த்துத் தூற்றிச் சாபமிட்டாள்.

கணவனை அற்ப ஆயுளில் பறிகொடுத்துவிட்ட இருவராலும் அப்போது அதை மட்டும்தான் செய்ய முடிந்தது. காவல் நிலையத்திற்குப் போய்ப் புகார் கொடுக்கவோ, ஊர்க்காரரர்களிடம் முறையிட்டு, நியாயம் கேட்கவோ, சினிமாவில் வருவதைப் போல திட்டம் போட்டுப் பழி தீர்க்கவோ அவர்களுக்கு நாதியில்லை.

ஊர் பெரியது. சம்சாரிகள் வசதியானவர்கள். அவர்களின் செல்வாக்கு மிகப் பெரியது. நிலம், வீடு, வேலை, வாகனங்கள், அரசியல் பலம் எல்லாமே அவர்களுக்கு அதிகம். அவற்றை மீறி தலை காய்ந்த இவர்களால் என்ன செய்து விட முடியும்?

இவர்கள் குடியிருப்பில் மொத்தமே ஆறு குடிசைகள்தாம். பெரிசும் சிறுசுமாக மொத்தமே அவர்கள் இருபத்தோரு உருப்படிகள்தாம்.

இதையெல்லாம் பார்த்துக்கொண்டிருந்த ராணியின் சித்தப்பா மகன் மட்டும் உள்ளுக்குள் கொதிக்கத் தொடங்கினான். பள்ளிப்படிப்பை முடித்துவிட்டு அப்போது கல்லூரியில் படித்துக்கொண்டிருந்த அவனுக்குள் என்னென்னவோ திட்டங்கள் உருவாயின.

எந்தவிதப் பிரச்சினையும் இல்லாமல் கல்லூரிப் படிப்பை முடித்த கோபால், சிப்காட்டில் ஒரு தோல் தொழிற்சாலையில் மேற்பார்வையாளராக வேலைக்கும் போகத் தொடங்கினான்.

அடுத்த ஆண்டிலேயே ஜாம் ஜாமெனத் திருமணமும் செய்து கொண்டான். தூரத்து உறவு தான் என்றாலும் அவள் ஒரு அரசுப்பள்ளி ஆசிரியை என்பதால் தடபுடலாகத் திருமணம் நடந்தது. அவளது தாய் வீடும் பெரிய இடம். நகையும் பணமுமாக வரதட்சணையை வாரிக்கொண்டு வந்தாள். அதோடு மாதா மாதம் கை நிறைய அவளுக்குச் சர்க்கார் சம்பளமும் வந்து சேர்ந்தது.

15

அன்று அலுவலகமே பரபரப்பாக இருந்தது. புதிய நிர்வாக மேலாளராகச் சைமன் குருவிலா பணியில் சேர்ந்திருந்தார்.

சந்தனக் கட்டையை உரசி உடல் முழுவதும் பூசி வைத்ததைப் போலத் தகதகக்கும் மஞ்சள் நிறம். நடுத்தர வயது. மீசை, தாடி இல்லாத வழுவழுப்பான முகம். பப்பாளி இலைத் தண்டின் அடிப்புறத்தைப் போன்று விரிந்த மூக்கு. ஒரேயொரு முன் பல் மட்டும் கடுகின் முனை அளவு உதட்டை மீறி முன்னால் தெரிந்தது. அதுவும் அவர் வாய் மூடிச் சிரிக்கும்போது. கறுப்புச் சாயத்தில் தலை முடிகள் ஒரே மாதிரியாகப் பளபளத்தன.

முரட்டு நீல நிறத்தில் மொட மொடத்த ஜீன்ஸ் பேண்டுக்கு மேலாக இளஞ்சிவப்பில் கோடுகள் இறங்கிய வெளிர் மஞ்சள் சட்டையை இன் செய்திருந்தார். பேண்டுக்குள் பருப்புச் சட்டிகைளைக் கவிழ்த்து வைத்ததைப் போலப் புட்டங்கள் இரண்டும் பிதுங்கித் தெரிந்தன. அவரின் மூக்குத் துவாரங்களிருந்து சில வெள்ளை முடிகள் மட்டும் மூக்கை மீறி லேசாக எட்டிப் பார்த்தன.

மலையாளம் கலந்த தமிழில் தடுமாறித் தடுமாறிப் பேசினார். ஆங்கிலத்தில் பிய்த்து உதறினார். அவரது ஆங்கிலப் பேச்சை மணியும், சுந்தரும், மாதவனும் திறந்த வாய் மூடாமல் கேட்டுக்கொண்டிருந்தனர். அவருக்கு இணையாக முதலாளியும் அவருடன் ஆங்கிலத்தில் பேசியது இவர்களுக்கும் பெருமையாக இருந்தது.

"யுவர் பீப்பிள்ஸ் ஆர் வெரி ஃபுவர் இன் இங்கிலிஷ்" இவர்களைக் கடைக்கண்ணால் பார்த்தபடி. சொல்லிவிட்டு, கடகடவெனச் சிரித்தார் சைமன் குருவிலா.

"தே ஆர் கமிங் பிரம் வில்லேஜ் சைட் ஸ்டடிட் இன் கவர்ன்மென்ட் ஸ்கூல்ஸ் ஒன்லி பட் ஆல் ஆர் குட் ஒர்க்கர்ஸ்" என நற்சான்றிதழ் அளித்தார் முதலாளி.

முதலாளி உட்காரும் இருக்கை சைமன் குருவிலாவுக்காக ஒதுக்கப்பட்டு, அதில் அவர் கம்பீரமாக உட்கார்ந்து, சுழன்று சுழன்று முதலாளியிடம் பேசினார். மேலாளர் மாதவனின் இருக்கையில் பிரகாசமாக உட்கார்ந்திருந்தார் முதலாளி. மாதவன் மணியின் இருக்கையில் உட்கார்ந்திருந்தார். மணி எதிரில் இருந்த பிளாஸ்டிக் நாற்காலியிலும் சுந்தர் அவனது இருக்கையிலும் உட்கார்ந்து, திரையரங்கில் புரியாத ஆங்கிலப் படம் பார்ப்பதைப் போலப் பார்த்துக்கொண்டிருந்தனர்.

"காபி ஆர் டீ?" பதினோரு மணிக்குச் சைமன் குருவிலாவிடம் கேட்டார் முதலாளி.

"கோஃபி சார்" நளினமாகச் சொன்னார் சைமன்.

டிராயருக்குள்ளிருந்த பளபளப்பான ஸ்டீல் பிளாஸ்க்கை எடுத்து மணியிடம் நீட்டினார் மாதவன். முதலாளி வரும்போது மட்டும் வெங்கடேஸ்வரா பவனுக்குப் போய் அந்த பிளாஸ்கில் காஃபியோ, ஹார்லிக்சோ வாங்கி வருவான் மணி.

"மூனு கப் காபி வாங்கிக்க" என நூறு ரூபாய்த் தாளையும் நீட்டினார்.

தம்புச் செட்டித் தெருவில் ரிக்சாக்கள், ஆட்டோக்கள், லோடு வண்டிகளுக்கிடையில் நுழைந்து நுழைந்து, வேக வேகமாக நடந்தான் மணி. இடது புறம் திரும்பி வெங்கடேஸ்வரா பவனுக்குள் நுழைந்தான். பிளாஸ்கை வெந்நீரில் ஒருமுறை கழுவிய மாஸ்டர், கிறக்கமான வாசனையோடு, ஆவி பறக்க அதில் ஊற்றித் தந்த ஸ்பெசல் காபியுடன் அதே வேகத்தில் திரும்பி வந்தான்.

அப்போதும் அவர்கள் அவ்விதமே பேசிக்கொண்டிருந்தனர். இரண்டு பீங்கான் கப்புகளை மணி கழுவித் தர, அவற்றில் தளும்பத் தளும்பக் காபியை ஊற்றி, மிகுந்த பணிவுடன் முதலாளியின் முன்பாகவும், சைமன் குருவிலாவின் முன்பாகவும் வைத்தார் மாதவன்.

நளினமாகக் காபியை உறிஞ்சினார் சைமன்.

எந்தெந்த நிறுவனங்களில் புதிய ஒப்பந்தங்கள் போட வேண்டும், சைமன் குருவிலாவின் எதிர்காலத் திட்டங்கள் என்னென்ன என அவர்கள் இரண்டு மணி நேரம் பேசினார்கள். அவை அரை குறையாகப் புரிந்தாலும், இனி இந்த அலுவலகம் இறக்கை கட்டிப் பறக்கப் போகிறது என்பது மட்டும் தெரிந்தது மணிக்கு.

அதற்கு முந்தைய மாதம் சொல்லிக் கொள்கிறபடியாக லோடிங் இல்லை. பைப் கம்பனியில் இருபது லோடுகள் மட்டுமே கொடுத்தார்கள். அதோடு ஒப்பந்தம் முடிந்து போனதால், நடப்பு மாதம் அங்கே சுத்தமாகவே லோடிங் இல்லை.

டீசல் விலை உயர்ந்துகொண்டே இருந்தது. பழைய ஒப்பந்தப்படி வண்டிகளை அனுப்பினால் நஷ்டம் வரும். புதிய வாடகை நிர்ணயம் செய்து மீண்டும் ஒப்பந்தம் போட வேண்டும் என முதலாளி சொன்னார்.

மிதிவண்டி நிறுவனத்திலும் பதினாறு லோடுகள்தாம். அதையே சுந்தரும், மணியும் ஆளுக்கொரு நாள் எனப் பகிர்ந்துகொண்டனர். அங்கே லோடிங் இல்லாத நாள்களில் மட்டுமே மணி சமைத்தான். லோடிங் நாள்களில் காலை மட்டுமே சமையல். மதியம் மிதிவண்டி நிறுவனத்தில் கேன்டீன் சாப்பாடு, இரவுகளில் ஓட்டல் சாப்பாடு. அதற்கே மாமூல் பணம் போதவில்லை. அதனால், அந்த மாதம் முழுவதுமே அவன் ஊருக்குப் போகவில்லை. சுந்தருக்கு ரயிலில் சீசன் டிக்கட் இருந்ததால் ஏதோ பிழைப்பை ஓட்டினான்.

திருமணப் பேச்சை எடுத்ததால் மணி ஊருக்கு வரவில்லை என மணியின் அம்மா நினைத்துக் கொண்டிருந்தாள்.

“சார் ரொம்ப டேலண்ட் ஏற்கெனவே ஒரு பெரிய டிரான்ஸ்போர்ட்ல கீ போஸ்ட்ல இருந்தவரு ஹிண்டு பேப்பர்ல நம்ம அட்வர்டைஸ்மென்ட்ட பார்த்துட்டு கான்டாக்ட் பண்ணாரு இவர் சொல்றத அப்டியே பாலோவ் பண்ணுங்க எல்லார்க்குமே நல்ல பியூச்சர் இருக்கு”

இவர்கள் மூவரையும் பார்த்துப் பொதுவாகச் சொன்ன முதலாளி, எழுந்து சுவரில் மாட்டியிருந்த சுவாமி படங்களைப் பார்த்துக் கண்கள் மூடி வணங்கிவிட்டுக் கிளம்பினார்.

மணியும், சுந்தரும் வராந்தாவில் நிற்க, மாதவன் மட்டும் அவருடன் கீழே இறங்கிப் போய் அவரை காரில் ஏற்றி வழி அனுப்பிவிட்டு வந்தார்.

மூவரும் மீண்டும் அறைக்குள் நுழைந்து அவரவர் இருக்கைகளில் உட்கார்ந்ததும், மூவரைப் பற்றியும் தனித்தனியாக ஆங்கிலத்திலும், பின்னர் அரை குறைத் தமிழிலும் விசாரித்தார் சைமன். இவர்கள் தமிழிலேயே பதில் சொன்னார்கள். ஆங்கிலத்தில் பதில் சொல்ல முடியாதது அவர்களுக்கு அவமானமாக இருந்தது. அதைப் புரிந்துகொண்ட சைமன், வேண்டுமென்றே அவர்களிடம் ஆங்கிலத்தில் பேசினார்.

முகத்தில் ஒரு குறுஞ்சிரிப்புடன் இருக்கையிலிருந்து எழுந்த சைமன், வராண்டாவில் போய் நின்றார். பேண்ட் பாக்கட்டிலிருந்து சிகரெட் பாக்கெட்டை எடுத்தார். அதிலிருந்து ஒரு சிகரெட்டை உறுவி பற்ற வைத்து, வராண்டா முழுவதும் புகையைத் தவழவிட்டார். சாலையை மேலோட்டமாகப் பார்த்துக்கொண்டிருந்தார். வறண்ட பனிப் புகையைப் போல வராண்டாவில் சுழன்று, அலுவலக அறைக்குள்ளும் தவழ்ந்து பரவியது சிகரெட் புகை.

அந்த வாசனை மணியின் தொண்டைக்குள் கைகளை நீட்டிப் பிசைய, இருமல் பீறிட்டு வந்தது. ஒருமுறை சத்தமாக இருமியவன், சிரமப்பட்டு அடக்கிக்கொண்டான்.

முக்கால் சிகரெட்டை உறிஞ்சி விட்டு, பள்ளிப் பிள்ளைகள் பேப்பர் மடித்து ராக்கெட் விடுவதைப் போல மீதி சிகரெட்டை விர்ரெனச் சாலையில் வீசி எறிந்தார் சைமன். உள்ளே வந்து இருக்கையில் உட்கார்ந்தார். தலைவரைச் சூழ்ந்தபடி வரும் தொண்டர்களைப் போல அவரோடு மீண்டும் உள்ளே புகுந்த சிகரெட் வாசனையால் மேலும் தொண்டை கரகரத்தது மணிக்கு. மெலிதாகச் செருமிக்கொண்டான்.

“சார் லஞ்ச் சார்?” பணிவோடு சைமனிடம் கேட்டார் மாதவன்.

“லஞ்ச்?...பார் மீ? ம் மீல்ஸ் வித் பிஷ் பிரை”

மேலாளர் மீண்டும் ஒரு நூறு ரூபாய்த் தாளை மணியிடம் கொடுத்தார். பெரிய ஸ்டீல் கேரியரைத் கழுவி எடுத்துக்கொண்டு படியிறங்கினான் மணி. தம்புச் செட்டித் தெருவில் அப்போது நெரிசல் மேலும் கூடியிருந்தது. வெயில் வஞ்சனை இல்லாமல் காய்ந்தது.

மண்ணடி முனியாண்டி விலாசில் டிபன் கேரியரில் சாப்பாடும், வாழை இலையில் மடித்து, பிளாஸ்டிக் கவரில் போட்டுக் கொடுத்த வறுத்த வஞ்சிரம் மீன் பார்சலையும் வாங்கிக்கொண்டு திரும்பி நடக்கத் தொடங்கினான்.

வலது கையில் டிபன் கேரியர் ஏகத்துக்கும் கனத்தது. அதோடு கசகசத்த வாகனங்களுக்கிடையில் நுழைந்து நுழைந்து நடப்பது சர்க்கஸ் செய்வது போல இருந்தது.

தம்புச்செட்டித் தெருவிலும், மண்ணடியிலும் ஏராளமான லாரி குடோன்கள். பல குடோன்களை உரசியவாறு சிறியதும், பெரியதுமான லாரிகள் நின்றிருந்தன. தலையில் முக்காடு போட்ட தொழிலாளிகள் லோடு ஏற்றிக் கொண்டோ, இறக்கிக்கொண்டோ இருந்தனர். டிபன் கேரியரின் பாரம் தெரியாமலிருக்க, அவற்றை வேடிக்கை பார்த்தபடி நடந்தான்.

தம்புச்செட்டித் தெருவின் பாதி தூரத்தைக் கடந்தபோது, மேற்குப் பார்த்த ஒரு குடோனிலிருந்து, கரணை கரணையான கை, கால்களில் வியர்வை வழிய வழிய முதுகில் பெரிய பெரிய மூட்டைகளைச் சுமந்து சாய்வுப் படிகளில்

அநாயாசமாக ஏறிக்கொண்டிருந்த தொழிலாளிகள் லாவகமாக முதுகைத் திருப்பி தொபீர் தொபீர் என மூட்டைகளைப் போடும்போதெல்லாம் அந்த லாரி அதிர்ந்து அதிர்ந்து குலுங்கியது.

சிலரின் வெற்று முதுகுகள் வெயிலில் கரும்பாறைகளைப் போலப் பளிச்சிட்டன. அவற்றில் வியர்வை மினுமினுத்தது. ஆனால், அவர்கள் முகத்தில் எந்த ஆயாசமும் தெரியவில்லை. வெயிலில் சும்மா நடப்பதற்கே மணியின் முகமெல்லாம் வியர்த்து வழிந்தது. உடல் கசகசத்தது.

இன்னும் சற்றுத் தூரம் நடந்ததும் சில தொழிலாளிகள் கும்பலாக உட்கார்ந்து கூலிப் பணத்தைப் பிரித்துக்கொண்டிருந்தனர். முதல் லோடிங் முடிந்திருக்கும்.

மேஸ்திரி போல இருந்த உயரமான ஆள் அழுக்கு டீசர்ட்டில் இருந்தான். டீசர்ட் வியர்வையில் உடலோடு ஒட்டியிருந்தது. கையில் வைத்திருந்த நூறு ரூபாய், ஐம்பது ரூபாய், பத்து ரூபாய்த் தாள்களைச் சரசரவென எண்ணி எண்ணிச் சுற்றியிருந்த தொழிலாளிகளிடம் கொடுத்தான்.

“இப்பவே கரிக்டா எண்ணிக்கடா ஆளுக்கு நூத்தி முப்பது அப்பறமா பத்துக் கொறையுது, இரவது கொறையுதுனு சொன்ன ங்கோத்தா காண்டாய்டுவங் நானு” என்றான் குள்ளமான ஒரு தொழிலாளியிடம்.

பக்கத்திலேயே இரண்டு தொழிலாளிகள் ஆளுக்கொரு பிராந்தி பாட்டில்களை வாயில் கவிழ்த்துக்கொண்டிருந்தனர்.

“அதுக்குள்ள மூடிய தற்ந்துட்டானுங்க கொஞ்ச நேரம் இருங்களாண்டா கணக்கு முஞ்சிட்டா எல்லாரும் ஊத்திகிலாம்ல” கத்தினார் இன்னொரு தொழிலாளி. அவரும் ஒரு பாட்டிலைக் கையில் வைத்திருந்தார்.

“ம் நீங்க தண்ணி ஊத்தி கல்ந்து, சாஸ்த்ரம், சாங்கியம் பண்ணி குடிப்பீங்க ராவா எறக்கற நாங்க இன்னாத்துக்குத் தேவுடு காத்துகினு கீணம்.” நக்கலாகச் சிரித்தார் அந்த இருவரில் ஒருவர்.

“ஏங் நீயுந்தாங் தண்ணீ ஊத்தி குடி யாரு வாணான்றாங்க?”

“அய்ய தண்ணீ ஊத்தியா வாணாம்பா ஜல்ப்பு புட்ச்சிக்கும்.”

அவர்களையே பார்த்துக்கொண்டு சற்று நேரம் நின்றான் மணி.

ஒரே ஒருமுறை அவனும் குடித்திருக்கிறான். இவர்கள் அலுவலகத்திற்குப் பக்கத்தில் உள்ள ரோட்கிங் டிரான்ஸ்போர்ட் அலுவலகத்தில் நடுத்தர வயதுடைய கிருஷ்ணன் என்று ஒரு எழுத்தர் இருக்கிறார். பூணூல் தெரியும்படி எப்போதும் தனது சட்டையின் மேல் பட்டன்களைத் திறந்துவிட்டிருப்பார். ஒரு ஞாயிற்றுக்கிழமை அவர் மட்டும் ஏதோ வேலை இருப்பதாக அலுவலகம் வந்திருந்தார். அந்த வாரம் மணி ஊருக்குப் போகாததால் அறையிலேயே இருந்தான்.

அன்று மாட்டுக் கறிக் குழம்பு செய்திருந்தான் மணி. மதிய நேரத்தில் மணியுடன் வந்து பேசிக் கொண்டிருந்தார் கிருஷ்ணன். அவர் அய்யர் என்பதால் அவருக்குக் கறி வாசனை பிடிக்காதே என்று சங்கடத்துடன் நெளிந்தான் மணி.

ஆனால், அந்த வாசனையை ரசித்து மூச்சை இழுத்தார் அவர். இவனுக்கு ஆச்சரியமாக இருந்தது. "இன்னா பாஸ் கறிக் கொழம்பா வாசனயே தூக்குது" என்று கேட்டார்.

"ஆமா சார்" என்றான் சங்கடத்துடன்.

"பலே பலே இன்னா கறி?"

சொல்லத் தயங்கினான் இவன்.

"வாசனயப் பார்த்தா பீப் மாதிரி தெரிது"

அதிர்ச்சியோடு அவரைப் பார்த்தான்.

"இன்னா அப்டிப் பாக்கறீங்க எனுக்கும் ஒரு தட்டு எடுத்துப் போடுங்க டேஸ்ட் பாக்கலாம்..."

சொன்னபடியே அவரே ஒரு தட்டை எடுத்து ஒருகரண்டி நிறையக் கறியை வாறிப்போட்டுச் சாப்பிடவும் உட்கார்ந்து விட்டார். மணியும் சாப்பிட உட்கார்ந்தான்.

அப்போது தனது பேண்ட் பாக்கட்டில் இருந்து, ஒரு ஆப் பாட்டில் பிராந்தியை எடுத்து மணியின் எதிரில் வைத்தார். அதிர்ந்து போனான் மணி. பாட்டிலைத் திறந்து கிளாசில் ஊற்றத் தொடங்கினார். திகிலோடு அவரையே பார்த்துக்கொண்டிருந்தான். அவனையும் குடிக்கச் சொல்லி வற்புறுத்தினார். அதற்கு முன்பு அவன் குடித்ததே இல்லை. அவசரமாகத் தலையாட்டி மறுத்தான்.

"சரி ஒரு பீராவது குடி பாஸ் அது கூல் டிரிங்ஸ் மாதிரி தான போதையெல்லாம் ஏறாது" என்று சிரித்தார்.

மணி பதறிவிட்டான். வேண்டாம் வேண்டாம் என அவன் மறுத்தாலும், அவரே கீழிறங்கிப் போய் ஒரு கிங் பிஷர் பீர் வாங்கி வந்தார். அதன் மூடியைப் பல்லால் கடித்துத் திறந்து, நுரை பொங்கப் பொங்கத் தண்ணீர் குடிக்கும் கிளாசில் ஊற்றி இவனுக்கு எதிரில் வைத்தார்.

பொன் நிறத்தில் தகதகத்தது பீர். நுரைத்து நுரைத்துப் பொங்கிக்கொண்டிருந்தது.

"அய்ய ரொம்ப யோசிக்காத பாஸ் இந்த வய்சுல இதல்லாம் சாப்டாம எப்ப சாப்டறது?" என்று சிரித்துக்கொண்டே தட்டிலிருந்து ஒரு துண்டு கறியை எடுத்துக் கடித்தார்.

"சார் எனுக்கு இதல்லாம் பழக்கம் இல்ல சார். எங்கப்பா குட்ச்சிட்டு ஊட்டுக்கு வந்தாவே எனுக்கு ஆத்தரமா வரும் ஒரே சண்டதாங் என்னப் போயி குடிக்கச் சொல்றீங்களே சார்"

“தெனமுமா குடிக்கச் சொல்றங் ஒரு நாளிக்கி தான களவும் கற்று மற அப்டினு பெரியவங்களே சொல்லி இருக்காங்க பாஸ் சொம்மா டேஸ்ட் பாருங்க புடிக்கலனா வெச்சிருங்க நானு சாப்டறங்”

ஏதோ ஒரு வேகத்தில் அந்த கிளாசை எடுத்து வாயில் வைத்து உறிஞ்சினான். அந்தச் சிறுங் கசப்பும், நுனி நாக்கின் விறுவிறுப்பும் புதிய அனுபவமாக இருந்தன. ஒருதுண்டு கறியை எடுத்துக் கடித்துக்கொண்டான். அடடா பீரின் கசப்புக்கு அந்தக் கறியின் ருசி வேறு தினுசில் இருந்தது. அந்த ருசியில் சொக்கிக் கண்களை மூடிக்கொண்டான். திடீரென ஒரு வேகம். ஒரே மூச்சில் கிளாஸ் முழுவதையும் உறிஞ்சிக் குடித்து விட்டு, காலி கிளாசைத் தட்டெனக் கீழே வைத்தான்.

“அட பலே பலே” எனச் சிரித்துக்கொண்டே மீண்டும் நுரைக்க நுரைக்க கிளாசில் ஊற்றினார்.

அவனுக்கு லேசாகத் தலை கிறுகிறுத்தது. இறக்கை இல்லாமலே பறக்கத் தொடங்கினான். கிளாசுக்குள் பொங்கிய அந்தப் பீரைப் போலவே அவன் மனதுக்குள்ளும் சிரிப்பும் குதூகலமும் பொங்கிப் பொங்கி வழியத் தொடங்கியது. கிளாசை எடுத்துச் சிரித்துக்கொண்டே குடித்தான்.

அதோடு நிறுத்தியிருக்கலாம். அவனுடன் பேசிக்கொண்டே பீருடன் கொஞ்சம் பிராந்தியையும் கலந்து அவனிடம் கொடுத்தார். சிரித்துக்கொண்டே அதையும் வாங்கிக் குடித்தான். அடுத்த சில நிமிடங்களிலேயே வினை ஆரம்பித்துவிட்டது.

இவனது தலை கழுத்தில் நேராக நிற்காமல் ஆட வயிற்றுக்குள்ளிருந்து ஓங்காரமாய்ப் பீறிட்டு வந்தது வாந்தி. உட்கார்ந்த வாக்கிலேயே குமட்டிக் குமட்டி வாந்தி எடுத்தான். அறை முழுவதும் பயங்கர நாற்றம். அந்த நாற்றமே அவனை மேலும் மேலும் வாந்தி எடுக்க வைத்தது. அதற்குப் பிறகும் தலை கழுத்தில் நிற்கவே இல்லை. அது பாட்டுக்குக் கிர்ரெனச் சுற்றியது. அப்படியே சுருண்டு படுத்துவிட்டான்.

அவரே கழிவறையிலிருந்து ஒரு குடம் தண்ணீரைப் பிடித்து வந்து, அறையில் ஊற்றி வாந்தியைக் கழுவி விட்டார். பின்னர் அவரே சோற்றையும் கறிக் குழம்பையும் எடுத்துத் தட்டில் போட்டு, அவன் பக்கத்திலேயே உட்கார்ந்து நிதானமாக ரசித்து ரசித்துச் சாப்பிட்டார். அவன் பக்கத்திலேயே படுத்து, நன்றாகக் குறட்டை விட்டுத் தூங்கினார். மாலையில் எழுந்து சாதாரணமாகக் கிளம்பிப் போய்விட்டார்.

மணிக்கு அப்போதும் தலை சுற்றிக்கொண்டே இருந்தது. இரவும் இரண்டு முறை கழிவறைக்குப் போய் வாந்தி எடுத்தான். வயிறு குமட்டிக்கொண்டே இருந்தது. எதுவுமே சாப்பிட முடியவில்லை. வெறும் வயிற்றுடனே துவண்டு போய்ப் படுத்துவிட்டான்.

மறுநாள் விடிந்தபோதுதான் முதல்நாள் நடந்த விபரீதம் அவனுக்கு முழுமையாக உரைத்தது. அறை முழுவதும் கடுமையான துர்நாற்றம். கழிவறைக்குப்

போனால் அங்கேயும் அதே நாற்றம். இன்னும் சற்று நேரத்தில் எல்லோரும் வர ஆரம்பித்துவிடுவார்களே. பரபரவென யோசித்தது அவனது மனம்.

டவலை எடுத்து மூக்கில் கட்டிக்கொண்டு, சோப்பும், துணிப் பவுடரும் போட்டுக் குடம் குடமாய்த் தண்ணீர் ஊற்றி, அறையையும் கழிவறையும் தேய்த்துத் தேய்த்துக் கழுவினான். அறை முழுவதும் தாராளமாக ரூம் பிரஷ்னரை அடித்தான். ஒரு கட்டு ஊதுவத்தியைக் கொளுத்தி வைத்தான். கழிவறையிலும் ரூம் பிரஷ்னர் அடித்தான். அதைக் கழிவறையில் அடிக்கும்போது பதற்றத்தையும் மீறி அவனுக்குச் சிரிப்பு வந்தது.

எப்படியோ ஒரு வழியாக வாந்தி நாற்றம் அமுங்கிப் போனது. ஆனால், அவனால் எதுவுமே சாப்பிட முடியவில்லை. வயிறு மீண்டும் குமட்டியது. வயிற்றில் எரிச்சலும் எடுத்தது. கொஞ்சமாகச் சோற்றை மட்டும் உப்பைப் போட்டுக் கரைத்துக் குடித்தான்.

அவன் அப்பா சின்னசாமி அளவுக்கு மீறிச் சாராயம் குடித்து, வாந்தி எடுத்து, தலை கீழாகக் கவிழ்ந்து கிடக்கிற நாள்களில் இப்படித்தான் வெறும் சோற்றையோ, களியையோ தண்ணீர் ஊற்றிக் கரைக்கச் சொல்வார்.

“கடப்பாரய முய்ங்கிட்டுச் சுக்குக் கசாயம் கேக்கறாம்பாரு கம்னாட்டி...”

திட்டிக்கொண்டே தாராளமாகத் தண்ணீரை ஊற்றிக் கரைத்துச் சொம்பில் ஊற்றிக் கொடுப்பாள் அவன் அம்மா. அதுதான் அவனுக்கும் கை கொடுத்தது. மூன்று வேளையும் வெறும் சோற்றைக் கரைத்துக் குடித்த பிறகுதான் அவனுடைய வயிறு கொஞ்சம் சமாதானமானது.

அப்பன்காரம் குடித்துவிட்டு வீட்டுக்கு வந்தால், அந்த நாற்றமே இவனுக்குஆகாது. அடிக்கடி முகம் சுளிப்பான். அவர் மீது ஆத்திரம் ஆத்திரமாக வரும்.

ஆனால், எப்படியோ மதி கெட்டுப்போய், அய்யரோடு சேர்ந்து குடித்ததற்காகவும், வாந்தி எடுத்ததற்காகவும் தன்னையே நொந்துகொண்டான். இனி வாழ்நாளில் அந்தச் சனியனைத் தொடவே கூடாது என மனதுக்குள் நினைத்துக்கொண்டான்.

அது இப்போது நினைவுக்கு வர அவர்களை உற்று உற்றுப் பார்த்துக் கொண்டே நடந்தான். அவர்கள் மதிய நேரத்துக்குள் ஒரு லோடிங் முடித்துப் பணம் வாங்கிவிட்டார்கள். சாப்பாட்டுக்குப் பிறகு மீண்டும் ஒரு லோடு ஏற்றுவதோ இறக்குவதோ இருக்கும். பொழுது சாய்வதற்குள் ஒவ்வொருவரும் எப்படியும் இருநூறு, முந்நூறு எனச் சம்பாதிப்பார்கள். ஆனால், ஒவ்வொரு லோடிங் தொடங்கும் போதும் ஒரு குவார்ட்டர் பிராந்தியைக் கட்டாயம் குடிப்பார்கள். இரண்டு முறையாவது கொத்துப் பரோட்டா, வீச்சுப் பரோட்டா எனச் சாப்பிடுவார்கள். அப்போதுதான் அவர்களால் சளைக்காமல் வலி தெரியாமல் பாரம் தூக்க முடியும் என்பார்கள்.

வேலை முடிந்து வீட்டுக்குத் திரும்பும்போது அவர்கள் கையில் மிச்சம் நூறு, நூற்றைம்பது கூட இருக்காது. மறுநாள் வேலை இல்லாவிட்டால் அதற்கடுத்த நாள் அவர்கள் வீட்டில் அடுப்பெரியாது என்று மாதவன் சொல்வார். இதுவும் தானிக்கி தீனி செரிபோயிந்தி* கததான் என நினைத்துக்கொண்டு வேகமாக நடந்தான் மணி.

லேசாக மூச்சிரைக்க மாடிப் படியேறி அலுவலகத்திற்குள் நுழைந்தான். தொலைப்பேசியில் யாரிடமோ சிரித்துச் சிரித்து மலையாளத்தில் பேசிக்கொண்டிருந்தார் சைமன்.

பத்து நிமிடங்கள் பேசியபின், ரிசீவரைக் கவிழ்த்துவிட்டுத் தனது கைக்கடிகாரத்தைத் திருப்பிப் பார்த்தார். ஒன்னே கால் மணி.

"ஓகே... வி வில் டேக் லஞ்ச்?" மாதவனிடம் கேட்டார்.

"ஓகே சார்" என எழுந்து நின்றார் மாதவன்.

கழிவறைக்குப் போய் கைகளைக் கழுவி வந்தார் சைமன். அவரின் மேசையிலேயே வாழை இலையை விரித்து, தண்ணீர் தெளித்தான் மணி. டிபன் கேரியரைப் பிரித்து, பொறியல், சாதம், சாம்பார் எனப் பணிவோடு பறிமாறினான். மீன் வருவலை எடுத்து இலையின் ஓரமாக வைத்தான்.

நிதானமாகச் சாப்பிட்டார் சைமன். சாம்பார் சரியில்லை, ரசம் வேஸ்ட்., பிஷ் ஃபிரை ஓ.கே. என்றபடி சாப்பிட்டு முடித்தார். கை கழுவிவிட்டு, சிகரெட் பிடிக்க வராந்தாவுக்குப் போனார். கேரியரில் பாதிச் சாப்பாடு மிச்சமிருந்தது.

தன் இருக்கையிலேயே உட்கார்ந்து தனது டிபன் கேரியரைப் பிரித்துச் சாப்பிடத் தொடங்கினார் மாதவன்.

மணியும், சுந்தரரும் கீழே உட்கார்ந்து சாப்பிடத் தொடங்கினார். சுந்தர் முருங்கைக்காய்ச் சாம்பார்கொண்டு வந்திருந்தான். மணி காலையில் சமைத்த வெண்டைக்காய்க் காரக் குழம்பும், சோறும் குண்டான்களில் மேஜையின் மறைவில் இருந்தன. சைமன் எதிரில் அதை வெளியில் எடுக்கக் கூச்சமாக இருந்தது. ஒருவேளை அவர் அதையும் அருவருப்பாகப் பார்க்கலாம். அதனால் பார்சல் சாப்பாட்டில் மிச்சமிருந்ததை மட்டும் போட்டுச் சாப்பிட்டான். சாப்பிட்டு முடித்து, டிபன் பாக்ஸ்சுகளைக் கழுவி வைத்தான்.

மாலை வரை சில பழைய கோப்புகளையும் அக்ரிமென்ட்களையும் பார்த்துக்கொண்டிருந்தார் சைமன். அவரது சந்தேகங்களுக்கு அரை குறை ஆங்கிலத்தில் பதில் சொல்லிக்கொண்டிருந்தார் மாதவன்.

மீண்டும் ஒரு சிகரெட்டைப் பற்ற வைத்து, புகையை வழியவிட்டபடி வராந்தாவில் நின்றார். தட்டச்சு இயந்திரத்தில் பில் பேப்பர்களைச் செருகிவழக்கம்போல டொக் டொக்கெனத் தட்டத் தொடங்கினார் மாதவன்.

“டைப்பிஸ்ட் இல்லியா?” கேட்டுக்கொண்டே உள்ளே வந்து உட்கார்ந்தார் சைமன்.

“நோ சார்” என்றார் மாதவன்.

“ஒய்? ஐ வில் ஸ்பீக் வித் அவர் எம்.டி”

உடனே தொலைப்பேசியை இழுத்து எண்களைத் தட்டிவிட்டுப் பேசினார்.

“மாதவன் ஓகே ஒரு டைப்பிஸ்ட் அப்பாய்ண்ட் பண்ணச் சொல்லிட்டாரு டுமாரோ எனுக்குத் தெரிஞ்ச ஒரு கேர்ள் வரச் சொல்றன்” என்றார்.

அதைக் கேட்டதுமே திக்கென்றது மணிக்கு.

அதுவரை, ஆண்கள் மட்டுமே பணி புரிந்த அந்த அலுவலகத்திற்கு ஒரு பெண் வரப்போகிறாள். அங்கேயே சமையல் செய்து, சர்வ சுதந்திரமாகத் தங்கி இருக்கும் அந்த இடத்தில் இனி அவன் அப்படி இருக்க முடியுமா?

*தானிக்கி தீனி செரிபோயிந்தி - அதுக்கு இது சரியா போச்சி[1]

1

16

அவனை வேறு ஒரு அறை எடுத்துத் தங்கிக்கொள்ளச் சொல்லிவிட்டால் என்ன செய்வது எனக் கவலையாக இருந்தது மணிக்கு.

சின்ன அறையாக எடுத்தாலும் கூட மாத வாடகையே ஆயிரம் ரூபாய்க்குக் குறையாதே. வாங்குகிற ஆயிரம் ரூபாய்ச் சம்பளத்தை வாடகைக்கே கொடுத்துவிட்டால் பூவாவுக்கு?

சுந்தரைப் போல தினமும் வீட்டுக்கும் போய் வரமுடியாது. சுந்தரின் வீடு ரயில் நிலையத்திலிருந்து மூன்று மைல் தூரத்திலேயே இருக்கிறது. அதனால் வீட்டிலிருந்து மிதிவண்டியில் கிளம்பி வந்து, சாவகாசமாக ரயில் ஏறி விடுகிறான். அதற்கே அதிகாலை நான்கு மணிக்கு எழுந்து கிளம்பினால், இரவு வீட்டுக்குத் திரும்ப இரவு பத்து மணிக்கு மேல் ஆகிறது என்று சொல்வான்.

மணியின் ஊருக்கு அந்த ரயில் நிலையத்திலிருந்து பதினைந்து மைல் தூரத்துக்கு மேல் போக வேண்டும். ரயில் நிலையத்திலிருந்து நேரடியாகப் பேருந்தும் கிடையாது. இரண்டு பேருந்துகள் ஏறவேண்டும். அதற்கே இரண்டு மணி நேரத்துக்கு மேல் ஆகும். மூன்று மணி நேர ரயில் பயணம் வேறு. மொத்தம் ஐந்து மணி நேரம். போக வர பத்து மணி நேரம். நினைத்துக் கூடப் பார்க்க முடியாது.

சமைப்பதை நிறுத்திவிட்டு, மீண்டும் ஓட்டலில் சாப்பிடலாமா?

அங்கே வேலைக்குச் சேர்ந்த புதிதில் தினமும் தெருவோர உணவகத்தில்தான் சாப்பிட்டான். பெரிய உணவகங்களை விட அது சிக்கனமாகவும் சுவையாகவும் இருந்தது.

ஆனால், ஒரே மாதத்தில் செரிமானக் கோளாறு வந்துவிட்டது. எந்நேரமும் நெஞ்செரிச்சலும் புளியேப்பமும் அவனை வதைத்தன. அதன் பிறகுதான், சுந்தரின் ஆலோசனையின்படி சின்னதாக இரண்டு அலுமினியக் குண்டான்கள், ஒரு மண்ணெண்ணெய் ஸ்டவ், ஒரு இரும்புத் தோசைக்கல், இரண்டு எவர்சில்வர் கரண்டிகள், ஒரு அன்னக்குத்தி, சாப்பிட இரண்டு ஸ்டீல் தட்டுகள், சப்பாத்திக் கட்டைகள் என எளிமையாகச் சில சாமான்களை மட்டும் வாங்கிக் கொண்டான்.

அப்போது மிதிவண்டி நிறுவனத்தில் லோடிங் அதிகமாக இருந்ததால் சுந்தரும் அவனுடனேயே தங்கியிருந்தான். காலையும் மதியமும் இரண்டு பேருக்கும் சேர்த்துச் சோறு வடித்துக்கொண்டார்கள். பருப்பைக் கொழகொழவென வேகவைத்துக் கரண்டியாலேயே நசுக்கி, அதிலேயே காய்களைப் போட்டு வேகவைத்துச் சாம்பார் என வைப்பார்கள். அல்லது தண்ணீரைத் தாராளமாக ஊற்றிக் காரக்குழம்பு வைத்துக்கொள்வார்கள்.

சோற்றுக்கான அரிசியை மணி தன் வீட்டிலிருந்தே கொண்டுவந்துவிடுவான். லோடிங் இல்லாத நாள்களில் இரவில் சப்பாத்தி, தொட்டுக்கொள்ளத் தக்காளித் தொக்கு அல்லது ஏதேனும் ஒரு குழம்பு. இந்த ஏற்பாடு பெரும் சிக்கனமாக இருந்தது.

சனிக்கிழமை மாலையானால் சுந்தர் ரயிலேறி ஊருக்குக் கிளம்பிவிடுவான். மணி மட்டும் ஒரு வாரம் விட்டு ஒரு வாரம் ஊருக்குப் போய் வருவான்.

அடுத்த சில மாதங்களிலேயே மிதிவண்டி லோடிங் குறைந்துவிட்டது. அதனால் சுந்தர் தினமும் வீட்டுக்குப் போய் வந்தான்.

ஊருக்குப் போகாத ஞாயிறுகளின் காலையில் பழைய சோற்றைக் கரைத்துக் குடிப்பான் மணி. துணிகளைத் துவைத்து மொட்டை மாடியில் உலர்த்துவான். மதியத்தில் கால்கிலோ மாட்டுக்கறி வாங்கி வந்து பொடிப் பொடியாக வெட்டிக் குழம்பு வைப்பான்.

சோற்றுக்கு மாட்டுக்கறிக் குழம்புக்கு ஜோராக இருக்கும். இரவில் அதே குழம்புக்குச் சப்பாத்தி. சப்பாத்திக்கும், மாட்டுக்கறிக்கும் கூடுதல் பொருத்தம். சூடான சப்பாத்திகளைப் பிய்த்துப் பிய்த்துத் தட்டில் போட்டுக்கொள்வான். மீண்டும் ஒரு முறை சுட வைத்த கறிக்குழம்பைச் சப்பாத்தித் துண்டுகளின் மீது ஊற்றிக் கிளறிச் சுடச் சுட நாக்குப் பதறப் பதறத் தின்பான். கொட்டைப் பாக்கு அளவில் வெட்டப்பட்ட கறித்துண்டுகள் பூ மாதிரி வெந்து தின்னத் தின்னத் திகட்டாது.

இங்கே வருவதற்கு முன்பெல்லாம் மாட்டுக்கறி தின்னும் பழக்கம் மணிக்குக் கிடையாது. அதன் ருசியை சுந்தர்தான் இவனுக்குக் காட்டினான். இவனுடன் தங்கியிருந்த நாள்களில், அதிகமான லோடிங் மாமூல் கிடைக்கிற போது... கறிக்கடைக்குப் போய் அரைக் கிலோ மாட்டுக்கறியை வாங்கி வந்து குழம்பு வைப்பான் சுந்தர். குழம்பில் வெந்த கறியை இரண்டு கரண்டிகள் வாரி தோசைக் கல்லின் மேல் போட்டு, தாராளமாகக் கடலை எண்ணெயை அதன் மீது தெளித்து, பொன் வறுவலாக வறுத்து, ஆவி பறக்க மணியினுடைய தட்டில் போடுவான். அப்பாடா அந்த ருசியில்தான் அதற்கு அடிமையானான் மணி.

அதற்குப் பிறகு சுந்தர் இல்லாதபோதும் ஞாயிற்றுக்கிழமைகளில் மணியே கடைக்குப் போய் மாட்டுக்கறி வாங்கி வந்து குழம்பு வைக்கத் தொடங்கினான். விற்கிற விலையில் ஆட்டுக் கறிக்கெல்லாம் ஆசைப்பட முடியுமா?

பதினைந்து ரூபாய் கொடுத்தால் போதும். கால் கிலோ எலும்பில்லாத மாட்டுக் கறியும், கொசுறாக நூறு கிராமக் கொழுப்பும் கிடைக்கும். பகல், இரவு என இரண்டு வேளைகள் தின்றாலும் மொத்தக் கறியையும் அவனால் தின்ன முடியாது. மீந்த குழம்பை மறுநாள் காலையில் ஒருமுறை சுண்ட வைப்பான். குழம்பு மொத்தமும் சுண்டிவிட, கறி மட்டும் வறுவலாக நிற்கும். காரசாரமாக இருக்கும் அந்தக் கறியைப் பழைய சோற்றுக்குத் தொட்டுக் கொள்வான். அந்த ருசி தனி ரகம்.

மற்ற இரவுகளில் தோசைக் கல்லின் மீது கொஞ்சம் எண்ணெயை விட்டு, பொடிப் பொடியாக வெட்டப்பட்ட வெங்காயத்தை அதில் வதக்கி, இரண்டு முட்டைகளை உடைத்து ஊற்றி, உப்புத் தூளைத் தூவி பொன் வறுவலாக வறுத்துப் பொடிமாஸ் செய்வான். அதுவும் சப்பாத்திக்குத் தோதாக இருக்கும்.

இவை எல்லாவற்றுக்குமே ஆப்பு வந்து விடுமோ என நினைத்ததும், இரவு முழுவதும் அவனுக்குத் தூக்கமே வரவில்லை. அவனுக்குப் பிடித்தமான சப்பாத்தியும் முட்டைப் பொடிமாசும் கூட அன்று இரவு உள்ளே இறங்கவில்லை.

ஆனது ஆகட்டும் என்று மறுநாள் காலையில் எழுந்ததும் வழக்கம் போலச் சோறாக்கி, பீன்ஸ் குழம்பு வைத்துக் குளித்துச் சாப்பிட்டு முடித்தான்.

மேலாளரும், சுந்தரும் வந்த பின்னர், கனமான ஊது வத்தியைப் போல உதட்டில் புகையும் சிகரெட்டோடு, பளபளக்கும் கறுப்பு நிற ஷீக்கள் கர்ரக் கர்ரக் எனச் சிமெண்ட் தரையைத் தேய்க்க நடந்து வந்தார் சைமன்.

மூவரும் எழுந்து நின்று வணக்கம் வைத்தனர். ஒற்றைத் தலையசைப்பில் அவற்றை ஏற்றுக்கொண்ட சைமன், பாதி சிகரெட்டை வழக்கம் போலச் சாலையில் வீசிவிட்டுத் தன் இருக்கையில் வந்து உட்கார்ந்தார்.

“மாதவன் இன்னிக்கு நம்ப ஓபீசுக்கு டைப்பிஸ்ட் வரச் சொல்லியிருக்கு நீங்க இன்டர்வியூ பண்ணுங்க?”

சைமன் சொல்ல, தலையாட்டினார் மாதவன்.

“அது எனுக்குத் தெரிஞ்ச கேர்ள்தான்”

“அப்டினா எதுக்கு சார் இன்டர்வியூ?”

“அப்டியா வெல் ஓகே”

ஸ்டைலாகச் சொன்ன சைமன், தொலைப்பேசியில் எண்களைத் தட்டி யாருடனோ மலையாளத்தில் பேசத் தொடங்கினார்.

மணி பழைய பில்களை எடுத்துச் சரிபாரத்துக்கொண்டிருந்தான். சுந்தர் என்னவோ லெட்ஜரில் எழுதிக்கொண்டிருந்தான். மாதவன் வேறொரு தொலைப்பேசியில் பேசிக்கொண்டிருந்தார்.

ஒருமணி நேரம் கழித்து வாசலில் நிழலாடியது. எல்லோரும் திரும்பிப் பார்த்தனர்.

ஒரு இளம் பெண். ரோசாப்பூவின் பளபளப்பான நிறம். காலை வானத்தின் அடர் மஞ்சள் நிறத்தில் சுடிதார். கருகருத்த கூந்தலில் ஒரு ஒற்றை ரோசா. நெற்றியில் சின்னதாக ஸ்டிக்கர் பொட்டு. அதன் கீழே மெலிதாக ஒரு வெண்ணிறத் தீற்றல். திரைப்படங்களில் வரும் மலையாளக் கதாநாயகிகளைப் போலவே இருந்தாள்.

சுந்தர் அவளை ஒரு ஒற்றைப் பார்வை பார்த்துவிட்டுத் திரும்பிக்கொண்டான். மேலாளரின் கண்களில் ஒரு ஒளிக் கீற்றுப் பளீரிட்டது.

“எக்ஸ்கியூஸ் மீ மே ஐ கமின் சார்” கொஞ்சலான குரலில் கேட்டாள்.

“எஸ் கமின்” சைமன் குருவிலா கம்பீரமாகச் சொன்னார்.

“தேங்க் யூ சார் குட் மார்னிங்” என்றபடி உள்ளே நுழைந்தாள். அவளோடு சேர்ந்து மெலிதான சென்டின் வாசனையும் உள்ளே வந்தது.

“ஷீ ஈஸ் மிஸ் லீனா டைப்பிஸ்ட்” என்றார் சைமன்.

மணிக்குக் குப்பென வியர்த்துவிட்டது.

17

ஆலமரம் மெதுவாகத் தன் இலைகளை அசைத்துக்கொண்டிருந்தது. அதன் தெற்கு பார்த்த கிளையில், இலைகளின் அடர்த்திக்கு நடுவில் மறைந்து உட்கார்ந்து அமைதியாகக் காத்திருந்தான் ராணியின் சித்தப்பன் மகன். அப்போது அவன் கல்லூரிப் படிப்பை முடித்திருந்தான்.

அமானுஷ்யமான அமைதியில் இருந்தது மலை. தூரத்தில் சில பறவைகளின் லேசான சிறகசைப்புகள், வட திசையில் ஏதோ ஒரு ஒற்றைப் பறவையின் ஏக்கமான கூவல். மீண்டும் பேரமைதி.

அவன் மனம் தெளிவாக இருந்தது. அவன் இத்தனை காலமும் எதற்காகக் காத்திருந்தானோ அது இன்னும் சற்று நேரத்தில் நடக்கப் போகிறது.

சூரியன் மேற்கில் மலைக்குப் பின்னால் இறங்கத் தொடங்கியிருந்தான். ஆடு மாடு மேய்ப்பவர்கள் மலையிலிருந்து முற்றாக இறங்கியிருந்தனர். யார் கண்களிலும் படாமல் ஒளிந்து ஒளிந்து மலையேறிய அவன், ஊர்க்காரர்கள் புழங்கும் இந்த ஆலமரத்தில் அன்றுதான் முதன் முதலாக ஏறி உட்கார்ந்திருந்தான்.

இன்னும் சற்று நேரத்தில் கோபால் தனியாக மலை ஏறி அங்கே வருவான். அந்த மரத்தின் கீழே உள்ள அகலமான பாறையில் உட்கார்ந்து வழக்கம் போலப் பிராந்தி குடிப்பான். குடித்துவிட்டுச் சிறிது நேரம் போதையோடு அந்தப் பளிங்குப் பாறையில் படுத்திருப்பான்.

முழுமையாகப் போதை ஏறுவதற்கு முன்பாகவே அவன் தலையில் கல்லைப் போட்டுக் கொலை செய்ய வேண்டும். அதுதான் இவனது திட்டம். போதை ஏறிவிட்டால் தலையில் கல் விழுகிற வலி கூடத் தெரியாது. அவன் அவ்வளவு எளிதாகச் சாகக் கூடாது. வலியில் துடித்துத் துடித்துச் சாகவேண்டும். அதை இதே மரத்தில் இருந்து ஆசை தீரப் பார்க்க வேண்டும். அதன்பிறகு மெதுவாகக் கீழே இறங்கி, இருட்டோடு இருட்டாகக் கலந்து, மலையிறங்கி வீட்டுக்குப் போய்ப் படுத்துவிட வேண்டும்.

கல்லூரியில் சேர்ந்ததிலிருந்தே கோபாலைக் கொலை செய்ய என்னென்ன வழிகளையோ யோசித்தான் அவன். சினிமாவில் வருவதைப் போலத் திட்டம் தீட்டிப் பழிவாங்குவது அவ்வளவு சுலபமாக இல்லை. மனதில் வேகம் இருந்தாலும் அதே அளவு பயமும் இருந்தது.

ராணியைக் காதலிப்பதாக நாடகமாடி, திட்டம் போட்டு மலைக்கு அழைத்துப் போய், கூட்டுச் சேர்ந்து அவளைக் கெடுத்து, புளிய மரத்தில் தூக்குப் போட்டுத் தற்கொலை செய்து கொள்ளத் தூண்டிய கோபாலையும், அவனோடு கூட்டுச் சேர்ந்த அந்த இரண்டு அயோக்கிய நாய்களையும் இவர்களால் ஒன்றுமே செய்ய முடியவில்லை. காவல் நிலையத்திற்குப் போய்ப் புகார் கொடுக்கவும் அப்போது இவர்கள் யாருக்குமே தைரியமில்லை. நேரில் பார்த்த சாட்சியுமில்லை.

பின்னாளில் குடி போதையில் அந்தச் சம்பவத்தைப் பற்றிக் கூட்டாளிகளிடம் பெருமையாக உளறினானே ராமன் அதையே அவன் நீதிமன்றத்தில் வந்து ஒத்துக்கொள்வானா?

அவனோடு சேர்ந்து குடித்தபோது, அந்தச் சம்பவத்தை அவன் சொல்லச் சொல்லக் கேட்டவர்களாவது வந்து சாட்சி சொல்வார்களா?

யாருடைய ஆதரவும் இல்லாத பராரிகளான அவர்களால் அப்போது ஒன்றுமே செய்ய முடியவில்லை.

ஆனால், மற்றவர்களைப் போல மனதுக்குள்ளேயே மக்கி மக்கி சும்மாவே செத்துப்போகவும் இவனால் முடியவில்லை.

அதனால்தான் ராணியை நம்ப வைத்துக் கழுத்தறுத்த கோபாலை மட்டுமாவது பழி வாங்கிவிட வேண்டும் என இவன் முடிவு செய்துகொண்டான். எப்படிப் பழிவாங்கலாம் என யோசித்து யோசித்து எத்தனையோ இரவு, பகல்களைத் தூக்கமில்லாமல் கழித்தான்.

இவனது முன்னோர்கள் என்று சொல்லப்படுகிற ஒண்டிவீரனின் கதையையும், வீரப் பெண்மணி குயிலியின் கதையையும் அவன் பலமுறை படித்துப் பார்த்தான். அந்தக் கதைகள் அவனுக்குப் பெரும் வேகத்தைக் கொடுத்தன. உண்மையிலேயே அவர்கள் எல்லாம் வாழ்ந்தவர்களா அந்தச் சம்பவங்கள் எல்லாம் நடந்தவையா அல்லது வரலாற்றில் எழுதப்பட்ட கற்பனைகளா என்பதைப் பற்றியெல்லாம் அவன் கவலைப்படவில்லை. அந்தக் கதைகள்தான் அவனுக்குத் தைரியத்தைத் தந்தன.

அந்த ஒண்டிவீரன்தான் அவனது கதாநாயகன். ஆயுத பலம் மிகுந்த பரங்கிப் படைகளைத் தனி ஆளாக அழித்த ஒண்டி வீரனே அவனது ஆதர்ச சக்தி.

ஒண்டி வீரனின் வரலாறு அவனுக்கு மனப்பாடம்.

பீரங்கிகளும், வெடிகளும், துப்பாக்கி ஏந்திய சிப்பாய்களும், குதிரைப் படைகளுமாய்ச் சூழ்ந்திருந்த பரங்கியர்களுடன் நேருக்கு நேராக மோதி வெல்ல தனது அரசரிடம் போதுமான படை பலமில்லை என்பதை உணர்ந்துகொண்டான் ஒண்டிவீரன். அதனால் எதிரிகளைச் சூழ்ச்சியால் மட்டுமே அழிக்க முடியும் என முடிவு செய்து கொண்டான்.

ஒரு பெரிய திட்டத்துடன் தனியாளாகப் பரங்கியரின் படைக் களத்துக்குள் புகுந்தான். யாருக்கும் தெரியாமல் குதிரைகளைக் கட்டும் லாயத்துக்குள் நுழைந்தான். குதிரை காடியில் போய்ப் படுத்து, தன் மீது புல்லைப் போட்டு மூடிக்கொண்டு அசையாமல் காத்திருந்தான்.

அந்த நேரம் பார்த்துத் தன் குதிரையோடு கொட்டடிக்குள் வந்தான் ஒரு படை வீரன். தன் குதிரையைக் கட்ட அந்தக் காடியில் முளையை அடித்தான். அந்த முளை அங்கே மறைந்து படுத்திருந்த ஒண்டி வீரனின் கை மீதே இறங்கியது. கையைத் துளைத்துக்கொண்டு முளை இறங்குகிறது. பற்களைக் கடித்து அந்த வலியைத் தாங்கிக் கொள்கிறான் ஒண்டிவீரன். அடிக்கப்பட்ட முளையில் அவனது ஒரு கை தரையோடு சேர்ந்து சிக்கிக்கொள்கிறது.

படைவீரன் வெளியேறிய பின்னர் அந்தக் கையை எடுக்க முயல்கிறான் ஒண்டிவீரன். கையை அசைக்கக்கூட முடியவில்லை. ஆனால், வலி மட்டும் மூளை வரை ஊடுருவுகிறது. அப்படியே படுத்துக் கிடந்தால் வந்த காரியமே கெட்டுப் போகும். அப்படியே இருந்தால் எதிரிகளிடம் மாட்டிக்கொள்ளவும் நேரிடும். என்ன செய்வது?

தனது ஒரு கை போனாலும் பரவாயில்லை என முடிவு செய்கிறான். இடுப்பிலிருந்த தன் வாளாலேயே இன்னொரு கையால் அந்தக் கையை வெட்டுகிறான். முளையில் மாட்டிய கைத் துண்டாகிறது. துண்டிக்கப்பட்ட கை காடியில் கிடந்து துடிக்கிறது. வெட்டப்பட்ட அந்தக் கையிலிருந்து ரத்தம் பீறிட்டு அடிக்கிறது. உடனே காடியிலிருந்து துள்ளி எழுந்தான். ஒற்றைக் கையோடு, வெள்ளையர்களின் பீரங்கியை அவர்களின் படைகள் பக்கமே திருப்பி வைத்து,

அதை வெடிக்க வைக்கிறான். வெடிகள் வெடித்துச் சிதறுகின்றன. ஆயுதக் கிடங்கு முழுவதும் தீப்பற்றி எறிகிறது. ராட்சசச் சொக்கப் பானை கொளுத்தியது போலக் கிடங்கு வெடித்துச் சிதறுகிறது.

எதிரிகளின் ஆயுதங்களை வைத்தே அவர்களின் ஆயுதக் கிடங்கை அழித்துவிட்டு, எதிரிகளிடம் சிக்கிக் கொள்ளாமல் தப்பிச் செல்கிறான் அந்த மாவீரன் ஒண்டிவீரன்.

அதைப் போன்ற சூழ்ச்சிதான் தனக்கும் உதவும் என முடிவு செய்து கொண்டான் இவன். நம்பிக்கைத் துரோகம் செய்த இந்தத் துரோகியையும் சூழ்ச்சியால்தான் அழிக்க வேண்டும்.

அதற்காக அவன் எத்தனையோ வழிகளை யோசித்துப் பார்த்தான்.

மலையின் மேற்குப் புறமுள்ள கணவாய் வழியாகத்தான் சிப்காட்டிற்கு வேலைக்குப் போய் வருவான் கோபால். தனது இரு சக்கர வண்டியில் மாலையில் இருட்டும் நேரத்தில் தனியாகத்தான் திரும்பி வருவான். அப்போது அந்த மலை வழியில் மடக்கி, வாயில் துணியை நுந்தி*, கத்தியால் குத்திக் குடலை வெளியே தள்ளிச் சாய்த்துவிடலாம் என நினைத்தான். ஆனால், அந்தச் சமயத்தில் வேறு யாராவது திடீரென அந்த வழியாக வந்துவிட்டால் காரியமே கெட்டுவிடும். இவனும் மாட்டிக்கொள்வான்.

தினமும் காலையில் தங்களது கிணற்றில் உள்ள பம்புசெட் மோட்டாரைப் போட வருவான் கோபால். அப்படி அவன் வரும்போது, அந்த பம்ப்செட் அறைக்குப் பின்னால் மறைந்திருந்து, திடுமென அவன் பின்னால் பாய்ந்து முதுகில் குத்திச் சாகடித்துவிடலாம் எனத் திட்டம் தீட்டினான். ஆனால், தண்ணீர் மடைத் திருப்ப ஆள்காரனும் பின்னாலேயே வருவானே. ஆயில் இன்ஜின் போய், மின்சார மோட்டார் வந்த பிறகும் தண்ணீர் பாய்ச்ச அதே ஆள்காரன் வந்து நிற்பானே.

இரவில் ஊர் உறங்கிய பிறகு, கோபாலுடைய வீட்டுக்குப் போய்க் கதவைத் தட்டி எழுப்பி, நேரடியாகவே அவனது தலையை வெட்டி எடுத்துப் போய்க் காவல் நிலையத்தில் ஒப்படைத்துச் சரணடைந்து விடலாமா என்றும் யோசித்தான். ஆட்டுத் தலையை வெட்டி எடுப்பதைப் போல மனிதத் தலையை வெட்டி எடுப்பதை நினைத்தாலே அவனுக்கு நடுக்கமாக இருந்தது

திகில் திரைப்படங்களில் வருவதைப் போல வேறு என்னென்ன வழிகளை எல்லாமோ யோசித்தான். எதுவுமே அத்தனை எளிதில் சாத்தியப்படவில்லை.

ஊர்க்காரர்கள் ஆடு மாடுகளுடன் மலையிறங்கிப் போன பிறகு, இந்த ஆலமரத்தின் கீழே உட்கார்ந்து தினமும் பிராந்தி குடிக்கத் தொடங்கினான் கோபால். சில மாதங்களாகத் தொடர்ந்து அதைக் கவனித்துவிட்டுதான் இறுதியாக இந்த முடிவுக்கு வந்திருந்தான்.

இருட்டுவதற்கு முன்னதாகவே மலை ஏறி வந்து, ஒரு கனமான கல்லைத் தேடி எடுத்து, அதை மரத்தின் மேலே கொண்டுபோய், கிளையிடுக்கில் வைத்துக்கொண்டான். அந்தக் கனமான கல்லைத் தூக்கிக்கொண்டு மரமேறுவது பிரம்மப் பிரயத்தனமாக இருந்தது. கடைசியில் நீளமான காட்டுக் கொடிகளை அறுத்து, அதைக் கயிறு போல முறுக்கி, அதில் கல்லைக் கட்டி, மரத்தில் ஏறி அதன் முனையைப் பிடித்து மேலே இழுத்துதான் மரத்தின் மேலே கொண்டுபோனான்.

நேரம் மெதுவாகக் கடந்துகொண்டிருந்தது. கோபால் வரும் நேரம் நெருங்க நெருங்க அவனுக்குள் பதற்றம் கூடத்தொடங்கியது. மரத்திலிருந்து அவன் தலைக்கு நேராகக் கல்லை நழுவவிட்டாலே போதும். சில நொடிகளிலேயே அவனது நடு உச்சி பிளந்து சூரைத் தேங்காய்ச் சிதறுவதைப் போல அவனது மூளை சிதறிவிடும்.

கைக் கடிகாரத்தில் நேரம் பார்த்தான். ஆறு பத்து. வெளிச்சம் மேலும் மங்கத் தொடங்கியது. தூரத்தில் மெலிதாகச் செடிகள் உரசும் அரவம் கேட்டது. வருகிறான்.

தலையைத் திருப்பி உற்றுப் பார்த்தான். சற்றுத் தூரத்தில் ஆவாரம் மண்டைகளுக்கு மேலாக ஒருதலை தெரிந்தது. அது, கோபாலின் தலைதான். சுறுசுறுப்பானது இவனது மூளை. பதற்றத்தில் கைகள் லேசாக உதறத் தொடங்கின.

மூச்சை அடக்கியபடி அவன் தலையையே உற்றுப் பார்த்து அதிர்ந்து போனான். கோபாலின் தலைக்குப் பின்னால் இன்னொரு தலை தெரிந்தது. அவனுடன் யாரோ இன்னெருவன் நடந்து வருகிறான். ஒருவேளை அந்த இன்னொரு அயோக்கியன் ராமனாக இருக்குமோ. ஆஹா அதுமட்டும் ராமனாக இருந்தால் ஒரே நாளில் இவனது வேலை முடிந்துவிடும்.

மீண்டும் அவனுக்கு அதிர்ச்சியாக இருந்தது. கோபாலுடன் வந்தவன் ராமன் இல்லை. வேறு யாரோ ஒருவன். அவனை இதற்கு முன்பாக இவன் பார்த்ததே இல்லை. வெளியூராக இருக்கலாம்.

இப்போது என்ன செய்வது எனக் குழப்பமாக இருந்தது இவனுக்கு. இருவரையும் சேர்த்தே சாகடித்துவிடலாமா?

ஆனால், எதற்காகத் தேவையில்லாமல் இன்னொருவனைச் சாகடிக்க வேண்டும்? அவனுக்கும் இதற்கும் என்ன சம்பந்தம்?

இவனது உச்சந்தலை பரபரத்தது. பதற்றப் படாதே அமைதியாக இரு என்றது மனம்.

அவர்கள் இருவரும் ஆல மரத்தின் கீழே பரந்திருந்த பாறையின் மீது உட்கார்ந்தனர். கோபால் தன் கையோடு கொண்டுவந்திருந்த துணிப் பையை உடன் வந்தவனின் எதிரில் வைத்தான்.

“பங்காளி எட்த்து ஓப்பன் பண்ணு” என்றான் கோபால்.

அந்தப் பையிலிருந்து இரண்டு பிராந்தி பாட்டில்களையும் ஒரு மிக்சர் பொட்டலத்தையும் இரண்டு பிளாஸ்டிக் கிளாஸ்களையும் இரண்டு தண்ணீர் பாக்கெட்டுகளையும் எடுத்து மெதுவாகக் கீழே வைத்தான் இன்னொருவன்.

“ஏன்டா தினிக்கும் இங்க வந்தா குடிக்கற? எடம் நல்லா தோதாதான்டா கீது”

“இன்னா பண்றது பங்காளி அந்தப் பேபர்சிய கட்டிகினு லோல் பட்றண்டா நானு பொம்பளயா அவ பேய்டா நடுக்காட்டுப் பேயி”

“இன்னா பங்காளி இப்டிச் சொல்ற டீச்சர கட்ன நீயே இப்படிச் சொன்னா எப்டி?”

“டீச்சரு வேல செய்றால்ல அந்தத் திமிறுதாங் ஒருநாளு கூட ஊட்ல நிம்மதியே இல்லடா நீ ஒண்ணா பாரு இந்தப் பச்ச மரத்து கீய இர்ந்து சொல்றங் என்னிக்கினா ஒரு நாளு இந்த மர்த்திலியே நானு தூக்கு மாட்டிகினு தொங்தாம் போறங்”

“சேச்சே அப்டிலாம் சொல்லாதபா வாய் சொல்லு தல மூட்ட பசங்கள நென்ச்சிப் பாரு”

“அதுக்குதாங் பொய்து சாயம்போது தெனமும் இங்க வந்து குட்ச்சிட்டு ஊட்டுக்குப் போயி கம்னு பட்த்துகிறங்”

“செரி செரி த்தா தண்ணி ஊத்னது போதுமா பாரு?”

கிளாசை எடுத்துக் கோபாலிடம் காட்டினான் அவன். பாதிக்குப் பாதித் தண்ணீர் கலந்த பிராந்தி வெளிறிய பொன் நிறமாய்த் தகதகத்தது.

“நீ வெசத்தயே கல்ந்து குட்த்தீனா கூட நானு சந்தோசமா குடிப்பேங் பங்களாளி குடு” என்று அந்தக் கிளாசை வாங்கி வேகமாக உறிஞ்சினான் கோபால். வலது கையினால் மிக்சரை வாரித் தின்றான்.

பத்து நிமிடங்கள் கழித்து அடுத்த சுற்றுப் பிராந்தியை ஊற்றிக் கலந்தான் அவன். அதையும் எடுத்து வேகமாகக் குடித்தான் கோபால். மற்றொருவன் நிதானமாக உறிஞ்சிக் குடித்தான். இருவரும் மிக்சரை அள்ளி அள்ளித் தின்றனர்.

அவர்கள் குடிப்பதை மனசு பொருமப் பொரும மேலிருந்து பார்த்துக்கொண்டிருந்தான். கிளையிலிருக்கும் கல்லை கோபாலின் தலை மீது தள்ளிவிட அவன் கைகள் துடித்தன. கைகளை அடக்கிக் கொண்டான்.

இருவரும் குடித்து முடித்து, மிச்சமிருந்த மிக்சரையும் தின்ற பின்னர் நிதானமாக எழுந்து நின்றனர். இரண்டு பேருமே லுங்கிகளைத் தூக்கியபடி ஓரமாயிருந்த மஞ்சுப்புல் புதரின் மீது சலசலவெனச் சிறுநீர் கழித்தனர். நீளநீளமாக ஏப்பம் விட்டனர். தள்ளாடிபடியே நடந்து மெதுவாகக் கீழே இறங்கத் தொடங்கினர்.

தனது திட்டம் இப்படி வீணாகும் என இவன் நினைக்கவே இல்லை. பல நாள்கள் காத்திருந்து இப்படிக் கோட்டை விட்டோமே என அவன் மனம் துடித்தது. இனி என்ன செய்வது என ஒன்றும் புரியாமல் அப்படியே சிலை போல உட்கார்ந்திருந்தான்.

இருட்டி நெடுநேரம் கழிந்த பிறகு மரத்திலிருந்து அந்தக் கல்லைக் கீழே தள்ளிவிட்டான். சல்லெனக் கீழே இறங்கி. பாறையின் மீது பட்டதும் பெரும் சத்தத்துடன் உடைந்து பல துண்டுகளாகச் சிதறியது, அந்தக் கல். கோபாலின் தலை மீது விழவேண்டிய கல். பாறையில் விழுந்து சிதறுகிறது. எரிச்சலோடு கீழே இறங்கினான். செடிகளை ஆத்திரத்தோடு விலக்கியபடி வேகமாகக் கீழ் நோக்கி நடக்கத் தொடங்கினான்.

- நுந்தி - திணித்து

18

மேலாளர் மாதவன் வழக்கம் போல ஒற்றை விரலால் டொக் டொக் எனத் தட்டச்சின் எழுத்துகளைத் தட்டிக்கொண்டிருந்தார்.

லீனா ஆங்கிலச் செய்தித் தாளை மிக நிதானமாகப் படித்துக் கொண்டிருந்தாள். அவளுக்கென ஒரு புதிய மேசையும் நாற்காலியும் போடப்பட்டிருந்தன. அதையும் சேர்த்து அந்த அறைக்குள் ஐந்து மேசைகள் நெருக்கிக்கொண்டு உட்கார்ந்திருந்தன.

முட்டிக்கொண்டு வந்த சிரிப்பை அடக்கப் பெரும்பாடு பட்டான் மணி. வாய் சிரிப்பை மறைத்தாலும் கண்கள் காட்டிக்கொடுத்தன. சுந்தரும் மேலாளரை விசித்திரமாகப் பார்த்தான்.

அவற்றைப் புரிந்துகொண்ட மாதவனுக்குக் கூச்சமாகவும் சங்கடமாகவும் இருந்தது.

சைமன் குருவிலா ஏதோ ஒரு நிறுவனத்தில் புதிய ஒப்பந்தம் தொடர்பாக டிஸ்கஷன் நடத்தப் போயிருந்தார்.

லீனா தட்டச்சராக வேலைக்குச் சேர்ந்த அன்று அவளைப் பற்றி ரொம்பப் பெருமையாகச் சொன்னார் சைமன். அவளும் ஆங்கிலத்தில் அநாயாசமாகப் பேசினாள். அப்போதுதான் கல்லூரிப் படிப்பை முடித்து, இங்குதான் முதன் முதலாக வேலைக்குச் சேர்ந்திருக்கிறாள். லீனாவுக்கும் கேரளாதான் பூர்வீகம் என்றாலும், அவர்கள் மெட்ராஸ் வந்து பத்து ஆண்டுகளுக்கு மேலாகிவிட்டதால் கொஞ்சம் கொஞ்சம் தமிழ் பேசவும் கற்றுக்கொண்டிருந்தாள்.

இனித் தொலைப்பேசி மணி அடித்தால் அதை லீனாதான் எடுத்துப் பேசவேண்டும் என்றார் சைமன்.

அவ்விதமே, "ஹலோ குட்மார்னிங் வெய்ட் எ மினிட் சார்" என்று மலையாளக் குயில் கூவுவது போல நளினமாகச் சொல்லிவிட்டு, ரிசீவரை சைமனிடமோ, மாதவனிடமோ தருவாள். ஆரம்பத்தில் மணியும், சுந்தரும் அதைப் பிரமிப்பாகப் பார்த்துக்கொண்டிருந்தனர்.

மணிக்கு மாதம் ஆயிரம் ரூபாய். சுந்தருக்கு ஆயிரத்து ஐந்நூறு ரூபாய் சம்பளம் என்பதைக் கேட்டுத் தெரிந்துகொண்ட சைமன், அவளுக்கு ஆயிரத்து அறுநூறு என நிர்ணயம் செய்தார்.

லீனா அங்கே வேலைக்குச் சேர்ந்து, முதல் மாதச் சம்பளமும் வாங்கி விட்டாள். ஆனால், அதுவரையிலும் கூட அவள் ஒரு கடிதத்தையும் தட்டச்சு செய்யவில்லை. ஒரு பில் கூட அடிக்கவில்லை.

உயிர் ஊசலாடிக்கொண்டிருருக்கும் நோயாளிக்கு அவசரச் சிகிச்சை அளிக்க வந்த மருத்துவர் "இதாங் ஸ்டெதஸ்கோப்பா?" என்று கேட்டால் எப்படி இருக்கும்? அப்படிதான் இருந்தது அவர்களுக்கு. தட்டச்சு இயந்திரத்தை அவள் அப்படித்தான் பார்த்தாள்.

இப்படியாக தட்டச்சராக வேலைக்குச் சேர்ந்த லீனா, ரிசப்ஷனிஸ்டாக மாறிப்போக மேலாளரே டொக் டொக் எனப் பில் அடிப்பதைத் தொடர்ந்தார்.

சைமனும் லீனாவும் வந்த பிறகு அலுவலகத்துக்குத் தினமும் இண்டியன் எக்ஸ்பிரஸ் செய்தித்தாள் வந்தது.

"நீங்களும் டெய்லி ரீட் பண்ணுங்க, இங்லீஷ் நாலேட்ஜ் டெவலப் ஆவும்?" என இவர்களுக்கும் ஆலோசனை சொன்னார் சைமன்.

அதனால், லீனாவின் மீது ஆரம்பத்தில் இருந்த பிரமிப்பும் பதற்றமும் குறைந்துவிட்டது இவர்களுக்கு. அவளும் பந்தா எதுவும் இல்லாமல், பல ஆண்டுகள் பழக்கமானவளைப் போல வெகு இயல்பாக இவர்களுடன் பழகினாள். அதனால் எந்தத் தடங்கலுமின்றி வழக்கம் போலத் தனது சமையலைத் தொடர்ந்தான் மணி.

லீனா வீட்டிலிருந்தே தனது மதிய உணவைக் கொண்டுவந்தாள். அவர்களோடு பகிர்ந்தே சாப்பிட்டாள். சைமன் குருவிலா பெரும்பாலும் மதிய உணவுக்கு வெளியே போய் விடுவார். அவருக்கென்று வேலூரில் இருந்து புதிய பஜாஜ் ஸ்கூட்டர் ஒன்று வந்து சேர்ந்தது. அலுவலகத்தில் இருக்கிற நாள்களில் மட்டும், அவர் சொல்கிற உணவகத்திலிருந்து, அவர் விரும்புகிற உணவை வாங்கி வந்து கொடுப்பான் மணி.

இராணிப்பேட்டையில் உள்ள ஒரு பாய்லர் நிறுவனத்தில் புதிதாக ஒரு ஒப்பந்தம் போட்டார் சைமன். இராணிப்பேட்டையிலிருந்து தமிழ்நாடு, ஆந்திரா, கர்நாடகா, மகாராஸ்டிரா எனப் பாய்லர்களை ஏற்றிப் போகிற ஒப்பந்தம். அந்த ஒப்பந்தம் கையொப்பமானதும் முதலாளி சைமனை ஏகமாகப் புகழ்ந்தார்.

அந்தப் பாய்லர் நிறுவனத்தில் முக்கியமான பதவியில் இருப்பவரும் ஒரு மலையாளி. அதனால்தான் அந்த ஒப்பந்தம் கிடைத்ததாக யாரோ சொன்னார்கள்.

ஒப்பந்தம் போட்ட மறு வாரம். பெங்களூருக்கு ஒரு சிறிய பாய்லர் அனுப்ப டாரஸ் லாரி ஒன்று கேட்டனர். வேலூரிலிருந்து கம்பனி வண்டியை அனுப்பிவைத்தனர். அடுத்த வாரம் திருச்சிக்கு ஒரு பாய்லர் லோடு. அதற்கும் கம்பனியின் டாரஸ் லாரியையே அனுப்பி வைத்தனர்.

அதற்கு அடுத்த வாரம் கோவைக்கு ஒரு பாய்லர் லோடு, பெரிய பாய்லர். டிரைலர் வண்டியில்தான் ஏற்ற முடியும். இவர்கள் கம்பனியில் டிரைலர் வண்டிகள் இல்லை. வெளி மார்க்கட்டில்தான் எடுக்க வேண்டும்.

அப்போது டிரைலர்களுக்கு ஏகப்பட்ட கிராக்கி. வேலூர், ராணிப்பேட்டை பகுதிகளில் டிரைலர் வண்டி எதுவும் வாடகைக்குக் கிடைக்கவில்லை. சென்னையிலிருந்து வண்டி எடுத்து அனுப்பச் சொன்னார் முதலாளி. சென்னையில் பத்துக்கும் மேற்பட்ட புரோக்கர்களிடம் பேசினார் மாதவன். எவரிடத்திலும் டிரைலர் கிடைக்கவில்லை.

அப்போது, சைமன் சென்னையில் இல்லை. புதிதாக ஒருகிளை அலுவலகம் திறப்பது தொடர்பாகத் திருச்சிக்குப் போயிருந்தார். லீனா இரண்டு நாள்கள் விடுப்புப் போட்டிருந்தாள்.

மாதவன் காலையிலிருந்து மதியம் வரை யார் யாருக்கோ போன் போட்டுப் போராடிப் பார்த்தார். வண்டி கிடைக்கவில்லை. பாய்லர் நிறுவன த்திலிருந்து லோடிங் மேலாளர் அரைமணி நேரத்துக்கு ஒருமுறை போன் போட்டு வண்டி கிளம்பி விட்டதா எனக் கேட்டுக்கொண்டிருந்தார். அவசரம் அவசரம் என அவர் பதறினார்.

கடைசியில் புரோக்கர்களின் வழக்கமான ஆயுதத்தைப் பயன்படுத்தினார் மாதவன். வாயில் வந்த ஏதோ ஒரு லாரி எண்ணை அவரிடம் சொல்லிவிட்டார்.

“ஓகே ஓகே வண்டி கிளம்பி எவ்ளோ நேரமாச்சி?”

“ஜஸ்ட் இப்பதாங் சார்”

“ஓ காட் இப்ப மணி ரெண்டு. இப்பக் கெளம்பினா ராணிப்பேட்டைக்கு எப்ப வந்து சேர்றது?“

“வந்துரும் சார் ஜஸ்ட் திரீ அவர்ஸ் அஞ்சி மணிக்கெல்லாம் அங்க ரீச் ஆயிடும் சார்”

தமிங்கலத்தில் சாமர்த்தியமாக மாதவன் பொய் பேசுவதை எதிரில் உட்கார்ந்து கேட்டுக்கொண்டிருந்த மணிக்குச் சிரிப்பாகவும் குறுகுறுப்பாகவும் இருந்தது.

சுந்தர் மிதிவண்டி நிறுவனத்துக்கு லோடிங் போயிருந்தான். பைப் கம்பனியில் அன்று லோடிங் எதுவுமில்லை.

மாதவன் வேறு வேறு புரோக்கர்களுக்கு போன் போட்டு டிரைலர் வண்டி கேட்டுக்கொண்டிருந்தார். எப்படியும் வண்டி கிடைத்துவிடும் என்ற அவரது நம்பிக்கை நேரம் ஆக ஆக, கரையத் தொடங்கியது.

மாலை சரியாக ஐந்து மணி. பாய்லர் நிறுவனத்திலிருந்து மீண்டும் தொலைப்பேசி அழைப்பு.

“வந்துரும் சார் சீக்கிரத்துல வந்துரும் சார்” எனச் சொல்லிவிட்டு ரிசீவரை வைத்த மேலாளர் மணியைப் பார்த்துக் கண்ணடித்துச் சிரித்தார்.

ஒருமணி நேரம் கழித்து மீண்டும் அங்கிருந்து போன்.

"வந்துரும் சார்" அதே பதிலை அலுக்காமல் சொன்னார் மேலாளர்.

மணி ஆறு. லோடிங் மேலாளர் மீண்டும் இணைப்பில் வந்து கோபமாகக் கத்தினார்.

"உங்களுக்குலாம் அவசரம்னா என்னனு தெரிமா மிஸ்டர்? கூலா இதே பதிலச் சொல்லிட்டு இருக்கீங்க. எங்கதாங் இருக்கு வண்டி?"

"சார் வண்டி மதியானமே கெளம்பிட்ச்சி சார் எங்கனா டிராபிக்ல மாட்டியிருக்கும் இப்பலாங் பூந்தமல்லி வரைக்கும் ஹெவி டிராபிக் ஆகுது சார்" மாதவன் பொறுமையாகச் சொன்னார்.

"இதுக்கு மேல வண்டி எப்ப வந்து நாங்க லோடு எப்ப ஏத்தறது? இங்க நைட் ஷிப்ட்லாம் கெடையாது ராத்திரி எத்தினி மணி ஆனாலும் வண்டி வந்து கம்பனில நிக்கணும் செக்யூரிட்டிஸ் இருப்பாங்க காலைல ஏழு மணிக்குலாம் லோட் பண்ண ஆளுங்கள வரச் சொல்றேன் புரிதா?" கோபமாகப் பேசிவிட்டு, பதிலைக் கூட எதிர்பார்க்காமல் படாரென ரிசீவரை வைத்தார்.

மாதவனின் காதில் படீரென்று அந்தச் சத்தம் அறைந்தது. ரிசீவரை வைத்த மாதவன், கவலையோடு மணியைப் பார்த்தார்.

"ரொம்பக் கத்தறாம்பா நாளைக்கிக் காலீல வண்டி அங்க நிக்கலன்னா அவ்ளோதாங் ஆனா, இதுக்கு மேல இங்க வண்டி கெடைக்காதே என்ன பண்றது?"

"வேற எதுனா புது புரோக்கர் ஆபீஸ்ல கேளுங்க சார்"

மீண்டும் சில புரோக்கர்களிடம் பேசினார் மாதவன். எட்டு மணி வரை இருபது புரோக்கர்களிடமாவது பேசியிருப்பார். ஒரு பயனுமில்லை. அதற்கு மேல் என்ன செய்ய? சோர்ந்து போய் எட்டரை மணிக்கு வீட்டுக்குக் கிளம்பிவிட்டார்.

19

காலை ஏழு மணி. சோற்று உலை வைக்க அரிசியைக் கழுவிக்கொண்டிருந்தபோது தொலைப்பேசி அலறியது. ஈரமான கையை லுங்கியால் துடைத்துவிட்டு ரிசீவரை எடுத்தான் மணி.

“பாய்லர் கம்பனிலர்ந்து லோடிங் மேனேஜர் பேசறங் எங்க வண்டி?” கடைசி ஓவரில் எடுத்தவுடன் சிக்சர் அடிக்கும் பவுலரைப் போல விளாசினார்.

“சார் வண்டி வண்டி அங்க வர்லியா சார்?”

“ம் வந்துச்சி நாங்க பொறியல் பண்ணி சாப்டுட்டம் யார் மேன் நீ எங்க உங்க மேனேஜர்?”

“மேனேஜர் இப்ப இப்ப வந்துருவார் சார் வந்ததும் பேசச் சொல்றங் சார்”

டொக்கெனப் போன் வைக்கப்பட்டது. காலையில் சீக்கிரமே வந்துவிடுவதாகச் சொல்லிவிட்டுதான் போனார் மாதவன்.

கழுவிய அரிசியை உலையில் கொட்டிவிட்டுக் கத்திரிக்காயை வெட்டத் தொடங்கினான். அரை மணி நேரம் கடந்திருக்கும். சோற்றை வடிக்கலாமா என்று பார்த்துக்கொண்டிருந்த போது மீண்டும் தொலைப்பேசி மணி அடித்தது.

பயத்துடனே எடுத்தான். அதே மேலாளர்தான்.

"நீங்கல்லாம் இன்னாயா பிஸ்னஸ் பண்றீங்க எங்க வண்டி? எங்க உங்க மேனேஜர்?"

"சார் வண்டி வண்டி மேனேஜர் வந்ததும் பேசச் சொல்றங் சார்?"

"எதுக்கு? செரைக்கறதுக்கா வையா போன"

என்ன செய்வதென்று மணிக்குப் புரியவில்லை. அசையாமல் சில நிமிடங்கள் நின்றான். அதற்குள் சோறு குழைந்து விட்டது. அவசரமாகச் சோற்றை வடித்து, குழம்பைக் கூட்டி, குளித்துவிட்டு வந்தான்.

தனது ஷீக்கள் வழக்கத்தைவிடச் சத்தமாக ஒலிக்க வேகமாக நடந்து வந்த மேலாளர் மாதவன் மணியைப் பார்த்து மெலிதாகச் சிரித்தார்.

"இன்னா மணி காலயிலியே டென்ஷனா இருக்கற"

"சார் அந்த பாய்லர் கம்பனி மேனேஜர் அசிங்கமா திட்றார் சார்"

"அவங் கெடக்கறாங் உடு பன்னிப் பையங் அவன மாதிரி எத்தினி பேர பாத்திருக்கும் இந்த லாரி பீல்டு. இப்ப பாரு"

சாமி கும்பிட்டுவிட்டு, தனது இருக்கையில் உட்கார்ந்த மாதவன் ஒரு முறை நிதானமாக மூச்சை இழுத்து விட்டார். பாய்லர் நிறுவனத்துக்கு போனைப் போட்டார்.

"சார் குட்மார்னிங் சார் பாவனா டிரான்ஸ்போர்ட் மெட்ராஸ் பிரான்சிலருந்து மேனேஜர் மாதவன் பேசறங் சார்"

சில நிமிடக் காத்திருத்தலுக்குப் பின் அதன் மேலாளர் லைனில் வந்து காச் மூச்செனக் கத்தினார்.

"சார் சார் ப்ளீஸ் ஒன் மினிட் வண்டி நேத்து ஈவ்னிங் சுங்குவார்சத்தரம் தாண்டி பிரேக் டவுன் சார் கீர் பாக்ஸ் பிராப்ளம் ஜாய்ன்ட்டும் கட்டாய்ட்ச்சாம்"

"இன்னா மிஸ்டர் புதுக்கதய சொல்றீங்க"

"ஆமா சார் நட்ட நடுக் காடு சார் அங்க மெக்கானிக் யாருமே இல்ல நானே நைட்லாம் தூங்கல சார் ராத்திரில எங்களால ஒன்னுமே பண்ண முடில காலீல ஆறு மணிக்கே மெட்ராஸ்லர்ந்து மெக்கானிக் கிளம்பிட்டாங் இந்நேரம் ஸ்பாட்டுக்குப் போய்ச் சேர்திருப்பாங்க சார். வண்டி ரெடியான ஒடனே களம்பி அங்க வந்துரும் சார்"

அசந்து போனான் மணி. சடசடவெனக் கொட்டும் கன மழை திடீரென நின்று விடுவதைப் போல பேச்சு மூச்சில்லை பாய்லர் நிறுவன மேலாளரிடம்.

“வண்டி ரிப்பேரானத டிரேஸ் அவுட் பண்ணவே நைட்டு ஒம்போது மணி ஆய்ட்ச்சி சார் அதுக்கு மேல சார டிஸ்டர்ப் பண்ண வேணாம்னுதாங் தகவல் சொல்லல சார் சாரி சார்”

“சரி பார்ட்டிக்கு இதயே சொல்லிச் சமாளிக்கிறங் சீக்கரமா வண்டி வரணும்”

“ஓகே சார் நேத்தே இத எங்க ஓனருக்கும் இன்பார்ம் பண்ணிட்டங் சார் உங்கள தனியா பாக்கச் சொன்னார் சார்”

“ஓகே ஓகே”

ரிசீவரை வைத்துவிட்டு மணியைப் பார்த்துச் சிரித்தார் மாதவன். வாயைப் பிளந்துகொண்டிருந்தான் மணி. கீழே உட்கார்ந்து அவசரமாகச் சோற்றைப் போட்டுச் சாப்பிடத் தொடங்கினான். குழைந்துபோன சோறு குழம்புக்கு ஒத்துவரவில்லை. உப்புச் சப்பில்லாத மாதிரி இருந்தது.

ஒவ்வொரு புரோக்கராக போன் போடத் தொடங்கினார் மதவன். வண்டி சிக்கவில்லை.

மாதவரத்தில் ஒரு வண்டி லோடு இறக்கிக்கொண்டிருப்பதாகவும், இறக்கிய பிறகு அதை அனுப்புவதாகவும் ஒரு புரோக்கர் மட்டும் சற்று ஆறுதலாகச் சொன்னார். ஆனால், வாடகை ஆயிரம் ரூபாய் கூடுதல். வேறு வழியில்லை. ஒத்துக்கொண்டு அந்த வண்டியின் எண்ணை வாங்கிக்கொண்டார்.

சுந்தர் அலுவலகம் வந்து மிதிவண்டி லோடிங் கிளம்பிவிட்டான்.

“மணி நீயும் ரெடியாவு டிரைலர்லயே போயி லோடு ஏத்திட்டு வரணும்”

“ராணிப்பேட்டைக்கா சார்”

“ஆமா வண்டில நம்ப ஆள் போனதாங் அந்தாளச் சமாளிக்க முடியும்”

அந்தப் பாய்லர் மேலாளரை நினைக்கும் போதே மணிக்குத் திக்கென்றது.

மீண்டும் பத்து மணிக்கு ஒருமுறை, பதினோரு மணிக்கு ஒருமுறை போனில் பேசிய அந்த மேலாளர் மீண்டும் ஏகமாகக் கத்த ஆரம்பித்தார்.

“சார் வண்டில மேஜர் பிராப்ளம் சார் எங்க ஸ்டாஃபும் ராத்திரில இர்ந்து அங்கதான் சார் இருக்காரு அவுரு பேரா... மணி சார் சரி சார் சரி சார்...” என்று போனை வைத்தார் மேலாளர்.

“மணி நீ போய்ச் சமாளிக்கறதுலதான் நமக்கு அந்தக் கம்பனியோட பியூச்சர் பிசினஸ் சமாளி” மாதவன் சிரித்துக்கொண்டே சொன்னார்.

பன்னிரண்டு மணிக்கு போனில் மீண்டும் கத்தத் தொடங்கினார் அந்த மேலாளர்.

“சார் வண்டியோட பொசிஷனே தெர்ல சார் எங்க ஸ்டாபும் போன் எதுவும் பண்ணல சார் என்ன ஆச்சினே தெர்ல சார்” மாதவன் சமாளித்தார்.

“யார் அந்த யூஸ்லஸ் பெலோ எதுக்கு இந்த மாதிரி ஆளுங்கள வேலைக்கி வெச்சிருக்கீங்க உங்க ஓனர்கிட்ட நானே பேசறங்”

“உன்னதாங் திட்றாரு மணி”

ரிசீவரை வைத்துவிட்டு மணியைப் பார்த்துச் சிரித்தார் மாதவன்.

பன்னிரண்டரை மணிக்குதான் டிரைலர் வண்டி மாதவரத்தில் லோடு இறக்கிவிட்டுக் கிளம்பியது.

“மணி நீ களம்பி பூந்தமல்லி பைபாஸ் போய்டு. வண்டி அப்டிதாங் வரும். அந்த மேனேஜர் கிட்ட லூஸ் ஸ்டாக் எதுவும் பண்ணாத வண்டிய ரிப்பேர் பண்ண முடில அதனால வேற வண்டி வந்திச்சினு மட்டும் சொல்லு” என்றார் மாதவன்.

மணிக்குக் காய்ச்சல் அடிப்பதைப்போல முகமும் கழுத்தும் சுட்டன. பசியெடுக்காவிட்டாலும் சோற்றை வேகவேகமாகத் தின்று விட்டு, லோடிங் பையுடன் கிளம்பினான்.

ஒரு வழியாக நான்கே முக்கால் மணிக்கு டிரைலர் வண்டி இராணிப்பேட்டை தொழிற்பேட்டைக்குள் நுழைந்தது. நெடுஞ்சாலையின் இடது ஓரமாகக் கறுப்பும் அடர் சிவப்புமாக ஓடிக்கொண்டிருந்த தோல் தொழிற்சாலைக் கழிவு நீரின் நாற்றம் குபீரென மூக்கில் ஏறியது. சாலையின் தெற்கில் சற்றுத் தூரத்தில் செங்கடல் போலக் கழிவு நீர் தேங்கிய ஏரி ஒன்று ரத்தச் சிவப்பில் பளபளத்தது.

பாய்லர் தொழிற்சாலைக்குள் டிரைலர் நுழைந்தபோது, வண்டியின் இன்ஜினை விட மணியின் இதயம் வேகமாகத் துடிக்கத் தொடங்கியது.

கிழக்கு மேற்காக விரிந்து கிடந்தது அந்தப் பிரமாண்டமான தொழிற்சாலை. அதன் உயரமான இரண்டு புகைப் போக்கிகளிலிருந்து மேல் நோக்கி வெளியேறிய புகை, காற்றில் அழுக்கு வேட்டிகளைப் பறக்க விட்டதைப் போல மேற்கு நோக்கி வேகமாக நகர்ந்துகொண்டிருந்தன.

சுற்றிலும் ஏதேதோ கலவையான நாற்றங்கள் மூக்கைச் சீண்டின. சுற்றியிருந்த தொழிற்சாலைகளின் புகைப் போக்கிகளும் வெவ்வேறு நிறங்களில் புகைகளை விசிறிக்கொண்டிருந்தன. அவ்வளவு புகையிலும் பக்கத்திலிருந்த ரசாயனத் தொழிற்சாலையின் புகை நாற்றம் மட்டும் தனியாகத் தெரிந்தது. அதன் நெடியில் அவனுக்குக் கண்களும் மூக்கும் நமநமத்தன.

வண்டியிலிருந்து இறங்கித் தயக்கத்துடன் தொழிற்சாலையின் உள்ளே நடந்தான். சிறிய அளவிலான லோடிங் பாயின்ட்டுக்கு முன்தாகவே நின்றுகொண்டிருந்த ஒரு அதிகாரி இவனைத் திரும்பிப் பார்த்தார். அவருக்குத் தள்ளி சில ஊழியர்கள் கை கட்டியபடி நின்று கொண்டிருந்தனர். அவருக்குப் பணிவாக ஒரு வணக்கம் வைத்தான்.

“நீதான் அந்த யூஸ்லஸ் கிளார்க் மணியா? வண்டி ரிப்பேர்னா ஹையர் அத்தாரிட்டிக்கி இன்பார்ம் பண்ண மாட்டியா இடியட்” அவனைப் பார்த்து எரிச்சலோடு கத்தினார்.

அந்தக் குரல் அவர்தான் தொலைப்பேசியில் திட்டிய அந்த மேலாளர் எனச் சொன்னது.

சிவப்பாக, ஓரளவு அழகாக இருந்தார். சற்றுப் பருமனான உடல். உயரமும் சற்றுக் குறைவுதான். ஆனால் மணியைப் பார்த்து அவர் கத்தியபோது கோபத்தில் அவர் முகம் ரொம்பவும் விகாரமாகத் தெரிந்தது.

தொழிற்சாலையின் உள்ளே இயங்கிக்கொண்டிருந்த இயந்திரங்களின் இடைவிடாத இரைச்சல் காதை அடைத்தது. எதுவும் பதில் சொல்லாமல் சீக்குக் கோழியைப் போலத் தலையைக் கவிழ்த்துக்கொண்டு நின்றான் மணி.

“இன்னா மிஸ்டர் பதிலே இல்ல? ஆர் யூ நார்மல் பர்சன்?”

அமைதியாகவே நின்றான். அவனை மேலும் எரிச்சலுடன் பார்த்தார் அவர்.

“நீ லூசா”

அப்போதும் அமைதியாகவே நின்றான்.

“மழயில நிக்கற எருமாடு மாதிரி சொரனயில்லாம நிக்கற ஒருவேள காது செவுடாயா?”

அதைக் கேட்டதும் ஆத்திரமாக வந்தது மணிக்கு. எந்தத் தவறுமே செய்யாமல் அவன் எதற்காகத் திட்டு வாங்க வேண்டும்.?

அதற்காகக் கோபப்பட்டு அவன் ஏதாவது பேசிவிட, அதனால் அந்தத் தொழிற்சாலையின் ஒப்பந்தம் நின்று போனால்...?

மீண்டும் அசையாமல் நின்றான்.

“போய்த் தொல போயி லோடப் பாரு”

உடனே தலையாட்டிய மணி டிரைலரை நோக்கி வேகமாக நடந்தான். அவன் காதுகளுக்குள் உய்ங் என்ற சத்தம். தலையை ஒருமுறை பலமாக உதறிக்கொண்டான்.

20

அடுத்த மூன்றாவது மாதம். அறையில் தூங்கிக்கொண்டிருந்த ஒரு நடு இரவில் கடுமையான காய்ச்சல் அடித்தது மணிக்கு. பல முறை வியர்த்து வியர்த்து லுங்கியும், பனியனும் நனைந்தன. வியர்வை அடங்கியதும் குளிரில் உடல் நடுங்கியது. முழு உடலும் தூக்கித் தூக்கிப் போட்டது.

நன்றாக விடிந்து, சூரிய வெளிச்சம் வராண்டாவில் நுழைந்த பிறகும் அவனால் எழவே முடியவில்லை.

மாதவன் வந்து, அவனது முனகலைக் கேட்டு, பதற்றத்துடன் நெற்றியைத் தொட்டுப் பார்த்தார். தீயாய்ச் சுட்டது.

சுந்தர் அலுவலகம் வந்ததும், அவனுடன் மணியை ஒரு ஆட்டோவில் ஏற்றி பவழக்காரத் தெருவில் உள்ள ஒரு மருவத்துவமனைக்கு அனுப்பி வைத்தார். அங்கே ஆட்டோவிலிருந்து இறங்கிய மணியால் நடக்கவே முடியவில்லை. கை, கால்கள் நடுங்கின. தலை சுற்றியது. சுந்தர் அவனை ஆதரவாகப் பிடித்துக்கொண்டான்.

புறங்கை நரம்பில் ஒரு ஊசியும், இடுப்பின் கீழே இரண்டு ஊசிகளும் குத்திய மருத்துவர், நிறைய மருந்துகள் எழுதிக் கொடுத்தார். புதுவித வைரஸ் காய்ச்சல், குணமாக ஒரு வாரத்துக்கு மேல் ஆகும். முழுமையான ஓய்வு தேவை என்றார்.

முதலாளிக்குத் தொலைப்பேசி மூலம் தகவல் சொன்னார் மாதவன். உடனே அவனை ஊருக்கு அனுப்பி வைக்கும்படிச் சொன்னார் முதலாளி. மணியின் உடல் நடுக்கத்தைப் பார்த்து லீனா ரொம்பவே கவலைப்பட்டாள். சுந்தருடன் அவன் ஊருக்குக் கிளம்பியபோது, சைமன் வராந்தாவில் நின்று சிகரெட்டை உறிஞ்சிக்கொண்டிருந்தார்.

பாரிமுனையில் காலியாக இருந்த ஒரு பேருந்தில் ஏறியதும் மூவர் இருக்கையில் கைத்தாங்கலாக அவனைப் படுக்கவைத்தான் சுந்தர். மூன்று மணி நேரப் பயணம். வழியெல்லாம் முனகிக்கொண்டே இருந்தான் மணி.

ஆற்காட்டில் இறங்கி, பேருந்து மாறி, மணியின் ஊர்ப் பேருந்து நிறுத்தத்தில் அவர்கள் போய் இறங்கியபோது பிற்பகல் கடந்திருந்தது. கைத்தாங்கலாக அவனை நடக்க வைத்து மெதுவாக அழைத்துப் போனான். மணியை அந்த நிலையில் பார்த்ததும் அவன் அம்மா லட்சுமி பதறிப் போய்விட்டாள். அவன் தங்கை பள்ளிக்குப் போயிருந்தாள். அப்பா வீட்டில் இல்லை.

நடுவீட்டில் ஒரு பாயை விரித்து, அதில் மணியைப் படுக்க வைத்தனர். அவனையே பார்த்துக்கொண்டு கொஞ்சநேரம் உட்கார்ந்திருந்தான் சுந்தர். மணியின் அம்மா லட்சுமி வற்புறுத்திய பிறகு, அவர்கள் வீட்டுக்குள் மணிக்குப் பக்கத்திலேயே உட்கார்ந்து அவசர அவசரமாகக் கொஞ்சம் சோறும், கத்தரிக்காய்க் காரக்குழம்பும் சாப்பிட்டான் சுந்தர். அதற்குப் பிறகு கொஞ்ச நேரம் கூட அவன் அங்கு உட்காரவில்லை. உடனே அங்கிருந்து கிளம்பி தனது ஊருக்குப் போய்விட்டான்.

வறட்டு இருமலும், நெருப்பாய்க் கொதிக்கும் காய்ச்சலும், தடால் தடாலெனத் தூக்கிப்போடும் குளிரும் மணியைத் துவம்சம் செய்தன.

மறுநாள் தேசிகாமணி பண்டாரத்தை வீட்டுக்கே கூட்டி வந்து வேப்பிலை மந்திரம் போட வைத்தாள் லட்சுமி. காய்ச்சல் குணமானதும் மாரியம்மனுக்குச் சேவலறுத்துப் பொங்கல் வைப்பதாக மஞ்சள் துணியில் காசு முடிந்து வேண்டிக்கொண்டாள்.

மூன்று வேளையும் மாத்திரைகளை முழுங்கி முழுங்கி அவனுக்கு வாயெல்லாம் புண்ணே வந்துவிட்டது.

அப்படியும், சென்னை மருத்துவர் சொன்னதைப் போலக் காய்ச்சல் குறைய ஒரு வாரம் ஆகிவிட்டது. எழுந்து மெதுவாக நடப்பதற்கும் சகஜமாகப் பேசுவதற்கும் மேலும் நான்கு நாட்கள் ஆகின. பக்கத்து ஊரில் இருந்த மணியின் மாமாவும், அத்தையும் இரண்டு முறை வந்து பார்த்துவிட்டுப் போனார்கள். மூன்றாவதாக வந்தபோது திருமணப் பேச்சைத் தொடங்கினார் மாமா. மணியின் அம்மாவும் அவருடன் சேர்ந்துகொண்டாள்.

“அய்ய கல்யாணப் பத்திப் பேசற நேர்த்தப்பாரு நானே நடக்கக் கூட சக்தியில்லாம இருக்கறங்” தன் அம்மாவிடம் எரிச்சலாகச் சொன்னான் மணி.

சீக்கிரத்தில் உடல் தேற கோழிக் கறிக் குழம்பு, ஆட்டுக்கால் சூப், நண்டு ரசம், அவித்த நாட்டுக் கோழி முட்டை என விதம் விதமாகச் செய்து வைத்தாள் லட்சுமி.

உடல் மெதுமெதுவாகத் தேறத் தொடங்கியது. பதினைந்து நாள்கள் கடந்த பிறகு ஓரளவு உடல் தேறியதும், மறுநாள் சென்னைக்குக் கிளம்ப வேண்டும் என அம்மாவிடம் சொல்லிவிட்டான்.

அன்று மாலையில், சூரியன் கோயில் ஆலமரத்தின் மேற்கில் சரிந்து கொண்டிருந்தபோது அவனுடன் பள்ளியில் படித்த சண்முகம் மணியைத் தேடி வீட்டுக்கு வந்தான்.

"ன்னா... மச்சாங் ஒடம்பு பரவால்லியா?" அக்கறையுடன் கேட்டான்.

"ம்ம்" முனகினான் மணி.

எட்டாவது வரை அவனுடன் ஒரே வகுப்பில் படித்தவன் சண்முகம். எட்டாவது பெயிலானதும் தன் அப்பனுடன் சேர்ந்து ஆடு மேய்க்கப் போய்விட்டான்.

அவன் ஆடு மேய்க்கத் தொடங்கியபோது ஊர் சேமமாகத்தான் இருந்தது. ஊரைச் சுற்றிப் பச்சைப் பசேல் என வயல் வெளிகளும், பூத்துக் குலுங்கிய காடும், மேய்க்காலுமாய் ஊர் செழித்துக் கிடந்தது. அதற்கு ஆறு வருடங்களுக்குப் பிறகுதான் ஊரில் கடுமையான வறட்சி வந்தது. மழை இல்லை. ஆற்றிலும் வெள்ளம் வரவில்லை. ஏரி பாளம் பாளமாய் வெடித்துக் கிடந்தது. புல் பூண்டு முளைக்கக் கூட ஈரமில்லாமல் ஊரே பொட்டல் காடாகக் மாறிவிட்டது.

அதற்கு மேல் ஆடு மேய்க்க முடியாமல், ஆடுகளை வந்த விலைக்கு விற்றுவிட்டு, வேலூரில் உள்ள ஒரு லாரி நிறுவனத்தில் கிளீனர் வேலைக்குப் போய்விட்டான் சண்முகம்.

அப்போது மணி கல்லூரியில் இரண்டாம் ஆண்டு படித்துக்கொண்டிருந்தான். மணியின் அம்மா லட்சுமிதான் ஊதுவத்தி இழுத்து அவனைப் படிக்க வைத்துக்கொண்டிருந்தாள். கிளீனர் வேலைக்குப் போன சில மாதங்களிலேயே சண்முகம் லாரி ஓட்டவும் கற்றுக்கொண்டான். அப்படியே குடிக்கவும் கற்றுக்கொண்டான்.

மணி கல்லூரிப் படிப்பை முடித்த போது, மிதமிஞ்சிய குடியால் கிளினர் வேலைக்குப் போவதையும் நிறுத்திக்கொண்டான் சண்முகம். ஏழெட்டு மாதங்கள் வெட்டியாய் ஊரில் சுற்றித் திரிந்தான். குடிக்கப் பணமில்லை என்றால் வீட்டிலிருக்கிற கேழ்வரகு, கம்பு, சோளம், அரிசி எதையாவது ஒரு பையில் எடுத்துக்கொண்டு போய் ஊரிலுள்ள மளிகைக் கடையில் விற்பான். அந்தப் பணத்தில் இரண்டு மூன்று சாராய உறைகளை வாங்கி உறிஞ்சிவிட்டுத் தெருவில் இப்படியும் அப்படியுமாய்க் கரகமாடியபடி நடப்பான்.

வீட்டில் ஏதேனும் பெரிதாக அகப்பட்டுவிட்டால், கஞ்சித் தண்ணி இல்லாமல், இரண்டு மூன்று நாள்கள் கூட சாராயத்திலேயே மூழ்கிக் கிடப்பான். இப்படியே குடித்துக் கிடந்தால் குடல் வெந்து சீக்கிரத்திலேயே செத்துப் போவானே எனப் பயந்தாள் அவனைப் பெற்றவள். ஒரு கால்கட்டுப் போட்டுவிட்டால் திருந்திவிடுவான் என அக்கம்பக்கத்தினர் சொல்ல, தாய் மாமனின் பெண்ணையே அவனுக்குக் கட்டிவைத்தனர்.

அவன் தாய்மாமா பெங்களூரில் உள்ள ஒரு பெரிய துணி ஆலையில் வேலை செய்தவர். அப்போதுதான் வேலையிலிருந்து ஓய்வு பெற்று, சொந்த ஊரில் வந்து சேர்ந்திருந்தார்.

ஊரார் சொன்னதைப் போலவே திருமணத்துக்குப் பிறகு குடிப்பதைச் சுத்தமாக நிறுத்திவிட்டான் சண்முகம். அதனால், ஊரிலிருந்த தனது அரைக் காணி நிலத்தை விற்று, கையிலிருந்த சேமிப்புப் பணத்தையும் சேர்த்து ஒரு லாரியை வாங்கினார் அவன் மாமனார். அதில் சண்முகத்தையே ஓட்டுநராகவும் போட்டார்.

சண்முகமும் பொறுப்பாக ராணிப்பேட்டை, ஆற்காடு, வாலாஜா, வேலூர் எனப் புரோக்கர் மூலம் கிடைக்கும் சின்னச் சின்ன லோடுகளை ஏற்றிக்கொண்டு போவான். லோடுகளை இறக்கிவிட்டு, இரவுக்குள்ளேயே ஊருக்குத் திரும்பி விடுவான்.

இப்படி ஒருவருடம் அவன் வாழ்க்கையும் வண்டியும் நன்றாகத்தான் ஓடியது.

முதன் முதலாக ஒரு வெளியூர் லோடு ஏற்றினான் சண்முகம். ராணிப் பேட்டையிலிருந்து பெங்களூர். நல்ல வாடகை. வண்டியில் ஏற்றப்பட்ட சரக்கின் விலையும் அதிகம். அதனால் அவனது மாமானாரும் அன்று சண்முகத்துடன் லாரியில் அவன் கூடவே பெங்களூருக்குப் போனார். உதவிக்குக் கிளீனராக ஊரிலிருந்தே ஒரு பையனையும் அழைத்துப் போனார்கள்.

காலையில் இராணிப்பேட்டையிலிருந்து கிளம்பி, பெங்களூர் மாகடி ரோட்டில் மாலை இருட்டுவதற்குள்ளேயே லோடும் இறக்கிவிட்டார்கள். ஒரு புரோக்கர் மூலமாக அங்கிருந்து வேலூருக்குக் காய்கறி லோடு கிடைத்தது. பெங்களூர் மார்க்கெட்டிலிருந்து அந்த லோடை ஏற்றிக்கொண்டு நள்ளிரவில் கிளம்பியது வண்டி.

பின்னிரவு மூன்று மணி. ஓசூரை அடுத்த காட்டுப்பாதையில் சத்தமாக உறுமியபடி முக்கி முக்கி மேடேறுகிறது லாரி. கண் விழித்துப் பழக்கமில்லாத கிளீனரும் மாமானாரும் அசந்துத் தூங்கிவிட பேச்சுத் துணையில்லாததால், ஒரு நொடி நேரம் சண்முகத்துக்கும் கண்கள் சொருகியிருக்கின்றன.

அதே நேரம் எதிரில் வந்த லாரியை முந்திக்கொண்டு இன்னொரு டாரஸ் லாரி சீறிக்கொண்டு வேகமாக வருகிறது. கீழ் இமை மீது புரண்ட மேல் இமை, சடக்கெனத் திறந்துகொள்ள அதிர்ச்சியில் ஒரு கணம் அவனுக்கு எதுவுமே

புரியவில்லை. எதிர் வண்டி அவனுக்கு நேராக நெருங்கி வருகிறது. ஒரு கணம்தான். உடனே சுதாரித்துக்கொண்ட சண்முகம் தன் பக்கவாட்டுக் கதவைத் திறந்து எகிறிக் கீழே குதித்து விட்டான்.

மூன்றே நொடிகள்தாம். இரண்டு லாரிகளும் நேருக்கு நேராக மோதி நசுங்க பின்னால் வந்த மேலும் இரண்டு லாரிகளும் அவற்றின் மீது மோத, கீழே குதித்த சண்முகம் உருண்டு, புரண்டு எழுந்து பார்ப்பதற்குள் எல்லாம் முடிந்துவிட்டது.

அவனுடைய மாமனாரும், கிளீனரும் உட்கார்ந்த இடத்திலேயே கூழாகியிருந்தனர். எதிரில் வந்து மோதிய டாரஸ் வண்டியின் ஓட்டுநரும் கிளீனரும் கூட உட்கார்ந்த நிலையிலேயே பிணமாகிக் கிடந்தனர்.

பின்னால் வந்து மோதிய லாரிகளில் இருந்தவர்களுக்கும் பலமான காயம். அடுத்தடுத்து வந்த லாரிகளில் இருந்தவர்கள் ஓடி வந்து சண்முகத்தைத் தூக்கித் தண்ணீர் குடிக்க வைத்தனர். இறந்த உடல்களை லாரியிலிருந்து இழுத்துக் கீழே போட்டனர். சண்முகத்தின் லாரி முக்கால் பாகத்துக்கு மேல் நசுங்கி, எதற்குமே உதவாமல் போனது.

மறுநாள் மாலையில் இரண்டு பேரின் பிரேதங்களும் உடற்கூறாய்வுக்குப் பின்னர் ஒரே அம்பாசிடர் காரில் வைத்து ஊருக்குக் கொண்டுவந்தார்கள். இரண்டு பிணங்களையும் பார்த்து ஊரே ஒன்று சேர்ந்து கதறியது.

திடீர் கிளீனராகப் போனவனோ வீட்டுக்கு ஒரே பையன். சின்ன வயதிலேயே அப்பனைப் பறிகொடுத்தவன். அம்மாவோடு ஊரிலேயே இருந்து விவசாயம் செய்துகொண்டிருந்தவன். அதற்கு ஒரு வாரத்துக்கு முன்புதான் அவனுக்கு ஒரு பெண்ணைப் பார்த்துத் திருமணத்தை நிச்சயம் செய்திருந்தனர்.

வாழ வேண்டிய வயதில் கணவனைத் தூக்கிக்கொடுத்து விட்டு, தனியாளாய்ப் போராடி அவனை வளர்த்து ஆளாக்கிய அவனது தாய் யாராலும் தேற்ற முடியவில்லை.

அவனை மணக்கோலத்தில் பார்க்க மனதுக்குள் கற்பனைக் கோட்டைகளைக் கட்டியிருந்தவள், பிணக்கோலத்தில் பார்த்ததும் தொபீர் தொபீர் எனத் தன் வயிற்றில் அடித்துக்கொண்டு தெருவில் புரண்டு புரண்டு அழுதது, பார்த்தவர்களின் மனதை எல்லாம் பிசைந்தது. திகிலோடு அதை எல்லாம் பார்த்துக்கொண்டிருந்த மணி, அதற்குப் பிறகு பல இரவுகள் தூங்க முடியாமல் தவித்தான்.

அந்த விபத்துக்குப் பிறகு லாரித் தொழிலுக்கே முழுக்குப் போட்டுவிட்டான் சண்முகம். ஆறு ஆடுகளைப் பிடித்து மீண்டும் மேய்க்கத் தொடங்கினான். அப்படியே மீண்டும் குடிக்கவும் தொடங்கினான். இருந்த ஆடுகளை எல்லாம் ஒவ்வொன்றாக விற்று அவனே குடித்து ஒழித்தான்.

மணி சென்னையில் வேலைக்குச் சேர்ந்த பிறகு, எப்போதாவது எதிரில் வந்தால் கூட அவனிடம் எதுவும் பேசமாட்டான். நிறை போதையில் இருக்கிறபோது

மட்டும் அவனைக் குறுக்கில் மறித்து நின்று கை நீட்டி இவனிடம் பணம் கேட்பான். வேண்டா வெறுப்பாக ஒரு பத்து ரூபாயை எடுத்துத் தருவான் மணி. அது ஒரு சாராய உறைக்குப் போதும்.

அந்தச் சண்முகம் இப்போது இவனைத் தேடி வந்து நலம் விசாரித்தது மணிக்கு ஆச்சரியமாக இருந்தது...

"ஏம்பா சண்முகம் இப்பனா எதுனா வேலைக்குப் போறது?" ஒரு பேச்சுக்காக அவனிடம் கேட்டான் மணி.

"அதுக்குதாங் உங்கிட்ட கேக்கணும்னு வந்தங் உங்க கம்பனில டிரைவரு வேல இர்ந்தா கேட்டுச் சொல்லு மச்சாங்."

திக்கென்றது மணிக்கு. ஏற்கெனவே லாரி விபத்தில் இரண்டு உயிர்களைப் பலி கொடுத்தவனை யாராவது வேலைக்குச் சேர்த்துக்கொள்வார்களா?

"ம் நானு கேட்டுச் சொல்றம்பா" ஒப்புக்குச் சொன்னான்.

"டிரைவரு வேல இல்னா கிளீயாக்கூட போறங். கேட்டுச் சொல்லுபா" என்றான். அப்போது அவன் குடிக்காமல் சாதாரணமாக இருந்ததே மணிக்கு ஆறுதலாக இருந்து.

21

புட்டவாடனும், செங்கிவாடனும் பஞ்சம் பிழைக்கச் சொந்த ஊரிலிருந்து கிளம்பியபோது அவர்களின் குழந்தைகளுக்கு விவரம் தெரியாத வயது.

அவர்கள் வாழ்ந்த ஊரில் அப்போது பெரும் வறட்சி. அந்த ஊரே ஒட்டுமொத்தமாகப் பஞ்சம் பிழைக்கக் கிளம்பியது. பஞ்சம் என்றால் சோற்றுக்கும் துணிக்கும் மட்டுமல்ல, குடிக்கிற தண்ணீருக்கே பஞ்சம். பல நாள்கள் பட்டினி. நாய்கள் நக்கிப்போட்ட எலும்புக் கூடுகளைப்போல இருந்தன குழந்தைகள். எலும்பும் தோலுமாய் இருந்த கோழிகளும் ஆடுகளும் அவர்களின் சிலநாள் பசியைத் தீர்த்துவிட்டுப் போய்ச் சேர்ந்துவிட்டன.

பிய்ந்துபோன ஈச்சம் பாய்களும், அழுக்குச் சிட்டம் கட்டிய கந்தல் துணி மூட்டைகளுமாய் கிடைத்த ஊர்களில் கூழையும் தண்ணீரையும் கையேந்திக் குடித்துக் கண்களில் உயிரைத் தேக்கியபடி ஊர் ஊராக அலைந்தனர். வழியில் அவரவர்கள் மனதுக்கு ஒத்துக்கொண்ட ஊர்களில் சிலர் தங்கிக்கொண்டனர்.

அப்படித்தான் புட்டவாடனும், செங்கிவாடனும் நண்டும் சிண்டுமாய் இருந்த குழந்தைகளோடு அங்கங்கே சில காலம் தங்கினர். இறுதியில் இந்த ஊருக்கு வந்து சேர்ந்தனர்.

புட்டவாடனுக்குப் பெத்தவாடன், குன்ட்டிவாடன் என இரண்டு பையன்கள். ஒரு பெண் பிள்ளை. செங்கிவாடனுக்கு இரண்டு பெண் பிள்ளைகளும், ஒரு பையனும். அவர்கள் எல்லோருமே அப்போது குஞ்சுக் குசுமான்களாக இருந்தனர்.

மலை சூழ்ந்த இந்த ஊருக்கு அவர்கள் வந்து சேர்ந்தபோது ஊரே பச்சைப் பசேல் என இருந்தது. மலையின் அடிவாரத்தில் நிறை குடமாய்த் தளும்பும் நிறையக் கிணறுகள் இருந்தன.

வந்த வழியெல்லாம் தேங்காய்ச் சிரட்டை அளவு தண்ணீரைப் பார்ப்பதே அதிசயமாக இருந்த நேரத்தில் இப்படி நிரம்பித் தளும்பும் தண்ணீர்க் கிணறுகளைப் பார்த்ததும் அவர்களின் மனசு தாண்டவக் கூத்தாடியது.

ஊர் முழுவதும் நாட்டு ஓடு வேய்ந்த வீடுகளும், ஆளுயர மண் சுவருக்கு மேல் மஞ்சுப்புல் வேய்ந்த பெரிய பெரிய கூரை வீடுகளும் வரிசை வரிசையாக இருந்தன. உழைத்து உழைத்து உடல் உரமேறிய சம்சாரிகள் நிலமெல்லாம் நிறைந்து கிடந்தனர். பட்டிகளில் மாடுகளும் வெள்ளாடுகளும் செம்மறி ஆடுகளும் நிரம்பிக்கிடந்தன. மலையடிவாரம் முழுவதும் கம்பும் சோளமும் கேழ்வரகும் நெல்லுமாய் விளைந்து குலுங்கும் நிலங்கள்.

ஒவ்வொரு கிணற்றிலும் கமலையில் மாடுகளைப் பூட்டித் தண்ணீர் இறைத்தனர். ஒவ்வொரு கமலையிலும் வயிறு பெருத்த தோல் சால் கிணற்றுக்குள் இறங்கி ஏறியது. அந்த ஊரின் விவசாயக் குடிகளுக்குச் சேவகம் செய்ய ஊர் நாட்டாண்மையின் காலில் விழுந்து உத்தரவு பெற்றுக்கொண்டார் புட்டவாடன்.

ஊராரின் சம்மதத்துடன், ஊருக்குச் சற்றுத் தள்ளி, மலையடிவாரத்திலேயே நெடுங்கொடி வைத்து, தனித்தனியாக இரண்டு குடிசைகள் போட்டுக்கொண்டனர். மலையில் வளர்ந்து கிடந்த அவுஞ்சி மரங்களும் கேட்பாரற்றுச் செழித்துக் கிடந்த மஞ்சுப்புல் புதர்களும் குடிசை கட்டத் தோதாக இருந்தன.

புட்டவாடனின் புதல்வர்களான பெத்தவாடனும் குன்ட்டிவாடனும் அவர்களின் ஒரே தங்கையான மாரியும் இப்படியாக இந்த மலையடிவாரத்தில்தான் ஓடி ஆடி வளர்ந்தார்கள்.

கிணற்றில், கவலையில் பூட்டித் தண்ணீர் இறைக்கும் பெரிய பெரிய தோல் சால்களையும், அதன் நீண்ட வால்களையும் பராமரிப்பதுதான் புட்டவாடனின் வேலை. சாலில் கிழிசல் வந்தால் தோல் வாரினால் கச்சிதமாகத் தைத்துக் கொடுப்பார்.

ஊர் சம்சாரிகளுக்குப் புதிது புதிதாகத் தோல் செருப்புகளைத் தைத்துக் கொடுப்பது, அறுந்த செறுப்பு வார்களை இணைத்துக் கொடுப்பது, அவர்களின் கால்களில் முள் குத்தினால் முள்வாங்கியால் எடுத்துவிடுவது, கால் விரல் நகங்களை வெட்டிவிடுவது என எந்நேரமும் ஓடிக்கொண்டே இருப்பார் புட்டவாடன்.

அவர் மனைவியும் மகளும் அறுவடை நேரத்தில் கதிரடிக்கும் களத்தைப் பெருக்குவது, பதர் தூற்றுவது, தானியம் புடைப்பது என ஓய்வு ஒழிச்சலில்லாமல் பாடுபட்டனர். புட்டவாடனின் தம்பி செங்கிவாடனும் தன் பெண்டு பிள்ளைகளுடன் அதே வேலையைத்தான் செய்தார்.

அறுவடையின் போது, ஊரின் அழுக்குத் துணிகளை வெளுத்துத் தரும் சலவைத் தொழிலாளியான வண்ணாருக்கும் முடி வெட்டி, முகச்சவரம் செய்து விடுகிற நாவிதருக்கும் ஆளுக்கு ஒரு நெற்கட்டை மேரையாகக் கொடுப்பார்கள் ஊர் சம்சாரிகள். நெல் அறுத்ததுமே முதல் கட்டும், இரண்டாம் கட்டும் அவர்களுக்குத்தான். அதுதான் ஊர் வழக்கம்.

இவர்களும் ஊரில் வந்து சேர்ந்த பிறகு, சம்சாரிகளின் அறுவடைகளின் போது, களத்தில் இறங்கி நெல்லையும் கேழ்வரகையும் அடித்துப் புடைத்துத் தூற்றித் தருவார்கள். அதற்கும், சால் தைப்பதற்கும் சேர்த்து வீட்டுக்கு ஒரு மரக்கால் கேழ்வரகோ, கம்போ, சோளமோ இவர்களுக்கும் மேரையாகக் கிடைக்கும். நெல்லென்றால் இரண்டு மரக்கால்.

ஊரில் அப்போது முப்பது தலைக் கட்டுகளுக்கு மேல் இருந்தது. வருடத்துக்கு இரண்டு போகம் விளையும். இவர்களுக்கு மட்டும் எப்படியும் நாற்பது ஐம்பது மரக்கால் தானியம் மேரையாகக் கிடைக்கும். அதை இரண்டு குடும்பங்களும் பகிர்ந்துகொள்வார்கள்.

தேவைப்படும்போது நெல்லை உலக்கையால் குத்தி அரிசியாக வைத்துக் கொள்வார்கள். அதில் எப்போதாவதுதான் வீட்டில் சோறு பொங்குவார்கள். கேழ்வரகையும், கம்பையும், சோளத்தையும் கை ஏந்திரத்தில் அரைத்து, அந்த மாவில்தான் அவ்வப்போது களியோ, கூழோ ஆக்குவார்கள்.

தினமும் களியும், சோறும் ஆக்கித் தின்றால் இரண்டு குடும்பத்துக்கும் வருடம் முழுவதற்கும் அந்தத் தானியம் போதுமா? அதனால்தான் பழங்களி, பழங் கூழ் வாங்க புட்டவாடன் மனைவியும், செங்கிவாடன் மனைவியும் காலையில் எழுந்ததுமே கிளம்பிவிடுவார்கள். ஆளுக்கோர் அலுமினிய குண்டானோடு வீடு வீடாகப் போய் நிற்பார்கள். சம்சாரிகளின் வீடுகளில் போடுகிற பழங்களியும் கூழும் காலையில் இவர்கள் எல்லோருக்குமே போதும். சில நாள்களில் அதுவே மதியத்துக்கும் ஆகும்.

“மேர வாங்கி ஊட்ல கொட்டி வெச்சிட்டு வண்ட்டிங்களா குண்டான தூக்கினு ஏங் ஊட்லதாங் ஆக்கித் துண்றது?” எனச் சில கிழவிகள் முகத்தைச் சுளிக்கும்.

அந்த வசவுகளையும் சேர்த்தே குண்டான்களில் வாங்கிக்கொள்வார்கள். இரவில் மட்டும் வீட்டில் ஏதாவது உலை வைப்பார்கள். ஊர்த்திருவிழா, தீபாவளி, மாட்டுப் பொங்கல், தமிழ் வருடப் பிறப்பு, உகாதி, கார்த்திகை தீபம் என்றால் மட்டும் வீட்டுக்கு வீடு வஞ்சனை இல்லாமல் கறிக் குழம்பும் சோறும் போடுவார்கள். இவர்களின் குண்டான்கள் நிரம்பி வழியும். அது இவர்களின் மொத்தக் குடும்பத்திற்குமே இரண்டு மூன்று நாள்கள் வரை தாங்கும்.

அப்போதெல்லாம் புதிதாகச் சால் தைக்க வேண்டுமானால், ஆற்காட்டிலும், வாலாசாபேட்டையிலும் இருக்கிற பெரிய பெரிய தொழிற்காரர்களைத் தேடிப் போவார்கள் சம்சாரிகள்.

ஒரு சால் தைக்க மூட்டைக் கணக்கில் நெல்லும், கேழ்வரகும் கூலியாகத் தரவேண்டும். தரமான மாட்டுத் தோலும், கெட்டியான வார்த் தையலும் அமைந்தால்தான் அந்தச் சால் பல வருடங்களுக்கு நின்று உழைக்கும். ஏமாளிகள் போனால் மக்கிய தோலில் தைத்த சாலையோ அல்லது நாளான பழைய சாலையோ தலையில் கட்டிவிடுவார்கள்.

புட்டவாடன் அந்த ஊருக்கு வந்து சேர்ந்த பிறகு ஏற்றம் இறைக்கும் இரும்புச் சால் எடுக்க, கவலை சால் தைக்க என அவனையும் நகரத்துக்கு அழைத்துப் போனார்கள் ஊர்க்காரர்கள். ஊரிலிருந்து நகரம் அஞ்சாறு மைல் தூரம். ஊர்க்காரர்கள் பொடி நடையாகவோ, மாட்டு வண்டி கட்டிக்கொண்டோ போவார்கள். அவர்கள் எப்படிப் போனாலும் புட்டவாடன் நடந்துதான் போக வேண்டும். அந்த மாட்டு வண்டிக்குப் பின்னாலேயே ஓட்டமும் நடையுமாக ஓடுவான்.

டவுனுக்குப் போனதும் சாயபுகளிடமிருக்கிற தரமான தோலைத் தேடி எடுத்துத் தருவான் புட்டவான். அதில்தான் சால் தைக்கச் சொல்வான். பழைய சால்களின் கிழிசல் தைக்க, தையல் போட அங்கேயே நல்ல கெட்டியான தோலை வாங்கிக் கொள்வான்.

வேலை முடிந்ததும் சம்சாரிகள் ஓட்டலில் இட்லியோ, தோசையோ சாப்பிடுவார்கள். புட்டவாடனுக்கும் ஒரு இலையில் ஐந்தாறு இட்லிகளை வாங்கிக் கொடுப்பார்கள். ஓட்டலுக்கு வெளியே ஒரு ஓரமாக உட்கார்ந்து அதை ஆதாபாதையாகத் தின்பான். கையில் ஊற்றும் தண்ணீரை ஏந்தி வயிறு முட்டக் குடிப்பான்.

புட்டவாடனின் மகன்கள் பெத்தவாடனும், குன்ட்டிவாடனும் அவனிடமிருந்தே தொழிலைக் கற்றுக்கொண்டனர். பெரிய மகன் பெத்தவாடன் கிழிந்த சால் தைக்க, ஒட்டுப்போட அரைகுறையாகக் கற்றுத் கொண்டான். ஆனால், இளையவன் குன்ட்டிவாடன் அதோடு நிற்காமல் புதிய சால் தைக்கவும் சீக்கிரத்திலேயே கற்றுக்கொண்டான்.

22

மணி மீண்டும் அலுவலகத்துக்குப் போனபோது லீனாவின் மேசை, சுந்தரின் மேசைக்கு அருகில் மாற்றப்பட்டிருந்தது. லீனாவும், சுந்தரும் சகஜமாகப் பேசிக்கொண்டிருந்தனர். சுந்தர் அப்படி லீனாவுடன் சகஜமாகப் பேசுவதைப் பார்த்ததும் மணிக்குச் சற்று ஆறுதலாக இருந்தது.

லோடிங் எதுவும் இல்லாததால் அன்று எல்லோருமே அலுவலகத்தில் ஓய்வாக இருந்தனர். சைமன் மதிய உணவுக்கு வெளியே கிளம்பிவிட்டார்.

வீட்டிலிருந்து கொண்டுபோன புளிச் சோற்றைச் சுந்தர், லீனாவோடு சேர்ந்து சாப்பிட்டான் மணி.

வழக்கம் போல இரவு சப்பாத்தியும், முட்டைப் பொடிமாசும் செய்து சாப்பிட்டுப் படுத்த மணிக்கு நீண்ட நேரம் தூக்கமே வரவில்லை. சாலையில் விரையும் வாகன ஓசைகளோடு சேர்ந்து மனசு முழுவதும் சூழ்ந்திருந்த வெறுமை அவனை மேலும் அலைக்கழித்தது. விடிய விடிய புகையும் கொசுவத்திக்கும் அடங்காத சென்னைக் கொசுக்களைப் போல அவளது நினைவுகள் துரத்தத் துரத்த விலகாமல் அவனை மொய்க்கத் தொடங்கின.

அவன் வாங்குகிற சம்பளம் எதற்கும் உதவாது. லோடிங் நிலவரமும் சரியில்லை. அந்த நிலையில் சம்பளத்தை உயர்த்தித் தறுமாறு முதலாளியிடம் கேட்கவும் தயக்கமாக இருந்தது. வேறு ஏதாவது லாரி நிறுவனத்தில் வேலை கேட்கலாம் என்றால், அது அவனை அங்கே வேலையில் சேர்த்துவிட்ட சுந்தருக்குச் சங்கடமாக இருக்கும். சுந்தரைத் தவிர இங்கே அவனுக்கு வேறு எந்த நண்பர்களையும் அவ்வளவாகத் தெரியவும் தெரியாது. இந்த லட்சணத்தில்தான் வீட்டில் திருமணத்திற்கு நெருக்குகிறார்கள்.

நிர்வாக மேலாளராகச் சைமன் குருவிலா அங்கே வந்ததும் தொழிலில் பெரிய முன்னேற்றம் இருக்கும் என்றார்கள். ஆனால், அவர் வந்தும் நான்கு மாதங்கள் ஓடிவிட்டன. ஒரு முன்னேற்றமுமில்லை. ஆனாலும் அவருக்கெனத் தனியாக ஒரு இருசக்கர வாகனம், அதற்கு பெட்ரோல் செலவு, வெளியூர் போனால் ரயில் டிக்கட், பயணச் செலவு, தங்குவதற்கான செலவு எல்லாவற்றையும் நிர்வாகமே செய்தது.

கடந்த மூன்று மாதத்தில் மட்டும், இரண்டுமுறை திருச்சிக்கும் ஒருமுறை கோவைக்கும் ஒருமுறை பெங்களூருக்கும் ஒருமுறை சொந்த ஊரான கேரளாவுக்கும் போய் வந்திருக்கிறார்.

ஒவ்வொரு முறையும் ரயிலில் ஏ.சி.கோச்சில் பயணம். அதற்கான பயணச்சீட்டை சென்ட்ரல் ரயில் நிலைய வரிசையில் நின்று மணிதான் முன்பதிவு செய்வான். அவர் ஒருமுறை வெளியூர் போய் வருவதற்கான ரயில் கட்டணமே இவன் மாதச் சம்பளத்தை விட அதிகம். கேரளா போனபோது குடும்பத்துடன் போனார்.

அவர் புதிதாக ஒப்பந்தம் போட்ட ராணிப்பேட்டை பாய்லர் நிறுவனத்திலும் நான்கு லோடுகளுக்குப் பிறகு லோடு எதுவும் தரவில்லை. ஆனால், நிறைய லோடுகள் வரும், வரும் என்று சொல்லிக்கொண்டிருந்தார் சைமன்.

மணி விடுப்பிலிருந்த நேரத்தில், சென்னைக் கோட்டையில் இருக்கும் இராணுவ கேன்டீன் குடோனிலிருந்து வெளியூர் கேன்டீன்களுக்கு மது பானங்கள் கொண்டுசெல்லும் ஒப்பந்தம் பற்றி சைமன் பேச்சுவார்த்தை நடத்தி இருப்பதாகச் சுந்தர் சொன்னான். இப்போதைக்கு அது கிடைத்தால்கூடச் சற்று ஆறுதலாக இருக்கும். சாப்பாட்டுச் செலவுக்காவது ஆகும். அந்த எண்ணம் வந்ததும் அதை நினைத்தே எப்படியோ துங்கிவிட்டான்.

காலையில் எழுந்து வழக்கம்போலச் சோறாக்கி, குழம்பு வைத்துக் குளித்துவிட்டு, வராந்தாவில் போய் நின்றபோது மனம் படபடத்தது.

பதினைந்து நாள்கள் கழித்து அவளைப் பார்க்கப் போகிற படபடப்பு. மனதிற்குள் பெருந்தவிப்பு. நேரம் நொடி நொடியாய் நகர்ந்து அவனை இம்சை செய்தது. அவனது வேகத்துக்கு ஓடாத கடிகாரத்தை எடுத்து உடைத்துவிடலாமா என்று ஆத்திரமாக வந்தது.

அவளுக்கும் அந்தப் படபடப்பும் தவிப்பும் இருக்குமா? இத்தனை நாள்களாக இங்கே அவனைப் பார்க்க முடியாமல் அவள் முகம் ஏமாற்றத்தில் வாடியிருக்குமா? அப்போது என்ன நினைத்திருப்பாள்.?

மாணவிகளின் ஊர்வலம் தொடங்கியது. பார்வையைக் கூர்மையாக்கினான்.

வழக்கமான நேரத்திற்கு வந்தவள் வழக்கம்போலத் தலையை உயர்த்தி மேலே பார்த்தாள். அவனைப் பார்த்ததும் அவள் கண்களில் பளீரென ஒரு மின்னல். அடுத்த கணமே பார்வை தடுமாறியது. தலையைக் கீழே குனிந்துகொண்டாள். இரண்டு அடிகள்தாம் எடுத்து வைத்தாள். மீண்டும் தலையை உயர்த்தி மேலே பார்த்தாள். அவனையே சில விநாடிகள் கூர்ந்து பார்த்தாள். அவள் கண்களிலும் இப்போது ஒரு படபடப்புத் தெரிந்தது. அதற்கான அர்த்தமென்ன?

அவளைப் பார்த்துக் கையை அசைத்து ஒரு புன்முறுவல் செய்ய அவன் மனசு துடித்தது. மனதையும் கையையும் அடக்கிக் கொண்டான். அவள் நடந்து செல்வதையே பார்த்துக்கொண்டு நின்றான். மனசு நிலையில்லாமல் அலைபாய்ந்தது.

அந்தத் தவிப்புடனே அறைக்குள் நுழைந்து அரைகுறையாய்ச் சாப்பிட்டு முடித்து, அவன் தயாரானபோது, மேலாளர் மாதவன் அலுவலகத்திற்குள் நுழைந்தார்.

“மணி இன்னிக்கி மில்ட்ரி கேன்டீன் லோடு இருக்கும்னு நெனைக்கறங் எதுக்கும் நீ தயாரா இரு” என்றார்.

சுந்தர் வந்து மணியைப் பார்த்து மெலிதாகச் சிரித்துவிட்டு, தன் இருக்கையில் உட்கார்ந்தான். வழக்கம் போல ஒற்றை ரோசாப் பூவுடனும் சென்ட் வாசனையுடனும் வந்து, தன் இருக்கையில் அமர்ந்த லீனா, அறை முழுவதும் தன் வாசனையைப் படரவிட்டாள்.

“மணி. நீ ரொம்பதாங் வீக்காய்ட்ட நல்லா சாப்டணும்”

கொஞ்சலான தமிழில் மணியிடம் சொல்லிவிட்டு, லேசாக இதழ்கள் விரியச் சிரித்தாள்.

சைமன் வந்ததும் அலுவலகம் பரபரப்பானது. நான்கைந்து முறை தொலைப்பேசியில் யாரிடமோ இந்தியில் பேசினார்.

பன்னிரண்டு மணியளவில் கையில் ஒரு கறுப்பு நிற பிரீப்கேசுடன் உயரமான ஒருவர் வந்தார். அவர் வாசலில் விரைப்பாக நின்று சைமனுக்கு ஒரு சல்யூட் அடித்தார். திடகாத்திரமான உருவம். மேல் நோக்கி நிமிர்ந்த மீசை. மாநிறத்தைவிடச் சற்றுக் கூடுதலான நிறம். மீசையைப் போலவே முறுக்கேறிய உடல்.

“வெல்கம் ஜீ. திஸ் ஈஸ் மை நியூ ஓபீஸ்” என்றார் சைமன்.

அவர் உள்ளே வந்ததும், எழுந்து நின்று அவருடன் கை குலுக்கினார் சைமன்.

“மாதவன் இது கேப்டன் ஸ்டேன்லிதாஸ். ட்ரிச்சி ஆர்மி கேன்டீன் இன்சார்ஜ்”

மாதவனும் எழுந்து நின்று அவருடன் கை குலுக்கினார்.

“மாதவன் ஐ ஆல்ரெடி டோல்ட் யூ டுடெ ஒன் லோட் டு ட்ரிச்சி கேன்டீன் வண்டிய உடனே அரேன்ஜ் பண்ணிடு” கெத்தாகச் சொன்னார் சைமன்.

அவர் சைமனுக்கு எதிரில் உள்ள இருக்கையில் உட்கார்ந்தார். மாதவன் வண்டி கேட்பதற்காக இறைவன் புரோக்கர் அலுவலகத்திற்கு போனைப் போட்டார். சைமனும், கேப்டனும் சரளமாக இந்தியில் பேசத் தொடங்கினர். மணிக்கும், சுந்தருக்கும் ஆச்சரியமாக இருந்தது. அதே ஆச்சரியத்துடன், பிளாஸ்க்கைக் எடுத்துப் போய் காபி வாங்கி வந்தான் மணி. ஒன்றரை மணிக்கு மதியச் சாப்பாடும், மீன் வறுவலும் வாங்கி வந்தான்.

அவர்கள் சாப்பிட்டு முடித்து, ஏப்பம் விட்டபோது, வண்டி கோட்டைக்குப் போய் விட்டதாக மாதவன் சொன்னார்.

“ஓகே ஜீ நான் போர்ட்டுக்குப் போறன் லோடிங் கிளார்க் யாரு?” மிடுக்காக் கேட்டார் கேப்டன்.

மணியைக் காட்டினார் மாதவன். எழுந்து நின்று வணக்கம் வைத்தான் மணி.

“நீ போர்ட் உள்ள வந்துட்டு, டிபன்ஸ் குடோன் வந்துரு”

எழுந்து, மீண்டும் சைமனுடன் கைக் குலுக்கிவிட்டுக் கிளம்பினார் கேப்டன்.

அடுத்த கால் மணி நேரத்தில் அவசரமாகச் சாப்பிட்டு, கிளம்பத் தயாரானான் மணி.

“மணி கேப்டன் நிங்கள்ட்ட ஒரு பார்சல் தரும் கேர்புல்லா கொண்டுட்டுவந்து ஓபீஸ்ல வைக்கணும்.” சைமன் மணியிடம் மெதுவாகச் சொன்னார்.

“ஓகே சார்” அவரிடம் சொல்லிவிட்டுக் கிளம்பினான் மணி.

அவ்வளவு பிரமாண்டமான கொடிக் கம்பத்தில் மிகப்பெரிய தேசியக் கொடி பறப்பதை நெருக்கத்தில் பார்த்தபடி கோட்டைக்குள் நுழைந்த போது பிரமிப்பாக இருந்தது மணிக்கு.

செய்தித் தாள்களிலும், தொலைக்காட்சியிலும், சினிமாவிலும் பார்த்த கோட்டைக்குள் அன்றுதான் முதன் முதலாக நுழைகிறான்.

பல கட்ட சோதனைகள், கேள்விகளுக்குப் பின்னர்தான் உள்ளே போக முடிந்தது. நடைபாதை ஓரத்திலேயே நடந்து நடந்து, கோட்டையின் பின்புறமிருந்த அந்தக் கிடங்கை அவன் அடைந்த போது பிற்பகல் மூன்றரை மணி. மாதவன் எண் எழுதிக்கொடுத்த வண்டி கிடங்கின் வாசலிலேயே தயாராக நின்றிருந்தது. அதனுடன் வேறு சில வண்டிகளும் வரிசையில் நின்றிருந்தன.

நான்கரை மணிக்கு இவர்களின் வண்டியை உள்ளே விடச் சொன்னார்கள். ரம், பிராந்தி, விஸ்கி, பீர் பாட்டில்கள் பெட்டிப் பெட்டியாக லாரியில் ஏறிக்கொண்டே

இருந்தன. பரந்து விரிந்து கிடந்த அந்தக் கிடங்கை முழுமையாகப் பார்த்த மணிக்கு மூச்சடைத்துவிட்டது. பல ஆயிரம் அடிகள் விஸ்தீரனம் கொண்ட பிரமாண்டமான கிடங்கு. அதனுள்ளே மலை மலையாக அட்டைப் பெட்டிகள் அடுக்கிவைக்கப்பட்டிருந்தன. அவ்வளவும் சரக்குப் பெட்டிகள். அடேயப்பா.

ஆறு மணிக்குக் கேப்டன் கொடுத்த ரசிதுகளை வாங்கி, பொறுமையாக ஜி.சி.போட்டான். ஓட்டுநர் வேண்டா வெறுப்பாகக் கொடுத்த கிளார்க் மாமூல் எண்பது ரூபாயை வாங்கிக்கொண்டு, அவன் கிளம்பத் தயாரானபோது ஏழு மணி. கோட்டையைச் சுற்றிலும் பளீரென மின் விளக்குகள் எரிய, ஆங்காங்கே சில இடங்களில் இருட்டும் திட்டுத் திட்டாய்ப் பரவியிருந்தது.

“இத கேர்ஃபுல்லா கொண்டுட்டுப் போய் சைமன் ஜீ கிட்ட குட்த்துடு”

ஒரு காக்கி நிற அட்டைப் பெட்டியை நீட்டினார் கேப்டன். ஏற்கெனவே சைமன் சொன்னதும் நினைவுக்கு வர, இரு கைகளையும் நீட்டி அதை வாங்கினான். உள்ளே கிளிங் கிளிங் எனப் பாட்டில்கள் உரசிக்கொள்ளும் சத்தம். புரியாமல் அவரை நிமிர்ந்து பார்த்தான்.

“பெட்டியில என்ன சார் இருக்குது ஏதோ பாட்லு மாதிரி சவுண்ட் கேக்குது”

“ஆமா ரொம்ப காஸ்ட்லி அய்ட்டம் ஜீக்கு இந்தப் பிராண்டுதாங் புடிக்கும் நாலு புல் பீஸ் ஒடஞ்சிறப் போவுது பீ கேர்ஃபுல்”

சரக்குப் பாட்டிலா? அதிர்ச்சியாக இருந்தது மணிக்கு.

அடுத்த விநாடியில் அவன் கைகள் கூசின. அவன் அப்பா குடித்துவிட்டு வரும்போதெல்லாம் அவரை பார்வையாலேயே எரிப்பான். அதனாலேயே வீட்டுக்குள் வராமல் அவர் திண்ணையிலேயே விழுந்து கிடப்பார்.

பக்கத்து அலுவலகத்தைச் சேர்ந்த கிருஷ்ணனோடு சேர்ந்து இவன் ஒருமுறை குடித்துவிட்டு வாந்தி எடுத்ததும், சாப்பாடே சாப்பிட முடியாமல் தவித்ததும் அவனுக்கு நினைவுக்கு வந்தது. அதனாலேயே இனிமேல் அந்தச் சனியனைக் கையால் கூடத் தொடக் கூடாது என முடிவெடுத்திருந்தான்.

ஆனால், இப்போது அவன் என்ன செய்ய முடியும்?

தனது பையை இடது தோளில் மாட்டி, அட்டைப் பெட்டியின் மீது சுற்றிக்கட்டப்பட்ட சணல் கயிற்றை வலது கையால் பிடித்தபடி, எரிச்சலோடு நடக்கத் தொடங்கினான். நடையின் வேகம் சிறிது கூடினாலும் பாட்டிலின் சிணுங்கலும் கூடியது. உடனே நடையை மட்டுப்படுத்தினான்.

நல்ல வேளை. காவலர்கள் அந்த அட்டைப் பெட்டியைப் பற்றி விசாரிக்கவில்லை. மெதுவாகவே நடந்து கடற்கரைச் சாலையில் வந்து நின்றான்.

நிரம்பி வழிந்தவாறு வந்த மூன்று பேருந்துகளைத் தவிர்த்துவிட்டு, சுமாரான கூட்டத்தோடு வந்த ஒரு பேருந்தின் பின்படியில் ஏறினான். படியில் நிற்காமல்

உள்ளே நுழைந்து, படிக்கும், இருக்கைக்கும் இடையில் இருந்த இடைவெளியில் அட்டைப் பெட்டியை மெதுவாக வைத்தான். பார்வை அதன் மீதே இருந்தது. பேருந்தின் குலுங்கலில் பாட்டில்கள் உடைந்து விடுமோ எனப் பதற்றமாக இருந்தது.

பூக்கடையில் மெதுவாக இறங்கி, சாலையின் மறுபுறம் நடந்தான். அட்டைப் பெட்டியில் கட்டப்பட்ட சணல் கயிறு கை விரல்களை அறுத்தது. உடலெல்லாம் வியர்த்து வழிந்தது. காலியாக நின்றிருந்த திருவொற்றியூர் பேருந்தில் ஏறி, படியோர இருக்கையில் உட்கார்ந்து பெருமூச்சு விட்டான்.

பேருந்து கிளம்பிய ஏழாவது நிமிடம் மாடிப் பூங்காவில் இறங்கி, அதே நிதானத்துடன் நடந்து, படியேறி அறையைத் திறந்து, பெட்டியைக் கீழே வைத்த பிறகுதான் அவனுக்கு நிம்மதியாக மூச்சுவிட முடிந்தது. அதே நேரம் மனசுக்குள் அருவருப்பாகவும் இருந்தது.

23

குன்ட்டிவாடன் தலை எடுத்த பிறகு, அவனே டவுனுக்குப் போய், தேவையான தோல்களை வாங்கி வந்து, ஊரிலேயே சால் தைக்கத் தொடங்கினான்.

சாலுக்கான இரும்பு வளையங்களையும் பக்கத்து ஊர் கருமானிடம் செய்யச் சொல்லி அவனே வாங்கி வருவான். அந்த இரும்பு வளையங்கள் சரியான அளவிலும், சரியான எடையிலும் இருக்கும். இரும்பின் எடை அதிகமானால் தண்ணீர் பாரத்தோடு இரும்பின் பாரமும் சேர்ந்துவிடும். கவலை இழுக்கிற மாடுகள் சீக்கிரத்தில் கால் சோர்ந்து, வாயில் நுரை தள்ளி, பாதியிலேயே சுணங்கிவிடும்.

சாலின் அளவு கொஞ்சம் பெரிதாக இருந்தாலும் தண்ணீரின் பாரம் கூடிவிடும். சால் சின்னதாக இருந்தால் குழந்தைகள் மூத்திரம் பெய்வதைப் போலக் கால்வாயில் சிறுமனே தண்ணீர் ஓடும். அந்தத் தண்ணீர் நிலத்திற்குப் போய்ச் சேர்வதற்குள் வழியிலேயே ஊறிவிடும். நாளெல்லாம் மாய்ந்து மாய்ந்து கவலை ஓட்டினாலும் அரைக்கால் காணி கூட பாய்ச்சல் பாயாது.

சரியான எடையில், சரியான அளவில் செய்த இரும்பு வளையத்தின் மீது, கச்சிதமாகத் தோலை இழுத்துப் போர்த்தித் தொய்வில்லாமல் தைத்து, நீளமான வாலோடு இணைத்துக் கச்சிதமாகச் சால் தைத்துக் கொடுத்தால் சம்சாரிகள் மெச்சிக்கொண்டு, இனாமாக இரண்டு மொந்தைச் சாராயத்தையோ, கள்ளையோ குன்டிவாடனுக்கும் வாங்கித் தருவார்கள். அறுவடையின் போது மேரையும் கூடுதலாகக் கிடைக்கும்.

வடத்தில் மெல்ல ஊஞ்சலாடியபடி கிணற்றில் இறங்கும் சால், வாலில் கட்டிய தொண்டான் கயிற்றை இழுத்துப் பிடித்ததும், தலை குப்புறக் கவிழ்ந்து தளும்பத் தளும்பத் தண்ணீர் மொள்ளும், தொண்டான் கயிற்றைத் தழைய விட்டு, வடக்கயிற்றை மேலே அழுத்தி இழுத்ததும் தலை நிமிரும் சால். பாரி பள்ளத்தில் மாடுகளைத் தட்டிவிட்டால் வடக்கயிறு சுற்றச் சுற்ற சால் இலகுவாக மேலெழும். துளித் தண்ணீர்கூடச் சிந்தாமல் சிதறாமல் சால் மேலே வந்து கச்சிதமாகத் தண்ணீரைத் தோனியில் ஊற்றும்.

இப்படிக் குன்ட்டிவாடன் தைக்கும் கச்சிதமான சால்கள் ஊராருக்குப் பிடித்துப் போயின. அதனால் மாடுகளுக்கும் அதிக பாரமில்லை. கவலை ஓட்டும் சம்சாரிக்கும் கை, கால் வலியில்லை.

பதப்படுத்தப்பட்ட மாட்டுத் தோல்களை டவுனில் வாங்கி வந்த குன்ட்டிவாடன், பின்னாட்களில் வீட்டிலேயே பச்சைத் தோல்களை வாங்கிப் பதப்படுத்தும் வேலையையும் செய்தான். அதற்கான யோசனையைப் பக்கத்து ஊரில் குடியிருக்கும் அவனது உறவுமுறைக்காரரான காட்டிகான்தான் சொல்லிக் கொடுத்தார்.

ஊர்த் திருவிழா, தீபாவளி, பொங்கல், காதுகுத்து என அவ்வப்போது ஊரில் நடக்கும் விசேசங்களின்போது ஊரில் நிறைய ஆடுகளை வெட்டுவார்கள். அந்த ஆடுகளின் தோல்களை குன்ட்டிவாடனே விலை கொடுத்து வாங்கிக் கொள்வான். அதில் உப்புப் போட்டு ஊற வைத்து, முடிகளை நீக்கிச் சுத்தம் செய்து, ஆவாரம் பட்டையில் பதப்படுத்தி வைத்துக்கொள்வான்.

ஊரில் சம்சாரிகளின் மாடுகள் ஏதாவது செத்துப்போனாலோ, நோய்வாய்ப்பட்டுச் சாகக் கிடந்தாலோ அந்த மாடுகளைச் சேரிக்காரர்களுக்கு இனாமாகக் கொடுத்துவிடுவார்கள். அவர்கள் அந்த மாட்டை அறுத்துக் கறியைப் பங்கு போட்டுக்கொள்வார்கள். அந்த மாடுகளின் தோல்களையும் அவர்களிடமிருந்து வாங்கி வந்து, அதையும் பதப்படுத்தி வைத்துக்கொள்வான் குன்ட்டிவாடன்.

அந்த மாட்டுத் தோல்களில்தான் சால் தைப்பான். ஆட்டுத் தோல்களை இராணிப்பேட்டை சாயபுகளிடம் விலைக்கு விற்பான். இப்படித் தன் அண்ணன் பெத்தவாடனை விட குன்ட்டிவாடன் சால் தைக்கும் தொழிலில் சூரனாக மாறினான்.

காலாகாலத்தில் அவர்கள் இரண்டு பேருக்கும் பக்கத்து ஊர்களில் உள்ள அவர்களது இனத்திலேயே பெண் பார்த்தார் புட்டவாடன்.

ஆந்திராவில் இருந்த இவர்களின் உறவினர்கள் சிலர் மாத்தம்மாவையும், சிலர் கன்னியம்மாவையும் குலதெய்வமாக வழிபட்டு வந்தனர். சிலர் காட்டேரியையும், சிலர் முனேஸ்வரனையும் வழிபட்டனர். இவர்கள் பஞ்சம் பிழைக்க வந்த பிறகு இங்கே நினைத்த தெய்வங்களை எல்லாம் வழிபட்டனர். பார்த்த சிலைகளை எல்லாம் கைக்கூப்பி வணங்கினார்கள். மலையடிவாரத்தில் ஒரு கல்லை நட்டு வைத்து, அதையே முனேஸ்வரனாக நினைத்துக் குல தெய்வமாகவும் வழிபட்டு வந்தனர். அந்த முனேஸ்வரன் மட்டும்தான் அவசரத்துக்கு உதவுகிற, கை கூப்பி வணங்கினால் இவர்களின் மன பாரத்தைத் தன் மீது சுமந்து கொள்கிற தெய்வமாக இருந்தது. மற்ற நேரங்களில் அவர்களின் கண்கண்ட தெய்வம், காணக் கிடைக்காத தெய்வம் எல்லாமே திருப்பதி வெங்கடாசலபதிதான்.

அவ்வளவு தூரம் போய் திருமணம் செய்துகொள்ள வசதியில்லாததால், முனேஸ்வரர் கல்லின் முன்பு, சின்னதாய் ஒரு பந்தல் போட்டு, பூஜை செய்து, மணமக்கள் மாலை மாற்றி, கல்யாணம் செய்துகொண்டனர். அப்படித்தான் பெத்தவாடன் கன்னிச்சியையும் குன்ட்டிவாடன் நீலாவையும் கைப்பிடித்துக் குடும்ப வாழ்க்கையைத் தொடங்கினார்கள். அப்போது குன்ட்டிவாடனுக்கு உள்ளூர் மட்டுமல்லாமல் சுற்றப்பட்டு ஊர்களிலும் கெட்டிக்காரத் தொழில்காரன் என்ற பெயர் பரவியிருந்தது.

24

அன்று சனிக்கிழமை. மீனம்பாக்கம் இரும்பு நிறுவனத்தில் திருச்சிக்கு ஒரு லோடு இருந்தது. குஜராத்திலிருந்து சென்னைக்குச் சைனா கிளே என்ற மண் லோடு ஏற்றிவந்த கம்பனி லாரி ஒன்று வெள்ளிக்கிழமையே லோடு இறக்கிவிட்டு மீண்டும் குஜராத்திற்கு லோடு ஏற்றக் காத்திருந்தது.

அந்த வண்டிக்காகப் பல புரோக்கர்களிடம் லோடு கேட்டுப் பார்த்தார் மாதவன். சனிக்கிழமை என்பதால் குஜராத் லோடு எதுவுமே கிடைக்கவில்லை. வழக்கமாகப் புரோக்கர்களிடம் வண்டி கேட்கும் மாதவன், சொந்த ஆர்டர்கள் இல்லாதபோது, கம்பனி லாரிகளுக்கும் புரோக்கர்களிடமோ, இவர்களைப் போன்ற வேறு டிரான்ஸ்போர்ட்களிடமோ லோடு கேட்பதும் உண்டு. அன்றைய மார்க்கட் வாடகையின்படி அவர்கள் சொல்லும் தொழிற்சாலைகளில் போய் லோடு ஏற்றிக்கொள்வார்கள்.

அவற்றுக்கு அந்தந்த டிரான்ஸ்போர்ட் கிளார்க்குள் லோடு ஏற்றி பில் போடுவார்கள். அங்கே மணிக்கோ சுந்தருக்கோ வேலை இருக்காது. வாடகை குறைவாக இருந்தாலும், டீசல் செலவுக்காவது ஆகட்டுமே என ஏற்றிக்கொள்வார்கள்.

நீண்ட தூர லோடுகளை மட்டுமே ஏற்ற வேண்டுமென்றால் அதற்காக வண்டிகள் பல நாள்கள் காத்திருக்க வேண்டிவரும். அப்படிக் காத்திருந்தால் ஓட்டுநர், கிளீனர்களுக்குக் காத்திருப்புப் படி, சாப்பாட்டுச் செலவு, பார்க்கிங் செலவு என வரவைவிடச் செலவு கூடிவிடும். அதனால் வண்டியைக் காத்திருக்க விட மாட்டார்கள். நடுவில் ஏதாவது ஒரு லோக்கல் லோடு கிடைத்தாலும் ஏற்றி, இறக்குவார்கள்.

அப்படித்தான் அன்று இவர்களின் கம்பனி லாரிக்கே அந்த இரும்புத் தொழிற்சாலையில் திருச்சி லோடு ஏற்றச் சொன்னார்கள்.

அலுவலகத்திலிருந்து லோடிங் கிளம்பும்போதே, மாலையில் அப்படியே ஊருக்குக் கிளம்ப வசதியாகப் பையுடன் கிளம்பிவிட்டான் மணி.

கடற்கரை ரயில் நிலையத்திலிருந்து தாம்பரம் ரயிலில் ஏறி, மீனம் பாக்கத்தில் இறங்கி, வெயிலில் தகித்துப் பளபளத்த தண்டவாளங்களைக் குறுக்கில் கடந்து, இரும்புத் தொழிற்சாலையை அவன் தொட்டபோது, சரியாக உச்சி வெயில்.

தொழிற்சாலையின் பிரமாண்டமான வாயிலுக்கு முன்பாக லாரி நின்றிருந்தது. அதன் ஓட்டுநர் ரவி மணியைப் பார்த்து வணக்கம் வைத்துவிட்டுச் சிரித்தார். பதிலுக்கு வணக்கம் வைத்து, செக்யூரிட்டி அறைக்குள் நுழைந்தான் மணி.

கத்தரிப்பூ நிறச் சீருடையிலிருந்த செக்யூரிட்டிக்குச் சிநேகமாக ஒரு வணக்கம் வைத்தான். அவருக்கு எதிரிலிருந்த பதிவேட்டில் லாரி எண்ணைப் பதிவு செய்து, தனது பையை அங்கேயே வைத்துவிட்டு வெளியில் வந்தான். வெயில் சளைக்காமல் காய்ந்துகொண்டிருந்தது.

முகத்தில் வழிந்த வியர்வையைக் கைக்குட்டையால் துடைத்தபடி லாரி கேபினில் ஏறி உட்கார்ந்தான்.

“சார் சாப்ட்டீங்களா?”

ஓட்டுநர் ரவி சிரித்தபடி மணியிடம் கேட்டார்.

“இன்னும் இல்ல டிரைவர் கம்பனி கேன்டீன்ல சாப்ட முடியுமானு பாக்கணும் லோடிங் மேனேஜர் ஸ்டீபன் சார் இருந்தா டோக்கன் தருவாரு அவரு இல்லனா ஓட்டல்லதாங் சாப்டணும்”

“வண்டில சாப்பாடு இருக்கு முருங்க்கா சாம்பாரு, மிளகு ரசம் சாப்ட்றீங்களா?”

ரவிசங்கர் என்பதுதான் அந்த ஓட்டுநரின் முழுப் பெயர். அய்யங்கார். அதனால் ரவி அய்யர் என்று சுருக்கமாக அழைப்பார்கள். ஒரு முறை கும்மிடிப்பூண்டி பைப் நிறுவனத்தின் வாசலோரம் நின்றிருந்த லாரியில் சட்டைப் பட்டன்களைத் திறந்துவிட்டு, மார்பில் பூணூல் பளபளக்க, ஓட்டுநர் இருக்கையில் சாய்ந்து தூங்கிக்கொண்டிருந்தவரைப் பார்த்து ஆச்சரியப்பட்டான் மணி.

இருபத்தி இரண்டு வருடங்களாக லாரி ஓட்டுகிறார். பாவனாவுக்கு வந்து பதிமூன்று வருடங்கள் ஆகிறதாம். வேலூர் ஓட்டேரியில் சொந்த வீடு. இரண்டு மனைவிகள். அக்கா, தங்கை இருவருமே அவரை விரும்பிக் கட்டிக் கொண்டார்களாம். அவரே அதைப் பெருமையாகச் சொல்வார்.

“பாப்பானாப் பொறந்துட்டு லாரி ஓட்றியேனு ஆரம்பத்துல டிரைவர்ங்களே கிண்டல் பண்ணுவாங்க எங்க ஆளுங்களும் ரொம்ப மட்டமாப் பேசுவாங்க இந்தத் தொழில்ல நமக்கு இன்னா சார் கொற? பதினஞ்சி நாளு வண்டி ஓட்னா

பதினஞ்சி நாளு ரெஸ்ட்டு முடிஞ்ச வரைக்கும் காலிலயே குள்ச்சி, வண்டில இருக்கற சாமிப் படங்களுக்குப் பூஜ பண்ணிட்டுதாங் வண்டிய எடுப்பங். எங்கியாவது தண்ணி இல்லாத எடத்துல மாட்டிக்கினா மூஞ்ச மட்டும் கழுவிகினு களம்பிடுவம் அப்பக் கூட, குளிக்காததுக்கும் சேர்த்து ஒரு மந்தரத்தச் சொல்லிட்டு, சாமி படத்துக்கு ஒரு ஊது வத்தியாவது ஏத்தி வச்சிடுவங்" என்று சொல்லிவிட்டுச் சிரித்தார்.

"நம்ப வண்டில எப்பவுமே சைவம்தான் சார் அதனாலயே கிளிங்க யாரும் எங்கூட டூட்டிக்கு வரமாட்றாங்க இவந்தாங் எனுக்குத் தோது" பக்கத்தில் உட்கார்ந்து பின்புறம் தலையைச் சாய்த்துத் தூங்கிக் கொண்டிருந்த கிளியைக் காட்டிச் சிரித்தார்.

அந்தக் கிளீனருக்கு நாற்பது வயதிருக்கும். தலையில் பாதி முடிகள் வெளுத்திருந்தன. கொஞ்சம் ஒல்லியான உருவம். கழுத்தில் கருஞ்சிவப்பாய் ஒரு ருத்ராட்ச மாலை.

"கேன்டீன விட நம்ப சமையலு நல்லாவே இர்க்கும் சார் சாப்ட்டுப் பாருங்க" என்றார் ரவி.

கீர் பாக்சுக்கு அருகிலிருந்த பெரிய அலுமினியக் குண்டானின் மீது மூடியிருந்த பிளேட்டை எடுத்துவிட்டு, சாம்பாரைக் கரண்டியால் கலக்கினார். கேபின் முழுவதும் கமகமவென வாசனை சூழ்ந்தது. மணிக்கு வாயில் எச்சில் சுரந்தது. இதுவரை எந்த லாரியிலும் அவன் சாப்பிட்டதே இல்லை.

சாம்பாரின் வாசனையே அவனைச் சம்மதிக்க வைத்தது.

"சாம்பாரு வாசனயே கமகமனு தூக்குதே கொஞ்சமா சோறு போட்டுக் குடுங்க டிரைவர் டேஸ்ட் பாக்கலாம்" என்றான் எச்சிலைக் கூட்டி விழுங்கியபடி.

ஒரு ஸ்டீல் தட்டை எடுத்து நன்றாகக் கழுவி, தட்டு நிறையச் சோற்றை வாரிப் போட்டு, இரண்டு கரண்டி சாம்பாரை அதில் ஊற்றி அவனிடம் நீட்டினார் ரவி.

கேபினுக்கு வெளியே கைநீட்டி, நன்றாகத் தேய்த்துக் கைகழுவிய மணி, இருக்கையில் வசதியாக உட்கார்ந்துகொண்டான். தட்டை வாங்கிச் சோற்றைப் பிசைந்து ஒரு வாய் மென்று தின்றான். சாம்பார் நல்ல ருசி. சோற்றை வாரி வாரி ரசித்து ருசித்துச் சாப்பிடத் தொடங்கினான்.

மீண்டும் கொஞ்சம் சோற்றைப் போட்டு வெளிர் மஞ்சள் நிறத்தில் மினுமினுத்த ரசத்தைத் தளரத் தளர ஊற்றினார். சோற்றோடு ரசத்தைக் குழையப் பிசைந்து சாப்பிட்டான். மீதி ரசத்தை உறிஞ்சிக் குடித்தான். கைக் கழுவியபோது, அடி வயிற்றிலிருந்து நீள நீளமான ஏப்பங்கள் வந்தன.

"பெருங்காயம் போட்ருக்குச் சார் நல்லா செரிமானம் ஆவும்"

"நீங்க சாப்ட்டீங்களா.?"

"இன்னும் இல்ல சார் லோடிங் எப்பனு தெரிஞ்சினுதான் சாப்டணும்"

உடனே வண்டியிலிருந்து இறங்கி, செக்யூரிட்டி அறைக்குப் போய் அனுமதி பெற்று, தொழிற்சாலையின் உள்ளே நுழைந்தான் மணி.

சிமெண்ட் பாதையின் இரு புறமும் முனை கத்தரிக்கப்பட்ட அழகுச் செடிகள் பச்சையும், அடர் நீலமும், பழுப்புமாய்ச் செழித்திருந்தன. அவற்றைப் பார்த்தபடியே நடைமேடைமீது நடந்து, தொழிற்சாலையின் உற்பத்திப் பகுதிக்குள் நுழைந்தான். பெரிய பெரிய கொப்பறைகளில் இளஞ் சிவப்பு நிறத்தில் கொதித்துக் கொண்டிருந்த இரும்புக் கூழை கிரேன் உதவியுடன் தூக்கி, பல வடிவ மோல்டு மாதிரிகளில் ஊற்றிக் கொண்டிருந்தனர் தொழிலாளர்கள்.

அவனுக்கு மிக அருகில் கிரேனிலிருந்து கீழே தொங்கிய ஒரு கொதி கலனை உற்றுப் பார்த்தான் மணி. ஆளுயர கொதிகலனின் பளபளவெனக் கொதித்துக் கொண்டிருந்தது இரும்புக் கூழ். கொதி கலனின் ஒரு பக்கம் லாரி ஸ்டேரிங் போல வட்டமாக இருந்த கைப்பிடியைச் சுழற்றி கொதி கலனை கீழாகத் திருப்பினார் ஒரு தொழிலாளி.

ஒரு பெரிய டிரம் கீழே கவிழ்வதைப்போல லாவகமாகக் கீழே கவிழ்ந்த கொதிகலனிலிருந்து தண்ணீரைப்போலச் சளசளவெனக் கீழே வழிந்தது இரும்புக் கூழ். டன் கணக்கில் ரோஜா இதழ்களைக் போட்டுக் கொதிக்க வைத்ததைப் போல பார்க்கப் பேரழகாக ஜொலித்தது அந்த இரும்புக் கூழ்.

இரண்டு கைகளையும் குறுக்கில் நீட்டி அந்தக் கூழை அப்படியே கைகளில் ஏந்தி முகத்திலும் உடலிலும் பூசிக் கொள்ளலாமா என்று ஆசை வருகிற அளவுக்குத் தகதகத்தது அதன் இளஞ்சிவப்பு நிறம்.

மணி அங்கே நின்று அதிசயத்துடன் வேடிக்கை பார்ப்பதைத் தன் தலைக் கவசத்தின் கண்ணாடி வழியாகப் பார்த்தார் அந்தத் தொழிலாளி. ஒரே ஒருவிநாடி நேரம் அவரது கவனம் சிதறியது. அவ்வளவுதான். கவிழ்ந்திருந்த அந்தக் கொதிகலன் ஒரு இன்ச் தூரம் தள்ளி நகர வார்ப்பு மாதிரியில் இறங்க வேண்டிய குழம்பு குபீரெனத் தரையில் வழிந்தது. மத்தாப்பூ எரிந்து சிதறுவதைப் போல அது தரையெங்கும் சிதறியது. அடுத்த நொடியில் தரையிலிருந்து புசுபுசுவெனக் கரும்புகை கிளம்பியது.

பதறிவிட்டார் அந்தத் தொழிலாளி. உடனே கொதிகலனை நகர்த்தி வார்ப்பு மாதிரியின் வாயில் ஊற்றத் தொடங்கினார். அதைப் பார்த்த மணியின் உச்சந்தலையில் திடுமென ஒரு பயம் இறங்கியது. அய்யோ என அலறியது அவன் மனம்.

இப்படிக் கவனம் பிசகி ஊற்றுகிற இரும்புக் கூழ் மனிதர்களின் உடல் மீது பட்டால் என்ன ஆவது? சில நிமிடங்களிலேயே உடம்புப் பொசுங்கிப் பஸ்பமாகி விடுமே. அப்படி ஏதாவது விபத்து நடக்கிறபோது, அந்தப் பைப் நிறுவனத்தைப் போல இங்கும் சத்தமில்லாமல் இரும்பு உலையில் தள்ளி எரியூட்டி விடுவார்களோ?

அப்படியே உறைந்து போய் நின்றான் மணி. கீழே சிதறிய இரும்புக் கூழ், சில நிமிடங்களில் சிதறிய வடிவத்திலேயே உறைந்து இரும்பாக மாறிவிட்டது.

"ஏம்பா இங்கல்லாம் நின்னு வேடிக்க பாக்கக் கூடாது ரொம்ப டேஞ்சரான ஏரியா களம்பு களம்பு" இவனை அதட்டினார் இன்னொரு தொழிலாளி.

அப்போதுதான் நிலைக்கு வந்தான் மணி. காற்றில் அனல் கலந்திருந்த அந்தப் பகுதியையும் அதைத் தொடர்ந்து மோல்டிங்குகளை உடைத்து, வார்ப்பு இயந்திரங்களைப் பிரித்தெடுக்கும் பகுதியையும் வேகமாகக் கடந்து லோடிங் அலுவலகத்துக்குள் நுழைந்தான்.

மேலாளர் ஸ்டீபன் தன் இருக்கையில் உட்கார்ந்து ஏதோ எழுதிக் கொண்டிருந்தார்.

"வணக்கம் சார்" என அவருக்கு ஒரு வணக்கம் வைத்துவிட்டு, அவர் முன்பாக நின்றான். அவன் குரலில் படபடப்புக் குறையவில்லை.

"என்னப்பா வண்டி வந்திரச்சா சரி ஒரு ரெண்டரைக்கு வண்டிய உள்ள உடச்சொல்லு."

தலையாட்டிவிட்டு, வேக வேகமாக நடந்து வெளியே வந்தான். ஓட்டுநர் ரவி இவன் முகத்தையே ஆவலுடன் பார்த்தார்.

"முக்காமணி நேரம் இருக்கு அதுக்குள்ள சாப்ட்ருங்க"

இவன் சொன்னதும், தட்டுகளை எடுத்துக் கழுவி, சோற்றைப் போட்டுச் சாப்பிடத் தொடங்கினார்கள். மணிக்கு உள்ளுக்குள் ஏறியிருந்த படபடப்புக் குறையவில்லை. சற்றுத் தூரத்தில் இருந்த தள்ளுவண்டிக் கடையை நோக்கி நடந்தான். கற்பூர வாழை, மஞ்சள் வாழை, பச்சை வாழை, ரஸ்தாளி என வாழைப்பழச் சீப்புகள் அழகாக அடுக்கிவைக்கப்பட்டிருந்தன. ஒரு ரூபாய் நாணயத்தைக் கொடுத்து ஒரு ரஸ்தாளிப்பழம் வாங்கித் தின்றான்.

சாலையில் வாகனங்கள் பேய் வேகத்தில் ஓடிக்கொண்டிருந்தன. வெயிலும் அதே வேகத்தில் காய்ந்து கொண்டிருந்தது. ஒரு பத்து நிமிடங்கள் அங்கேயே நின்று சாலையை வேடிக்கை பார்த்தான். பேருந்துகள், லாரிகள், ஆட்டோக்கள், மீன்பாடி வண்டிகள், இரு சக்கர வாகனங்கள் என இடைவிடாமல் சாலையைத் தேய்த்தபடி ஓடிய வாகனங்களின் புகை சாலையில் கறுப்பு மண்டலமாகக் கவிழ்ந்திருந்தது. அதன் நெடி அவனை முகம் சுளிக்க வைத்தது.

அப்போது தெற்கிலிருந்து சாலை ஓரமாகவே ஓடிவந்தது கறுப்பும் வெளுப்புமான தெரு நாய் ஒன்று. மணியின் அருகில் நின்று இரண்டு முறைச் சாலையைக் கடக்க முயன்று, இரண்டு முறையும் லாரிகளில் அடிபடப் பார்த்தது. ஒரு பேருந்து அதைக் கிட்டத்தில் அலற வைத்துவிட்டுப் போனது. அந்தச் சத்தத்தில் பயந்துபோன நாய் சற்று ஒதுங்கி நின்று, மணியைத் திரும்பிப் பார்த்தது. சில விநாடிகளில் மீண்டும் முன்னால் பார்த்து சாலை ஓரமாகவே ஓடத் தொடங்கியது.

மணி திரும்பித் தொழிற்சாலை வாயிலைப் பார்த்தான்.

சாப்பிட்டு முடித்ததும், லாரியிலிருந்த ஸ்டவ், சமையல் பாத்திரங்கள், அரிசி, பருப்பு, காய்கறி, ஸ்டெப்னி, ஜாக்கி, டூல் பாக்ஸ் எல்லாவற்றையும் இறக்கித் தொழிற்சாலை நுழைவாயில் ஓரமாக, நடைபாதை மேட்டில் வைத்துக்கொண்டிருந்தான் கிளீனர்.

இந்தத் தொழிற்சாலைக்குள் லோடு ஏற்றப் போகும் லாரிகளில் இப்படி எந்த உபரிப் பொருள்களும் இருக்கக் கூடாது. வெறும் லாரி மட்டும்தான் உள்ளே போக வேண்டும். காலி வண்டியாக எடை போட்டு, லோடு ஏற்றப்பட்ட பின்னர் மீண்டும் லோடு எடை போட்டு, பொருளின் நிகர எடையைக் கணக்கிட்டு ரசீதுகள் தருவார்கள். வெளியே வந்த பிறகுதான், கீழே இறக்கி வைத்துள்ள பொருள்களை மீண்டும் வண்டியில் ஏற்றிக்கொள்ள வேண்டும்.

இதைப் போலவேதான், அந்தச் சரக்கை இறக்குகிற நிறுவனத்திலும் லாரியில் எந்த உபரிப் பொருள்களும் இல்லாமல் இறக்கி வைத்துவிட்டு, லாரியையும் பொருளையும் மட்டும் எடைபோட்டு இறக்க வேண்டும்.

சிறியதும் பெரியதுமாகப் பல்வேறு அளவில் உள்ள பழுதான இயந்திர உதிரி பாகங்களும், உடைந்த இரும்புப் பொருள்களும் லாரியில் ஏற்றப்படுவதால் பொருள்களின் எண்ணிக்கையைக் கணக்கிட முடியாது. இங்கே எடை கணக்குதான். எல்லாமே இரும்பு. ஓட்டுநர்கள் வழியில் நூறு கிலோ இருநூறு கிலோ என அந்த இரும்புப் பொருள்களை எடுத்துக் காயலான் கடையில் விற்று விடுவார்கள். அதைத் தடுக்கத்தான் இந்த ஏற்பாடு.

சரியாக இரண்டரை மணிக்குத் தொழிற்சாலைக்குள் நுழைந்தது லாரி. செக்யூரிட்டி அறையில் போய் உட்கார்ந்துகொண்டான் மணி.

ஐந்து மணிக்கு லோடிங் முடிந்துவிட்டது. தனது பையை எடுத்துக்கொண்டு லோடிங் மேலாளரின் அறைக்குப் போய் ரசீது போட்டு, மேலாளரிடம் ஒரு பிரதியைக் கிழித்துக் கொடுத்தான். கழிவறைக்குப் போய் சிறுநீர் கழித்துவிட்டு வந்து, ஓட்டுநரிடம் ஒரு பிரதியைக் கொடுத்தான். அதே லாரியில் அவனும் ஏறிக்கொண்டான்.

வேலூருக்குப் போய் கிளீனரை இறக்கிவிட்டு, அதன் பிறகுதான் வண்டி திருச்சிக்குப் போகிறது. அதனால் மணி ஆற்காட்டில் இறங்கிக்கொள்ளலாம்.

"அண்ணன் மகளுக்குக் கல்யாணமாம். அதனால இன்னிக்கே டூட்டி எறங்குது கிளி. பதினஞ்சி நாளு லீவு. இவன எறக்கிட்டு, கூட யாரக் கூட்டிட்டுப் போறதுனு தெரில திருச்சிக்குக் கிளியே இல்லாம தனியா கூட போய்ட்டு வந்துருவங் சார் ஆனா, குஜராத்துக்குப் போவ கண்டிப்பா கிளி வேணும். ஒரு நல்ல கிளி இர்ந்தா நல்லார்க்கும்" என்றார் ரவி.

ஊரில் தன்னிடம் வேலை கேட்ட சண்முகத்தின் நினைவு வந்தது மணிக்கு.

ஆனால், அவன் குடிகாரன். அவனைப் பற்றிச் சொல்லவே தயக்கமாக இருந்தது.

“இன்னா சார் யோசனயாவே இருக்கீங்க”

“ஒன்னுமில்ல எங்கூர்ல ஒரு பையங் இருக்கறாங் டிரைவிங்கும் தெரியும் ஆனா, சரக்குப் பார்ட்டி இப்ப முன்ன மாதிரி குடிக்கறதில்லனு சொல்றாங்க கிளியாக் கூட வர்றேனு எங்கிட்ட கேட்டாங் ஆனா”

“ஆனா இன்னா சார் நாம் பாக்காத குடிகாரங்களா உங்கூரு ஆளுதான. நாம்பாத்துக்கறங் ஒடனே வரச் சொல்லுங்க சார்”

அப்படியும் அவனுக்குத் தயக்கமாகவே இருந்தது.

“என்ன சார் இன்னும் யோசன?”

“இல்ல அவங் டிரைவரா போனப்போ ஒரு ஆக்சிடெண்ட் பண்ணிட்டாங் அதாங்.”

“அதுக்கா சார் இவ்ளோ யோசன நாங்க பாக்காத ஆக்செண்ட்டா வரச் சொல்லுங்க சார்”

கிண்டி கத்திப்பாரா சந்திப்பைக் கடந்து, பூந்தமல்லி நெடுஞ்சாலையில் திரும்பி நந்தம்பாக்கம், போரூர் என மெதுவாக ஓடத் தொடங்கியது லாரி. மாலை நேர வாகன நெரிசல். அதுவும் சனிக்கிழமை. ஏராளமான லாரிகளும் பேருந்துகளும் கார்களும் ஆட்டோக்களும் இருசக்கர வாகனங்களும் ஒன்றை ஒன்று மொய்த்தபடி ஊர்ந்துகொண்டிருந்தன. ஏதோ ஒரு குழந்தை தன் விளையாட்டுப் பொம்மைகளைக் கொட்டி வைத்ததைப் போல சாலை நெடுகிலும் கொசகொசவென வாகனங்கள்.

“சே எவ்ளோ வண்டிங்க எவ்ளோ டிராபிக்” உச் கொட்டினான் மணி.

பூந்தமல்லியைக் கடந்த பிறகுதான் வாகன நெரிசல் சற்றுக் குறைந்தது. வண்டி வேகமெடுத்தது. சீறிய படி ஓடத் தொடங்கிய வண்டி.

“டிரைவர் ஏங் இவ்ளோ வேகமா போறீங்க ரொம்ப வேகம் வாணா பாத்து மெதுவாவே போங்க” என்றான் மணி.

ஓட்டுநர் அவனுக்குப் பதில் எதுவும் சொல்லவில்லை. வண்டியின் வேகத்தையும் குறைக்கவில்லை. அவர் முகத்தில் ஏதோ ஒரு அவஸ்தை தெரிந்தது. இருங்காட்டுக் கோட்டைக்கு முன்பாக ஒரு தேநீர்க் கடையின் முன்பு வண்டியை ஓரம் கட்டினார் ரவி.

“சார் வாங்க எறங்கி ஒரு டீ சாப்டுங்க” என்று சொல்லிவிட்டு, கீழே இறங்கித் தேநீர்க்கடையின் பின் பக்கமாகத் தபதபவென ஓடினார். அவரை ஆச்சரியமாகப் பார்த்தான் மணி. கிளியும் அவரைப் போலவே பின்னால் இறங்கி ஓடினான்.

மணி வண்டியிலிருந்து கீழே இறங்கித் தேநீர்க் கடையின் முன்பாக நின்றான்.

நான்கு நிமிடங்கள் கழித்து அவர்கள் இருவரும் திரும்பி வந்தனர். இருவரது முகத்திலும் ஒரு நிம்மதி தெரிந்தது.

“ரொம்ப அர்ஜன்ட் சார் ரொம்ப நேரமா அடக்கி வெச்சிகிட்டு வர்றங் டிராபிக்ல மாட்டிகிட்டா ஒண்ணுக்குக்கூடப் போவ முடியாது சார் அவசரம்னு எங்கியாவது சிட்டில வண்டிய ஓரம் கட்னா கேஸ் போட்ருவாங்க இல்லனா டிராபிக் ஆய்டும். இது ஒரு பெரிய இம்ச சார் எங்களுக்கு ஒருநாளு புல்லா கூட யூரின் பொவ முடியாம அடக்கிகினு இருக்கணும் சுகர் வந்த டிரைவருங்க பாடு ரொம்பத் திண்டாட்டம்” என்று சொன்னார் ரவி.

மணி ஏற்கெனவே தொழிற்சாலை அலுவலகத்தில் இருந்த கழிவறைக்குப் போய்ச் சிறுநீர் கழித்து விட்டு வந்ததால் அவனுக்கு அந்தத் தொல்லை இல்லை.

“பேக்டரில பாத்ரூம் இருந்திச்சே போயிட்டு வர்றது?”

“லோடு ஏத்தும்போது அப்டிலாம் பாதில நாங்க போவமுடியாது சார் திடீர்னு வண்டிய முன்ன எடுக்கணும் பின்ன எடுக்கணும்னு கத்துவாங்க சும்மா இருக்கும் போதுகூடச் சில கம்பனிங்கள்ல எங்கள பாத்ரூம் பக்கம் போவ உடமாட்டாங்க பாத்ரூமுக்குள்ள நாங்க போன கலீஜ் ஆயிடுமாம்”

அவரைப் பாவமாகப் பார்த்தான் மணி.

மூன்று பேரும் தேநீர் குடித்த பிறகு வண்டி மீண்டும் கிளம்பியது. அலுப்பும் சலிப்புமாக மேலும் இரண்டு மணி நேரம் பயணித்து ஆற்காட்டில் அவன் இறங்கும் போது மணி எட்டு. எட்டரைக்குக் கிளம்பும் எம்.பி.டி. பேருந்து நிலையத்தில் காலியாக நின்றிருந்தது.

அதில் ஏறி, சன்னலோர இருக்கையில் உட்கார்ந்தான். பேருந்து நிலையத்தில் அங்கொன்றும் இங்கொன்றுமாகக் குறைவான பேருந்துகளே நின்றிருந்தன. நிலையத்தின் தெற்கு மூலையிலிருந்து சிக்கன் பக்கோடா, பீப் கவாப் வாசனைகள் காற்றில் மிதந்து வந்து அவனது பசியைக் கிளறின. சாப்பிட ஆசையாகத்தான் இருந்தது. ஆனால், அங்கே போனால் பத்து ரூபாய் பழுத்துவிடும். கண்களை மூடி, சன்னலில் தலையைச் சாய்த்துக்கொண்டான்.

சரியாக எட்டரை மணிக்குப் பேருந்து நிலையத்திலிருந்து வெளியே கிளம்பிய பேருந்து, மிதமான வேகத்தில் ஓடத் தொடங்கியது.

பத்து மணிக்கு வீட்டுகுள் நுழைந்து, களியும், முருங்கைக் கீரைச் சாம்பாரும் சாப்பிட்டுப் படுத்தவனுக்கு, கிளீனர் சண்முகத்தின் நினைவு வந்தது. காலையில் முதல் வேலையாக அவனைப் பார்த்து கிளீனர் வேலைக்குக் கிளம்பச் சொல்ல வேண்டும் என நினைத்தபடியே தூங்கிப் போனான்.

166 • சேங்கை

25

ஒரு மாதம் கழித்து, இராணிப்பேட்டை பாய்லர் நிறுவனத்துக்கு மீண்டும் ஒரு லோடு ஏற்றப் போயிருந்தான் மணி. குஜராத் பூஜ் நகருக்கு லோடு. ஓட்டுநர் அதே அய்யர் ரவிசங்கர். கிளீனர் மணியின் ஊர்க்காரன் சண்முகம். குளித்து, நெற்றியில் பளிச்சென விபூதிப் பட்டை அடித்திருந்தான்.

“ன்னாபா வேல செட்டாய்ச்சா?” சண்முகத்திடம் கேட்டான் மணி.

“ம் டிரைவர் அண்ணங் நல்லாப் பாத்துக்கிறாரு மச்சாங்?” என்ற சண்முகம், மச்சான் எனச் சொன்னதற்காக உடனே நாக்கைக் கடித்துக்கொண்டான்.

“மொதல்ல கொஞ்ச நாளு மொரண்டு பண்ணாப்ல சார் கவுச்சி இல்லாம சோறு எறங்கலனு ஒரே ஏக்கமா இருந்தாப்ல இப்ப பரவால்ல. நம்ப சாப்பாடு செட்டாய்ச்சி சுத்தமா குடிக்கறதும் இல்ல உங்க சொந்தக்கார்னு சொன்னாப்ல அதாங் நல்லாவே பாத்துக்கறங் சார்” எனச் சிரித்தார் ரவி.

அதைக் கேட்டதும் உள்ளுக்குள் பரம திருப்தியாக இருந்தது மணிக்கு.

“இப்படியே பிக்கப் பண்ணிக்க சண்முகம். கம்பனில நல்ல பேரு வாங்கிட்டீனா டிரைவரா கூட டூட்டி ஏற்லாம்” என்றான் மணி.

அன்றும் லோடிங் முடிந்து, அதே லாரியில் ஏறி அப்படியே ஊருக்குப் போனான் மணி. வழக்கம்போல மறுநாள் அதிகாலையில் எழுந்து பேருந்து மூலம் சென்னைக்குத் திரும்பிவிட்டான்.

அடுத்த மாதமே, மணியின் இன்னொரு சொந்தக்காரனான குமரேசனும் சண்முகத்தின் மூலம் இவர்கள் கம்பனியிலேயே கிளீனர் வேலைக்குச் சேர்ந்துகொண்டான்.

அந்தக் குமரேசனின் வீடு மணியின் வீடிருக்கும் தெருவிலேயே கடைசியல் இருந்தது. அவனுக்கு ஏற்கெனவே திருமணமாகி ஏழு வயதில் ஒரு பெண்ணும், நான்கு வயதில் ஒரு பையனும் இருந்தனர். அதற்கு முன்பு அவன் பக்கத்து டவுனில் சித்தாள் வேலைக்குப் போய்க்கொண்டிருந்தான். அவன் மனைவி ஏதாவது கூலி வேலைக்குப் போவாள்.

ஊரில் அவர்களுக்குச் சொந்தமாக நிலம் எதுவுமில்லை. தலை காய்ந்த குடும்பம்தான். குமரேசன் சண்முகத்திற்கு நெருங்கிய கூட்டாளி. அதனால்தான் வேலூர் மேலாளர் கதிரேசனிடம் சொல்லி அவனையும் கிளீனர் வேலைக்குச் சேர்த்துவிட்டான் சண்முகம். மணியும் அதற்கு மறுப்பேதும் சொல்லவில்லை.

அம்பத்தூரில் உள்ள ஒரு உருக்குத் தொழிற்சாலையில் மங்களூருக்கு இரும்புக் கம்பி லோடு ஏற்றிக் கொண்டிருந்தது இவர்களுடைய கம்பனி லாரி. விரல் அளவு கனத்தில் நீள நீளமாக வார்க்கப்பட்டு, கொண்டை ஊசிகளைப் போல வளைக்கப்பட்ட மோல்டிங் கம்பிகள். அச்சுப் பிசகாமல் ஒரே அளவிலிருந்த அந்தக் கறுப்பு நிறக் கம்பிகள் தொழிற்சாலையின் ஒரு பெரிய வளாகத்தில் மலை மலையாக அடுக்கிவைக்கப்பட்டிருந்தன. அணி வகுத்து நிற்கும் இராணுவ வீரர்களைப் போன்ற அதன் ஒழுங்கு பார்க்கப் பார்க்க அழகாக இருந்தது.

அன்றும் சனிக்கிழமை. வழக்கம் போல லோடு ஏற்றி முடிந்ததும் வண்டியிலேயே ஊருக்குப் போகலாம் என்பதால் தனது பையுடன் போயிருந்தான் மணி.

அந்த உருக்குத் தொழிற்சாலையில் எப்போதாவதுதான் லோடிங் இருக்கும். வாடகையும் குறைவு. ஆனால், அந்த நிறுவனத்தில் லோடு ஏற்ற வேண்டுமென்றால் ஓட்டுநர்கள் குசியாகிவிடுவார்கள். அந்தத் தொழிற்சாலை உணவகத்தில் ஓட்டுநர்களும் இலவசமாகவே சாப்பிட்டுக் கொள்ளலாம்.

அதனால் மணியும் ஓட்டுநர், கிளீனருடன் சேர்ந்து மதிய உணவை கேன்டீனில் நன்றாகச் சாப்பிட்டான். கட்டித் தயிர் தனியாக ஒரு கப்பில் கொடுத்தார்கள். சாப்பிட்டு முடித்ததும் திருப்தியுடன் நீளமாக ஒரு ஏப்பம் விட்டான்.

பத்தாவது வண்டியாகத் தொழிற்சாலைக்குள்ளே நுழைந்தது இவர்களின் வண்டி. கிண்டியில் உள்ள இரும்புத் தொழிற்சாலையைப் போல இந்தத்

தொழிற்சாலையில் லாரியின் உள்ளே இருக்கிற தட்டுமுட்டுச் சாமான்களை எல்லாம் கீழே இறக்கி கேட்டுக்கு வெளியில் வைக்கச் சொல்வதில்லை.

அதனால் வழக்கம் போல எடை மேடையில் காலி வண்டியை எடை போட்டு முடித்ததும், கிரேன்கள் மூலம் ஒன்பது டன் கம்பிகளை ஏற்றி முடித்தனர்.

பில் போட்டுக் கொடுத்த மணி வண்டியில் ஏறி கேபினின் நடுவில் சாய்ந்து உட்கார்ந்துகொண்டான். வண்டி கிளம்பிய போது மாலை நான்கு மணி.

வழக்கத்தை விடச் சாலையில் நெரிசல் அதிகமாக இருந்தது. உருமி உருமி அங்குலம் அங்குலமாக நகர்ந்தது லாரி. அதைப் பார்க்கப் பார்க்க மணிக்கு எரிச்சலாக வந்தது. நாசமாய்ப்போன இந்தச் சென்னை நகரம் எப்போதுதான் மாறுமோ என நினைத்துக்கொண்டு பெருமூச்சு விட்டான்.

ஓட்டுநர் குள்ளக் கேசவன். வேலூர்க்காரர். பழைய ஆள். ஓட்டுநர் தொழிலில் கில்லாடி. எந்த லோடுக்குப் போனாலும் வழியில் ஏதாவது உபரி லோடு ஏற்றிக் கூடுதல் வருமானம் பார்த்துவிடுவார்.

பூந்தமல்லியைக் கடப்பதற்குள்ளாகவே முழுமையாக இருட்டிவிட்டது. அதற்குப் பிறகு சாலையில் நெரிசல் குறைந்திருந்தாலும் வண்டி மெதுவாகவே ஓடிக்கொண்டிருந்தது. வெள்ளை கேட் வருவதற்குள்ளாகவே எட்டு மணி. எட்டரைக்குள் ஆற்காடு போனால்தான் கடைசிப் பேருந்தைப் பிடிக்க முடியும்.

“டிரைவர் ஊரு பஸ் போய்டப்போவுது இன்னா இவ்ளோ நிதானமா ஓட்றீங்க அதட்டி ஓட்டுங்க.” என்றான் மணி.

“வண்டி பிக்கப் இல்ல சார் இதுக்கு மேல ஓட்ட முடியாது பஸ் போனா போவட்டும் உடு சார் நம்ப வண்டிலயே உங்க ஊர்ல உட்டுட்டு வர்றங்”

“எங்க ஊர்லயா அது ஆற்காட்ல இர்ந்து எக்ஸ்டரா இருபது கிலோமீட்டர் வருமே ஆபீஸ்ல தெரிஞ்சா திட்டமாட்டாங்களா?”

“அத நானு பாத்துக்கறங் சார்”

லாரி மெதுவாகவே போய்க்கொண்டிருந்தது. அலுப்பும் களைப்புமாக இருந்தது மணிக்கு. ஊரிலேயே கொண்டுபோய் விடுவதாக ஓட்டுநர் சொல்லிவிட்டதால் பேருந்து பிடிக்கும் பதற்றம் போய்விட்டது. மதியம் சாப்பிட்ட திருப்தியான சாப்பாடு வயிற்றில் இன்னும் திம்மென இருந்தது. லேசாகக் கண்களைச் சுழற்றியது. வரிசையாகத் தொடர்ந்து கொட்டாவிகள் வந்தன.

“அப்டியே நல்ல சாஞ்சி தூங்கு சார் ஊர் வந்ததும் எய்ப்பறங்” மணியைப் பார்த்துச் சொன்னார் ஓட்டுநர்.

வழக்கமாக எந்தப் பயணத்திலும் மணிக்குத் தூக்கம் வராது. ஆனால், அன்று தூக்கம் வந்தது. நன்றாகச் சாய்ந்து உட்கார்ந்து தூங்கத் தொடங்கினான். அவன்

தூங்குவதைப் பார்த்த ஓட்டுநர் நிம்மதியாகத் தலையையாட்டிக்கொண்டார். அதுவரை அவருக்குள் இருந்த பதற்றம் குறைந்துவிட்டது.

வண்டி காவேரிப்பாக்கத்தைக் கடந்து கொஞ்ச தூரம் ஓடியது. அடுத்து வந்த ஒரு சிறிய மண் சாலையில் இடது புறமாகத் திரும்பியது. சில நூறு மீட்டர்கள் ஓடியதும் ஒரு புளிய மரத்தின் கீழே இருந்த சின்ன காயலான் கடையின் முன்னால் சத்தமில்லாமல் நின்றது. சின்னதாக ஒரு குண்டு பல்பு மட்டும் அந்தக் கடையின் முகப்பில் எரிந்துகொண்டிருந்தது. கடையின் உள்ளேயும், வெளியேயும் பழைய இரும்புகளும், நெகிழி, கண்ணாடிப் பாட்டில்களும் ஒழுங்கின்றிக் குவிந்திருந்தன.

கதவை மெதுவாகத் திறந்து கீழே இறங்கினார் ஓட்டுநர். இறங்கும்போது அவரின் பார்வை மணியைப் பார்த்தது. மணி அசந்து தூங்கிக்கொண்டிருந்தான்.

"வண்டில ஆபீஸ் ஆளு கீதுபா சத்தம் போடாம வேலய முடி"

அந்தக் காயலான் கடையின் உள்ளே உட்கார்ந்திருந்தவரிடம் சொல்லிவிட்டு மீண்டும் வண்டியில் ஏறினார். வண்டியை மெதுவாக நகர்த்திச் சில அடிகள் முன்னால் உருட்டி நிறுத்தினார்.

கடையின் உள்ளே இருந்தவர் எழுந்து வெளியே வந்தார். புளிய மரத்தின் கிளையிலிருந்து கீழே தொங்கிய நீளமான இரும்புச் சங்கிலியைப்பிடித்து அதன் முனையிலிருந்த கொக்கியை லாரியின் மேற்புறம் இருந்த இரும்புக் கம்பிகளின் வளைந்த பின் முனையில் மாட்டினார்.

அவர் கை காட்ட... ஓட்டுநர் வண்டியை மீண்டும் மெதுவாக முன்னால் நகர்த்தினார். வண்டி முன்னால் நகர நகர ஐந்து கம்பிகள் லாரியிலிருந்து உருவிக்கொண்டு மெதுவாக வெளியில் வந்தன. அந்த ஆள் மீண்டும் கைகாட்ட வண்டியை நிறுத்தினார் ஓட்டுநர். அவரும், கடைப் பையனும் சேர்ந்து, வெளியில் உருவிக்கொண்டு வந்த கம்பிகளைச் சத்தம் வராமல் பிடித்து மெதுவாகக் கீழே இறக்கி வைத்தனர். ஓட்டுநரின் பார்வை அடிக்கடி தூங்குகிற மணியின் முகத்தைப் பார்த்துக்கொண்டது.

மீண்டும் பின்னோக்கி வந்த வண்டி, மரத்திலிருந்து தொங்கிய சங்கிலியின் கீழே நின்றது. பழையபடி மேலும் சில கம்பிகளில் சங்கிலியை நுழைத்து மாட்டிவிட்டு, அந்த ஆள் கை காட்ட, மீண்டும் வண்டி முன்னால் போனது. மீண்டும் ஐந்து கம்பிகள் உருவிக்கொண்டு வந்தன. இப்படி ஐந்து முறை மொத்தமாக இருபத்தி ஐந்து கம்பிகளை உருவிக்கொண்ட கடைக்காரன் அதற்கான பணத்தை எண்ணி ஓட்டுநரிடம் கொடுத்தான்.

வண்டி மீண்டும் மண்சாலையில் திரும்பி ஓடி, நெடுஞ்சாலையில் ஏறியதும் முன்னோக்கிப் பறக்கத் தொடங்கியது. வண்டி முன்னும் பின்னும் நகர்ந்து, கம்பி உருவப்பட்ட போது ஊஞ்சலாட்டுவது போல இருக்க நன்றாகத் தூங்கிய மணி, வண்டியின் திடீர் வேகத்துக்குத் தூக்கம் திசை மாற கண்களைத் திறந்து சாலையைப் பார்த்தான்.

“சார் இன்னும் அர மணி நேரத்துல ஊரு வந்துரும் வந்ததும் எய்ப்பறங் நிம்மதியா தூங்கு சார்” என்றார் ஓட்டுநர்.

மணி மீண்டும் கண்களை மூடிக்கொண்டான்.

அரை மணி நேரம் கழித்து கிளீனர் அசைத்து எழுப்பியதும், ஊரில் இறங்கிக்கொண்டான் மணி.

வண்டி திரும்பி வேலூருக்கு ஓடத் தொடங்கியது.

“கிளி வேலூர் போனதும் ஷெட்லருந்து ஒரு எக்ஸ்ட்ரா ஸ்டெப்னிய எட்த்து வண்டில மாட்டிடு அப்பதாங் உருவன கம்பிக்கி பதிலா எடய ஏத்திக் காட்ட முடியும் மறந்துட்டினா அவ்ளோதாங் எறக்கற எட்த்துல எட போடம்போது மாட்டிக்குவம் மாட்னா சூத்ல டப்பா கட்டிடுவாங்க செரியா?” எனச் சொல்லிவிட்டுச் சிரித்தார் ஓட்டுநர்.

26

மீண்டும் கும்மிடிப்பூண்டி பைப் நிறுவனத்தில் லோடிங் குறைந்துவிட்டது.

சைமன் குருவிலா பணியில் சேர்ந்து ஆறு மாதங்கள் ஓடிவிட்டன. பல முறை வெளியூர்களுக்குப் பயணம் போனார். உயர்தர ஓட்டல்களில் தங்கினார். ஆயிரக்கணக்கில் பில் கொண்டுவந்து மாதவனிடம் கொடுப்பார்.

அலுவலகத்தில் இருக்கும்போதும் காபி, டீ, உணவு செலவு என ஒரு கணிசமான தொகை அவருக்காகச் செலவானது.

லோடிங் இல்லாத சமயங்களில் ஒப்பந்த நிறுவனங்களின் தலைமை அலுவலகங்களுக்கு வாடகை பில்களைக் கொண்டுபோவான் மணி. அதற்காக அம்பத்தூர், மீனம்பாக்கம், ராயப்பேட்டை, புரசைவாக்கம் எனப் பேருந்திலும் தொடர்வண்டியிலும் போய் வருவான்.

லோடு ஏற்றப் போகும் போது லோடிங் மாமூல் பணத்திலேயே பயணச் செலவைப் பாத்துக்கொள்ள வேண்டும். அலுவலக வேலையாகப் போகும்போது வவுச்சரில் கையொப்பமிட்டுப் போட்டு, பயணச் செலவுக்கான பணத்தை மாதவனிடமிருந்து வாங்கிக் கொள்ளலாம்.

கம்பனி லாரிகள் புரோக்கர் மூலமோ, வேறு டிரான்ஸ்ப்போர்ட் மூலமோ லோடு ஏற்றினால், அந்த வாடகையை வாங்கி வரவும் அந்தந்த அலுவலகங்களுக்குப் போய் வருவான். அதற்காக அடிக்கடி வால்டாக்ஸ் சாலை அல்லது செங்குன்றத்துக்கு அவன் போக வேண்டியிருக்கும்.

வால்டாக்ஸ் சாலைக்குப் போய் வரப் பேருந்துச் செலவு எட்டு ரூபாய் ஆகும். மாதவன் பத்து ரூபாயாகத் தருவார். மீனம்பாக்கம் போய் வர, பேருந்து, தொடர்வண்டி என இருபத்தி ஆறு ரூபாய் ஆகும். அதற்கு முப்பது ரூபாயாகத் தருவார்.

எட்டு ரூபாய்ப் பயணச் செலவு என்றால், எட்டு ரூபாய் மட்டுமே தர வேண்டும் என மாதவனுக்கு உத்தரவு போட்டார் சைமன்.

“திஸ் ஒன்லி கரக்ட் அட்மினிஸ்ட்ரேஷன் சார்” என்று முதலாளியிடமும் சொல்லிவிட்டார்.

அலுவலகத்தில் அவ்வப்போது நிதி நெருக்கடி வரும். அந்த நேரங்களில் செக் டிஸ்கவுண்ட் செய்வார்கள். தொழிற்சாலைகளிலிருந்து இவர்களுக்கு வரும் காசோலைகளை இவர்களின் வங்கிக் கணக்கில் செலுத்தி, அது பணமாகிக் கணக்கிற்கு வர ஒருவாரம் வரை ஆகும். வெளியூர் காசோலை என்றால் பதினைந்து நாள்கள் கூட ஆகலாம். அதுவரை காத்திருக்க முடியாமல் பைனான்சியர்களிடம் அந்தக் காசோலையைக் கொடுத்து டிஸ்கவுண்ட் செய்வார்கள்.

அதாவது அந்தக் காசோலைகளை வங்கிக் கணக்கில் இவர்கள் டெபாசிட் செய்துவிட்டு, அதே தொகைக்கான இவர்களது சொந்தக் காசோலை ஒன்றை பைனான்சியரிடம் கொடுத்துவிட வேண்டும். பைனான்சியர்கள் ஒரு சதவிகிதம், இரண்டு சதவிகிதம் என நாளுக்கு ஏற்றவாறு அதற்காகத் தரகுத் தொகையைப் பிடித்துக்கொண்டு, மீதித் தொகையைத் தருவார்கள்.

இப்படி ஐந்து இலட்சம் காசோலைக்கு இரண்டு பைசா தரகு என்றால் பத்தாயிரம் ரூபாய் தரகாகப் போய்விடும். இவர்கள் அந்த பைனான்ஸ் நிறுவனத்திற்குத் தரும் காசோலைகள் மூலம் பத்து நாள்கள் கழித்து அந்தப் பணத்தை இவர்கள் வங்கிக் கணக்கிலிருந்து அந்தப் பைனான்சியர்கள் நேரடியாக எடுத்துக்கொள்வார்கள்.

அப்படிப் பலமுறை வால்டாக்ஸ் சாலையில் இருக்கும் பைனான்ஸ் அலுவலகங்களில் மணியும், சுந்தரும் டிஸ்கவுண்ட் செய்து பணம் வாங்கி வந்திருக்கிறார்கள்.

லோடு இறக்கிவிட்டு வந்த பிறகுதான் வாடகை என்ற நிபந்தனைக்கு ஒத்துக்கொண்டு சில லாரிக்காரரர்கள் டூபே லோடு ஏற்றுவார்கள். ஆனால், அவர்களிடம் வண்டிக்கு டீசல் போடக் கூடப் பணமிருக்காது.

டீசல் போட்டால்தானே வண்டி ஓடும். வண்டி ஓடிச் சரக்கைக் கொண்டுபோய்ச் சொன்ன இடத்தில் இறக்கினால்தான் வாடகை வரும். அதனால்

அந்த வாடகை ரசீதையே பைனான்சியர்களிடம் கொடுத்து டிஸ்கவுண்ட் செய்து முதலிலேயே பணத்தைப் பெற்றுக்கொள்வார்கள். பைனான்சியர்கள் அந்தந்த டிரான்ஸ்போர்ட் அலுவலகங்களுக்கு ஆளனுப்பி அவர்களே வாடகைப் பணத்தை வசூலித்துக்கொள்வார்கள்.

வால்டாக்ஸ் சாலையில் இருக்கும் இதுபோன்ற பல பைனான்ஸ் அலுவலகங்களில் எப்போதும் கூட்டம் அலைமோதும். மணி அங்கே வரிசையில் நிற்கிறபோதெல்லாம் தரகுத் தொகைகளைக் கணக்குப் போட்டுப் பார்த்துப் பிரமித்துவிடுவான்.

பல லாரி முதலாளிகளும் டிரான்ஸ்போர்ட்காரர்களும் தொடர்ந்து முதல் வைக்க முடியாமலும், போட்ட முதலை எடுக்க முடியாமலும், தங்களுக்கு வருகிற சொற்ப இலாபத்தையும் இப்படி பைனான்சியர்களிடம் கமிஷனாக அழுதுவிட்டு, ஓட்டுநர்களுக்குச் சம்பளம் கொடுக்கவும், வண்டிகளுக்குத் தவணை கட்டவும் முடியாமல் திண்டாடுவார்கள்.

மணியின் அலுவலத்திலும் ஒருபக்கம் இப்படித் தரகுத் தொகையாகப் பல ஆயிரங்களைத் தாரை வார்க்கிறார்கள். சைமன் குருவிலாவுக்காக ஆயிரக்கணக்கில் செலவாகிறது. ஆனால், மணிக்கும் சுந்தருக்கும் பயணச் செலவிற்காகக் கூடுதலாக இரண்டு ரூபாய் தரக்கூடாது என உத்தரவு போடுகிறார்கள்.

அதை நினைக்க நினைக்க சைமன் மீது ஆத்திரமாக வந்தது மணிக்கு. லேசாகத் துருத்திய சைமனின் முன் பல் ஒரு அரக்கனின் கோரைப் பல்லைப் போல அப்போது அருவருப்பாகத் தெரிந்தது அவனுக்கு.

27

லாரி மிதமான வேகத்தில் ஓடிக்கொண்டிருந்தது. குஜராத் பாவ்நகரில் சைனா கிளே மண் லோடு ஏற்றியதிலிருந்தே கேபினில் சுணங்கிச் சுணங்கிப் படுத்துக்கொண்டிருந்தான் கிளீனர் பட்டாபி. அவனுக்கு விட்டு விட்டுக் காய்ச்சல் அடித்துக் கொண்டிருந்தது.

ஸ்டேரிங்கைப் பிடித்திருந்த ஓட்டுநர் லோகு, இமைகளைச் சுறுக்கிச் சாலையையே வெறித்துக் கொண்டிருந்தான். அவனது கண்கள் திகுதிகுவென எரிந்தன. அவனும் பாவனா டிரான்ஸ்போர்டில் பத்து வருடங்களாக ஓட்டுநராக இருப்பவன்.

அந்தச் சைனா கிளே மண் ராணிப்பேட்டையில் உள்ள ஒரு பீங்கான் தொழிற்சாலைக்குப் போகவேண்டியது. லாரியில் ஏற்றியிருக்கும் அந்தச் சைனா கிளே மண்ணின் மதிப்பு வெறும் எட்டாயிரம் ரூபாய்தான். ஆனால், அதற்கான வாடகை பன்னிரண்டாயிரம் ரூபாய். பொருளைவிட வாடகை அதிகம். கழிவறை உபகரணங்கள், கை கழுவும் பேசின்கள், தேநீர் ஜாடிகள், அலங்காரத் தட்டுகள் போன்ற பீங்கான் உபகரணங்கள் செய்வதற்கான மூலப் பொருள் அது. அவசர லோடு என்றார்கள். அதனால் பாவ்நகரிலிருந்து கிளம்பியபின் மூன்று நாள்களாகவே சரியான தூக்கமில்லை லோகுவுக்க.

நவி மும்பையிலும், தும்கூரிலும் பின்னிரவில் சாலையோரமாக வண்டியை நிறுத்தி நான்கு மணி நேரம், மூன்று மணி நேரம் என வண்டியிலேயே உட்கார்ந்து அரைகுறையாகத் தூங்கியதோடு சரி. கிளினர் பட்டாபிக்கு டிரைவிங்கும் தெரியாது. அவனுக்கு வண்டி ஓட்டத் தெரிந்திருந்தால், காய்ச்சல் இல்லாமல் இருப்பின் அவனையும் இடையிடையில் வண்டியை ஓட்டச் சொல்லிவிட்டு அவன் தூங்கியிருக்கலாம். உடல் அலுப்புக் குறைந்திருக்கும்.

பெங்களூர் புறவழிச் சாலையில் வழக்கமாகச் சாப்பிடும் உணவகத்தில் இரவு எட்டு மணிக்கு வண்டி நின்றது. ஒரு பரோட்டாவை மட்டுமே வேண்டா வெறுப்பாகச் சாப்பிட்டான் கிளி. உடனே வண்டியில் ஏறிப் படுத்துவிட்டான். அவசர லோடு என்பதால் வண்டியை வழியில் நிறுத்திவிட்டுச் சமைத்துச் சாப்பிடவும் முடியவில்லை. வண்டி ஓடுகிறபோதே சமைக்க வேண்டுமானால் கிளிதான் சமைக்க வேண்டும். அவன் இருக்கிற நிலையில் சாதாரணமாக எழுந்து உட்காரவே தடுமாறுகிறான்.

லோகுவே முன்னாலும், பக்கக் கண்ணாடிகளின் வழியாகப் பின்னாலும் பார்த்துப் பார்த்து வண்டியை ஓட்டிக்கொண்டிருந்தான். அது வேறு கூடுதல் எரிச்சலாக இருந்தது லோகுவுக்கு.

இப்படியே திக்கித் திணறி ஓடிய லாரி, ஒரு வழியாகத் தமிழ்நாட்டுக்குள் நுழைந்தது. மெதுவாக ஒசூரைக் கடந்து, காட்டுப் பாதையில் முனகலாக மேடேறிக்கொண்டிருந்தது. நேரம் இரவு பதினோரு மணியைக் கடந்திருந்தது. ஏதோ ஒரு சின்ன கிராமத்தைக் கடந்ததும், மக்கிய வெள்ளை நிறத்தில் ஒரு சிறிய பாலம். அதன் அருகில் இரண்டு பேர் நின்று கைகளை நீட்டுவது தெரிந்தவுடன் பிரேக்கை மிதித்தான் லோகு.

இப்படி நடு இரவில் வியாபாரிகளோ, பேருந்துகளைத் தவறவிட்ட பயணிகளோ லாரிகளை நிறுத்தி ஏறிக்கொள்வது வழக்கம்தான். கிருஷ்ணகிரி, வாணியம்பாடி என எங்காவது இறங்கிக்கொள்வார்கள். சாப்பாட்டுச் செலவுக்காவது ஆகும்.

"அண்ணே வேலூர் போவணும்ணே ஏறிக்கலாமா?" உயரமாக இருந்தவன் கேட்டான். உடலை இறுக்கிப் பிடிக்கிற மாதிரி பேண்ட் சட்டை போட்டிருந்தான். இருட்டில் அதன் நிறம் சரியாகத் தெரியவில்லை.

திடீரென உற்சாகிமாகிவிட்டான் லோகு. வேலூர் என்றால் ஒரு ஆளுக்கு இருபது ரூபாய் என்றாலும் நாற்பது ரூபாயாவது கிடைக்கும்.

"ஏறுங்க" என்றான்.

அவர்களாகவே இடதுப் பக்கக் கதவைத் திறந்து, லாவகமாக ஏறி பட்டாபியின் அருகில் உட்கார்ந்தனர். மீண்டும் வண்டி ஓடத் தொடங்கியது.

"வண்டி எங்க போவுதுணா வேலூரு ரிஜிஸ்ட்டர் நம்பரா தெரிது" இன்னொருவன் கேட்டான். குட்டையாக, இலுப்பை மரத்தின் அடி திம்மையைப்

போலக் கனமாக இருந்தான். அவன் நீல நிறத்தில் கட்டம் போட்ட லுங்கி கட்டியிருந்தான். மேலே வெளிர் சிவப்பு நிறத்தில் அரைக் கைச் சட்டை.

"ராணிப்பேட்ட போவுதுபா"

அந்த இருவரும் ஓட்டுநரையும் கிளியையும் வண்டியின் உள் புறமும் சாலையையும் மாறி மாறிப் பார்த்துக்கொண்டே வந்தனர். ஐந்தாறு மைல் தூரம் கடந்திருக்கும். மேடு பள்ளங்கள் இல்லாத ஆளரவமற்ற சம தளக் காட்டில் வண்டி வேகமெடுத்து ஓடத் தொடங்கியது.

அப்போது அந்த உயரமான ஆள், தன் இடுப்பிலிருந்து ஒரு நீளமான சூரிக்கத்தியை எடுத்தான். எதிரில் வந்த வண்டிகளின் விளக்கு வெளிச்சத்தில் அந்தக் கத்தி மினுங்கியது. அதை லோகுவின் கழுத்துக்குக் குறுக்கில் பிடித்தான். அவனை அதிர்ச்சியோடு பார்த்தான் லோகு. பயத்தில் அவனது கைகளும் கால்களும் உதறத் தொடங்கின. வண்டி இப்படியும் அப்படியுமாய் ஓடத் தொடங்கியது.

"டேய் சத்தம் போடாம வண்டிய ஓரங்கட்டு" என்று உறுமினான் அவன்.

குட்டையானவன் தன் பங்குக்குப் பட்டாபியின் கழுத்தில் ஒரு அடி நீளமுள்ள பெரிய கத்தியை வைத்திருந்தான். லோகு வண்டியின் வேகத்தைக் குறைத்தான்.

"பணம் எவ்ளோ இருக்குது மொரண்டு பண்ணாம எடு ரகள பண்ண ரெண்டு பேரயும் குத்திக் கீய தள்ட்டு வண்டிய எட்த்துகினு போய்டுவம்" என்றான் உயரமானவன்.

"வண்டில துட்டு எதுவும் இல்லணா மண் லோடுதாங் ஏத்திகினு போறம் அது மொத்தமே எட்டாயிர் ரூபாதாங் வேல்யு" என்றான் லோகு. அவனுக்குத் தொண்டை வறண்டுவிட்டது.

இப்படி லாரியில் வழிப்பறி நடப்பது வழக்கம்தான். அதனால்தான் இலட்சக்கணக்கில் மதிப்புள்ள பொருள்களை ஏற்றும்போது கூடவே எஸ்கார்டுகள் வருவார்கள். லோடு மதிப்புக் குறைவாக இருந்தாலும் கையில் வைத்திருக்கும் வாடகைப் பணத்தைப் பிடுங்க வழிப்பறிக் கொள்ளையர்கள் இப்படிப் பயணிகளைப் போல ஏறுவார்கள். அவர்களிடம் முரண்டு பண்ணால் வயிற்றில் கத்தியைச் சொறுகிவிட்டு, இருப்பதை எடுத்துக்கொண்டு ஓடிவிடுவார்கள். அதனால்தான் இரவில் யாராவது வண்டியை நிறுத்தினால் பல ஓட்டுநர்கள் வண்டியை நிறுத்தமாட்டார்கள்.

அப்படித்தான் ஏழு வருடங்களுக்கு முன்பு பாவனா டிரான்ஸ்போர்ட் ஓட்டுநர் ஒருவரும், கிளினர் ஒருவரும் இதே தடத்தில் கொள்ளையர்களால் கத்தியால் குத்தப்பட்டுச் செத்தே போனார்கள். அப்போது அவர்களிடம் வாடகைப் பணம் ஆறாயிரம் ரூபாய் மட்டும்தான் இருந்திருக்கிறது. எதுவும் பேசாமல் கொள்ளையர்களிடம் அதைக் கொடுத்துவிட்டிருந்தால் உயிர் பிழைத்திருக்கலாம்.

போகும்போது அகமதாபாத்திற்கு டூபே லோடு ஏற்றிப்போன வகையில் வாடகைப் பணம் பன்னிரண்டாயிரமும், வஸ்கட் பணத்தில் மீதி ஐந்நூறும் இப்போது லோகுவிடம் இருந்தது.

அதை அவர்களாகப் பார்த்து எடுத்துவிட்டால் கோபத்தில் கண்டிப்பாக இவர்களைக் குத்திப் போட்டு விடுவார்கள்.

அவன் கழுத்தில் வைத்திருந்தக் கத்தி தொண்டை எலும்பில் முள்ளாய் உரசத் தொடங்கியது. எந்தப் பேச்சும் இல்லாமல் வண்டியை ஓரங்கட்டி நிறுத்தினான். ஜட்டியின் பாக்கட்டிலிருந்த மொத்தப் பணத்தையும் எடுத்து அவனிடம் நீட்டினான். அந்தப் பணத்தைப் பிடுங்கிக்கொண்டான் அவன்.

“டே கிளி உங்கிட்ட எவ்ளோ இருக்குது” அதட்டலாகக் கேட்டான் குட்டையானவன்.

“எங்கிட்ட நயாபைசா கூட இல்லணா” பட்டாபியின் குரலும் உடலும் மேலும் நடுங்கின.

எதிரில் வந்த லாரிகளின் வெளிச்சம் கேபினில் படும்போது மட்டும் அவர்கள் கத்திகளைக் கீழே தாழ்த்திக்கொண்டனர்.

“மண்ணு லோடா ஏத்திட்டு வர்றிங்க தூ பாடு” எரிச்சலோடு சொன்ன குட்டை ஆள் கிளியின் கன்னத்தில் பளாரென ஒரு அறை விட்டான். கிளிக்குக் கண்களுக்குள் நெருப்புப் பொறிகள் பறந்தன.

“ஒய்ஞ்சித் தொலைங்க” எனத் திட்டிவிட்டு, கதவைத் திறந்து கீழே குதித்தான். அவனைத் தொடர்ந்து நெட்டையனும் கீழே குதித்தான். கண்களைத் திறந்து மூடுவதற்குள் இருவரும் இருட்டில் ஓடி புதருக்குள் மறைந்து போனார்கள்.

தலையை உதறிக்கொண்டு பார்த்தான் லோகு. சில நிமிடங்களில் அங்கே நடந்து முடிந்தது அவன் மூளைக்கு உறைக்க அவனுடைய நெஞ்சு தொம் தொம் என அடித்துக்கொண்டது. கிளி கதி கலங்கிப் போய் உட்கார்ந்திருந்தான்.

உடனே வண்டியின் கீரை மாற்றினான் லோகு. மிதி மிதி என ஆக்சிலேட்டரை மிதித்துக்கொண்டு போனான். தூக்கம்போன இடமே தெரியவில்லை. வாணியம்பாடி வந்த பிறகுதான் ஒரு தேநீர்க் கடையின் எதிரில் வண்டியை ஓரம் கட்டி நிறுத்தினான்.

பணம் திருடு போன தகவலை உடனே அலுவலகத்திற்குச் சொல்லவேண்டும். ஆனால், அந்த நடு இரவில் அலுவலகத்தில் யார் இருப்பார்கள்? வாட்ச்மேன் கிழவன் மட்டும்தான் அங்கே படுத்திருக்கும். தொலைப்பேசியில் எவ்வளவு கத்தினாலும் அதற்குக் காது கேட்காது. அதனிடம் சொல்வதும் சொல்லாததும் ஒன்றுதான்.

நேரிலேயே போய்ச் சொல்லிவிடலாம் என நினைத்தபடி அவன் மட்டும் இறங்கிப் போய் ஒரு தேநீர் குடித்தான். பட்டாபி வண்டியிலிருந்து இறங்கவே

இல்லை. அவனது காய்ச்சலும் உடல் உதறலும் நிற்கவே இல்லை. கன்னத்தில் அடி விழுந்த அதிர்ச்சியிலிருந்து அவன் மீளவே இல்லை.

ஏதாவது காவல் நிலையத்திற்குப் போய் திருடர்களைப் பற்றிப் புகார் கொடுக்கலாம் என நினைத்தான் லோகு. ஆனால், சம்பவம் நடந்த இடம் எந்தக் காவல்நிலைய எல்லை என்று அவனுக்குத் தெரியவில்லை. பகல் நேரமாக இருந்தால் தேடிப்பிடித்துப் புகார் தரலாம். வாணியம்பாடி வந்துவிட்ட பிறகு இப்போது மீண்டும் திரும்பிப் போய் அந்த ஏரியாவில் புகார் தர முடியாது. அதற்காக வாணியம்பாடியிலும் புகார் தர முடியாது. புகாரை எடுக்கவே மாட்டார்கள். இலட்சக்கணக்கான பணமோ, பொருளோ திருடு போயிருந்தால் எங்காவது புகார் கொடுத்துதான் ஆக வேண்டும்.

யோசனையோடு மீண்டும் வண்டியைக் கிளப்பினான். எங்கும் நிற்காமல் பயணித்தது வண்டி. ஆம்பூர், மாதனூர், பள்ளிகொண்டா என வேகமாகக் கடந்து வேலூர் அலுவலக வளாகத்துக்குள் வண்டி நுழைந்தபோது விடியற்காலை மூன்று மணி. வாட்ச்மேன் கதவைச் சாத்திவிட்டு உள்ளே தூங்கிக்கொண்டிருந்தது.

இடி இடிப்பதைப் போலத் தொடர்ந்து கதவைத் தட்டி, பெரிய போராட்டத்துக்குப் பின்னர் அவரை எழுப்பினார்கள். கத்திக் கத்தி நடந்த சம்பவத்தைச் சொன்னான் லோகு. புரிந்துகொண்டதும் திகிலுடன் இவர்களைப் பார்த்தார் அவர். அவரால் வேறு என்ன செய்யமுடியும்?

மீண்டும் அவர்கள் இருவரும் வண்டியில் ஏறினர். கலையில் மேலாளர்கள் அலுவலகத்திற்கு வந்த பிறகு தகவலைச் சொல்லிவிட்டுதான் லோடு இறக்கப் போக வேண்டும்.

கிளி கேபின் மீது ஏறிப் படுத்துக்கொண்டான். லோகு கேபினுக்குள் பின் இருக்கையில் கால் நீட்டிப் படுத்தான். நான்கு நாள்களாகத் தொடர்ந்து வண்டி ஓட்டியதால் அவனது முழங்கால்களும் பாதங்களும் மொழுமொழுவென வீங்கியிருந்தன. செருப்புகளுக்குள் பாதங்களை நுழைக்க முடியாத அளவுக்குப் பாதங்கள் தளதளத்தன. பச்சை மிளகாயைக் கிள்ளி ரப்பைகளுக்குள் தடவி வைத்ததைப்போலக் கண்கள் எரிந்தன. கால் நீட்டிப் படுத்துக் கண்களை மூடிய பிறகும் அவனுக்குத் தூக்கம் வரவில்லை. நடந்த சம்பவமும் திருடர்களிடமிருந்து உயிர் பிழைத்து வந்ததும் அவன் மனதை நடுங்க வைத்துக்கொண்டே இருந்தன.

ஒன்பது மணிக்கு அலுவலகம் வந்த மேலாளர் கேசவன் லோகுவை ஒரு புழுவைப் போலதான் பார்த்தார். அவன் சொன்ன எதையும் அவர் நம்பவில்லை.

"டே தாயோளி உன்னப் பத்தி எனுக்குத் தெரியாதா எந்தக் கூத்தியாருகிட்ட பண்த்த உட்டுட்டு திருடன் புடுங்கிட்டானு இங்க வந்து புருடா உட்ற"

"சார் எங்கம்மா மேல சத்திமா சார் கைத்ல கத்திய வெச்சிட்டாங்க சார் கிளிய கேளுங்க சார்"

“வேலிக்கி ஓணான் சாச்சியா? ஒய்ங்கா வாடக துட்ட கட்டிட்டு வண்டிய எட்த்துகினு போடா”

“சார் மெய்யாலுமே வாடக துட்டுத் திருடுபோய்ச்சி சார்”

“அப்டியா எந்த ஸ்டேசன்ல கேசு குட்த்த?”

“அந்நேத்திக்கி எங்க சார் கேசு குடுக்கறது?”

“குடுக்கல இல்ல அப்ப மூடிகினு பண்த்த கட்டிட்டுப் போடா போசடிக்கே”

அவன் எவ்வளவோ சொல்லியும் கெஞ்சியும் அவர் ஒத்துக்கொள்ளவே இல்லை.

ஆத்திரமாக வந்தது லோகுவுக்கு. டிபன் சாப்பிடக்கூடப் போகாமல் வாசலிலேயே நின்றிருந்தான். பதினோரு மணிக்கு முதலாளி வந்தார். அவர்கள் இருவரையும் உற்று உற்றுப் பார்த்தார். இவர்கள் உடலில் காயங்கள் ஏதாவது இருக்கிறதா எனப் பார்த்தார்.

“பணத்த கட்டிட்டு வண்டிய எடு” கறாராகச் சொல்லிவிட்டு, அவசரமாகக் கிளம்பிவிட்டார்.

சம்பளம், படியிலிருந்து மாதாமாதம் பணத்தைக் கட்டுவதாக ஒத்துக்கொண்ட பிறகுதான் வண்டியை எடுக்க விட்டார் மேலாளர் கேசவன்.

“போ ஊராமுட்டு துட்ல உம்பொண்டாட்டி மஞ்சா பூசிக்கட்டும்” என்று எரிச்சலாகக் கத்தினார் அப்போதும்.

28

பைப் நிறுவனத்தின் துணைப் பொது மேலாளரின் திருமண வரவேற்பு. நுங்கம்பாக்கத்தில் ஒரு பெரிய ஓட்டலில் தடபுடலாக நடந்துகொண்டிருந்தது. அதற்காகப் பாவனா டிரான்ஸ்போர்ட் முதலாளி வேலூரிலிருந்து வந்திருந்தார். மேலாளர் மாதவனையும் மணியையும் விருந்துக்குத் தன்னுடன் அழைத்துப் போனார்.

அந்தத் துணைப் பொது மேலாளர் வட இந்தியர். வேலைக் காகப் பத்து வருடங்களுக்கு முன்பே இங்கே வந்தவர். பாவனா டிரான்ஸ்போர்ட்டுக்கு அவர் நல்ல சப்போர்ட்.

வரவேற்பு நிகழ்ச்சிக்கு வந்த எல்லோருமே கார்களில்தாம் வந்து இறங்கினார்கள். பல்வேறு பிரபல தொழிற்சாலைகளின் பெரிய பெரிய அதிகாரிகள், உடலும், முகமும் வெண்ணையாய் மினுங்கும் அவற்றின் முதலாளிகள், கண்களில் அதிகாரம் மிதக்க, மிதப்பாக நடந்து வரும் அரசு அதிகாரிகள் என ஒரே பணக்கார வாசனை. இவர்களும் முதலாளியின் காரில்தான் போயிருந்தார்கள்.

முதலாளி மட்டும் வரவேற்பு மேடைக்குப் போனார். அழகாகச் சிவப்பு நிறத்தில் பேக் செய்யப்பட்ட அன்பளிப்பை மாப்பிள்ளையிடம் கொடுத்து, கேமராவுக்கு முன்பாகச் சிரித்துவிட்டு இறங்கி வந்தார். ஐந்து சவரன் தங்கச் செயின் அன்பளிப்பாகக் கொடுத்ததாக மாதவனிடம் சொன்னார். அதைவிடப் பல மடங்கு வரவு, புதிய ஒப்பந்தம் மூலம் அவர்களுக்குத் திரும்பக் கிடைத்துவிடும் என மாதவனுக்குத் தெரியும்.

சாப்பிடப் போனார்கள். பஃபே உணவு வகைகள். சைவம், அசைவம் எனத் தனித்தனியாக வரிசை கட்டி நின்றது. அதைப் பார்த்துப் பார்த்தே வயிறு நிறைந்துவிட்டது மணிக்கு.

அவ்வளவு சுவையான, விதம் விதமாகக் காற்றில் மணக்கும் உணவு வகைகளை மணி அதுவரை பார்த்தது கூட இல்லை. எதை எடுத்து வாயில் வைத்தாலும் வழுக்கிக்கொண்டு உள்ளே போனது. அவ்வளவு ருசி. அசல் நெய்யும், உயர் ரக மசாலாக்களும் திக்குமுக்காட வைத்தன.

"அட்த்த மாசத்துல ஒரு புது காண்ட்ராக்ட் போட்ரலாம்னு மேடயிலியே சொல்லிட்டாரு" விருந்து முடிந்த பின்னர் தன் அழகான வெள்ளைப் பற்களும் நெற்றிக் குங்குமமும் சிரிக்க முதலாளி இவர்களிடம் சொல்லிக்கொண்டே காரில் ஏறி உட்கார்ந்தார்.

அதைக் கேட்டதும் மணிக்கும் கொஞ்சம் மகிழ்ச்சியாக இருந்தது. கார் கிளம்பிப் போனதும், சாலை விளக்குகளின் வெளிச்சத்தில் நனைந்தபடியே மாதவனும் மணியும் மெதுவாக நடந்தனர்.

"போன வாரந்தாங் ஒரு ரிச் ஃபிகர அவனுக்குக் கெஸ்ட் அவுசுக்கு அனுப்பி வெச்சாரு நம்ப ஓனரு. அதுக்கும் சேர்த்துதாங் அட்த்த காண்ட்ராக்ட்"

"சார் இன்னா சார் இந்த வாரம் கல்யாணத்த வெச்சிக்கினா?"

"ஆமாபா தொழில்ல இதல்லாம் சகஜம் நம்ப ஓனரு எல்லாருக்கும் இப்டிப் பண்ண மாட்டாரு பெரிய ஆர்டர்னா மட்டுந்தாங்"

ஆர்டர் பிடிப்பதற்காக இப்படிச் சில விசயங்கள் நடப்பதை மணியும் ஏற்கெனவே கொஞ்சம் கேள்விப்பட்டிருக்கிறான்.

வேறொரு இரும்புத் தொழிற்சாலையின் மேலாளர் டெல்லிக்காரரர். அவர் குடும்பம் மட்டும் டெல்லியிலேயே இருந்தது. கடந்த தீபாவளியின் போது அவர் தன் குடும்பத்துடன் தீபாவளி கொண்டாட டெல்லிக்குப் போனார். அவருக்காகச் சென்னையிலிருந்து பெட்டிப் பெட்டியாகப் பட்டாசு வாங்கி, அதற்கு மட்டும் தனியாக ஒரு வேன் ஏற்பாடு செய்து டெல்லிக்கே அனுப்பி வைத்தார் முதலாளி. பட்டாசு பெட்டிகள் வெளியே தெரியாமல் இருக்க வேனின் உள்ளே பட்டாசுப் பெட்டிகளை வைத்து, அதன் பின்புறம் இரும்பு லோடை ஏற்றி அனுப்பினர்.

"டில்லில கெடைக்காத பட்டாசா சார்? அத எதுக்கு சார் இப்டி திருட்டுத்தனமா இங்கர்ந்து அனுப்பணும்.?"

அப்போதே மாதவனிடம் கேட்டான் மணி.

"அங்கயும் கெடைக்கும்பா ஆனா நம்ப கம்பனி இமேஜ ஏத்திக்காட்ட வேணாமா இப்டி அவர இம்ப்ரஸ் பண்ணாதான நமக்கு ரெகுலரா ஆர்டர் கெடைக்கும்" மாதவன் சிரித்தார்.

அதிகாரிகளுக்கு மட்டுமில்லை. அந்தந்தத் தொழிற்சாலை அலுவலகங்களில் பணிபுரியும் அலுவலர்களுக்கும் கூட தீபாவளி, பொங்கல் என்றால் நெய் அல்வா, மக்கன்பேடா, புதிய புதிய ரெடிமேட் துணி வகைகள் எனத் தனித்தனியாக பார்சல் போகும். அப்போதுதான் இவர்களின் பில் உடனுக்குடன் பாஸ் ஆகும்.

லோடு ஆர்டர் பிடிக்கத் தொழிற்சாலை அதிகாரிகளுக்கு மேற்படி வேலைகள் செய்தால், ஏற்றப்படுகிற லோடுகள் உரிய ஊர்களுக்கு ஒழுங்காகப் போய்ச்சேர, வழியெல்லாம் உள்ள சோதனைச் சாவடிகளையும் சிக்னல்களில் நிற்கிற காவலர்களையும் தவறாமல் கவனிக்க வேண்டும்.

ஓட்டுநர்கள் டூட்டி ஏறுகிற போதே அவர்களிடம் முன்பணமாக ஒரு தொகை கொடுக்கப்படும். அதற்கு வசக்கட் என்று பெயர். அது டிரான்ஸ்போர்ட் மொழி. ஓட்டுநர்களும் கிளீனர்களும் வழியில் சாப்பிட, லாரிக்கு டீசல் போட, போலீஸ் மாமூல் தர, செக்போஸ்ட் செலவு உட்பட இன்னபிற செலவுகளுக்குதான் அந்த வசக்கட்

அப்படி வசக்கட் கொடுக்கும்போது, அதில் பத்து ரூபாய்க் கட்டு ஒன்றோ இரண்டோ தவறாமல் கொடுப்பார்கள். ஒவ்வொரு டிராபிக்கிலும் நிற்கும் போலீசுக்கு ஒரு பத்து ரூபாய் நோட்டு வீதம் உருவி உருவித் தர அது வசதியாக இருக்கும்.

இப்படியான நெளிவு சுளிவுகள் இருந்தால்தாம் லாரித் தொழிலில் தொடர்ந்து நிற்க முடியும் என்பார் மாதவன்.

"பக்கத்து ஆபீஸ்ல இருக்காரே ரோட் கிங் டிரான்ஸ்போர்ட் ஓனரு அவுரு எட்டு வருசத்துக்கு முன்னால தொழில ஆரம்பிக்கும் போது சொந்தமா பதிமூனு லாரி வெச்சிருந்தாரு இப்ப மூனுதாங் இருக்கு சரியா பைனான்ஸ் கட்ட முடில மத்த லாரிலாம் சேட்டுக் கிட்ட பாடம் படிக்கப் போயிட்ச்சி" என்றார் ஒருநாள்.

அந்த முதலாளிதான் செல்லுலார்போனை முதன் முறையாக மணியின் கண்களுக்குக் காட்டியவர். அவருடைய மாமா இந்தத் தொழிலில் பெரிய ஜாம்பவான். அவருக்குச் சொந்தமாக நூறு லாரிகளுக்கு மேல் ஓடுகின்றன. ஆனால், அவர் கூட இப்போது ததிங்கினத்தோம் போடுவதாக மாதவனே ஒருமுறை சொன்னார்.

முன்பு போல பல ஓட்டுநர்களிடம் நாணயமில்லை. டூட்டிக்குப் போய்த் திரும்பி வந்தால் உண்மையான கணக்குக் கொடுப்பது இல்லை. புரோக்கரிடம் பத்தாயிரம் வாடகைக்கு லோடு ஏற்றிவிட்டு எட்டாயிரம்தான் வாடகை என்று கணக்குக் காட்டுவார்கள். வழியில் வருகிறபோது வேறு சில சில்லறை லோடுகளையும், பழம், காய்கறி லோடுகளையும் ஏற்றி இறக்குவார்கள். அதெல்லாம் கம்பனி கணக்கில் வராது. அதோடு டீசல் திருட்டு வேறு. டேங்கிலிருந்து டீசலைப் பிடித்து, பாதி விலைக்கு விற்பார்கள். தொண்ணூறு லிட்டர் டீசல் போட்டுவிட்டு, நூறு லிட்டர் போட்டதாகப் பில் வாங்கி வருவார்கள்.

இப்படியெல்லாம் தில்லுமுல்லு செய்வதால்தான் லாரி ஓட்டுநர்களையும், கிளீனர்களையும் யாருமே மதிப்பதில்லை என்பார் மாதவன். தொழிற்சாலைகளிலோ, அலுவலகங்களிலோ எத்தனை மணி நேரம் காத்திருந்தாலும் அவர்களை உட்காரச் சொல்லமாட்டார்கள். கால் கடுக்க வாசலிலேயேதான் நிற்க வேண்டும்.

“நாட்ல யார்தான் சார் தப்பு பண்ல மன்சனா பொறந்த எல்லாருமே பல நேரத்துல பிராடாதான இருக்கறாங்க இதுல லாரி டிரைவர்ங்கள மட்டும் எதுக்கு சார் இவ்ளோ கேவலமா பாக்கறாங்க” மணி அவர்களுக்காகப் பாரிதாபப்பட்டான்.

“டிரைவருங்களப் பத்தி உனுக்குச் சரியா தெரியாது மணி ஏமாந்தா லாரி சக்கரத்தயே கழட்டி வித்துட்டு காக்கா தூக்கினு போய்ட்ச்சினு கூசாம வந்து நிப்பாங்க” எனச் சிரித்தார் மாதவன்.

ஒருநாள் பைப் கம்பனிக்கு வெளியே கம்பனி லாரியில் உட்கார்ந்திருந்தான் மணி. கில்லி பாபுதான் ஓட்டுநர். நெடுநெடுவென உயரமாக இருப்பார். பள்ளிகொண்டாவுக்குப் பக்கத்தில் ஒரு கிராமம். அவருக்குப் பீடிப் பழக்கம், குடிப் பழக்கம் சுத்தமாக இல்லை. ஆனால், அவ்வப்போது ஹான்ஸ் மட்டும் கொஞ் சமாக வாயில் அடக்கிக்கொள்வார். லாரி ஓட்டும்போது தூக்கம் வராமலிருக்க அதையாவது போட வேண்டுமே என்பார்.

“லாரி டிரைவருங்கள எல்லாரும் இவ்ளோ கேவலமா பாக்றாங்களே மரியாத இல்லாமப் பேசறாங்களே உங்குளுக்குக் கஷ்டமா இல்லியாணா?” அவரிடம் அப்போது நேரிடையாகவே கேட்டான் மணி.

அதைக் கேட்டதும் பெருமூச்சு விட்டார் கில்லி பாபு. அவர் முகத்தில் லேசாக இருள் கவியத் தொடங்கியது.

“ஆயிரம் கொற இர்ந்தாலும் நாங்களும் மன்சங்கதான சார் ஆனா, யார் சார் அப்டி நெனைக்கறாங்க ரோட்ல நட்ந்து போறவங் கூட எவ்ளோ கேவலமா திட்றானு பாத்தீங்களா அது ஜனங்க ரத்தத்துலயே ஊற்னது சார் லாரிக்காரன்னா கச்சடானு நெனைக்கறாங்க”

“செரி நம்ப ஆபீஸ்லியே டிரைவருங்கள அவ்ளோ கேவலமா திட்றாங்களே டிரைவர்ங்க எல்லாரும் கரக்டா கணக்குக் குடுக்கறது?”

“வருமானம் பத்தலனு படிய ஏத்திக் கேட்டா ஏத்திக் குடுக்கறாங்களா நம்ப ஆபிஸ்ல? அஞ்சி பைசா படி ஆறு பைசா படினு ஏலம் உட்றாங்க... அந்தப் படிய வெச்சிகினு நாங்க இன்னா சார் பண்றது மாசம் புல்லா நிம்மதியா குடும்பத்த நட்த்த முடிமா சார்?”

வருகிற வாடகையில் ஓட்டுநர், கிளீனர்களுக்குத் தரப்படும் ஐந்து அல்லது ஆறு விழுக்காடு தரகுதான் படி. மாசம் பதினைந்து இருபது நாட்கள்தாம் ஓட்டுநர்களுக்கு டூட்டி. அந்த ஒரு டூட்டிக்குப் போய் இறங்கும்போது இருபதாயிரம் ரூபாய் வாடகை வரவு என்றால், அதற்கு ஐந்து பைசா வீதம் ஆயிரம் ரூபாய்தான் படியாகக் கிடைக்கும். அதனோடு சம்பளம் எனப் பேருக்கு ஒரு ஐந்நூறோ ஆறுநூறோதான் கிடைக்கும்.

“ஞாயமா படிய ஏத்திக் குட்த்தா டிரைவர்ங்க ஏன் சார் திருட்றாங்க? அஞ்சாறு ஸ்டேட் போயி திரும்பி வரதுக்குள்ள நூறு போலீஸ்காரனுக்காவது மாமூல நீட்ணும் அவ்ளோ கணக்குக் குட்த்தா ஒத்துக்குறாரா நம்ப மேனேஜரு?

அதனாலதான் சார் சில பேரு டீசல திருட்றாங்க புரோக்கர் கமிசன்ல கை வைக்கிறாங்க ஆனாலும் நாங்க மட்டும் கோடீஸ்வரனாவா சார் கீறோம்?"

அவர் கேள்விக்குப் பதில் சொல்லாமல் அவரையே பார்த்தான் மணி.

"ஏதோ ஒன்னு ரெண்டு பேரு எலி சேக்கற மாரி சேத்துச் சொந்தமா ஒரு லாரி வாங்குவாங்க அப்டியே லாரி ஓனராயிட்டாலும் அவங்க வண்டில அவங்களேதாங் டிரைவரா போவாங்க டிரைவரு என்னிக்குமே டிரைவருதாங் சார்"

"ம் ம் வேற டிரைவர நம்பி வண்டிய குட்த்தா இன்னா நடக்கும்னு தெரியாதா" சொல்லிவிட்டுச் சிரித்தான் மணி.

"யாரு இன்னானா சொல்ட்டும் சார் ஒவ்வொரு வாட்டி டூட்டி ஏறம்போதும் எங்க மன்சு பட்ற பாடு எங்களுக்குத்தான் சார் தெரியும் டூட்டிக்குப் போயிட்டு உயிரோட திரும்பி வருவம்னு இன்னா சார் கேரண்டி? டிரைவரு பொண்டாட்டியோட தாலி எப்ப எறங்கும்னு யாருக்கு சார் தெரியும்? வய்ல தல குப்புற கவுந்துகினு கீற லாரிய பாக்கறப்பலாம் வயிறு கபீர் கபீர்னு அட்ச்சிக்கும் நாங்கல்லாம் போயிட்டு ஊட்டுக்குத் திரும்பி வர்ற வரைக்கும் எங்க பொண்டாட்டி புள்ளைங்க நிம்மதியா கண்ணு மூடுவாங்களா சார் இதுல இலச்ச இலச்சமா வருமானம் வந்தா கூட மன்சுக்குள்ள ஒரு நிம்மதி இருக்காது சார் எந்நேரமும் திக்கு திக்குனு இருந்தா எப்டிச் சார் நிம்மிதியா தொண்டைல சோறு எறங்கும்?"

அதற்கு என்ன பதில் சொல்வதென்றே மணிக்குத் தெரியவில்லை.

நேருக்கு நேராக மோதி உருக்குலைந்த லாரிகள், பள்ளத்தில் உருண்டு தலைகுப்புறக் கிடக்கிற வண்டிகள், மரத்தில் மோதி முகப்புச் சிதைந்துபோன வண்டிகள்.

அவற்றைச் சாலையில் பார்க்கிற போதெல்லாம் அதில் எத்தனை உயிர்கள் போயிருக்கும் எத்தனை குடும்பங்கள் சின்னாபின்னமாயிருக்கும் என மணி கூட பல முறை நினைத்துப் பதறியிருக்கிறான்.

"முப்பாட்டங் கால்த்ல இர்ந்து பயிர் வெச்ச தலக்கட்டுச் சார் நாங்க ஏரு புட்ச்ச கையி சார் இது ஆனா இப்ப பயிர நம்பி காலந் தள்ள முடில அதாங் ஏரு கலப்பய தூக்கிப் போட்டுட்டு லாரி ஓட்ட வந்துட்டங் எங்க இர்ந்தாலும் ஒரு நாளிக்கி சாவு வரதாம் போவுது ஆவறது ஆவட்டும்னுதாங் துணிஞ்சி தொய்லுக்கு வர்றோம் ம் சாவறத்துக்குள்ள எப்டியாவது சொந்தமா ஒரு லாரிய வாங்கி ஓட்ணும் சார் அது ஒன்னுதான் எனுக்கு ஆச அதுக்குதாங் எந்தச் செலவும் பண்ணாமக் குருவியாட்டம் சிறுவ சிறுவ சேத்துகினு கீறங்."

அதைச் சொல்லி முடித்தபோது அவர் முகத்தில் ஒரு வைராக்கியம் தெரிந்தது.

29

லாரியில் ஓட்டுநருக்கும் க்ளீனருக்கும் நடுவில் உட்கார்ந்து, சாலையை வெறித்துப் பார்த்துக்கொண்டிருந்தான் மணி. சென்னையின் வழக்கமான வாகன நெரிசலில் முக்கி முனங்கியபடி ஓடிய லாரி, சுங்குவார்ச் சத்திரம் கடந்ததும் சீறிக்கொண்டு ஓடத் தொடங்கியது.

நீளமாகப் படுத்துக் கிடந்த அந்த மெட்ராஸ் பம்பாய் டிரங்க் ரோடு என்கிற எம்.பி.டி.சாலையில் சுமாரான இடைவெளிகளில் பல்வேறு வாகனங்கள் புகை கக்கியபடி ஓடிக்கொண்டிருந்தன. உக்கிரமான வெயிலில் பளபளத்த கரும்புகையும் சாலையின் தூரத்தில் நெளிந்த கானல் நீரும் மணியின் கண்களை ஆயாசப்படுத்தின.

காற்றில் கலந்திருந்த வெக்கை அவன் பனியனுக்குள் கசகசப்பையும் மனசுக்குள் எரிச்சலையும் கூட்டியது. இன்ஜினின் சூடு கேபினுக்குள் மேலும் மேலும் உஷ்ணத்தை ஏற்றிக்கொண்டிருந்தது.

அது திடீர்ப் பயணம். அன்று காலை வரை அப்படி ஒரு பயணம் போவதாக எந்தத் திட்டமுமில்லை. இராணிப்பேட்டை பாய்லர் நிறுவனத்தின் மேலாளர் அன்று காலை ஒன்பது மணிக்குத் தொலைப்பேசி இணைப்பில் வந்தார். சமையல் வேலையில் மும்முரமாக இருந்த மணிதான் போனை எடுத்துப் பேசினான். தொலைப்பேசியில் அந்த மேலாளரின் குரலைக் கேட்டதுமே மணிக்கு மனசுக்குள் திக்கென்றது.

அந்த ராணிப்பேட்டை பாய்லர் நிறுவனத்தின் துணை நிறுவனம் ஒன்று சென்னையை அடுத்த பெருங்குடியில் இருக்கிறது. அந்தத் தொழிற்சாலையிலிருந்து ஒரு பாய்லரை ஏற்றி, கர்நாடகாவில் உள்ள பீஜப்பூருக்குக் கொண்டுபோக வேண்டும். அது அவசர ஆர்டராம். அதற்காக உடனே ஒரு மினி டிரைய்லர் வண்டி வேண்டும் என்று கேட்டார்.

சைமன் குருவிலா தன் வேலையை ராஜினாமா செய்து விட்ட பிறகு, அந்தப் பாய்லர் நிறுவனத்தின் ஒப்பந்தமும் தானாகவே முடிந்துவிட்டது. அதற்குப் பிறகு ஒரு வருடமாக அந்த நிறுவனத்தோடு இவர்களுக்கு எந்தத் தொடர்புமில்லை. இந்நிலையில் அவர் திடீரெனத் தொலைப்பேசி இணைப்பில் வந்து வண்டி கேட்டது மணிக்கே ஆச்சரியமாக இருந்தது.

மேலாளர் மாதவன் வந்ததும் இந்தத் தகவலைச் சொன்னான் மணி.

“அவசர்த்துக்கு வேற எங்கிமே வண்டி கெடசிருக்காது அதனாலதாங் நம்ப கிட்ட வண்டிய கேட்டிருப்பாங்க அவசர ஆர்டர்னா கேக்கற வாடகைய குட்த்துருவாங்க” என உற்சாகமானார் மாதவன்.

உடனே தொலைப்பேசியில் பாய்லர் நிறுவன மேலாளரிடம் பேசினார் மாதவன்.

“ப்ரைட் சார்ஜ் எவ்ளோனாலும் பரவால்லங்க டூபே லோடுதாங் ஆமா லோடு ஏறக்கனதும் அவங்களே டான்னு வாடகய குட்த்துருவாங்க ஆமாமா ஒடனே வண்டிய அரேஞ் பண்ணுங்க” என்றார் பாய்லர் மேலாளர்.

“சரி சார்” என்றார் மாதவன்.

“இது ரொம்ப அர்ஜண்ட் லோடு வண்டி வருது வண்டி வருதுனு பழைய பிலிம் எதுவும் ஓட்டக் கூடாது புரிதா?” மீண்டும் அவர் கறாராகச் சொன்னதும், ரிசீவரின் வாயை மூடிக்கொண்டு, மணியைப் பார்த்துக் கண்ணடித்துச் சிரித்தார் மாதவன்.

சொந்தமாக டிரைலர் வண்டிகள் கம்பனியில் இல்லை என்பதால் வெளி மார்க்கட்டில்தான் எடுக்க வேண்டும். உடனடியாக முதலாளிக்கும், வேலூர் அலுவலகத்திற்கும் தொலைப்பேசி மூலம் இந்த லோடு தகவலைச் சொன்னார் மாதவன். அவர்கள் ஒப்புதலுடன் புரோக்கர் அலுவலகங்களுக்கு போன் போட்டுப் பேசத் தொடங்கினார்.

மினி டிரைய்லர் வண்டிகள் எதுவுமே கிடைக்கவில்லை. இரண்டு புரோக்கர்கள் மட்டும் ஓபன் டாரஸ் வண்டிகள் இருப்பதாகச் சொன்னார்கள். இரண்டு பேருமே பீஜப்பூருக்கு வாடகை ஒன்பதாயிரம் ரூபாய் என்றனர். ரூபே லோடு என்பதால் வாடகையைக் குறைத்துக் கேட்டார் மாதவன். ஒருவர் ஐந்நூறு ரூபாய் குறைத்தார். இன்னொருவர் எட்டுநூறு ரூபாய் குறைத்து எட்டாயிரத்து இருநூறு என்றார். ரவுண்டாக எட்டாயிரம் என்றால் ஓகே என்றார் மாதவன். அவரும் சரியென ஒத்துக்கொண்டார்.

அடுத்து, வேலூர் மேலாளர் கதிரேசனிடம் பேசினார் மாதவன்.

"இங்க மார்க்கட் ரொம்பச் சூடா இருக்கு சார். அதுவும் மினி டிரைலர் இல்ல ஓபன் டாரஸ்தான் இருக்கு. அதுக்கே வாடக பதினோறாயிரம் கேக்கறாங்க"

"பதினொண்ணு ரொம்ப அதிகம்பா கொஞ்சம் கொறைச்சிக் கேளு நானே பாய்லர் மேனேஜர் கிட்ட பேசி நமக்கு இன்னா ரேட்னு பிக்ஸ் பண்ணிட்டு உங்கிட்ட பேசறங் நீ அதுக்குள்ள வண்டிய பேசி பைனல் பண்ணி வை"

அடுத்த கால் மணி நேரம் கழித்து வேலூர் கதிரேசனே இணைப்பில் வந்தார்.

"மாதவா இது ரொம்ப அர்ஜண்ட் லோடாம் வண்டி ரொம்ப டிமாண்டா இருக்கு வாடக பதினாறு ஆயிரத்துக்குக் கம்மியில்லனு ஒரு பிட்டுப் போட்டங் ஓகேன்ட்டாங்கபா இர்ந்தாலும் நீ புரோக்கர்கிட்ட பத்து ரூபாய்க்கு அட்ச்சி பேசு இப்ப அவசரம்னு ரேட்ட ஏத்தி குட்த்துட்டா நாளிக்கி இதே ரேட்ட கேப்பானுங்க"

அதைக் கேட்டதும் மாதவன் ரொம்பவே குஷியாகிவிட்டார். எட்டாயிரம் ரூபாய் வாடகைக்கு வண்டி தருவதாக ஒத்துக்கொண்ட புரோக்கருக்கு போனைப் போட்டு, உடனே வண்டியை அனுப்பச் சொல்லிவிட்டார். மீண்டும் அரை மணி நேரம் வெறுமனே உட்காத்திருந்துவிட்டு, வேலூர் மேலாளரிடம் பேசினார்.

"சார் பத்து ரூபா ஓகே ஒத்துக்கவே மாட்டன்னாங்க நாந்தாங் அட்ச்சிப் பேசினங் அங்க பீஜப்பூர் கம்பனிக்காரங்க வாடக பதினாறாயிரத்த டிரைவர்கிட்ட நேரடியா குட்த்தாங்கனா உண்ம வாடக எவ்ளோனு அவங்களுக்கும் தெர்ஞ்சிருமே சார் இன்னா சார் பண்றது? வண்டில நம்ப மணிய அனுப்பி வைக்கலாமா?"

அப்படித்தான் மணியும் அந்த லாரியில் கிளம்ப நேர்ந்தது.

பாய்லரைப் பெருங்குடியிலிருந்து பீஜப்பூருக்குக் கொண்டுபோகத் தொழிற்சாலை தரும் வாடகை பதினாறு ஆயிரம் ரூபாய். இவர்கள் லாரி புரோக்கருக்குத் தரும் வாடகை எட்டாயிரம். ஆனால், மாதவன் வேலூர் மேலாளரிடம் சொல்லியிருப்பது பத்தாயிரம். இதில் மேலாளருக்கு கிராசிங் இரண்டாயிரம். அது போகவும் இவர்களின் முதலாளிக்குக் கிடைக்கும் இலாபம் ஆறாயிரம். சில தொலைப்பேசி அழைப்புகளைத் தவிர இதில் இவர்களுக்கு வேறு எந்தச் செலவுமில்லை.

இது லாரித் தொழிலில் காலங்காலமாக நடப்பதுதான்.

பொருளை ஏற்றிக்கொண்டு போய் இறக்கும் அந்த லாரியின் முதலாளிக்கு அந்த எட்டாயிரம் கூட முழுதாகப் போய்ச் சேராது. அதில் புரோக்கருக்கு ஒரு தரகுத் தொகையைத் தரவேண்டும். நடுவில் இந்த ஓட்டுநரும் அதில் ஒரு கிராசிங் வைத்தாலும் வைக்கலாம்.

பல வளையளங்கள் இணைந்த ஒரு நீளமான சங்கிலித் தொடர் போன்றது இந்த லாரித் தொழில். இதில் ஒரு வளையத்திற்குள் நடப்பது முன்னால் உள்ள வளையத்திற்கும், பின்னால் உள்ள வளையத்திற்கும் தெரிந்தாலும், அடுத்தடுத்த வளையங்களுக்குத் தெரியாது. அந்த அளவிற்கு ரகசியங்கள் பாதுகாக்கப்படும். அதுதான் தொழில் தர்மம்.

“மணி பாய்லர் ஏறக்கற கம்பனில வாடக பதினாறாயிரம் குடுப்பாங்க அத டிரைவருக்குத் தெரியாம அந்த கம்பனியில நீதாங் வாங்கணும் அதுல எட்டாயிரத்த மட்டும் டிரைவருகிட்ட குட்த்துட்டு, மீதிய நீ எட்த்துட்டு வந்துடு நம்ப ஓனரோ, வேலூரு ஆபிஸ்லயோ யாரு கேட்டாலும் லாரிக்கி பத்தாயிரம் குட்த்தேனு சொல்லிடு. இப்டி ஒன்னு ரெண்டு கிராசிங் பாத்தாதான் நம்ப பொழப்பும் ஓடும்” எனச் சொல்லிவிட்டு, இவனது வழிச் செலவுக்கு என இரண்டு நூறு ரூபாய்த் தாள்களைக் கொடுத்தார் மாதவன். அதையும் கம்பனி செலவுக் கணக்கில் எழுதி விடுவார்.

லுங்கி, டவல், ஒரு பேண்ட், சட்டை, பல் துலக்கும் பிரஷ், சோப்பு, பற்பசை இத்யாதிகளுடன் தனது ஹேண்ட் பேகை எடுத்துக்கொண்டு கிளம்பினான் மணி. மூன்று பேருந்துகள் மாறி பெருங்குடி தொழிற்சாலைக்கு அவன் போய்ச் சேர்ந்த போது. பாய்லரை கிரேன் மூலம் லாரியில் ஏற்றிக்கொண்டிருந்தனர்.

உருளையாகவும், நீளமாகவும் இருந்த அந்தப் பாய்லர் ஒரு கும்பகர்ணனைப் போலக் கச்சிதமாக வண்டியில் உட்கார்ந்துகொண்டது.

மாநிறத்தில், குள்ளமாக இருந்த ஒரு அலுவலர் வாடகைக்கான பில்லைக் காக்கி நிற உறையில் போட்டு மணியிடம் கொடுத்தார். அதை வாங்கி ஓட்டுநருக்குத் தெரியாமல் தனது பையில் வைத்துக்கொண்டான். பாய்லர் டெலிவரி ரசீதுகளை மட்டும் ஓட்டுநரிடம் கொடுத்தான்.

வண்டி கிளம்பி இவ்வளவு தூரம் வந்த பிறகும் மணியிடம் சிக்கனமாகவே பேசினார் அந்த ஓட்டுநர். தனது காக்கிச் சட்டையின் அனைத்துப் பட்டன்களையும் கழற்றிவிட்டிருந்தார். வெள்ளை வெள்ளையாய் உப்புப் பூத்த சிவப்பு நிறப் பனியன் மொடமொடப்பாகத் தெரிந்தது. கூன் விழுந்த முதுகோடு சாலையையே உற்றுப் பார்த்துக்கொண்டிருந்த அவருக்கு நடுத்தரமான வயதுதான். லேசான கறுப்பு நிறம். முன் தலையில் மட்டும் வழுக்கை. முகத்தில் கொசகொசவெனத் தாடி. அவரது சொந்த ஊர் வேலூர் என்றதும் சற்று ஆசுவாசமாக இருந்தது மணிக்கு.

காவேரிப்பாக்கத்திற்கு முன்பாக ஒரு தேநீர்க்கடையில் வண்டி நின்றது.

மூவரும் இறங்கி, தேநீர்க் கடையின் பின் புறம் போய்ச் சிறுநீர் கழித்துவிட்டு வந்தனர். ஆளுக்கொரு பன் சாப்பிட்டு, தேநீர்க் குடித்த பின்னர் வண்டி மீண்டும் கிளம்பியது. வாலாஜாபேட்டை, ஆற்காடு புறவழிச் சாலைகளில் பயணித்து, மசமசவென இருட்டத் தொடங்கியபோது வண்டி வேலூருக்குள் நுழைந்தது.

"சார் நம்ப ஊடு கொணவட்டதல்தாங் கீது ஊட்ட ஒரு எட்டுப் பாத்துட்டுப் போயிட்லாம் சார்" என மணியிடம் தயக்கமாகச் சொன்னார் ஓட்டுநர். சரியெனத் தலையாட்டினான் மணி.

கொணவட்டத்தின் பின்புறம் முள்ளிப்பளையம். தார்ச் சாலையிலிருந்து விலகி, ஒரு ஓரமாய் லாரியை நிறுத்திவிட்டு, கிளீனரோடு கீழே இறங்கிய ஓட்டுநர், சற்றுத் தூரத்தில் தெரிந்த பழைய ஓட்டு வீட்டை நோக்கிப் போனார். கையில் அவரது துணிப்பை.

மெது மெதுவாக நேரம் கரையத் தொடங்கியது. வண்டியில் உட்கா ருவதும், கீழே இறங்கி நிற்பதுமாக மணி பொறுமை இழந்து தவிக்கத் தொடங்கினான். இரண்டு மணி நேரம் கழித்து கிளீனர் மட்டும் வந்தான்.

"அண்ணங் வந்துருவார் சார்" என்றான்.

மேலும் அரை மணி நேரம் கடந்தது. மணிக்கு அவஸ்த்தையாக இருந்தது.

"ன்னாபா உங்க டிரைவர் இன்னும் இன்னாதாங் பண்றாரு" கிளீனரைப் பார்த்து எரிச்சலாகக் கேட்டான் மணி.

"இப்ப வந்துருவார் சார் டூட்டி ஏறி பத்து நாளு ஆவுது திரும்பி வர பத்து நாளுக்கு மேல ஆவும். எப்டியும் ஊட்ல தொடுக்கிட்டுதாங் வருவாரு அதாங் நானு முன்னாலயே வன்ட்டங்" சொல்லிவிட்டு ஒரு மாதிரியாகச் சிரித்தான் கிளி.

அடுத்த அரை மணி நேரம் கடந்த பிறகு தனது கைப்பையுடன் வேகவேகமாக நடந்து வந்து வண்டியில் ஏறினார் ஓட்டுநர். குளித்து, நெற்றியில் திருநீற்றுப் பட்டையுடன் பளிச்சென இருந்தார்.

"சார் மெயின் ரோட்ல வண்டிய நிறுத்தறங் டிபனு சாப்ட்ரு சார் நாங்க சாப்ட்டம். நம்ப ஊட்லலாம் நீ சாப்ட மாட்டனுதாங் உன்ன கூப்டல" என்றபடியே வண்டியைக் கிளம்பினார்.

ஒரு சாலையோர உணவகத்தின் எதிரில் வண்டி நின்றது. மஞ்சளும், வெள்ளையுமாய் வெந்து கொண்டிருந்த செட் தோசையை ஆசையோடு பார்த்துக்கொண்டே சாப்பிட உட்கார்ந்தான் மணி. இரண்டு தோசைகளைச் சாப்பிட்டான். சேர்வாவில் தேங்காய்ப் புண்ணாக்கு அரைத்து ஊற்றியிருப்பார்கள் போல. ஏப்பம் விட்டபோது குமட்டிக்கொண்டு வந்தது. தண்ணீரைத் தாராளமாகக் குடித்துவிட்டு லாரியில் ஏறி உட்கார்ந்தான். அந்தச் சேர்வாவைச் செரிக்கத் தண்ணீர்தான் உதவ வேண்டும்.

இரவெல்லாம் தூக்கமே வரவில்லை மணிக்கு. இன்ஜின் சத்தமும், லாரியின் குலுக்கலும் ஆயாசமாக இருந்தன. அதிலும் உட்கார்ந்தபடி தூங்குவது மணிக்குச் சின்ன வயதிலிருந்தே கைவராது. இரவு நேரப் பேருந்துப் பயணத்தில் கூட தூங்கவே மாட்டான். உடல் அதிர்ந்தாலே அவனுக்குத் தூக்கம் வராது. ஒரே ஒரு முறை இரும்புக் கம்பி லோடு ஏற்றிய லாரியில் அசந்து தூங்கினானே. அதோடு சரி.

வெறுமனே கண்களை மூடி கேபின் பலகையில் சாய்ந்து உட்கார்ந்திருந்தான். தேங்காய்ப் புண்ணாக்குச் சேர்வா சரியாகச் செரிக்காமல் நெஞ்சுவரை கரித்துக்கொண்டேயிருந்தது. நள்ளிரவில் ஏதோவோர் ஊரில் வண்டி நின்றது. ஓட்டுநரும் கிளினரும் இறங்கித் தேநீர் குடித்தனர். மணிக்கு வாந்தி வருவது போல இருந்ததால் தனக்குத் தேநீர் வேண்டாம் என மறுத்துவிட்டான். மீண்டும் வண்டி கிளம்பியது.

அரைமணி நேரம் ஓடியிருக்கும். திடீரென வண்டியின் வேகம் குறைந்தது. மணி கண்களைத் திறந்து பார்த்தான். முன்னாலிருந்த புளியமரத்தின் கீழே நிழலுருவம் ஒன்று கை நீட்டுவது வண்டியின் முகப்பு வெளிச்சத்தில் தெரிந்தது. உற்றுப் பார்த்தான். அது ஒரு பெண்ணைப் போலத் தெரிந்தது. வண்டியின் வேகம் குறைந்தது.

30

கண்களை நன்றாகத் திறந்து உற்றுப் பார்த்தான் மணி.

அது ஒரு பெண்தான். ஏதொ ஒரு மங்கலான நிறத்தில் சேலை கட்டியிருந்தாள். தலையில் மல்லிகைப் பூச்சரம் பளிச்சிட்டது. லாரியின் முகப்பு விளக்கு வெளிச்சத்தில் அவளின் உதட்டில் சிவப்புச் சாயம் மின்னியது.

“சார் போறீங்களா?”

ஓட்டுநர் மெதுவாக மணியிடம் கேட்டார்.

“அய்யோ”

அலறினான் மணி.

“இன்னா சார் இப்டி அலற்ரீங்க. பழக்கமில்லியா?”

“ம்ஹீம்”

“இதெல்லாம் எப்ப சார் கத்துகறது சான்சு கெடைக்கும் போது உடக்கூடாது சார்”

“அதெல்லாங் வாணா நீங்க களம்புங்க”

தயங்கித் தயங்கி மெதுவாக நகர்ந்தது வண்டி. சிறிது தூரம் போனதும் மீண்டும் வண்டியின் வேகம் கூடியது. மீண்டும் இமைகளை மூடிக்கொண்டான் மணி. நடுநடுவில் குளிர் வாட்டியது. போர்த்திக்கொள்ள அவன் எதையும் கொண்டுபோகவில்லை. கைகளையே போர்த்திக்கொண்டான். முடியவில்லை. பையிலிருந்த டவலை எடுத்து முகத்தையும் கழுத்தையும் மட்டும் மூடிக்கொண்டான். விடியற்காலை மூன்று மணிக்கு ஏதோ ஓர் ஊரில் வண்டியை ஓரம் கட்டிவிட்டு, உட்கார்ந்தபடியே தூங்கத் தொடங்கினார் ஓட்டுநர். மணியும் உட்கார்ந்தபடியே அரைகுறையாகத் தூங்கினான்.

காலை ஏழு மணிக்கு மீண்டும் வண்டி கிளம்பியது. பெங்களூர் புறவழிச்சாலையில் ஒன்பது மணிக்கு நின்றது வண்டி. வாயை மட்டும் கொப்புளித்துத் துப்பிவிட்டு, ஒரு சாலையோர உணவகத்தில் இட்லியும், பச்சை மிளகாய்க் காரச் சட்னியும் தின்றனர். வயிறு கபகபவென எரிந்தது, மதியமும் காரமான குழம்புதான். காரத்தில் நாக்குப் பதறித் துடித்தது. சோறே உள்ளே இறங்கவில்லை மணிக்கு. வாயின் மேல் அண்ணத்தில் குழம்புப் பட்டாலே நெருப்புப் பட்டதைப்போல எரிந்தது. ஸ் ஸ் எனச் காற்றை உறிஞ்சினான்.

"நாங்க எப்பவுமே வண்டில சமையல் பண்றதில்ல சார் ஓட்டல் சாப்பாடுதாங் எப்டியோ வண்டி ஓடுது" மணியைப் பார்த்துச் சிரித்தார் ஓட்டுநர்.

பகலெல்லாம் வெயில் சுளீரெனக் காய்ந்துகொண்டிருந்தது. நலமங்களா, தும்கூர், சித்ரதுர்கா, ஹொஸ்பேட் என ஓடிய லாரி ஒரு வழியாக மாலை நான்கு மணி வாக்கில் பீஜப்பூருக்குள் நுழைந்தபோது, அவனுக்குப் பெருமூச்சு வந்தது. ஆனாலும் இடம் கண்டு பிடித்து அந்தத் தொழிற்சாலைக்குப் போய்ச் சேர்வதற்குள் மாலை ஆறு மணி ஆகிவிட்டது.

அது ரசாயனத் தொழிற்சாலையா, சாராயத் தொழிற்சாலையா எனத் தெரியவில்லை. மாலை ஆறு மணிக்கு ஷிப்ட் முடிந்து தொழிலாளர்கள் கிளம்பிக்கொண்டிருந்தனர். மறுநாள் காலையில்தான் பாய்லரை இறக்க முடியும் என்றார் அலுவலகத்தில் இருந்த முகம் வெளுத்த ஓர் எழுத்தர்.

தொழிற்சாலையின் எதிரிலேயே வண்டியை நிறுத்திவிட்டு, கீழே இறங்கிச் சலிப்போடு பீடியைப் பற்ற வைத்தார் ஓட்டுநர். மணிக்கு உடலும் மனசும் கசகசத்தது. அது பீஜப்பூரின் புற நகர்ப்பகுதி. அங்கே அந்த ஒரு தொழிற்சாலை மட்டுமே இருந்தது. சுற்றிலும் பொட்டல் காடு. காற்று மட்டும் சிலுசிலுவென வீசிக்கொண்டிருந்தது.

எட்டு மணிக்கு அங்கிருந்து வண்டியைக் கிளப்பினார் ஓட்டுநர். மூன்று மைல் தூரம் போய் ஒரு சின்ன உணவகத்தின் முன்பாக நிறுத்தினார். ஆளுக்கு நான்கு பரோட்டா தின்றுவிட்டு மீண்டும் தொழிற்சாலைக்குத் திரும்பி வந்தனர்.

இரவு வண்டிக்குள்ளேயே உட்கார்ந்து எல்லோரும் தூங்கத் தொடங்கினர். முதல் நாள் சரியாகத் தூங்காததால், நள்ளிரவு வரை ஓரளவுக்குத் தூங்கிவிட்டான் மணி. ஆனாலும் உட்கார்ந்தே தூங்கியது கால் முட்டி, கை முட்டிகளில் வலி பின்னியது. முன்னிரவில் லேசான புழுக்கம், பின்னிரவில் குளிர். கொசுக்கள் வஞ் சனையில்லாமல் கடித்தன. ஏற்றிவைத்த கொசுவத்தியின் புகையில் மணிக்குதான் மூச்சு முட்டியது. கொசுக்கள் ஆட்டமும் பாட்டமுமாய் விளையாடின.

ஒரு வழியாய்ப் பொழுது விடிந்தது. தொழிற்சாலையின் செக்யூரிட்டி அறைக்குப் பக்கத்திலேயே ஒரு வேப்ப மரம் தனியாக நின்றிருந்தது. அதன் அருகிலேயே சின்னதாக ஒரு கழிவறை மட்டும் இருந்தது. காலையில் அந்தக் கழிவறையில் காலைக் கடன்களை முடித்தான் மணி. முதல் நாளே குளிக்காதது

உடல் கசகசத்தது. வேறு வழியில்லாமல் கழிவறை வாளியிலேயே தண்ணீரைப் பிடித்து, கை, கால், முகம் மட்டும் கழுவிக்கொண்டான். ஓட்டுநரும் கிளீனரும் முகத்தை மட்டும் கழுவிக்கொண்டனர். தொழிற்சாலை உணவகத்திலேயே இட்லியும், வெல்லம் போட்ட சிவப்பு நிறச் சாம்பாரும் கிடைத்தது.

காலை பத்து மணிக்குதான் வண்டியைத் தொழிற்சாலைக்குள் விட்டனர். அலுவலக ஊழியர்கள் முதல், தொழிலாளர்கள் வரை எல்லோரும் கன்னடத்திலேயே பேசிக்கொண்டனர். கோதுமை நிறத்தில், முகம் உப்பியிருந்த தொழிற்சாலையின் மேலாளர் மட்டும் மணியிடம் ஆங்கிலத்தில் பேசினார். அது அறைகுறையாகவே புரிந்தாலும் மண்டையை மண்டையை ஆட்டிக்கொண்டான் மணி.

கழுத்தில் கறுப்பு மணி போட்ட பெண்கள் காமாலை வந்தவர்கள் போல மஞ்சளும் பழுப்புமாய் முகம் வெளுத்திருந்தனர். நிறைய பெண்கள் பாவாடை சட்டையிலேயே இருந்தனர். வேட்டியைத் தார்ப்பாய்ச்சிக் கட்டிய ஆண் கூலி ஆட்கள் வெயிலைப் பற்றிய உணர்வே இல்லாமல் வேலை செய்துகொண்டிருந்தனர். பேண்ட் சட்டை போட்டவர்கள் கூட நல்ல உழைப்பாளிகளாக இருந்தனர்.

தொழிற்சாலையின் பின்புறம் வரை நீளமாகப் பயணித்த லாரி, ஏற்கெனவே இதே போன்றதொரு பாய்லர் நிறுவப்பட்டிருந்த இடத்திற்குப் பக்கத்தில் நிறுத்தப்பட்டது. பகல் உணவுக்குப் பின்னர்தான் பாய்லரை இறக்கத் தொடங்கினார்கள். இவர்களும் உணவகத்திலேயே அண்ணா சாம்பார் (சாம்பார் சாதம்) சாப்பிட்டனர்.

தொழிற்சாலைக்குள் கிரேன் எதுவுமில்லை. பெரிய பெரிய முறுக்குக் கயிறுகளைப் பாய்லரில் கட்டி, இரும்பு ராடுகளைக் குறுக்கில் வைத்து, இருபது பேருக்கு மேல் சேர்ந்து, மெதுவாக இன்ச் இன்ச்சாகப் பாய்லரை இறக்கத் தொடங்கினர். ஓட்டுநரின் அருகிலேயே நின்று கவனித்துக்கொண்டிருந்தான் மணி.

ஓட்டுநரைத் தனியாகத் தொழிற்சாலைக்குள் எங்குமே போக விடவில்லை. குறிப்பாக யாருடனும் பேச விடவில்லை. அவருக்குப் பக்கத்திலேயே இருந்தான் மணி. வாடகையைப் பற்றி யாராவது அவனிடம் கேட்டுவிடுவார்களோ எனப் பதற்றமாகவே இருந்தது அவனுக்கு.

மாலை நான்கு மணியையும் கடந்த பிறகுதான் பாய்லர் கீழே இறக்கப்பட்டு, லாரி தொழிற்சாலைக்கு வெளியில் போய் நின்றது. மணி மட்டும் வாடகை ரசீதோடு அலுவலகத்துக்குள் போனான். குளு குளு அறைக்குள் மூக்குக் கண்ணாடிக்கு மேலாக இவனை உற்றுப் பார்த்தார் மேலாளர். அவரது பார்வையே மணியை மேலும் பதற்றமாக்கியது.

கை நடுக்கத்தைக் கட்டுப்படுத்திக்கொண்டு வாடகை ரசீது உள்ள உறையை அவரிடம் நீட்டினான். அதை அநாயசமாக வாங்கி, உறையைப் பிரித்து, ரசீதை உருவி உற்றுப் பார்த்தார் அவர். புருவங்களை மட்டும் உயர்த்தி அவனை ஒருமுறை நிமிர்ந்து பார்த்தார். மணிக்குள் பதற்றம் கூடியது. ஒருவேளை அவருக்கு உண்மை தெரிந்து விட்டிருக்குமோ?

பேனாவைத் திறந்து அந்த ரசீதில் கிறுக்கலாகக் கையொப்பமிட்டார். பொத்தானை அழுத்தினார். குள்ளமாய், கூர் முகத்துடன் உள்ளே வந்த ஓர் இளம் வயது ஊழியரிடம் அந்த ரசீதைக் கொடுத்து, கன்னடத்தில் என்னவோ சொன்னார். அவர் மணியை உற்றுப் பார்த்தார். தன்னுடன் வருமாறு சைகை செய்துவிட்டு அவர் வெளியே நடந்தார். மேலாளருக்கு அவசரமாக ஒரு வணக்கம் வைத்துவிட்டு, அவர் பின்னால் ஓடினான்.

அடுத்தடுத்த அறைகளைக் கடந்து, காசாளர் அறைக்குள் நுழைந்தார் அவர். வாடகைச் சீட்டை மீசையில்லாத காசாளரிடம் கொடுத்தார். அவர் அதை வாங்கிப் பார்த்துவிட்டு, மணியை நிமிர்ந்து பார்த்தார். வேறு சில வெள்ளை, மஞ்சள் தாள்களிலும், சிவப்பு நிற ரெவ்னியூ ஸ்டாம்ப் ஒட்டிய ரொக்க ரசீதிலும் மணியிடம் கையொப்பங்கள் வாங்கினார். வாடகையைப் பற்றி அவர் ஏதாவது கேட்பாரோ என நினைத்ததும் அவனது மார்பு ஏகத்துக்கும் அடித்துக்கொண்டது.

ஒரு நூறு ரூபாய்க் கட்டு, இரண்டு இருபது ரூபாய்க் கட்டுகள், இரண்டு பத்து ரூபாய்க் கட்டுகளெனத் தன் டிராவுக்குள்ளிருந்து ஐந்து கட்டுகளை எடுத்து மேஜை மேல் வைத்து இவன் பக்கம் தள்ளினார் காசாளர். மொத்தக் கட்டுகளையும் அவசரமாக வாரி எடுத்து, இரண்டு கைகளிலும் பிடித்தபடி அலுவலகத்திலிருந்து வெளியே வந்தான்.

வேகமாக நடந்து கழிவறைக்குள் நுழைந்து தாளிட்டுக்கொண்டான். நூறு ரூபாய்க் கட்டைப் பிரித்து இரண்டாயிரம் ரூபாயைத் தனியாக எடுத்து பேண்ட்டின் இடது பாக்கட்டில் வைத்துக்கொண்டான். மீதி எட்டாயிரம் ரூபாயைப் பனியனுக்குள் நுழைத்துக்கொண்டான். மற்ற நான்கு கட்டுகளையும் கைகளில் பிடித்தபடி நடந்து லாரிக்கு வந்தான்.

இருபது ரூபாய், பத்து ரூபாய் கட்டுகள், பாக்கெட்டிலிருந்த நூறு ரூபாய் நோட்டுகள் இருபது என எல்லாவற்றையும் சேர்த்து எட்டாயிரம் ரூபாயை ஓட்டுநரிடம் கொடுத்தான். எதுவும் பேசமால் வாங்கிய ஓட்டுநர், கிளர்க் மாமூலாக ஒரு நூறு ரூபாய்த் தாளை அவனிடம் கொடுத்தார்.

வண்டி மெலிதாக உறுமிவிட்டு அங்கிருந்து கிளம்பியது. மறுநாள் அந்த ஊரில் ஏதாவது ஒரு புரோக்கர் அலுவலகம் மூலம் ஏதேனும் ஒரு லோடு ஏற்றிக்கொண்டுதான் லாரி அங்கிருந்து கிளம்பும். லோடு கிடைக்கத் தாமதமானால் கிடைக்கிற வரை காத்திருக்க வேண்டும். அதுவரை மணி அவர்களுடன் இருக்க முடியாது. அதனால் பீஜப்பூர் பேருந்து நிலையம் வந்ததும் மணி மட்டும் லாரியிலிருந்து இறங்கிக்கொண்டான்

கசகசவெனக் கூட்டம் மொய்த்துக் கிடந்த பீஜப்பூர் பேருந்து நிலையத்தை வேடிக்கை பார்த்தபடி உள்ளே நடந்தான். பனியனுக்குள் பணக்கட்டுப் பத்திரமாக இருக்கிறதா எனத் தொட்டுப் பார்த்துக்கொண்டான்.

பீஜப்பூரிலிருந்து சென்னைக்கு நேரடியாகப் பேருந்து இல்லை என்றார்கள். பெங்களூர் பேருந்துகள் பெங்களூர் போய்தான் அங்கிருந்து சென்னைப் பேருந்தைப் பிடிக்க வேண்டும். பேருந்தின் இரண்டாவது பகுதியில் பெங்களூர் பேருந்துகள் வரிசை வரிசையாக நின்றிருந்தன.

அவற்றை நோக்கி நடந்தான். இரண்டு நாள்களாகக் குளிக்காததும், லாரிக்குள்ளேயே அடைந்து கிடந்ததும் அவனுக்கே அருவருப்பாக இருந்தது. அவனைக் கடந்து சென்ற பலர் மூக்கைச் சுளித்தபடி அவனைத் திரும்பிப் பார்த்தபோது அவனது நிலைமை அவனுக்கே கேவலமாக இருந்தது.

டூட்டியில் இருக்கிற போது ஓட்டுநர்களும் கிளீனர்களும் பல நாள்களுக்கு ஒரு முறைதான் குளிப்பார்கள். அந்தப் பல நாள்கள் என்பது பத்துப் பதினைந்து நாள்கள் கூட ஆகலாம்.

பல கிளீனர்கள் அழுக்குச் சிட்டம் கட்டிக்கொண்ட தலைமுடியை பரக் பரக் எனச் சொறிந்துகொண்டே கிடப்பார்கள். அவர்களின் காக்கி நிறச் சட்டைகள் அழுக்கு நிறச் சட்டைகளாக மாறியிருக்கும்.

"லோடு ஏத்னமா போயி எறக்கனமானுதாங் கவனம் ஓடும் இதுல எங்க குளிக்கறது போற ஊர்லலாம் எங்களுக்கு மாமியாரு ஊடா கீது?" என்று கேட்பார்கள் சில ஓட்டுநர்கள்.

"புரோக்கரு ஆபீஸ்ல இருக்கும்போதுதாங் குளிக்கணும் அங்க கூட போன ஒடனே லோடு கெடச்சிசினா குளிக்கவே நேரமிருக்காது சொன்ன ஒடனே போயி லோடு ஏத்தனாதாங் உண்டு லேட்டானா வேற வண்டிக்காரனுங்க லோட தட்டிகினு பூடுவானுங்க அப்பறம் மொதலாளிகிட்ட ஒத்தாம்பாட்டுதாங் அத பாக்கற்தா ஒடம்புக்குத் தண்ணி ஊத்திக்கறத பாக்கறதா கப்பு நாற்னாலும் பரவால்ல அதுக்குனு லோட உட்ற முடிமா?" என்றார் ஒரு ஓட்டுநர்.

அவர்கள் சொல்வதும் சரிதான் என இந்த இரண்டு நாள் அனுபவத்திலேயே தெரிந்துகொண்டான் மணி.

சன்னமாக உருமிக்கொண்டிருந்தது ஒரு கர்நாடக அரசுப் பேருந்து. பார்ப்பதற்கு நீளமான ஒரு கப்பலைப் போல பிரமாண்டமாக இருந்தது. முன் புறப் படிக்கட்டு வழியாக அதில் ஏறினான். கடைசி இருக்கைகள்தாம் காலியாக இருந்தன. இருக்கைகளுக்கிடையில் மெதுவாக நடந்து போய்ச் சன்னலோர இருக்கையில் உட்கார்ந்தான். வயிற்றின் மீது கைகளை வைத்துக் குறுக்காகக் கட்டி, பணத்தை அழுத்திக்கொண்டான்.

பேருந்து கிளம்பி, மிதமான வேகத்தில் ஓட, கண்களை மூடி தலையைச் சாய்த்துக்கொண்டான். உடல் அலுப்பாக இருந்தாலும் தூக்கம் வரவில்லை. திடீரெனச் சைமன் குருவிலாவின் முகம் கண்களுக்குள் வந்தது.

ஒவ்வொரு முறையும் ஆட்சி மாறினால் தேனாறும் பாலாறும் ஓடும் என மக்கள் எதிர்பார்ப்பதைப் போல, சைமன் குருவிலா வந்து சேர்ந்தபோது

196 ● சேங்கை

இவர்களும் நிறைய எதிர்பார்த்தார்கள். ஆனால், ஆட்சி மாறினாலும் காட்சி மாறவில்லையே என மக்கள் ஏமார்ந்து நொந்து போவதைப்போல, இவர்களும் ஏமார்ந்ததுதான் மிச்சம்.

அவருக்கு மாதம் பதினோராயிரம் சம்பளம். இவனைப் போல பதினோரு மடங்கு சம்பளம். அதோடு அவருக்கெனத் தனியாக ஒரு இருசக்கர வாகனம். அந்த வண்டிக்கான பெட்ரோல் செலவு, வெளியூர் போகப் பயணச்செலவு, உணவு செலவு என அவருக்காகப் பல்லாயிரக்கணக்கில் செலவழித்தது அலுவலகம். ஆனால், அவரால் உருப்படியான வருமானம் எதுவுமில்லை.

மாதத்துக்கு ஒன்றிரண்டு முறை கேன்டீன் லோடு, பாய்லர் நிறுவனத்திலிருந்து ஒரு சில லோடுகள், ஒரு ஷிப்பிங் கிளியரன்ஸ் மூலம் சில லோடுகள் என அவர் மூலம் கிடைத்த வருமானத்தை விட அவருக்கான செலவுகள் பல மடங்கு அதிகமாக இருந்தன.

அவருக்காகக் கோட்டையிலிருந்து சரக்குப் பாட்டில்களை உடையாமல் கொண்டுவர ஒவ்வொரு முறையும் மணி பெரும்பாடு பட்டான்.

ஒரு முறை, சிகரெட் பாக்கட் காலியாக இருப்பதைப் பார்த்துவிட்டு, அதைக் குப்பைக் கூடையில் வீசி எறிந்த சைமன், தன் பேண்ட் பாக்கட்டிலிருந்து சாக்லெட் நிற பர்சை எடுத்துப் பிரித்தார்.

"மணி ஒன் பாக்கட் கோல்ட் பிளாக்" என ஐம்பது ரூபாய் நோட்டை ஸ்டைலாக மணியிடம் நீட்டினார்.

அதிர்ச்சியோடு அவரைப் பார்த்தான் மணி. அவரது கழுத்தைப் பிடித்து நெறிக்க வேண்டும் என ஆத்திரமாக வந்தது அவனுக்கு. மாதவன் மணியின் முகத்தைச் சங்கடமாகப் பார்த்தார். போகவேண்டாம் என்பது போல சுந்தர் கண்ணைக் காட்டினான். சைமன் சாதாரணமாக ரூபாய் நோட்டை நீட்டிக்கொண்டிருந்தார்.

வேறு வழியின்றி அந்த ரூபாய்த்தாளைக் கை நீட்டி வாங்கிய போதும், கடைக்குப் போய் சிகரெட் வாங்கி வந்து அவரிடம் கொடுத்தபோதும், முதல் வகுப்பில் தேர்ச்சி பெற்று அவன் கல்லூரியில் வாங்கிய பட்டம் அவனுக்குள் கிழிந்து சுக்கலாகிக்கொண்டிருந்தது.

சைமனின் ஆங்கிலச் சுரைக்காய்க் கறிக்கு உதவாது என முதலாளி மெதுமெதுவாகத்தான் உணரத் தொடங்கினார். அதன்பிறகு அவருக்கான முதல்வகுப்பு ரயில் பயணம், இரண்டாம் வகுப்புப் பயணமாக மாற்றப்பட்டது. பெரிய ஓட்டல்களில் தங்குவது, சாதாரண ஓட்டலாக மாறியது.

இப்படியே ஒரு வருடத்தைக் கடந்த பிறகு, அதுவரை அவருடன் ஆங்கிலத்திலேயே பேசி வந்த முதலாளி, ஒரு வெள்ளிக்கிழமை கோபத்தின் உச்சத்தில் தமிழில் இப்படிக் கத்தினார்.

"நீ கழட்னது போதும் வண்டி சாவிய வெச்சிட்டுக் கெளம்பு"

அதன் அர்த்தம் புரியாமல் விழித்தார் சைமன். அதை முதலாளியே ஆங்கிலத்தில் சொன்னதும், சட்டென எழுந்து நின்று விட்டார். அவரது பளபளப்பான சிவப்பு முகம் கருத்துவிட்டது. தனது ஜீன்ஸ் பேண்ட் பாக்கட்டில் இருந்த பஜாஜ் வண்டியின் சாவியை எடுத்து மேஜை மீது வைத்துவிட்டு, எழுந்து தடதடவென வராண்டாவில் நடந்து படியிறங்கிப் போய்விட்டார்.

முதலாளியைத் தவிர அலுவலகத்தில் எல்லோருமே திகில் வழியும் கண்களோடு அதைப் பார்த்துக்கொண்டிருந்தனர். லீனாவும் எழுந்து தயாராக நின்றாள். அவள் கண்களில் நீர் திரையிடத் தொடங்கியது. முகம் சுருங்கிவிட்டது.

"யூ சிட்டவுன் சீக்கரமா டைப்பிங் கத்துக்க அந்தாளு மாதிரி பாவ்லா பண்ணாத" லீனாவிடம் பொறுமையாகச் சொன்னார் முதலாளி. மீண்டும் நாற்காலியில் உட்கார்ந்த லீனா தலையைக் குனிந்துகொண்டாள்.

"அந்தச் செனப் பன்னிக்கி இதுவரைக்கும் எவ்ளோ செலவு ஆச்சினு கணக்கு எடு மாதவா நாளிக்கி வந்தான்னா மூஞ்சில தூக்கி அடி" என்றார்.

ஆனால், மறுநாள் சைமன் வரவில்லை. அவர் வராதது மணிக்கு நிம்மதியாக இருந்தது.

"அவங் வரமாட்டாங் இதே மாதிரிதாங் நெறைய எடத்துல வேல பாத்திருக்கறாங் தஸ் புஸ்சுனு இங்லீஸ்ல பேசி ஏமாத்தி நல்லா அனுபவிச்சி இருக்கறாம்பா நானு நல்லா விசார்ச்சிட்டுதாங் ஓனர்கிட்ட போட்டுக்குட்த்தங்" கண்களைச் சிமிட்டியவாறு மணியிடம் சொன்னார் மாதவன்.

லீனா தட்டச்சு இயந்திரத்தில் ஒரு தாளை நுழைத்து, எழுத்துகளைத் தேடித் தேடி டொக் டொக் எனத் தட்டிக்கொண்டிருந்தாள். அன்று முழுவதும் அவள் யாருடனும் பேசவில்லை. சுந்தரும் அமைதியாகவே இருந்தான்.

அதை நினைத்து இப்போது ஒரு பெருமூச்சு விட்டான் மணி. எப்படியோ ஒழிந்தான் அரக்கன். அவன் வேலையை விட்டுப்போய் இப்போது எட்டு மாதங்கள் ஆகிவிட்டன. லீனாவும் தட்டச்சு நன்றாகவே கற்றுக்கொண்டாள். எல்லா ரசீதுகளையும் கடிதங்களையும் அவளே தட்டச்சுச் செய்கிறாள்

நடு இரவில் குளிரைக் கிழித்தபடி பெங்களூர் மெஜஸ்டிக் பேருந்து நிலையத்திற்குள் நுழைந்தது பேருந்து. பேருந்திலிருந்து கீழே இறங்கி, ஜொலிக்கும் விளக்குகளுக்கிடையில் நடந்து, மெட்ராஸ் பேருந்தில் ஏறி உட்கார்ந்த போது கண்கள் நெருப்புத் துண்டுகளைப் போல எரிந்தன. மீண்டும் வெறுமனே கண்களை மூடிக்கொண்டான் மணி.

மறுநாள் நடுப்பகல் பன்னிரண்டு மணி. மாடிப் படியேறி அலுவலகத்துக்குள் நுழைந்தபோது, அவனுக்கு முன்பாக, அவனது நாற்றம் முந்திக்கொண்டு உள்ளே நுழைந்தது. அவ்வளவு மோசமாக நாறினான். சட்டையும், பேண்ட்டும் உப்புப் பூத்து, மொடமொடக்க அவற்றின் நிறமே மாறியிருந்தது.

அலுப்பாக அலுவலகத்தின் உள்ளே நுழைந்தவனுக்குப் பேரதிர்ச்சியாக இருந்தது. உள்ளே தன் இருக்கையில் உட்கார்ந்து தொலைப்பேசியில் பேசிக்கொண்டிருந்தார் முதலாளி. நாக்கு உலர்ந்தது அவனுக்கு.

முதாலாளிக்கும் மாதவனுக்கும் தயக்கத்தோடு வணக்கம் வைத்தான். பையைச் சுவர் ஓரமாக வைத்துவிட்டு, தன் இருக்கையில் மெதுவாக உட்கார்ந்தான். சுந்தர் பைப் நிறுவனத்துக்கு லோடிங் போயிருப்பதாக லீனா மெதுவாகச் சொன்னாள்.

முதலாளியை அப்போது அவன் எதிர்பார்க்கவில்லை. வாடகை எட்டாயிரம் ஒரே கட்டாக அவன் பனியனுக்குள் இருக்கிறது. ஆனால், கணக்குப்படி ஆறாயிரம்தான் அவனிடம் இருக்க வேண்டும்.

வாடகைப் பணத்தை முதலாளி கேட்டால் எப்படிக் கொடுக்க முடியும்...? பிரித்துக்கொடுக்க முடியாது. மொத்தமாகக் கொடுத்தால் மேலாளர் மாட்டிக் கொள்வார். அவருக்கு உடந்தையாக இருந்ததற்காக அவனும் மாட்டிக் கொள்வான்.

பதற்றத்தோடு மேலாளரைப் பார்த்தான். அவன் முகத்தைப் பார்க்காமல் தவிர்த்தார் மேலாளர். நெஞ்சு திக்திக்கென அடித்துக்கொண்டது.

தொலைப்பேசி ரிசீவரை வைத்துவிட்டு, நிமிர்ந்து பார்த்தார் முதலாளி.

“இன்னா மணி வழில எங்கயும் குளிக்கலியா?” சாதாரணமாகக் கேட்டார்.

“இல்ல சார்” எனக் குறுக்கில் தலையாட்டினான்.

“சரி போய்க் குளி ஒரு அர்ஜண்ட் மீட்டிங் நான் களம்பறங்” என்று எழுந்தவர் சாமிப் படங்ளை வணங்கிவிட்டுக் கிளம்பினார்.

நிம்மதிப் பெருமூச்சு வந்தது மணிக்கு. பணியனுக்குள்ளிருந்த ரூபாய்க் கட்டை எடுத்து மாதவனிடம் கொடுத்தான். அதை வாங்கி எண்ணி, டிராயருக்குள் வைத்துக்கொண்டார். தனது சட்டைப் பையிலிருந்து ஒரு ஐந்நூறு ரூபாய்த்தாளை எடுத்து மணியிடம் நீட்டினார்.

வேண்டாம் என மறுத்தான். வலுக்கட்டாயமாக அவனது சட்டைப் பையில் திணித்தார். லீனா தட்டச்சில் மூழ்கியிருந்தாள்.

“ரொம்ப டயர்டா இருக்கற குள்ச்சிட்டு, கீழப் போய் ஜீஸ் எதுனா சாப்டுட்டு வா” என்றார்.

டிராயரிலிருந்து வேறு துணிகளை எடுத்துக்கொண்டு கழிவறைக்குப் போனான். தலைக்கு ஷாம்பும், உடலுக்குச் சோப்பும் போட்டுக் குளித்தான். அவன் பாட்டி சொல்வதைப் போல ஒரு படி அழுக்குப் போயிருக்கும். அங்கேயே துணிகளை மாற்றி, அழுக்குத் துணிகளைத் துவைத்து அலசி, மொட்டை மாடியில் காயப் போட்டான். துணிகளிலும் இரண்டு படி அழுக்குப் போனது.

ஒரு முறை லாரியில் போய்த் திரும்பியதற்கே இவ்வளவு அலைச்சலும்,

அழுக்கும் என்றால் மாதக்கணக்கில் லாரியில் பயணிக்கிற ஓட்டுநர்களின் பாடு எவ்வளவு திண்டாட்டம். ஓட்டுநர்களின் மீதான அவனது பரிதாபமும் கரிசனமும் அப்போது மேலும் கூடியது.

தலையைத் துவட்டியபடி இறங்கிச் சாலையில் நடந்தான்.

“சாரே சாயா?” என நாயர் அவனைப் பார்த்துச் சிரித்தார்.

பதிலுக்குச் சிரித்துத் தலையாட்டிவிட்டுப் பக்கத்துக் கட்டடத்தில் இருந்த பழரசக் கடைக்குள் நுழைந்து, மின் விசிறியின் கீழே உட்கார்ந்தான். காற்று இதமாக வீசினாலும், உணவு சரியாகச் செரிக்காத போது வயிறு பொருமுவதைப் போல அவன் மனசு பொருமிக்கொண்டிருந்தது.

நெற்கதிர்களை எலி திண்பதும், எலியைப் பிடித்துப் பாம்பு விழுங்குவதும், அந்தப் பாம்பைப் பருந்து கொத்திக்கொண்டு போவதும் உணவுச் சங்கிலியில் அவன் படித்ததுதான்.

அதைப்போலவே இங்கும் ஒருவரை ஒருவர் ஏமாற்றுவதும், அதற்கு அவனும் உடந்தையாக இருப்பதும் அவனுக்கே அருவருப்பாக இருந்தது. அதனால் உடலோடு சேர்ந்து அவன் மனமும் சோர்வாக இருந்தது. ஏதாவது குடிக்க வேண்டுமே என ஒரு ஆப்பிள் சாறு சொன்னான்.

ஐந்து நிமிடங்கள் கழித்து, வெளிறிய சிவப்பு நிறத்தில் கண்ணாடித் தம்ளரில் தளும்பிய ஆப்பிள் சாறு அவன் முன்னால் வைக்கப்பட்டது. அதன் நிறமே அவனுக்கு எதையோ நினைவுபடுத்தியது. கிளாசை எடுத்து மெதுவாக உறிஞ்சினான். யாருடைய ரத்தத்தையோ உறிஞ்சுவதைப்போல குமாட்டிக்கொண்டு வந்தது.

31

சுந்தர் தன் இருக்கையில் உட்கார்ந்து, முந்தைய நாள் லோடிங் செலான்களை எடுத்து மேசை மேல் வைத்துக்கொண்டிருந்தான். வெளிறிய வானத்தின் நிறத்திலிருந்த அந்த நீல நிறச் செலான்களையே உற்றுப் பார்ப்பதும், சுந்தரை ஓரக் கண்களால் பார்ப்பதுமாக இருந்தாள் லீனா. அவளின் முகம் புதிதாகப் பூத்த செம்பருத்தியின் நிறத்தில் பொலிந்தது.

சுந்தர் ஒரு முறை அவளை நிமிர்ந்து பார்த்துவிட்டு மீண்டும் செலானைப் பார்த்தான். அந்தச் செலானின் நிறத்திலேயே அவள் சுடிதார் அணிந்திருந்ததை அப்போதுதான் கவனித்தான். அது அவளுக்கு மேலும் அழகாக இருந்தது.

மாதவன் மும்முரமாக எதையோ எழுதிக்கொண்டிருந்தார். லாரி வாடகை வாங்கி வர வால்டாக்ஸ் சாலைக்குப் போயிருந்தான் மணி.

வெயிலில் தகதகக்கும் தங்க மோதிரத்தைப் போன்ற நிறத்தில் இருந்தான் சுந்தர். அது அவர்களின் பரம்பரை நிறம். கரணை கரணையான அவனது முழங்கைகள் அடர்ந்த கரிய முடிகளோடு பார்க்க அழகாக இருந்தன. எப்போதும் போல முட்டி வரை சட்டைக் கைகளை மடித்துவிட்டிருந்தான்.

அவனையே பார்த்துக்கொண்டிருந்த லீனா, திடுமென அவனது இடது முழங்கையிலிருந்த முடிகளைப் பிடித்து இழுத்தாள். அதிர்ந்துபோனவன், திகிலோடு அவளைத் திரும்பிப் பார்த்தான். அவனை விழுங்கி விடுவதைப் போலப் பார்த்த லீனா கண்களாலேயே என்னவோ சொன்னாள். அவன் முகத்தைத் திருப்பிச் செலான்களைக் கோப்பில் இணைக்கத் தொடங்கினான்.

லீனாவுக்கு ஏமாற்றமாக இருந்தது. கோபம் வந்தது.

“டியூப் லைட்” என்றாள் மெதுவாக.

அவளைத் திரும்பிப் பார்த்தான். அவளும் அவன் கண்களை உற்றுப் பார்த்தாள்.

மை தீட்டிய புருவங்களும் துறுதுறுக்கும் விழிகளும், சாயம் பூசிய உதடுகளும் தன் காதலை எழுதி எழுதி அவனுக்குக் காட்டிக்கொண்டிருந்தன.

அப்போதுதான் அது நடந்தது.

சுந்தர் அதையும் எதிர்பார்க்கவே இல்லை. தலைகுனிந்து எழுதிக்கொண்டிருந்த மேலாளர் மாதவனை ஓரக் கண்ணால் பார்த்த லீனா மயிர்கள் செழித்த சுந்தரின் இடது மணிக்கட்டில் பச்சக்கென ஒரு முத்தம் கொடுத்துவிட்டாள். அவளது ஈரமான உதடுகள் தன் கையில் பட்டதும் உச்சந் தலையில் சிலீரென்றது சுந்தருக்கு.

“அய்யோ” என அலறினான்.

அரண்டு போய் எழுந்து உட்கார்ந்தான்.

தலையை உதறியவாறு நிமிர்ந்து சுவர் கடிகாரத்தைப் பார்த்தான். மணி ஒன்பது. அய்யோ ஒன்பது மணி வரை தூங்கிவிட்டோமா எனத் துள்ளி எழுந்தான்.

லீனாவின் முத்தம் இடது மணிக்கட்டில் சில்லென உரைக்க, கையைத் திருப்பித் திருப்பிப் பார்த்தான். எந்த ஈரமும் இல்லை.

முன் நாள் காலை அலுவலகத்தில் நடந்தது இது. ஆனால், அவன் கையிலிருந்த முடிகளைப் பிடித்து இழுத்தது வரை தான் நடந்தது. முத்தமெல்லாம் இப்போது கனவில் நடந்தது.

அப்படியும் ஏதாவது நடந்து விடுமோ என அவனுக்குப் பயமாக இருந்தது.

ஞாயிற்றுக்கிழமை என்பதால் சோம்பேறியாக இவ்வளவு நேரம் தூங்கியதுதான் இந்தக் கனவுக்குக் காரணம் எனத் தன்னையே திட்டிக் கொண்டான்.

லீனா அங்கே வேலைக்குச் சேர்ந்தபோது, அவளின் அழகில் அவனும் திணறியது உண்மைதான். ஆனால், அது அவனது தகுதிக்கு மீறிய அழகு எனத் தன்னை அடக்கிக்கொண்டான்.

லீனா அங்கே வேலைக்கு வந்த பிறகு நன்றாகத் தமிழ் பேசக் கற்றுக் கொண்டாள். சைமன் குருவிலா வேலையை விட்டுப் போன பிறகு, ஆங்கிலத்தில் பேசுவதையும் நிறுத்திவிட்டாள்.

மணியிடமும் மாதவனிடமும் சகஜமாகப் பேசினாலும், சுந்தரிடம் மட்டும் சற்றுக் கொஞ்சலோடு பேசினாள். வாயால் பேசுவதை விடவும் கண்களால் பேசினாள். ஆனால், இவனோ அவை எதுவும் தெரியாததைப் போல வேலையில் மூழ்கிக் கிடப்பான். அல்லது அப்படிக் காட்டிக்கொள்வான்.

திடீரெனச் சைமன் குருவிலா வேலையை விட்டுப் போன பிறகு சோகமாக இருந்த லீனாவை, சுந்தர்தான் அடிக்கடி ஆறுதலாகப் பேசி அவளை சகஜமாக்கினான். அதற்குப் பிறகுதான் அவளது பார்வையில் அந்த மாற்றம் வந்தது.

அதுதான் அவன் செய்த தவறோ என இப்போது தலையை உதறிக் கொண்டான் சுந்தர். லேசாகத் தலை வலித்தது. சோர்வாகவும் இருந்தது. நல்ல வேளை வீட்டில் யாருமில்லை.

கண்களை அகலமாக விரித்தபடி உற்றுப் பார்த்தான். தலைக்கு மேலாக நாட்டு ஓடுகளைத் தாங்கியிருந்த மரச் சட்டங்கள் ஓடே தெரியாத அளவுக்கு அடர்த்தியாக இருந்தன.

இரண்டு அறைகளைக்கொண்ட அந்த வீட்டில், அவன் படுத்திருந்த சின்ன அறையில் இருந்த இரட்டை மண் அடுப்பின் மீது இரண்டு மண் சட்டிகள் வைக்கப்பட்டிருந்தன. அதிலிருந்து சற்றுத் தள்ளி இரண்டு பித்தளைத் தவளைகளில் தண்ணீர் தளும்பிக்கொண்டிருந்தது. மூன்று கறுப்பு நிறப் பழைய பானைகள் ஒன்றின் மீது ஒன்றாக அடுக்கப்பட்டிருந்தன. இடது புறச் சுவரில் வடக்கும் தெற்குமாய் ஆணியடித்துக் கட்டியிருந்த கொடிக்கயிற்றில் அவனது துணிகள் தொங்கிக்கொண்டிருந்தன.

குழாயிலிருந்து நேர் கோடாகத் தண்ணீர் விழுவதைப் போல வாசல் கதவிடுக்கிலிருந்து ஒரு கனமான கோடாகச் சூரிய வெளிச்சம் உள்ளே விழுந்துகொண்டிருந்தது. அந்த வெளிச்சக் கோட்டிற்குள் ஏராளமான தூசுகள் பறந்தவண்ணமிருந்தன.

கொட்டாவி விட்டபடி எழுந்த சுந்தர், கயிற்றுக் கொடியில் தொங்கிய காவி நிற டவலை உறுவி தோளில் போட்டுக்கொண்டு கதவைத் திறந்தான். அது பழைய மரக்கதவு. அதிலிருந்த நீளமான ஒரு முனகல் வந்தது. வாசற்படியைத் தாண்டி வாசலுக்கு வந்தான்.

முகத்தில் வெயில் சுளீரெனச் சுட்டது. தலையை உயர்த்தி வாசலின் மேற்கிலிருந்த புங்க மரத்தைப் பார்த்தான்.

கிளைகளில் எகிறி எகிறி தாவிக்கொண்டிருந்த மூன்று பீக்குருவிகள் கீச் கீச் கீச்செனத் தொடர்ந்து கத்தியபடி அவனையே பார்த்தன. தலையைத் திருப்பி வேலியோரம் பார்த்தான். வேலியிலிருந்து தொடங்கும் மலைப் புதர்களையும் பார்த்தான். பீக்குருவிகள் தொடர்ந்து கத்தினால் பாம்போ, கீரிப் பிள்ளையோ, உடும்போ புதரில் இருக்கும்.

வீட்டுச் சுவருக்குப் பின்புறமிருந்த குளியல் தடுப்பைத் திறந்து, உடலில் அரைகுறையாக நூல் புடைவையைச் சுற்றிக்கொண்டு வெளியே வந்தாள் சுந்தரின் அம்மா.

"கணே எய்ந்திட்டியா இன்னா அவசரம் தினிக்கும் ஆதாபாதயா எய்ந்து ஓட்ற இன்னிக்கினா நல்லா ஆற அமர தூங்கற்து?"

"ம்... ம்... இவ்ளோ தூங்கன்து போதும்"

"செரி போயி பல்லு தேசிட்டு மூஞ்சி கெய்விகினு வா தோச ஊத்தறங் சூடா சாப்டுவ" சொல்லியபடி வீட்டுக்குள் போனாள்.

சுந்தர் மலை ஓரமாக நடந்தான். ஆவாரஞ் செடிகளும் சீதாப்பழச் செடிகளும் கிளிப் பழச் செடிகளும் சீகம் முள் செடிகளும் கோவைப்பழக் கொடிகளும் மலை ஓரமெல்லாம் செழித்திருந்தன. வட்ட வட்டமான இலைகள் செழித்திருந்த கோவைக் கொடியில் தொங்கிய கோவைப் பழங்கள் செக்கச் செவேலென நெருப்பாய்ப் பிரகாசித்தன. பாதிப் பழுத்த பழங்கள் முனையில் சிவப்பாகவும் காம்புப் பக்கம் அடர் பச்சையாகவும் இருந்தன. பல நிறங்களில் எரியும் மின் விளக்குச் சரத்தைப் போலக் கோவைக் கொடிப் புதர்கள் அழகாகத் தொங்கின.

ஒரு வேப்பங் குச்சியை ஒடித்துப் பல் தேய்த்தபடியே மேலும் சற்றுத் தூரம் நடந்தான். ஒரு புதர் மறைவில் இரண்டு பாறைகளுக்கிடையில் கால் மடக்கி உட்கார்ந்தான்.

எழுந்து மெதுவாக நடந்தான். சற்றுத் தூரத்தில் மலையடிவாரத்தில் குட்டையாகத் தேங்கிக்கொண்டிருந்த மழை நீரில் காலைக் கழுவினான்.

அந்தக் குட்டைக்கு எதிரில் பம்ப்செட் ஓடிக்கொண்டிருந்தது. கால்வாயில் நெளிந்து நெளிந்து வந்த தண்ணீர் கிழக்கு நோக்கிப் போனது. கேழ்வரகுப் பயிருக்குள் மடையைத் திருப்பிக்கொண்டிருந்த ஆள்காரன் குமார் சுந்தரைப் பார்க்கவில்லை.

வேகமாகக் கிணற்றை நோக்கி நடந்தான் சுந்தர். வெள்ளை நுரையைப்போல பைப்பிலிருந்து குதித்துச் சிதறிக்கொண்டிருந்த தண்ணீரில் வாய் வைத்து உறிஞ்சி, வாயைக் கொப்பளித்துத் துப்பினான். லுங்கியையும் பனியனையும் கழற்றி, டவலோடு சேர்த்துக் கிணற்று மேட்டில் வைத்துவிட்டு அவசர அவசரமாகக் குளித்தான். சில்லென்ற தண்ணீர் அவன் உடலையும் மனசையும் குளிரவைத்தது.

மேடேறி டவலால் உடலைத் துடைத்துக்கொண்டான். மீண்டும் வீட்டை நோக்கி நடக்கத் தொடங்கினான். வயிற்றில் அகோரப் பசி. அம்மா தோசை ஊற்றியிருக்கும். தோசைக்கு ராத்திரி காரக் குழம்பைச் சுண்டச் சுண்ட சுட வைத்திருக்கும்.

அதை நினைத்துக்கொண்டதுமே சற்று வேகமாக நடக்கத் தொடங்கினான். வாசலில் அவன் அம்மாவோடு ஐந்தாறு பேர் கும்பலாக நின்றிருப்பது தூரத்தில் இருந்தே தெரிந்து. ஏதோ கசமுசா எனச் சத்தம்.

சுந்தருக்குள் ஏதோ மணி அடித்தது. அது ஏதோ அசம்பாவிதத்தின் அறிகுறி. நடையை எட்டிப் போட்டான். அந்தக் கும்பலின் நடுவில் அவன் சித்தி மகள் ரஞ்சிதம் நின்றிருந்தாள். அவள் கண்கள் கலங்கி, அலங்கோலமாக நின்றிருந்தாள். அதைப் பார்த்ததும் சுந்தரின் மனசு திடுக்கிட்டது.

32

அன்று பைப் நிறுவனத்தில் மூன்று லோடுகள். மூன்றுமே குஜராத் பாவ் நகர். இரண்டு வண்டிகள் இறைவன் புரோக்கரிடமிருந்து வந்திருந்தது. ஒன்று கம்பனி வண்டி. அது குஜராத்திலிருந்து வந்து அம்பத்தூரில் லோடு இறக்கிவிட்டு, அப்படியே கும்மிடிப்பூண்டிக்கு வந்துவிட்டது.

முதல் இரண்டு வெளி வண்டிகளும் தொழிற்சாலைக்குள் அனுப்பப்பட்டு லோடு ஏறிக்கொண்டிருந்தது. கம்பனி வண்டி உள்ளே போகத் தொழிற்சாலை வாசலில் தயராக நின்றிருந்தது.

ஓட்டுநர் யாரெனப் பார்க்க லாரியின் அருகில் போனான் மணி. பீடி பிரகாசம். அவருக்குச் சொந்த ஊர் குடியாத்தம் பக்கத்தில் ஒரு கிராமம். பத்து வருடங்களுக்கும் மேலாக ஓட்டுநராக இருப்பவர். நல்ல சோக்குப் பேர்வழி. பெண்கள் விஷயத்தில் மன்னன். தொடர்ந்து பீடி பிடித்துக்கொண்டே இருப்பார். அதனால்தான் பீடி பிரகாசம். வசிறி பீடிதான் பிடிப்பார். பீடியைக் கட்டுக் கட்டாக வாங்காமல் பண்டல் பண்டலாக வாங்குவார்.

ஓட்டுநர் இருக்கையில் உட்கார்ந்து நன்றாகத் தூங்கிக் கொண்டிருந்தார். தலை முன் பக்கமாகச் சாய்ந்து ஓணான் தலையைப் போல ஆடிக்கொண்டிருப்பது முன்பக்கக் கண்ணாடியில் தெரிந்தது.

சிரித்துக்கொண்டே லாரியின் பக்கவாட்டில் போனான் மணி. இருமல் சத்தம். கதவின் கைப்பிடியைத் திருகித் திறந்து, மேலே ஏறினான். மீண்டும் இருமல் சத்தம்.

ஓட்டுநரின் பின்புறம் உள்ள நீளமான இருக்கையில் கால்களை மடக்கிச் சுருண்டு படுத்திருந்தான் கிளி. அவன் மணியின் ஊர்க்காரனான குமரேசன். சத்தம்கேட்டு மீண்டும் இருமியபடி கண்களைத் திறந்து பார்த்தான்.

“ன்னாபா குமரேசா இன்னா இருமிகினே கீற ஒடம்பு கிடம்பு செரியில்லியா?” மணி கேட்டான்.

“ஆமாபா இரும்புலு உயிர வாங்குது ஜொரம் வேற அப்பப்ப வர்து போது” என்றான் ஆயாசமாக.

கிறக்கமாகக் கண்களைத் திறந்து பார்த்த ஓட்டுநர் பிரகாசம் மணியைப் பார்த்ததும் சட்டென நிமிர்ந்து உட்கார்ந்தார்.

“வணக்கம் சார் நல்லா கீறீங்களா?”

“ம் ம் இவுரு இன்னா இப்டி இருமறாரு?”

“ஆமா சார் லொக்கு லொக்குனு நிக்காம இரும்புலு பாவ் நகர்ல ஒரு டாக்டர் கிட்ட காட்னங் ஊசி போட்டு மாத்தர குட்த்தாரு ஆனாலும் இரும்புலு கொறைல இப்ப டூட்டியும் எறங்க முடியாது. குஜராத் போயி இந்த லோட எறக்கிட்டு வந்துதாங் எறங்கணுங் டூட்டிலரந்து எறங்கன அப்பறமா ஊர்ல போயி நல்ல டாக்டரா பாக்கச் சொல்லி கீறங் சார்”

“ஒடம்பப் பாத்துக்கபா குமரேசா ரொம்ப முடிலனா டூட்டி எறங்கிரு”

“இல்லபா பரவால்ல இந்த டிரிப்பு போய்ட்டு வந்தே எறங்கறங்”

எழுந்து உட்கார்ந்து உடல் நடுங்கியபடி சொன்னான் குமரேசன். அவன் உடலின் வெப்பம் பக்கத்தில் உட்கார்ந்திருந்த மணியையும் சுட்டது.

அவன் இங்கே கிளீனர் வேலைக்குச் சேர்ந்து ஒரு வருடத்துக்கு மேல் ஓடிவிட்டது. ஊரிலிருந்து வந்த இரண்டு கிளீனர்களுமே நல்லபடியாக இருந்ததால் மணிக்கும் கம்பனியில் நல்ல பெயர்.

“செரி நானு பேக்டரி உள்ள போறங் கேட்ல சொன்னப்புறம் வண்டிய உள்ள உடுங்க” லாரியிலிருந்து கீழே குதித்து இறங்கித் தொழிற்சாலைக்குள் நடந்தான் மணி.

வழக்கத்தைவிடச் சற்று முன்னதாக, எட்டு மணிக்கே லோடிங் முடிந்துவிட்டது. அந்த லாரியிலேயே வந்து செங்குன்றம் புறவழிச் சாலையில் இறங்கிக்கொண்டான். இறங்கிய உடனே வள்ளலார் நகர் விரைவுப் பேருந்து காலியாக வந்தது. அதில் ஏறி உட்கார்ந்தான்.

பத்தே காலுக்கு வள்ளலார் நகரில் இறங்கி, பாரிமுனை பேருந்தில் ஏறினான். அலுவலக வாலில் இறங்கி, படியேறி, முகம் கை, கால் கழுவியபோது பதினோரு மணி.

அதற்கு மேல் சப்பாத்தித் தேய்த்து, குழம்பு செய்து சாப்பிட வேண்டும். அதற்கு அவன் உடலும் மனசும் தயாராக இல்லை. காலையில் தண்ணீர் ஊற்றி வைத்த சோற்றையே உப்புப் போட்டுக் கரைத்துக் குடித்துவிட்டுப் பாயை விரித்துப் படுத்தான். அலுப்பில் உடனே தூங்கிப் போனான்.

கனவு வந்தது. அவள் தலை குனிந்தபடி நடந்து வந்தாள். சுவிட்ச் போட்டதைப் போல நிமிர்ந்து மேலே பார்த்துப் பளிச்செனச் சிரித்தாள். மணியும் சிரித்தான். தடதடவெனப் படியேறி மேலே வந்து அவன் எதிரில் நின்றாள். "ரிஜிஸ்டர் மேரேஜ் பண்ணிக்கலமா?" என்று கேட்டுவிட்டுத் திடுமென அவன் நெஞ்சில் சாய்ந்து கொண்டாள். ஒரு பூங்கரகம் அவன் மார்பில் சாய்ந்தது போல மெத்தென இருந்தது.

உடல் முழுவதும் குபீரென வியர்த்துவிட்டது. எழுந்து உட்கார்ந்தான். நெற்றி, முகம், கழுத்து எல்லாமே கசகசவென வியர்வை. டவலை எடுத்து முகத்தை அழுத்தித் துடைத்துக்கொண்டான். சுவரோரமாய் இருந்த பச்சை நிறப் பிளாஸ்டிக் குடத்திலிருந்து ஒரு கிளாஸ் தண்ணீரை மொண்டு கடகடவெனக் குடித்தான்.

மீண்டும் படுத்து, கண்களை மூடிக்கொண்டான். மனசு படக் படக்கென அடித்துக்கொண்டது. அவள் பன்னிரண்டாம் வகுப்பு படித்துக்கொண்டிருந்தபோது, மார்ச் மாதத் தேர்வுகள் நெருங்க நெருங்க அவனுக்கு இப்படித்தான் படபடப்பாக இருந்தது. தேர்வு முடிந்துவிட்டால் அவளைப் பார்க்க முடியாது என்பதே அவனுக்குப் பெரிய வலியாக இருந்தது.

"ம்கும் பார்த்து மட்டும் இன்னாத்த கிழிக்கப்போற?" என அவன் மனமே அவனைக் கிண்டலடித்தது.

தினமும் வராந்தாவில் நின்று வெறுமனே பார்ப்பதோடு சரி. அவளும் தலையை உயர்த்தி அவனைப் பார்ப்பதோடு சரி. இப்படியே பொதுத் தேர்வுகள் முடிந்து, கோடை விடுமுறை விட்ட பின்னரும் வராந்தாவில் சலிப்போடு நின்றான்.

பள்ளி இல்லாவிட்டாலும் ஒருவேளை அவனைப் பார்ப்பதற்காக அவள் வருவாளோ என்ற நப்பாசைதான். ம்ஹூம் அப்படி ஒரு நாளும் அவள் வரவில்லை. அவ்வளவுதான். இனி வாழ்நாளில் அவளைப் பார்க்கப் போவதே இல்லை என்பது புரிந்ததும் மனசு உடைந்துவிட்டது. கையில் கிடைத்த ஒரு புதையலை அதன் மதிப்புத் தெரியாமல் வீணாக்கிவிட்டதைப் போல அவன் மனம் பதைக்கத் தொடங்கினான்.

கோடை விடுமுறை முடிந்து, மீண்டும் பள்ளி திறக்கப்பட்ட பிறகு, ஒரு ஜடம் போல தினமும் வராந்தாவில் வெறுமனே நின்றுகொண்டிருந்தான்.

ஒரு புதன் கிழமை அதே காலை ஒன்பது மணி. அதிசயமான அதிசயமாக அவள் வந்தே விட்டாள். அதே மெல்லிய நடை தலையில் இரட்டை சடைக்குப் பதிலாக ஒற்றைச் சடை. அதில் ஒரு ஒற்றை ரோசா.

பள்ளிச் சீருடைக்குப் பதில் மஞ்சள் சூடிதார். கையில் இரண்டு மூன்று புத்தகங்கள். அவனுக்கு முதலில் இன்ப அதிர்ச்சி. வழக்கம்போலத் தலையை உயர்த்தி அவனைப் பார்த்தாள். இந்த முறை அவளின் உதடுகள் சற்றுத் தாராளமாகவே விரிந்து, முன் பற்கள் பளிச்சிட்டன.

அவள் மெதுவாக நடந்து கடந்து சென்றதும் அவனுக்குக் குழப்பம். மீண்டும் புத்தகத்துடன் எங்கே போகிறாள்?

மறுநாளும் புத்தகத்தோடு வந்தாள். அவன் மூளைக்குள் மின்னலடித்தது. ஓ பாரதி பெண்கள் கல்லூரியில் சேர்ந்திருக்கிறாள்.

அவன் மனசு திடீரெனப் பூத்துக் குலுங்கியது. அப்படியானால் இன்னும் மூன்று ஆண்டுகள் இதே பாதையில்தான் வலம் வருவாள். அவன் மனம் துள்ளிக் குதிக்கத் தொடங்கிவிட்டது.

“ன்னா மச்சாங் மூஞ்சி திடீர்னு ஃப்பிரைட்டா இருக்குது?” அன்று அவன் முகத்தைப் பார்த்த உடனே சுந்தர் கேட்டான்.

“ஒன்னுமில்லியே”

“டேய் பொய் சொல்லாத இன்னிக்கி இன்னாவோ ஸ்பெசல்னு மூஞ்சியே சொல்தே ன்னா ஊங் ஆள மறுபடியும் பாத்தியா?”

“ம்” தலையாட்டினான்.

“ம்... ம்... என்ஜாய்”

அதற்கு மேல் சுந்தர் எதுவும் பேசவில்லை. அதற்குப் பிறகும் பேசவில்லை.

லீனா சுந்தரை விரும்புகிறாள் என மணிக்கும் தெரியும். ஆனால், சுந்தர் அதை ஏன் கண்டும் காணாமல் இருக்கிறான்?

சுந்தர்தான் அப்படியென்றால், மணியும் குருடனைப் போலதானே இருக்கிறான்.

அவள் கல்லூரியில் இரண்டாவது ஆண்டிலும் நுழைந்துவிட்டாள். ஆனால், இதுவரையும் அவள் பெயர் கூட அவனுக்குத் தெரியாது.

இவன் இப்படித் தினமும் மரம் போல வராந்தாவில் நிற்பது லீனாவுக்கும் எப்படியோ தெரிந்துவிட்டது.

“எந்த கன்ட்ரில இர்ந்து வந்தீங்க நீங்கள்லாம்?”

நக்கலாகவும், அதே நேரம் கோபமாகவும் மணியிடம் கேட்டாள்.

“இன்னா சொல்றனே புரில லீனா”

“புரியலியா ம் புரியாது புரியாது புரிஞ்சா எதுக்கு மண்ணு மாரி வராந்தால நிக்கற?” என்று சொன்னாள்.

லீனாவின் அம்மா ஒரு செவிலியர். இங்கே ஒரு தனியார் மருத்துவமனையில் வேலை கிடைத்ததால் கேரளாவிலிருந்து அவர்கள் சென்னைக்கு வந்து பத்து ஆண்டுகளுக்கு மேல் ஆகிறதாம்.

அவளுக்கு ஒரு அண்ணன் இருக்கிறான். அவன் இன்ஜினியரிங் படித்துவிட்டு, அம்பத்தூரில் ஏதோ ஒரு தனியார் நிறுவனத்தில் வேலை செய்வதாகவும் லீனா சொன்னாள். அவளுடைய அப்பா பதினைந்து வருடங்களுக்கு முன்பே விவாகரத்து வாங்கிக்கொண்டு போய்விட்டாராம். அதனால்தான் அவள் அம்மா இந்தச் சென்னைக்கு வேலைக்கு வர வேண்டிய கட்டாயம். அதைச் சொல்கிற போது அவள் கண்களில் ஒரு ஏக்கமும் தீராத வலியும் தளும்பின.

ஏற்கெனவே மாதவன் அலுவலகத்தில் இல்லாத ஒரு நாளில் இதையெல்லாம் மணியிடம் அவள் சொன்னாள். சுந்தரும் மணியின் அருகில்தான் அமர்ந்திருந்தான். அவள் மணியிடம் பேசினாலும், அவளின் பார்வை மட்டும் சுந்தரின் முகத்தில்தான் இருந்தது.

ஆனால், சுந்தர் ஒரு கல்லைப் போல, மண்ணைப் போல முகத்தை வைத்துக்கொண்டு எதையோ லெட்ஜரில் எழுதிக்கொண்டிருந்தான். அதைப் பார்க்கப் பார்க்க ஆத்திரமாக வந்தது மணிக்கு. ஏன் இவன் இப்படிக் கிடக்கிறான்?

கல்லூரியில் படிக்கிறபோது சுந்தருக்கும் மணிக்கும் நெருங்கிய பழக்கமெல்லாம் கிடையாது. அவ்வப்போது பார்த்துக்கொள்வதோடு சரி. அப்போதே சுந்தர் வாட்ட சாட்டமாக இருப்பான்.

அவர்கள் படித்தது ஆண்கள் கல்லூரி. ஒருவேளை அது இருபாலர் கல்லூரியாக இருந்திருந்தால் அங்கேயே எவளாவது சுந்தரை மடக்கிப் போட்டிருப்பாள். ஆனால், அப்போதே எதையோ பறிகொடுத்தவன் போலதான் இருப்பான் சுந்தர். அவன் கண்களில் எப்போதும் ஒரு ஏக்கமும் சலிப்பும் இருக்கும். அவனுக்கு உடலில் ஏதாவது தீராத வியாதி இருக்குமோ என்று கூட மணி நினைத்திருக்கிறான். ஆனால், திடகாத்திரமான அந்த உடல் அப்படிச் சொல்லவில்லை.

ஒரு பெருமூச்சு விட்டபடி, கண்களை இறுக்கி மூடி, தூங்க முயற்சி செய்தான் மணி. அவளுடைய முகம் மீண்டும் அவனைப் பார்த்துச் சிரித்தது. கனவில் மெத்தென அவள் சாய்ந்த அவனுடைய மார்பு படபடவென அடித்துக்கொண்டே இருந்தது.

ஏன் இந்த அவஸ்தை? எதற்காக இந்த நரக வேதனை?

நாளை காலை கீழே இறங்கிப் போய் அவளிடம் காதலைச் சொல்லிவிடலாமா?

யார் அவள்? அவர்களின் பூர்வீகம் என்ன? அவளின் தந்தை என்ன வேலை செய்வார்? அவளின் குணம் எப்படி இருக்கும்?

எதுவும் தெரியாமல் எப்படிக் காதலைச் சொல்வது?

எல்லாம் தெரிந்துகொண்டா காதல் வரும்?

அவன் காதலைச் சொல்லி, ஒருவேளை அவளும் ஏற்றுக்கொண்டால் அடுத்து என்ன செய்வது?

அவள் வீட்டுக்குப் போய் பெண் கேட்கலாம். அவள் பெற்றோரும் ஒப்புக்கொண்டால் திருமணம் செய்து கொள்ளலாம். ஒப்புக்கொள்ளாவிட்டால்? அவள் கனவில் கேட்டதைப் போல சுந்தரின் துணையோடு பதிவுத் திருமணம் செய்துகொள்ளலாம்.

சரி. அதற்குப் பிறகு எப்படிக் குடும்பம் நடத்துவது?

மீண்டும் அவனுக்குக் குபீரென வியர்த்துவிட்டது. சகலத்தையும் கூட்டுக்குள் இழுத்துக்கொண்டு அடங்கிக் கொள்ளும் ஆமையைப் போல அவன் மனம் தனக்குள் அனைத்தையும் இழுத்துச் சுருட்டிக்கொண்டது.

இந்த உதவாத சம்பளத்தில் காதலாவது கல்யாணமாவது!

33

குன்ட்டிவாடன் நீலம்மாவைக் கைப்பிடித்த பிறகு தனியாக ஒரு குடிசைக் கட்டிக்கொண்டான். அவர்களுக்கு முதல் குழந்தையாகச் சந்திரா பிறந்தாள். இரண்டாவதாக சுந்தர் பிறந்தான்.

34

“டே நைனா இந்த அக்ரும்த்த பார்ரா பச்சக் கொயந்தகிட்ட இப்டி வம்பு பண்ணி கீறாங்களே இவங்கலாம் சம்சாரிங்களா பாடுகோலா?” பதறினாள் நீலம்மா.

“ஏமி அயிந்திமா?” ரஞ்சிதாவிடம் பதைபதைப்புடன் கேட்டான் சுந்தர்.

ரஞ்சிதாவின் சிவந்த முகம் அங்கங்கே கன்றிப் போயிருந்தது. அவளின் நீல நிறப் பாவாடையிலும், மஞ்சள் சட்டையிலும் பல இடங்களில் ஈர மண் அப்பிக் கிடந்தது. அழுகையில் குரல் விக்க, கண்கள் நிற்காமல் வழிய, மெதுவாகச் சொல்லத் தொடங்கினாள் ரஞ்சிதா.

மலையினை ஒட்டி மேற்கில் செல்லும் மண் சாலை. அதன் இருபுறமும் வெள்ளை வெள்ளையாய்ப் பூத்திருக்கிற பூந்துடைப் பத்தை ஓடி ஓடி அறுத்திருக்கிறாள்.

அவள் எப்போதுமே இரண்டு மூன்று பேருடன்தான் துடைப்பம் அறுக்கப் போவாள். அறுக்கும் துடைப்பத்தை வெயிலில் உலர்த்தி, அவற்றின் முனையிலிருக்கும் ஊமுள்களை அடித்துச் சுத்தம் செய்து, கையில் பிடிக்கற அளவில் கத்தைக் கட்டி, அதை ஊரிலும் சந்தையிலும் விற்பார்கள்.

அன்று துணைக்கு யாருமில்லாமல், துடைப்பம் அறுக்க அவள் மட்டும் தனியாகப் போயிருக்கிறாள்.

விரல் நீளமுள்ள சின்னச் சூரிக்கத்தியால் வெடுக் வெடுக்கெனத் துடைப்பத்தை அறுத்துக்கொண்டே மலைப்பக்கம் திரும்பியிருக்கிறாள். எருமை மாடுகளின் முதுகுகளைப் போன்ற கரும் பாறைகளுக்கும் ஆசாச் செடி, சாராயச் செடி, கார முட்செடிகளுக்கும் ஊடாக, வெண்ணிறத்தில் பூப் பூத்து, தேப்பத் தேப்பையாகச் செழித்துக்கிடந்திருக்கிறது துடைப்பம்.

ஆதாபாதையாக அவற்றை அறுத்து அறுத்து இடது கையில் அடுக்கிக்கொண்டே முன்னே நடந்திருக்கிறாள். எதிரிலிருந்த வெள்ளைப் பாறையின் மீது உட்கார்ந்து அவளையே வெறித்துப் பார்த்த அவனை அவள் கவனிக்கவில்லை. கிட்டத்தில் நெருங்கியதும்தான் அவனைப் பார்த்துவிட்டுத் திக்கென அதிர்ந்திருக்கிறாள்.

ஏற்கெனவே அறுத்த ஒரு கட்டுத் துடைப்பம் அவளது இடுப்பின் பின்புறம் செருகப்பட்டிருந்தது. முதுகில் மயிற்தோகையைப் போல அது விரிந்திருக்க, வள்ளிக் கிழங்கு போன்ற அவளின் உடலுக்கு அது சாமரம் வீசுவதைப் போலவும், ஓர் இளவரசி உலவுவதைப் போலவும் இருந்திருக்கிறது.

பார்த்தவனின் கண்களுக்கு அதோடு சேர்ந்து அவளது எடுப்பான முன்புறமும், கிச்சளிப் பழச்சுளைப் போன்ற உதடுகளும் தெரிய, அவனுக்குள் போதை ஏற்றியிருக்கிறது.

சுற்றும் முற்றும் யாருமில்லை. கை வைத்தாலும் கேட்க நாதியில்லை. ஒரே தாவாகத் தாவி அவளை இழுத்துக் கட்டிப் பிடித்து உதட்டைக் கடித்திருக்கிறான். தாமரை மொட்டுகள் போன்ற பிஞ்சு மார்புகளைக் கசக்கியபடி, கீழேத் தள்ளி உடலெல்லாம் பிராண்டியிருக்கிறான்.

சரளைக் கற்கள் முள் முள்ளாய் முதுகில் குத்த மண்ணில் உருண்டு புரண்டு, அவனது பிடியிலிருந்து விடுவித்துத் துள்ளி எழுந்து, துடைப்பத்தை வீசி எறிந்துவிட்டு, அய்யோ குய்யோ எனக் கத்திக்கொண்டே வீட்டை நோக்கி ஓடி வந்திருக்கிறாள்.

அவள் சொல்வதைக் கேட்கக் கேட்க ஆத்திரத்தில் ஜிவு ஜிவு என முகம் சிவந்தது சுந்தருக்கு.

“லஞ்சக்குப் புட்டின வாடு இதே பணிகா திருகதா உண்டாரு ஆ மன்சி எவரனி தெலுசா” (தேவ்டியாளுக்குப் பொறந்தவனுங்க இதே வேலயா அலையறானுங்க ஆளு யார்னு தெரிமா?) என அவளிடம் ஆத்திரத்தோடு கேட்டான்.

“இ ஊர்ல கடான வீதிலோ உண்டாதி வாள்ளு இல்லு ஆ அண்ணையா கொண்டலோ கொற்ள் மேப்பத்தாடு” (ஊர்ல கட்சித் தெருவுல கீதுணா அவுங்க ஊடு அந்தண்ணங் மலைலதாங் கொர்ராடு மேய்க்கும்”) திக்கித் திக்கிச் சொன்னாள் ரஞ்சிதா.

சுந்தரின் ஒன்று விட்ட சித்தியும் ரஞ்சிதாவைப் பெற்றவளுமான வெங்கடம்மா வடக்கிலிருந்து தலைவிரிக் கோலமாக ஓடிவந்து, தலையில் அடித்துக்கொண்டு அழுதாள்.

“ஏலு குண்டல வாடா நீக்கு கண்ணு லேதா?” திருப்பதி மலை இருக்கும் வடக்குத் திசையைப் பார்த்துக் கைகளை விரித்துக் கதறியபடி கேட்டாள்.

“தீனி இட்லனே உடவக்கூடது. போலீஸ்ல கம்ளையின்ட்டு இஸ்தேதா வீள் அந்த்த கம்மட்ட உண்ட்டுரு ரண்டி இட்லனே ஸ்டேசன்க்குப் போதாம்” (இத இப்டியே உடக்கூடாது போலீஸ்ல கம்ப்ளைண்ட் குட்த்தாதாங் அடங்குவானுங்க வாங்க இப்டியே ஸ்டேசனுக்குப் போலாம்) எனச் சுந்தர் கத்தினான்.

போலீஸ் ஸ்டேஷன் என்றதும் கப்சிப் எனப் பேச்சடங்க கிலியோடு அவனைப் பார்த்தனர் எல்லோரும்.

“நைனா ஸ்டேசனுக்குப் போதே மனமில்னிதா திட்டுதுரு ஊரோளு துட்டு இச்சி வாள் அந்துறு நோர்னி அஞ்சேஸ்த்துரு” (நைனா போலீசுக்குப் போனா நம்பளதாண்டா அசிங்கமா திட்டுவாங்க ஊர்க்காரங்க துட்ட குட்த்து வாய அட்ச்சிருவாங்க ஊர் வம்புதாங் மிச்சமாவும்) என்றாள் நீலம்மா.

“தானிக்கோசரம் என்னிதி நாளுக்கு இட்லனே மக்கதா வுண்ட்டுவு? ஈபொத்து ரெண்டுலோ ஒக்கிடி அவ்வனி” (அதுக்குனு எவ்ளோ நாளிக்கி இப்டியே மக்கிகினு இருப்ப? இன்னிக்கி ரெண்டுல ஒன்னு ஆவட்டுங்”)

ரஞ்சிதாவின் கையைப்பிடித்து இழுத்துக்கொண்டு ஊரை நோக்கி நடந்தான் சுந்தர். பின்னாலேயே எல்லோரும் ஓடினர்.

சுந்தர் வகையறாவின் குடியிருப்புகள் மலையின் வடக்குப் பக்கம் இருந்தன. தெற்குப் பக்கமாக ஊர் இருந்தது. அதற்கும் இதற்கும் இடையில் கால் பர்லாங் தூரம்தான். இவர்கள் மொத்தமே எட்டுக் குடும்பங்கள்தாம். ஊரிலோ இருநூறு வீடுகளுக்கு மேல் இருக்கும்.

இவர்களின் குடியிருப்புக்கும், சம்சாரிகளின் ஊருக்கும் நடுவில் வேட்டியை விரித்தது போன்ற நீளமான நடை பாதையில் வேக வேகமாக நடந்து, திமுதிமுவென ஊருக்குள் நுழைந்தனர். திண்ணையில் உட்கார்ந்திருந்த சில சம்சாரிகள் தலையை உயர்த்தி அவர்களைப் பார்த்தனர்.

வீட்டின் முன்புறம் சாமான்களைக் கழுவிக்கொண்டும், தொழுவத்தில் சாணங்களை வாரிக்கொண்டுமிருந்த பெண்களும் கேள்வியோடு திரும்பிப் பார்த்துவிட்டுத் தங்களின் வேலையைத் தொடர்ந்தனர்.

நடுத் தெருவைத் தாண்டி, தெற்குத் தெருவில் அவர்கள் நுழைந்தபோது, திண்ணையில் குத்துக்கால் போட்டு உட்கார்ந்து, பீடியை உறிஞ்சிக்கொண்டிருந்த ஊர் நாட்டாண்மை இவர்களை உற்றுப் பார்த்தார். இடுப்பில் கட்டியிருந்த வெள்ளை வேட்டி தொடைக்கு மேலாகச் சுருண்டிருக்க, உள்ளேயிருந்த நீல நிற டவுசர் உப்பியபடி தெரிந்தது. வெற்றுடம்பு கற்பாறையாகப் பளபளத்தது.

“ன்னாங்கடா காலிலியே கும்பலா களம்பிட்டீங்க ஊர்ல கல்யாணம், காது குத்துக் கூட இன்னிக்கி எதுவுமில்லியே?” நக்கலாகப் பேச்சை இழுத்தவர், சுந்தரின் முகத்தைப் பார்த்ததும் புருவங்களைச் சுருக்கினார்.

“நாட்டாம்கார நீயே இந்த அக்ருமத்த பாரு பச்சக் கொயந்திய இப்டிக் கந்தலு கோலம் பண்ணி கீறாங்களே நாயமா?” அவரைப் பார்த்து குரல் உதறக் கேட்டாள் நீலம்மா. ரஞ்சிதா வேகமாக ஒருமுறை தேம்பினாள்.

நீலம்மாவையும் சுந்தரையும் உற்றுப் பார்த்தார் நாட்டாண்மை. ரஞ்சிதாவையும் வெறித்துப் பார்த்தார்.

“இன்னாச்சி இப்டி மொட்டயா சொன்னா எப்டி?” நக்கலாகக் கேட்டார்.

நடந்ததைச் சுருக்கமாகச் சொன்னான் சுந்தர்.

“யாரு அந்தப் பேமானி இவனுங்களுக்கு இதே வேலயாப் பூட்ச்சி.”

“அதான தெர்ல ஊடு மட்டும் தெரியும்னு சொல்து பாப்பா அதாங் யாருனு பாக்கலாம்னு போய்கினு கீறோம்” என்றான் சுந்தர்.

“ஆளே தெரிலியா ஊடு மட்டும் எப்டித் தெரியும்?”

“தெரியும்னு சொல்து ஊட்டப் பாத்தா ஆளு தெரிது”

சுந்தர் சொன்னதும், வேண்டா வெறுப்பாகத் திண்ணையிலிருந்து கீழே இறங்கினார் நாட்டாண்மை.

கூட்டம் மேலே நடந்தது. அவரும் அவர்களுடன் சேர்ந்து நடந்தார். ஊர்க்காரர்கள் சிலரும் அவர்களோடு சேர்ந்துகொண்டனர். அந்தத் தெருவைக் கடந்து கடைசித் தெருவில் திரும்பியது கூட்டம். அந்தத் தெருவில் ரஞ்சிதா கை காட்டிய வீடு, நாட்டாண்மையின் சொந்தத் தம்பி நாராயணனின் வீடு. அவன் அந்தத் தெருவில் பூர்வீக இடத்தில் வீடு கட்டிக்கொண்டு வசிக்க, நாட்டாண்மை வடக்குத் தெருவில் தனியாக இடம் வாங்கி வீடு கட்டிக்கொண்டு வந்துவிட்டார்.

அந்த வீட்டுக்குள்ளிருந்து வெளியே வந்த நாட்டாண்மையின் தம்பி மருமகள், நடந்ததைக் கேள்விப்பட்டு, ஓங்காரமாகக் காரி திண்ணையின் கீழே துப்பிவிட்டு உள்ளே போனாள்.

“தராதரம் தெரியாத நாயி... உன்னும் ஊட்டுக்கு வர்ல போல கீது வர்ட்டும், நல்லா காறித் துப்பறங் நீங்க ஊட்டுக்குப் போங்க” என்றார் நாட்டாண்மை. தராதரம் தெரியாத நாய் என அவர் யாரைச் சொன்னார் எனச் சுந்தருக்குச் சந்தேகம் வந்தது.

“ஊட்டுக்கு எங்கணா போறது? போலீஸ் ஸ்டேசனுக்குதாங் போவணும்...”என்றான் சுந்தர்.

“போலீஸ் ஸ்டேசனுக்கு எதுக்குபா அவங் ஊட்டுக்கு வர்ட்டும் அந்த எருமாட்டுக்கு நானே புத்தி சொல்றங். இனிம இப்டிலாம் நடக்காது. அதுக்கு நானு ஜவாப்பு” என்றார் நாட்டாண்மை.

“இன்னா ஜவாப்பு? போயி கேசு குடுக்கறம் புடிச்சி ஜெயில்ல போடட்டும் அங்க வந்து குடுங்க ஜவாப்பு” சுந்தர் ஆத்திரத்தோடு கத்தினான்.

அதற்குள் அங்கே ஊர்க்காரர்கள் இன்னும் பல பேர் கூடிவிட்டனர்.

“ஜெயில்ல போட்ருவியா அவ்ளோ தைரிமா? போட்டுட்டு எங்கடா போவீங்க? சோத்துக்கு இங்க தான வரணும்?” என எகிறினார் ஒரு பெரியவர்.

“நடந்த சம்பவத்துக்கு எதுனா சாட்சி கீதா? துட்டுக்காவ பொய் கேசு குட்த்தனு பிளேட்ட திருப்பி உட்ருவம்” ஒரு இளவட்டம் கத்தியது.

“ஏம்பா சுந்தரு நீ பட்ச்ச புள்ளதான... இவ்ளோ நாளா தாயா புள்ளயாதான கீறோம் எதுக்கு ஊர்ல ஒன்னொக்கொன்னு பக நானு ஜவாப்னு சொல்றங் இல்ல எல்லாரும் திரும்பி ஊட்டுக்குப் போங்க போயி அந்தக் கொய்ந்திக்கி சாப்ட எதுனா குடுங்க” சாந்தமாகச் சொன்னார் நாட்டாண்மை.

“ஒரேய் நைனா ஊர்ல பெத்தவாடே செப்த்தாடு ஆயன்னே சூஸ்குண்டாரு ராரா போத்தாம்” (டே நைனா ஊர்ல பெரிய மன்சனே சொல்றாரு அவுரு பாத்துக்குவாரு வாடா போலாம்) சுந்தரின் கையைப் பிடித்து இழுத்தாள் நீலம்மா.

அவன் சித்தி வெங்கடம்மாவும் கண்களைத் துடைத்துவிட்டு, ரஞ்சிதாவை இழுத்தபடி வீட்டை நோக்கி நடக்கத் தொடங்கினாள். அவளோடு ஒட்டியபடி நடந்த ரஞ்சிதாவின் உடல் மெலிதாக அதிர்ந்துகொண்டே இருந்தது.

வேறு வழியில்லாமல் சுந்தரும் அவர்களோடு நடந்தான். எல்லோரும் சுந்தரின் வீட்டு வாசலில் கும்பலாக நின்றனர். அவர்களின் கோபம் கரைந்து, கரைந்து, கண்களில் பரிதாபம் திரையிட்டிருந்தது.

“ஊர்னி எதிரின்சு மனமின்னின்ச்சி நிலவன மாலுமா நைனா” (ஊர எதுத்து நம்பளால நிக்க முடியுமா நைனா?”) எனச் சுந்தரிடம் நீலம்மா பரிதாபமாகக் கேட்டாள்.

உண்மைதான். அப்படி எதிர்த்து நிற்க முடிந்திருந்தால் சுந்தரின் பெரியப்பன் பெத்தவாடனின் மகள் ராணி தூக்குப் போட்டுச் செத்திருப்பாளா?

அதை நினைத்ததும் சுந்தரின் மனம் மீண்டும் கொதிக்கத் தொடங்கியது. ராணியின் முகம் அவன் கண்களுக்குள் ஆடியது.

எப்பேர்ப்பட்ட அழகி அவள். ஒட்டுமொத்த ஊரும் அசந்து போய் வாய் பிளந்து பார்த்ததே அவளது வனப்பை. தோல் உரித்த பனங்கிழங்கைப் போலக் தகதகத்த அவளது உடல்... நெருப்பில் போட்ட கரிக்கட்டையாய்க் கருத்துப்போய், இதோ இங்கிருந்த புளியமரத்தின் கிளையில் தொங்கியதை ஊர் மறந்துவிட்டது. இந்தக் குடியிருப்பும் மறந்துவிட்டது. ஆனால், சுந்தரால் மறக்க முடியுமா?

35

காவல் நிலையத்தின் எதிரிலிருந்த தைல மரம் ஒரு அசுரனைப் போல மிக உயரமாக ஓங்கி வளர்ந்திருந்தது. அதன் அடி மரத்திலிருந்து கண்ணுக்குத் தெரியும் உயரம் வரை வெளிர் பச்சை இலைகள். சரம் சரமாய்ப் பூத்திருந்த வெந்நிறப் பூக்களும், நட்சத்திரம் போன்ற பச்சை நிறக் காய்களும் அதன் சிறு சிறு கிளைகளின் முனைகளில் இலைகளோடு சேர்ந்து தொங்கிக்கொண்டிருந்தன.

தைல மரத்துக்குத் துணையாக, அதன் இரு புறமும் நின்றிருந்த நான்கு அசோகா மரங்களின் அடர் பச்சை இலைகளும் இடைவெளியே இல்லாமல் நீள நீளமாய்க் கீழ் நோக்கித் தொங்கிக்கொண்டிருந்தன.

காவல் நிலையத்தின் வாசலில் வட்டமாய் நடப்பட்ட செங்கல் வளையத்துக்குள் நின்றிருந்தது கொடிக் கம்பம். அதன் அடிப்பக்கத்திலிருந்த சிறிய குறுக்குக் கம்பியிலிருந்து மேல் நோக்கிப் போன விரல் கனமுள்ள கயிறு அந்தக் கம்பத்தின் முனையிலிருந்த வளையத்தில் நுழைந்து, மீண்டும் கீழ் நோக்கி இறங்கியிருந்தது. அது அடிக்கம்பத்தில் சுற்றிக் கட்டப்பட்டிருந்தது. வருடத்திற்கு இரண்டு முறை மட்டுமே கொடி பறக்கும் அந்தக் கம்பம் அந்தக் காவல் நிலையத்தைப் போலவே கடமைக்கு அங்கே நின்றிருந்தது.

அந்தக் கம்பத்தின் உச்சியில் உட்கார்ந்து தலையைச் சாய்த்துச் சாய்த்துப் பார்த்த ஒரு காகம் “கா... கா...” எனக் கரைந்துகொண்டே எழும்பிப் பறந்து தைல மரத்தின் பாதியில் புகுந்து ஒரு சிறிய கிளையில் உட்கார்ந்தது. கீழ் நோக்கித் தலையைச் சாய்த்துச் சாய்த்துப் பார்த்தது. வால் இறக்கையை லேசாக மேலே உயர்த்திப் புதுக்கென எச்சம் கழித்தது.

அந்தத் தைல மரத்தின் கீழே ஜன்னல் ஜன்னலாய் இருந்த நிழலில் உட்கார்ந்திருந்தாள் நீலம்மா. திடுமெனத் தன் தலையின் மீது சொதக்கென விழுந்த அந்த எச்சத்தைத் தடவிப் பாரத்தாள். விரல்களில் கறுப்பும் வெளுப்புமாய்ப் பூசிக்கொண்ட எச்சத்தின் அருவருப்பில் முகம் சுளித்தாள். தலையை உயர்த்தி மேலே பார்த்தாள்.

காகம் கீழேயே பார்த்துக்கொண்டிருந்தது.

"ஏய் தூ காக்காக்குக் கூட நம்பள பாத்தா கேவலமா கீது பாரு எந் தலைல வந்துதாங் பீ பேள்ணுமா." என்றவள் குனிந்து அருகிலிருந்த ஒரு சிறிய கல்லை எடுத்து, நிமிர்ந்து காகத்தை நோக்கி அடிப்பது போலக் கையை வீசினாள்.

"மோவ் கைய வெச்சிகினு சொம்மா இரு கல்லு யார் மேல்னா வியப்போவுது" எனப் பல்லைக் கடித்தவாறு மெதுவாகச் சொன்னான் சுந்தர். அந்தத் தைல மரத்தின் கீழே பொறுமையற்று அவன் நின்றுகொண்டிருந்தான்.

கையை அந்த மரத்தின் மேலேயே துடைத்துவிட்டு, புடவை முந்தானையால் தலையை அழுத்தித் துடைத்துக்கொண்டாள் நீலம்மா.

அவர்களின் அருகில் ரஞ்சிதா தலையைக் குனிந்து தரையில் உட்கார்ந்திருந்தாள். அவள் முகம் பயத்தில் வெளுத்திருந்தது. வெங்கடம்மா, கன்னிச்சி, தோலுவாடன், ரவி என அவர்களின் அருகில் உட்கார்ந்திருந்த எல்லோரின் கண்களும் ரஞ் சிதாவைப் பார்ப்பதும், திரும்பிக் காவல் நிலைய வாசலைப் பார்ப்பதுமாக இருந்தன.

காவல் நிலையத்தின் விசாலமான காங்கிரீட் கூரைக்குக் கீழிருந்து சிமெண்ட் சீட்டுகள் முன்புறம் விரிந்திருந்தன. அதன் அடியில், வாசலுக்கு இடது புறமும் போடப்பட்டிருந்த இரண்டு மரப் பெஞ்சுகளில் ஊர்த் தலைவர், ஊர் நாட்டாண்மையின் தம்பி நாராயணன், ரஞ்சிதாவிடம் வம்பு செய்த அவனது மகன் சுப்பிரமணி, அவர்களது பங்காளிகள் நான்கு பேர், ஊர்க்காரரர்கள் ஏழுபேர் எனப் பதினான்கு பேர் கால்களைக் கீழே தொங்கவிட்டுச் சகஜமாக உட்கார்ந்திருந்தனர்.

அவர்களின் பக்கவாட்டில் ஒரு சிறிய மேசையின் முன்பு உட்கார்ந்திருந்தார் காவல் நிலைய எழுத்தர். அவர்கள் சத்தமாகப் பேசும்போதெல்லாம் மெதுவான குரலில் அவர்களை எச்சரித்து அடக்கிக்கொண்டிருந்தார்.

ஊர் நாட்டாண்மை உள்ளறையில் உட்கார்ந்து காவல் ஆய்வாளருடன் சிரித்துச் சிரித்துப் பேசிக்கொண்டிருந்தது வெளியே கேட்டுக்கொண்டிருந்தது.

அவருடன் உட்கார்ந்து ஆய்வாளரிடம் பேசிக்கொண்டிருந்த அவர்களின் சமுதாயத்தின் வட்டாரத் தலைவர் திடுமென எழுந்து வெளியே வந்தார். அவர் இடுப்பில் கட்டியிருந்த வேட்டி கஞ்சியின் விரைப்பில் மொடமொடத்தது. வேட்டியின் ஓரமிருந்த கரை புத்தம் புதிதாகப் பளிச்சிட்டது. மேல் நோக்கி

நிமிர்ந்திருந்த தனது மீசையின் முனையை இடது கை விரல்களால் மேலும் முறுக்கி நிமிர்த்திவிட்டார். இடது காதில் வைத்து அழுத்தியிருந்த கைப்பேசியில் சிரித்துச் சிரித்துப் பேசிக்கொண்டே சற்றுத் தூரம் முன்னோக்கி நடந்தார். பேசி முடித்ததும் சுந்தரையும், அவனுடன் வந்தவர்களையும் ஒரு பார்வை பார்த்துவிட்டு மீண்டும் உள்ளே போனார்.

அவரையும், அவரின் மிடுக்கையும் பார்த்த சுந்தருக்குக் கோபமும் எரிச்சலும் பற்றிக்கொண்டு வந்தன. காலையில் ஏழு மணிக்கு அங்கே வந்தார்கள் அவர்கள். மணி பன்னிரண்டையும் கடந்துவிட்டது. இன்னும் அவர்கள் யாரையும் உள்ளே கூப்பிட்டு ஒரு வார்த்தையும் விசாரிக்கவில்லை.

காவல் நிலையத்திலிருந்து காலை ஆறு மணிக்கே ஒரு காவலர் வந்து தகவல் சொன்னார். இவர்கள் ஆதாபாதையாகக் கிளம்பி உடனே அங்கே வந்துவிட்டனர். ஆனால், ஊர்க்காரர்கள் பத்து மணிக்குதான் ஆடி அசைந்து வந்து சேர்ந்தனர். அவர்களின் வட்டாரத் தலைவர் பதினோரு மணிக்குதான் வந்தார். காவல் ஆய்வாளர் பன்னிரண்டு மணிக்குத்தான் வந்தார்.

"கணே இதுக்குத்தான்டா கேசு குடுக்க வாணாம்னு அப்பவே சொன்னங் பாத்தியா இப்ப உள்ள யார் யாரோ பெரிய பெரிய ஆளுங்கல்லாம் பேசிகினு கீறாங்க போனுல வேற பேசறாங்களாம் நம்பளுக்குனு யாரு கீறாங்க நைனா?"

எனக் கேட்டுக்கொண்டே முந்தானையால் மூக்கையும் முகத்தையும் துடைத்துக்கொண்டாள் நீலம்மா. முந்தானையிலிருந்த காக்கையின் எச்சம் கொஞ்சமாக அவளின் மூக்கில் வெள்ளையாய் பூசிக்கொண்டது.

சம்பவம் நடந்த அன்று இவர்கள் நியாயம் கேட்கப் போனபோது, சமாதானமாகப் பேசிய ஊர் நாட்டாண்மை, அதற்குப் பிறகு இந்த விவகாரத்தில் எதுவுமே செய்யவில்லை. சம்பந்தப்பட்ட சுப்பிரமணியைக் கூப்பிட்டு ஒரு வார்த்தை கண்டிக்கக் கூட இல்லை.

அது சுந்தருக்குள் மேலும் மேலும் ஆத்திரத்தைக் கிளப்பிவிட்டது. ஒருவாரம் வரை பொறுமையாகக் காத்திருந்தவன், அடுத்த ஞாயிற்றுக்கிழமை இந்தக் காவல் நிலையத்திற்கு வந்து விலாவாரியாக ஒரு புகாரை எழுதிக் கொடுத்தான்.

அப்போது காவல் நிலையத்தில் இருந்த இந்த எழுத்தர் அந்தப் புகாரைக் கூட வாங்கவில்லை. மாலை மூன்று மணி வரை இவர்களை வாசலிலேயே காக்க வைத்து, யார் யாரிடமோ கைப்பேசியில் பேசிவிட்டு, அதன் பிறகும் வேண்டா வெறுப்பாகத்தான் அதை வாங்கிக்கொண்டார்.

"அய்யா வெளியூரு கேம்ப் போயிருக்காரு வர ரெண்டு நாளு ஆவும் பொதங் கெழம தகவலு சொல்றோம் காத்தலயே சம்பந்தப்பட் பொண்ணு. சாட்சிங்க எல்லாரும் இங்க வந்து ஆஜராவணும்." என்று அப்போதே கறாராகச் சொல்லி அனுப்பினார்.

219 ● சேங்கை

அதனால்தான் முன்கூட்டியே அலுவலகத்தில் விடுப்புச் சொல்லியிருந்தான் சுந்தர். காலையிலேயே வெறும் தண்ணீரை மட்டும் குடித்துவிட்டுக் கிளம்பினான். அவனுடன் வந்தவர்கள் யாரும் பச்சைத் தண்ணீரைக்கூடக் குடிக்கவில்லை.

இவன் புகார் கொடுத்துவிட்டுப் போன மறுநாள் காலையிலேயே இரண்டு காவலர்கள் ஊருக்கு வந்து விசாரித்துவிட்டுப் போனதாக நீலம்மா இவனிடம் சொன்னாள். வேலையிலிருந்து திரும்பிய அந்த இரவில் அதைக் கேட்ட போது களைப்பையும் மீறி உற்சாகம் வந்தது இவனுக்கு.

காவல் துறை சரியாகத் தனது கடைமையயைச் செய்யத் தொடங்கிவிட்டது என நினைத்துக்கொண்டான். எப்படியும் அந்த நாயைப் பிடித்து ஜெயிலில் போட்டுவிடுவார்கள். அதற்குப் பிறகாவது ஊர்க்காரர்களுக்குப் புத்தி வரட்டும் எனவும் நினைத்துக்கொண்டிருந்தான்.

ஆனால், இங்கே நடப்பதைப் பார்த்ததும் அவனுக்குள் இருந்த அந்த நம்பிக்கை வற்றத் தொடங்கியிருந்தது.

மணி ஒன்றை நெருங்கியது.

"ஏம்பா சுந்தரு யாருபா அய்யா கூப்டறாரு அந்தப் பொண்ண கூப்டுகிட்டு உள்ள வா" என்று உள்ளேயிருந்து வந்த ஒரு காவலர் கத்தினார்.

அந்த நம்பிக்கை மீண்டும் மனசுக்குள் துளிர்க்க எழுந்த சுந்தர், ரஞ்சிதாவுடன் உள்ளே ஓடினான்.

உள்ளே நுழைந்து, இடது புறமிருந்த விஸ்தாரமான அறைக்குள் நுழைந்தான். ஆய்வாளருக்குப் பணிவாக ஒரு வணக்கம் வைத்தான். சுந்தரை ஏற இறங்கப் பார்த்தார் ஆய்வாளர். அவர் கண்களில் ஊசியைப் போலக் கூர்மை. அந்தப் பார்வை சுந்தரின் கண்களுக்குள் முள்ளைப் போலக் குத்தியது. ரஞ்சிதாவையும் உற்று உற்றுப் பார்த்தார்.

அந்தப் பெரிய அறைக்கு ஏற்ப விசாலமான பெரிய மேசை போடப்பட்டிருந்தது. அந்த மேசையின் அளவுக்கு அதன் மீது ஒரு பெரிய கண்ணாடி. அது பார்க்க வழுவழுவென மிக அழகாக இருந்தது. கண்ணாடிக்குள் ஒரு பெரிய பிள்ளையார் படம். மேசையின் மீது இடது புறம் ஒரு கறுப்பு நிறத் தொலைப்பேசி. அதன் அருகிலேயே அரை அடி உயரத்தில் ஒரு சிறிய பிள்ளையார் சிலை. சந்தன நிறத்தில் வழவழப்பாக இருந்த பிள்ளையாரின் தும்பிக்கை மின் விளக்கு வெளிச்சத்தில் மேலும் பளபளத்தது. அந்தத் தும்பிக்கையின் இடுக்கில் ஒரு மஞ்சள் சாமந்திப் பூ வைக்கப்பட்டிருந்தது. தொலைப்பேசியின் தலை மீதும் ஒரு சாமந்திப் பூ.

நாற்காலியில் சாய்ந்து உட்கார்ந்திருந்த ஆய்வாளர் நல்ல நிறம். ஆள் தாட்டியாக இருந்தார். அவரது முறுக்கு மீசை இரண்டு விரல் கனத்தில் பளபளத்தது. தலையில் பாதிக்கு மேல் வழுக்கை. முன் வழுக்கை தெரியாமலிருக்க இடது காதோர முடிகளை நீளமாக வளர்த்து, அதை முன் தலையின் மீது இழுத்து வாரி வழுக்கையைப் போர்த்தியிருந்தார்.

ஆய்வாளரின் எதிரில் உட்கார்ந்திருந்த நாட்டாண்மை நல்ல சுத்தமான வெள்ளை வேட்டியும், மஞ்சள் நிறச் சட்டைக்கு மேலே சந்தன நிறத் துண்டும் போட்டிருந்தார். அவர் அருகிலிருந்த அந்த வட்டாரத் தலைவர் கைப்பேசியைக் கையில் பிடித்துக்கொண்டு சுந்தரையே வெறித்துப் பார்த்தார்.

“நீதாங் கம்ளைண்ட் குடுத்த சுந்தரா?” அதட்டலாகக் கேட்டார் ஆய்வாளர்.

“ஆமா சார்”

“என்ன வேல செய்ற?”

“லாரி டிராான்ஸ்போர்ட்ல கிளார்க் சார்”

“எங்க”

“மெட்ராஸ்ல சார்”

“ஓஹோ மெட்ராஸ்ல வேல செஞ்சா பொய்யா கம்ளைண்ட் குடுக்கலாமா?”

அதிர்ச்சியோடு அவரைப் பார்த்தான் சுந்தர். ஆய்வாளரின் பார்வையில் இப்போது கோபம் கொப்பளித்தது.

“சார் நானு எதுக்கு சார் பொய்யா கம்ளைண்ட் குடுக்கறங் இன்னா நடந்திச்சினு இந்தப் பாப்பாவையே கேளுங்க சார்”

“யார எப்டி விசாரிக்கணும்னு எங்களுக்குத் தெரியும்” என்றவர் ரஞ்சிதாவை உற்றுப் பார்த்தார்.

“பாப்பா நீ போயி வெளிய இரு” என்று ரஞ்சிதாவைப் பார்த்துச் சொன்னார். அவள் தயங்கினாள். ஆய்வாளர் முறைக்க வெளியே போனாள்.

“த பாருப்பா டிகிரி படிச்சிருக்கறனு சொன்னாங்க அதனாலதாங் மரியாதயா பேசிட்டு இருக்கங் இல்லனா இந்நேரம் உள்ள வெச்சி லாடம் கட்டி இருப்பம் பேசாம உங்க ஆளுங்கள அழைச்சிட்டு வீட்டப் போயி சேரு”

“என்ன எதுக்கு சார் மெரட்றீங்க நானு இன்னா சார் தப்பு பண்ணங்” கோபத்தோடு கேட்டான் சுந்தர்.

“சம்பவம் எண்ணிக்கு நடந்ததுனு புகார் குடுத்திருக்க”

“ரெண்டு வாரத்துக்கு முன்னால ஞாயித்துக் கெழம சார்”

“என்னிக்கிப் புகார் குடுத்த”

“போன ஞாயித்திக் கெழம சார்”

“சம்பவம் நடந்த அன்னிக்கே ஏங் கம்ப்ளைண்ட் குடுக்கல?”

“ஊர் நாட்டாம்காரு பேசிட்டுச் சொல்றனு சொன்னாரு சார்”

“என்ன சொல்றனு சொன்னாரு நீ கேட்ட பணத்த வாங்கிக் குடுக்கறனு சொன்னாரா.”

அவரை அதிர்ச்சியோடு பார்த்தான்.

“சம்பவம் நடந்ததுக்குச் சாட்சி இருக்கா சாட்சி இல்லனா கோர்ட்டுக்குப் போனாலும் கேஸ் நிக்காது தெரிமா?”

எந்தச் சாட்சியைக் கொண்டுவந்து நிறுத்துவான் சுந்தர். பதில் சொல்ல முடியாமல் தடுமாற்றத்துடன் நின்றான்.

“இப்டி ஒரு சம்பவம் நடந்ததா பொய் சொல்லி பணம் கேட்டு மெரட்டனதா நாட்டாம்காரரு உம்மேல ஒரு கம்ளைண்ட் கொடுத்திருக்காரு”

நாட்டாண்மையைத் திரும்பிப் பார்த்தான் சுந்தர். அவர் முகத்தை வேறு பக்கமாகத் திருப்பிக்கொண்டார். அவர் மேல் ஆத்திரம் ஆத்திரமாக வந்தது அவனுக்கு.

“நாட்டாம்கார இன்னா இது இது நல்லால்ல நாங்க ரொம்பப் பொறுமையா போறம் எங்கள ரொம்பச் சீண்டிப் பாக்கறீங்க இதுக்குலாம் ஒரு நாளிக்கி நீங்க அனுபவிப்பீங்க.”

நாற்காலியைப் பின்னுக்குத் தள்ளிவிட்டுச் சடாரென எழுந்த ஆய்வாளர், சுந்தரின் கன்னதில் பளாரென ஒரு அறை விட்டார். நிலை தடுமாறியபடி அதிர்ச்சியோடு அவரைப் பார்த்தான்.

“தாயோளி எவ்ளோ தைரியம் இருந்தா ஏங் எதிர்லியே அவர மெரட்டுவ அப்டினா அவங்க குடுத்த கம்ளைண்ட் கரக்ட்டுதான?”

“சார் நாங்க பணத்துக்கு ஆசப்பட்ற ஆளுங்க இல்ல தப்பு பண்ணவன காப்பாத்த பிளேட்ட மாத்தறாரு இவரு”

“யாரு பிளேட்ட மாத்தறதுனு எங்களுக்குத் தெரியும் புகார வாபஸ் வாங்கிட்டுப் பொத்திக்கிட்டுப் போயிட்டே இரு இல்லனா தூக்கி உள்ள வெச்சிருவங்”

ஆய்வாளர் பேசுவது அவனுக்கு அதிர்ச்சிக்கு மேல் அதிர்ச்சியாக இருந்தது. பேச வார்த்தைகள் வராமல் விக்கித்துப் போய் நின்றான் சுந்தர்.

“டிகிரி பட்ச்சிருக்கற கிரிமினல் லிஸ்ட்ல பேர சேர்த்துட்டா என்ன ஆவும் தெரிமா? அக்கம் பக்கத்துல எந்தத் தப்பு நடந்தாலும் உன்னதாங் தூக்கிட்டு வந்து உள்ள வைப்பம் பியூச்சர்ல நீ எந்த வேலைக்கும் போவ முடியாது ஞாபகத்துல வெச்சிக்க உனுக்கு நல்ல கோட்டா இருக்கு ஒழுங்கா எதுனா குரூப் எக்சாம் எழுதி வேலைக்குப் போறதுக்குப் பாரு.”

“தம்பி அய்யா சொல்ற மாரி புகார வாபஸ் வாங்கிக்க எங்காளுங்களயும் வாபஸ் வாங்க சொல்றங் பியூச்சர் முக்கியம்” சுந்தரிடம் அக்கறையோடு சொன்னார் அந்த வட்டாரத் தலைவர்.

அவர் அப்படிச் சொன்னதும் சுரீரென ஒரு ஆத்திரம் பற்றிக்கொண்டது சுந்தருக்குள். சுற்றி இருக்கிற எல்லோரது முகத்திலும் காறிக் காறித் துப்ப வேண்டும் என அவன் மனம் துடித்தது. ஆனால், அடக்கிக் கொண்டான்.

“ரொம்ப யோசிக்காத ஏதோ அய்யா நல்ல மூடுல இருக்காரு எழுதிக் குடுத்துட்டுக் களம்பு” என்றார் அந்தத் தலைவர்.

“ஊருக்குப் போனப்பறம் இவங்க யார் கிட்டயும் வம்பு பண்ண மாட்டனு சேர்த்து எழுதிக் குடுத்துட்டுப் போ அவங்களுக்கு எதுனா ஆனா அதுக்கும் நீதாம் பொறுப்பு.”

அப்போது வெளியில் நின்றிருந்த காவலர் உள்ளே வந்தார். ஆய்வாளருக்கு ஒரு சல்யூட் அடித்தார். சுந்தரின் கையைப் பிடித்துத் தரதரவென இன்னோர் அறைக்கு இழுத்துப் போனார்.

“தம்பி பேசாம உங்காளுங்களக் கூப்டுகினு போய்டு இன்ஸ்பெக்டர் ரொம்ப மோசமான ஆளு புள்ளி வெச்சிட்டார்னா உடமாட்டாரு உன்னோட பியூச்சர பாரு அந்தப் பொண்ணு பியூச்சரும் முக்கியம் ஒடனே களம்பிடுங்க” என்று அவன் காதோடு மெதுவாகச் சொல்லிவிட்டு அவனது கையைப் பிடித்து வெளியே கூட்டி வந்தார்.

காவல் நிலையத்தின் வாசலையே பார்த்துக்கொண்டிருந்தனர் சுந்தரின் உறவினர்கள். சுந்தரை ஒரு காவலர் கையைப் பிடித்து அழைத்து வருவதைப் பார்த்ததும் எல்லோரும் கலவரத்தோடு எழுந்து நின்றனர்.

ஆய்வாளர் சொன்னதைப் போலவே ஒரு வெள்ளைத்தாளில் எழுதிக் கையொப்பம் போட்டுக் கொடுத்தான் சுந்தர்.

அதற்குப் பிறகுதான் இவர்கள் எல்லோரையும் வீட்டுக்கு அனுப்பி வைத்தனர்.

“தீனிக்கோசுரம்தாரா நைனா கேசந்தா ஒத்தனி நேனு அப்புடே தல்லோ தல்லோ கொட்டுகின்டினி” (இதுக்குத்தான்டா நைனா கேசுலாம் வாணாம்னு நானு அப்பவே தலைல தலைல அட்ச்சிகினேங்) என்றாள் நீலம்மா.

36

ஓட்டுநர் கில்லி பாபு தன்னைக் கையசைத்துக் கூப்பிட்டதும் அதிர்ச்சியோடு அவரைப் பார்த்தான் மணி. லோடு ஏற்ற ஒரு வண்டி கூட வந்து சேராத சோர்வுடன் பைப் நிறுவனத்தின் வாசலில் நின்றிருந்த மணி அவரை அங்கே எதிர்பார்க்கவில்லை.

“சார் இன்னா சார் அப்டிப் பாக்கறீங்க என்ன அடையாளம் தெர்லியா அதுக்குள்ளிமா மறந்துட்டீங்க? பழைய பாவனா டிரைவரு பாபு சார் கில்லி பாபு”

மணிக்கு அவருடன் பேசுவதற்கே சங்கடமாக இருந்தது. அவரைப் பார்த்து ஒரு வருடத்துக்கும் மேலாகிறது தான். ஆனாலும் எப்படி மறக்க முடியும்?

எப்படியாவது சொந்தமாக லாரி வாங்குவதுதான் லட்சியம் என இவனிடம் சொன்னதைப் போலவே, ஒரு வருடத்துக்கு முன்பு சொந்தமாக ஒரு அசோக் லைலண்ட் லாரியை வாங்கிவிட்டார் கில்லி பாபு. அப்போதே அலுவலகத்தில் அதைப்பற்றிப் பரபரப்பாகப் பேசிக்கொண்டார்கள்.

கம்பனியின் நிதி நிலைமையே சரியில்லாத போது, அதில் வேலை செய்த ஒரு ஓட்டுநர் சொந்தமாக ஒரு லாரி வாங்குது சாதாரண காரியமா...? அவரைப் போலப் பல ஓட்டுநர்கள் பொய்க் கணக்குக் கொடுத்து இலட்சக்கணக்கில் சம்பாதித்துவிட்டதாகவும் அவர்களும் சீக்கிரத்திலேயே லாரி வாங்குவார்கள் எனவும் மாதவனே சொன்னார்.

சும்மாவே ஓட்டுநர்களை மிக மட்டமாகப் பேசும் வேலூர் மேலாளர் கேசவன், இப்போது அவர்களிடம் வெறி நாயைப்போலக் குரைப்பதாகவும் பேசிக்கொண்டனர்.

அடுத்த ஆறாவது மாதமே கில்லி பாபு இன்னொரு லாரியும் வாங்கியிருப்பதாகத் தகவல் வந்ததும் தீ பற்றிக் கொண்டது.

"ஒன்னாம் நம்பர் பிராடு நாயி நல்லா ஏமாத்தி இருக்கறாம்பா நம்பள இல்லனா ரெண்டு லாரிய வாங்க முடிமா?" என முதலாளி கூட சென்னை வந்தபோது இவர்களிடமே சொன்னார்.

"ன்னா சார் என்ன அதுக்குள்ள மறந்துட்டீங்களே சார்" பாபு சிரித்தபடியே மீண்டும் கேட்டார்.

"த்ஸ்ஸ்... இல்லங்க ஏதோ யோசனைல இர்ந்தங்" சமாளித்தான் மணி.

"இன்னா யோசன நானு கம்பனி பணத்த கொள்ளட்ச்சிகினு போயி லாரி வாங்கிட்டதா பேசறாங்களே அந்த யோசனதான?"

அவரை ஆச்சரியமாகப் பார்த்தான் மணி.

"எலலாருமே அப்டிதாங் சார் நெனைக்கறாங்க ஆனா, மெய் எது, பொய் எதுனு அந்தக் கடவுளுக்குதாங் சார் தெரியும்"

அவரைப் புதிராகப் பார்த்தான் மணி.

"சார் என்னப்பத்திதாங் உங்களுக்கே நல்லா தெரியுமே பீடி, தண்ணீ, பலான சகவாசம்னு எதுவுமே எனுக்குப் பயக்கம் இல்ல அதுக்குனு செலவு பண்றத எல்லாம் மிச்சம் பண்ணிதாங் சிறவ சிறுவ சேத்தங் டிரைவர் வேலைல பதினெட்டு வர்ச சர்வீசு சார்"

அவர் பேசுவதையே பார்த்துக்கொண்டிருந்தான் மணி.

"கைல சேர்த்து வெச்சிகினு இர்ந்த பணத்தோட பைனான்சும் வாங்கிதாங் மொத வண்டிய எட்த்தங் நல்ல நேரம் லோடு நல்லா கெட்ச்சிசி அந்த நம்பிக்கைலதாங் ரெண்டாவது வண்டிய ஃபுல் பைனான்ஸ்ல எடுத்துக் கீறங் அத எம் மச்சான் ஓட்றாங் இத நானு ஓட்றங் பரவால்ல சார் இப்டியே நாலஞ்சி வர்சம் ஓட்னா பைனான்ச புல்லா கட்டி முட்ச்சிருவங்" சொல்லிவிட்டு வெள்ளையாய்ச் சிரித்தார்.

"பரவால்லியே மத்தவங்கள மாதிரி உங்களுக்கு வேற ஒரு பிரச்சனயும் இல்லியா இந்தத் தொழில்ல?"

“எனுக்கு மட்டும் பிரச்சன இல்லாம இருக்குமா சார் போலீஸ் தொல்ல மாமூல் பிரச்சன அது போதாதுனு கர்நாடகாவுல ஒரு கேசு, மகாராஸ்டிராவுல மூனு கேசு எல்லாமே கீது சார்”

“இன்னா கேசு?”

“வேற இன்னா கேசு ஆக்சிடெண்டு கேசுதாங் ஒன்னு மட்டும் திருட்டுக் கேசு சைக்கிள் லோடு எட்த்துகினு போனப்போ பம்பாய்ல தார்ப்பாய அவுத்துக் கொஞ்சம் பொருளத் திருடிட்டானுங்களே அது அந்த ஸ்டேட்டுப் போலீஸ்ல குட்த்த கேசு திடீர் திடீர்னு நேர்ல வரசொல்லி போலீஸ்ல இர்ந்து கூப்டுவாங்க கோர்ட்டுச் சம்மனும் வரும் அங்க லோக்கல் புரோக்கர் ஆபீஸ் போன் நம்பர குட்த்து கீறங் அவங்கதான் எனுக்குத் தகவல் சொல்வாங்க கேஸ்னா எங்க இர்ந்தாலும் அப்படியே உட்டுட்டு ஓடணும் போவலன்னா வாரண்ட் அனுப்பி உள்ள புட்ச்சி போட்ருவாங்க டிரைவருங்களுக்கு அது ஒரு ரோதன சார் எது எதுக்குதாங் பயப்பட்றது நாங்க”

“ஆக்சிடென்ட் கேஸ்ல பைன்தான கட்டப் போறீங்க அதுல இன்னா கஸ்ட்டம்”

“அதுக்கும் கேசு நடக்கறப்போ நேர்ல ஆஜராவணுமே சார் ஊர் ஊரா லோடு எட்த்துகினு போறோம் எப்போ எந்த ஊர்ல இருப்பம்னு யாருக்குத் தெரியும் உள்ளூர் கேசுன்னாவே கஸ்டம் வெளி ஸ்டேட்னா மோசம் சார் கேசு இல்லாம எந்த டிரைவரும் தொழில்ல இருக்க முடியாது ஆளு செத்துப்போற ஆக்சிடென்ட் கேசு மட்டும் இல்ல சார் லேசா இட்ச்சிட்டாலும் கேசுதான சொம்மா சைக்கிள ஒரசிட்டா கூட கேசு போட்றாங்க அது முடியற வரைக்கும் அலைஞ்சிதாங் ஆவணும்”

“செரி இங்க இன்னா லோடு ஏத்த வந்தீங்க”

“நிராலா டிரான்ஸ்போர்ட் லோடு சார் பம்பாய்க்கி நம்ப கம்பனி லோடு ஏத்த வந்ததா நென்ச்சீங்களா? அய்யோ அவ்ளோதாங் அப்டி ஏத்திகினு போனா சொம்மா உடுவாங்களா சார்”

அதற்கு மேல் அவரிடம் பேச மணிக்குச் சங்கடமாக இருந்தது.

வண்டிகள் வருகிறதா எனப் பார்த்தவாறு மெதுவாகத் தொழிற்சாலையின் உள்ளே நடக்கத் தொடங்கினான்.

37

தோலைப் பதப்படுத்த ஆவாரம் பட்டையை உரிப்பதற்காக குடியிருப்பை ஒட்டியிருக்கிற மலையில் அடிக்கடி ஏறுவான் குன்ட்டிவாடன். மலையின் அடிவாரத்தில் முளைக்கும் ஆவாரஞ் செடிகளை ஊர்க்காரர்கள் விறகுக்காக வெட்டி எடுத்துப் போய்விடுவார்கள். அதனால் அங்கே பட்டை உரிக்கத் தோதான ஆவாரஞ்செடிகள் இருக்காது. மலை மீது மக்கள் நடமாட்டம் இல்லாத இடங்களில் அடி பெருத்த ஆவாரஞ் செடிகள் இரண்டு ஆள் உயரத்திற்குப் புதர் புதராக வளர்ந்திருக்கும். அவற்றிலிருந்து பட்டைகளை உரித்தெடுப்பது சல்லிசாக இருக்கும்.

அப்படி மலை ஏறுகிற பல நேரங்களில் சுந்தரைத் தூக்கித் தன் தோளில் உட்கார வைத்துக்கொள்வான் குன்ட்டிவாடன். அவனுக்கு நிறையக் கதைகள் சொல்லிக்கொண்டு ஒரு யானையைப் போல ஆடி அசைந்து மேலே மேலே நடப்பான். மலை ஏற ஏற செடிகளும் கொடிகளும் மரங்களும் புதர் புதராக அடர்ந்து செழித்திருக்கும். காற்றுச் சிலுசிலுவென வீசும்.

அப்பனின் தலை முடியையோ, காதையோ ஒரு கையால் பிடித்துக்கொண்டு, இன்னொரு கையை மேலே நீட்டி செடிகளின் உச்சிகளையும், மேகங்களின் முனைகளையும் தடவி விட்டுச் சிரிப்பான் சுந்தர்.

சுந்தருடன் பிறந்த ஒரே அக்கா சந்திரா மட்டும்தான். சுந்தருக்கும் அவளுக்கும் பத்து ஆண்டுகள் வயது வித்தியாசம். அதனாலேயே சந்திராவுக்குச் சுந்தரின் மீது கொள்ளைப் பாசம். செல்லமும் அதிகம்.

மலை முழுவதும் மஞ்சள் மஞ்சளாய்ப் பூத்துச் சிரிக்கும் அந்த ஆவாரம் பூக்களைப் பார்க்கிற போதெல்லாம் அதில் சந்திராவின் முகம்தான் தெரியும் சுந்தருக்கு.

குன்ட்டிவாடன் ஆவாரஞ் செடிகளை வெட்டி அதன் அடி மண்டைகளிலிருந்து பட்டையை வார் வாராக உரித்தெடுப்பான். அவன் வெட்டிச் சாய்க்கிற செடிகளின் தலை முழுவதும் சுமக்க முடியாத அளவுக்குக் கொத்துக் கொத்தாய் ஆவாரம் அரும்புகளும் பூக்களும் நிறைந்திருக்கும்.

சுடர்விட்டு எரியும் மஞ்சள் நிறத் தீயைப் போன்ற அந்தப் பூக்களை ஆசை ஆசையாக ஒடித்துக்கொள்வான் சுந்தர். அவற்றை மார்போடு அணைத்துக்கொண்டுவந்து சந்திராவிடம் கொடுப்பான். அவனிடமிருந்து அதை வாங்கும் போது தம்பி மீதான பாசமும் பெருமையும் அவள் முகத்தில் சுடர்விடும். அவனைத் தூக்கி, மார்போடு கட்டியணைத்து அவன் கன்னத்தில் அழுத்தமாய் ஒரு முத்தம் கொடுத்துவிட்டுச் சிரிப்பாள் சந்திரா. அப்போது அவளின் முகமும் அந்த ஆவாரம் பூக்களும் ஒரே நிறத்தில் தகதகவென மின்னும்.

எப்போதாவது ஊரில் கிடைக்கிற ஆட்டுத் தோல்களை வாங்கிப் பதப்படுத்தி ராணிப்பேட்டை சாயபுகளிடம் விற்றுவந்த குன்ட்டிவாடன், பக்கத்து ஊர்களிலிருந்தும் ஆட்டுத் தோல்களை வாங்கிப் பதப்படுத்தி விற்கத் தொடங்கினான். அதனால் கையில் ஓரளவு காசு நடமாட்டம் தொடங்கியது.

அதன் பிறகு நீலம்மாவை எந்தக் கூலி வேலைக்கும் அனுப்பாமல் வீட்டிலேயே இருக்க வைத்தான். தோல் விற்க டவுனுக்குப் போகிற போது நல்ல சட்டையும், வெள்ளை வேட்டியுமாகப் போய் வருவான். அது ஊர்க்காரர்களுக்கு மூக்கில் வியர்க்க வைத்தது. சிலர் அவன் எதிரிலேயே முணுமுணுக்கத் தொடங்கினார்கள்.

தனது குடிசை வீட்டைப் பிரித்துவிட்டு, இரண்டு அறைகள் கொண்ட ஒரு சிறிய ஓட்டு வீட்டைக் கட்டினான். படுக்க ஒரு அறை, சமையல் செய்ய, உட்கார்ந்து சாப்பிட ஒரு அறை. இரண்டு அறைகளுக்கும் நடுவில் மண்ணாலான ஒரு தடுப்புச் சுவர் மட்டும்தான். அதற்கே ஊர்க்காரர்கள் ஆவென வாயைப் பிளந்தனர்.

அடுத்த ஆச்சரியமாக, தன் ஆசை மகளான சந்திராவை ஊரில் உள்ள சர்க்கார் பள்ளிக்கூடத்தில் ஒன்னாவது வகுப்பில் சேர்த்துவிட்டான். ஊர்க்காரர்கள் கர்ரும் புர்ரும் என உறுமத் தொடங்கினார்.

அதனால் சந்திராவை மட்டும் ஊர்ப் பிள்ளைகளிடமிருந்து சற்றுத் தள்ளித் தனியாக உட்கார வைத்தார் வாத்தியார்.

அப்படியேதான் அங்கே ஐந்தாவது வகுப்பு வரை படித்தாள் சந்திரா. அதற்கு மேல் படிக்கப் பக்கத்து ஊருக்குதான் போக வேண்டும். சம்சாரி வீட்டுப் பெண்களே ஆறாவது படிப்பதற்காக வெளியூர் போகாத போது சந்திரா மட்டும் எப்படிப் போக முடியும்?

அதனால் சந்திரா படிப்பை அதோடு முடித்துக்கொள்ள வேண்டியிருந்தது. அதற்குப் பிறகு தனது அண்ணன் பெத்தவாடனின் மகளான ராணியையும் அதே ஊர்ப் பள்ளியில் சேர்த்துவிட்டான்.

சுந்தருக்கும், தலைக்கு மேலாகக் கையை மடக்கி மறுபக்கம் காதைத் தொடுகிற வயது வந்ததும், அவனையும் ஒன்றாவது வகுப்பில் சேர்த்தான். அவனோடு சேர்ந்து அவர்கள் குடியிருப்பில் இருந்த வேறு இரண்டு பிள்ளைகளும் படிக்கப் போனார்கள். அப்போதிருந்த வாத்தியாரும் அவர்களைத் தள்ளிதான் உட்கார வைத்தார்.

ராணியும் சந்திராவைப் போலவே ஐந்தாவதோடு படிப்பை முடித்துக்கொண்டாள். மீதியிருந்த மூன்று பேரில் இரண்டு பேர் பாதியிலேயே படிப்பை ஏறக்கட்டிக்கொள்ள, சுந்தர் மட்டும் ஐந்தாவது வரை ஒழுங்காகப் படித்துத் தேறினான்.

அடுத்ததாக, குன்ட்டிவாடனின் ஆசையைச் சுமந்துகொண்டு ஆறாவது படிக்கப் பக்கத்து ஊர் பள்ளிக்கூடத்துக்குப் போனான் சுந்தர். இவர்கள் குடியிருப்பிலிருந்து அந்த ஊர் மூன்று மைல் தூரம். குறுக்கில் கொடி வழியில் நடந்து போனால் இரண்டு மைல். சுந்தர் மட்டும் தனியாகவே அந்தக் கொடிவழியில் நடந்து போய்ப் படித்தான்.

அங்கேயும் அவனைத் தனியாகத்தான் உட்கார வைத்தனர். பள்ளியில் இருந்த மற்றப் பிள்ளைகள் அவனை எந்த விளையாட்டிலும் சேர்த்துக்கொள்ளவில்லை. மண் பானையிலிருந்து அவனைத் தண்ணீர் மொண்டு குடிக்கவே விடமாட்டார்கள். வேறு யாராவது பையன்கள், பானையிலிருந்து தண்ணீரை மொண்டு அவனுக்கு ஊற்றுவார்கள். அவன் அதைத் தன் இரண்டு கைகளையும் ஏந்திதான் குடிக்க வேண்டும்.

அப்படி ஒவ்வொரு முறை கை ஏந்திக் குடிக்கும் போதும், தண்ணீர் சிதறிச் சட்டை, டவுசரெல்லாம் நனைந்துவிடும். வேண்டுமென்றே தலை மீது ஊற்றுவார்கள். மூக்கில் கூட ஊற்றுவார்கள். புரை ஏறி இருமுவான். கண்களில் கண்ணீர் திரண்டுவிடும். அதைப் பார்த்துக் கெக்கெக்கே எனச் சிரிப்பார்கள்.

அந்தப் பள்ளியில் போடுகிற மதியச் சாப்பாடு சுந்தருக்கு ரொம்பவும் பிடிக்கும். மஞ்சள் நிறத்தில் பளபளக்கும் தாளித்த சோற்றின் வாசனை பள்ளி முழுவதும் கமகமக்கும். அதைவிடக் கோதுமை உப்புமா மீது அவனுக்குப் பிரியம் அதிகம். உப்புமா போடுகிற நாள்களில் அவன் உற்சாகத்தில் மிதப்பான். அன்றைக்குக் காலையிலிருந்தே அவனது கவனம் எல்லாம் பூப்பூவாய் மலர்ந்திருக்கிற அந்தச் செம்பழுப்பு நிற உப்புமா மீதே இருக்கும்.

கறுப்பு நிற பிளாஸ்டிக் கேனில் வருகிற சாப்பாட்டை வேனிலிருந்து இறக்கி, தலைமை ஆசிரியருக்கு அருகிலேயே வைத்திருப்பார்கள். வகுப்பில் உட்கார்ந்து அதை அடிக்கடிப் பார்த்துக்கொண்டே இருப்பான் சுந்தர். அவனது பையிலிருக்கிற அலுமினியத் தட்டையும் அடிக்கடித் தொட்டுப் பார்த்துக்கொள்வான்.

சாப்பாட்டு மணி அடித்ததும் ஊர்ப்பிள்ளைகளுக்குத்தான் முதலில் சாப்பாடு போடுவார்கள். அவர்கள் வரிசையில் நின்று சாப்பாடு வாங்கியதும், கீழே சிமெண்ட் தரையில் உட்கார்ந்து சாப்பிடத் தொடங்குவார்கள். அவர்கள் சாப்பிடுவதைப் பார்க்கப் பார்க்க அவனுக்கு வாயில் எச்சில் ஊறும். எல்லோருக்கும் போட்டு முடிகிற வரை அவன் தூரமாய் நின்று பார்த்துக்கொண்டிருப்பான். சாப்பிடும் பையன்கள் ஆட்காட்டி விரலை நீட்டி மடக்கி அவனுக்குப் பழிப்புக் காட்டுவார்கள். தலையைக் குனிந்து கொள்வான். உதட்டைப் பிதுக்கிக்கொண்டு அழுகை வரும். கண்களில் ஈரம் படரும்.

கடைசியாக, அவனது தட்டில் கரண்டி பட்டுவிடாமல் இரண்டு கரண்டி சாப்பாட்டை வாறிப் போடுவார் சாப்பாட்டு வாத்தியார். வாங்கிக்கொண்டு வெளியே போய் மரத்தடியில் அவன் மட்டும் தனியாக உட்கார்ந்து வேகவேகமாகச் சாப்பிடுவான்.

ஒண்ணுக்குப் பெல் அடித்ததும் ஓவெனக் கூவிக்கொண்டு ஓடும் மாணவர்கள், பள்ளியின் பின் புறமிருக்கும் கரம்பில் வரிசை வரிசையாக நின்று குஞ்சாமணியைத் தூக்கிப் பிடித்துச் சிறுநீர் கழிப்பார்கள். யாருடைய சிறுநீர் நீண்ட தூரம் போய்த் தள்ளி விழுகிறது என்ற போட்டி நடக்கும். சுந்தரை அவர்களோடு நின்று சிறுநீர் கழிக்கவும் சேர்க்க மாட்டார்கள். அவனால் அவர்கள் எல்லோரையும் விட வேகமாக, ரொம்பவும் தூரத்தில் போய் விழுகிற மாதிரி முக்கி முக்கிச் சிறுநீர் கழிக்க முடியும்.

அவன் மட்டும் பள்ளியிலிருந்து சற்றுத் தூரம் தள்ளி, புதராக மண்டிக்கிடக்கும் ஒரு முள்வேலிப் பக்கம் போய்த்தான் சிறுநீர் கழிக்க வேண்டும். அப்போதும் யாராவது அவன் பின்னாலேயே வந்து அவன் புட்டத்தில் சிறிய கல்லை எறிந்துவிட்டு, திரும்பிப் பார்ப்பதற்குள் வேலியில் போய் ஒளிந்துகொள்வார்கள்.

மாலையில் பள்ளி விட்டதும், வீட்டுக்குப் போகக் கொடிவழியில் அவன் தனியாக நடந்து போகிற போது, மரங்களில் ஏறி மறைந்துகொண்டு ஆந்தையைப் போல அலறுவார்கள். புலியைப் போல உறுமுவார்கள். சுற்றும் முற்றும் கிலியோடு பார்த்துவிட்டு, பயத்தில் அழுதுகொண்டே ஓடுவான் சுந்தர்.

ஒருநாள் பள்ளி விட்டதும் அதே கொடி வழியில் வேகவேகமாக நடந்துகொண்டிருந்தான். வானம் மப்பும் மந்தாரமுமாக இருந்தது. மேல் காற்றுப் பலமாக வீசிக்கொண்டிருந்தது. மழை வந்துவிடும் என நடையை இன்னும் சற்று வேகப்படுத்தினான்.

ஊர் ஓடையின் வளைவில், ஏராளமான அவுஞ்சி மரங்களும், நுனா மரங்களும், புங்க மரங்களும் செழித்திருக்கும். அந்த இடத்தில் காற்றுச் சற்று வேகமாகச் சுழன்று அடித்தது. அப்போது ஒரு பெரிய புங்கமரத்திலிருந்து என்னவோ சொத்தென அவன் தலையில் விழுந்து சட்டை மீது உரசியபடி கீழே விழுந்தது.

பயத்தில் ஒரு துள்ளுத் துள்ளி எகிறிக் குதித்தான். தலையிலிருந்து ஈரமாய் என்னவோ வழிந்தது. உடல் மீதும் சொட்டியது. ஒரே நாற்றம். அவனுக்கு ஒன்றும் புரியவில்லை. பயத்தோடு மரத்தை நிமிர்ந்து பார்த்தான். காற்றில் வேகமாக ஆடிக்கொண்டிருந்தது மரம். தன் தலையைத் தடவிப் பார்த்தான். கையில் பிசுபிசுத்தது.

குனிந்து முன்னால் பார்த்தான். வாழை இலைப் பொட்டலம். வாழை நாரிலேயே பூப் பொட்டலாம் மாதிரி மடித்துச் சுற்றிக் கட்டப்பட்டிருந்தது. அவன் அப்பன் தோல் விற்க டவுனுக்குப் போய்விட்டுத் திரும்பி வருகிறபோது இப்படித்தான் மல்லிகைப் பூப் பொட்டலத்தை வாங்கி வந்து அம்மாவிடம் கொடுப்பான்.

கீழே குனிந்து அந்தப் பொட்டலத்தை எடுத்தான். கனமாக இருந்தது. அழுத்திப் பார்த்தான். தளதளத்தது. அவனுக்கு ஒன்றும் புரியவில்லை. பள்ளிக்கு அருகில் இருக்கிற முத்தம்மா ஓட்டலில் பார்சல் கட்டி வைத்திருந்த இட்லி, வடைப் பொட்டலத்தை ஏதாவது காக்காய் தூக்கி வந்து மரக்கிளையில் வைத்திருக்குமோ? அது இப்போது பலத்த காற்றில் நழுவி விழுந்திருக்குமோ?

முத்தம்மா ஓட்டலில் சுடுகிற இட்லியும், பட்டாணி குருமாவும், கார வடையையும் பார்க்கப் பார்க்க அவனுக்கு எச்சில் ஊறும். அதன் வாசனை எப்போதும் காற்றில் சுற்றிச் சுற்றி மிதந்துகொண்டே இருக்கும். அதை நினைத்ததுமே அவனுக்கு வாயில் எச்சில் சுரந்தது.

ஆர்வம் தூண்ட வேக வேகமாக வாழை நாரைப் பிரித்து இலையை விரித்தான். குபீரென ஒரு நாற்றம் அவன் முகத்தில் அடித்தது. முகத்தைச் சுளித்துக்கொண்டு நன்றாக இலையை விரித்துப்பார்த்தான். மலம். மனித மலம். சொதசொதவென மஞ்சளும், வெளிர் பச்சையுமாய் ஈர மலம். அறுவறுப்பில் கைகள் கூச அதைத் தூரமாக வீசி எறிந்தான்.

யாரோ வாழை இலையில் மலம் கழித்து, அதைப் பொட்லமாகக் கட்டி எடுத்து வந்து மரத்திலிருந்து அவன் மீது வீசியிருக்கிறார்கள். தலையைத் தடவி முகர்ந்து பார்த்தான். அப்போது அதே மல நாற்றம் குடலைப் பிடுங்கியது. அவன் வயிற்றில் ஒரு குமட்டல். அடி வயிற்றிலிருந்து ஒரு பந்து கிளம்பி தொண்டைக்கு வர ஓவெனக் குமட்டிக்கொண்டு வாந்தி எடுத்தான்.

அதே நேரம் மரத்திலிருந்து யாரோ கெக்கலிப் போட்டுச் சிரித்தனர். அடுத்த நொடியே இன்னொரு சிரிப்பு. பயத்தோடு மரத்தை நிமிர்ந்து பார்த்தான்.

அடர்த்தியான இலைகள்தாம் தெரிந்தன. ஒருகிளை மட்டும் வேகமாக ஆடியது.

வீட்டை நோக்கி வேகமாக ஓடத் தொடங்கினான்.

"ஏய் ஓட்றாம் பார்ரா பயந்தாங்கோலி ஆச தோச அப்பளம் பீ ஆச தோச அப்பளம் பீ" என மரத்திலிருந்து ஒரு பரிகாசக் குரல் கேட்டது.

"என்னப் பாத்தா எளக்காரம் எம் பீயப் பாத்தா பலகாரம் ஹே ஹே ஹே" என இன்னொரு குரல் சிரித்தது. அவை பள்ளியில் அவன் அடிக்கடிக் கேட்கிற குரல்களாகத்தான் அவனுக்குத் தெரிந்தன.

ஒரே ஓட்டமாக ஓடி வீட்டுக்குப் போனதும் புத்தகப் பையைக் கீழே வீசிவிட்டு, மூச்சிரைக்க, முகம் வியர்க்க, எல்லாவற்றையும் அப்பன் குன்ட்டிவாடனிடம் சொன்னான். அதற்குமேல் அந்தப் பள்ளிக்கூடத்துக்குப் படிக்கப் போகமாட்டேன் எனச் சொல்லிவிட்டுத் தேம்பித் தேம்பி அழுதான்.

அதைப் பார்க்கப் பார்க்க குன்டிவாடனுக்கு ஆத்திரம் ஆத்திரமாக வந்தது. அவன் முகத்திலும் கம்பி கம்பியாக வியர்த்து வழிந்தது. உடல் படபடத்தது. பிறகு நீளமாக ஒரு பெருமூச்சு விட்டான். மகனை வீட்டின் பின் பக்கம் அழைத்துப் போனான். துணியோடு நிற்க வைத்து, மண் பானையிலிருந்த தண்ணீரை மொண்டு மொண்டு அவன் தலை மீது ஊற்றி உடல் முழுவதும் கழுவினான். துணியைக் கழற்றிப் போட்டுவிட்டு, மீண்டும் அவன் மீது தண்ணீரை ஊற்றினான். தனது வேட்டியாலேயே அவன் உடலைத் துடைத்துவிட்டான்.

நீலம்மா இதையெல்லாம் பதைபதைப்போடு பார்த்துக்கொண்டே இருந்தாள். அவள் கண்களும் கலங்கி இருந்தன. வாய் திறந்து எதுவுமே பேசவில்லை. அவனுக்குப் போட்டுவிட வேறு ஒரு டவுசரை மட்டும் கொண்டுவந்து கொடுத்தாள்.

"ஒரே நைனா எட்லனா ப்ராணனி பட்டுக்கோனி சதுவுரா நாலுகு ராந்த்த சதிவிதேதா மனம் நிலின மாலுனு" (டே நைனா எப்டினா டம் புட்ச்சி படிடா நாலு எய்த்து பட்ச்சாதான்டா நாம்ப நிக்க முடியும்" என்று அவன் கன்னத்தை வருடி, தலையை மெதுவாகக் கோதிவிட்டான் குன்ட்டிவாடன். அவன் குரல் துண்டு துண்டாக உடைந்திருந்தது.

"எந்துக்கு நைனா இப்டி பண்றாங்க அந்தப் பசங்க.?"

"மனம் சதவனு கூடாதனிதா" (நாம படிக்கக் கூடாதுனு தான்டா)

"ஏங்"

"அதுலாம் இப்ப உனுக்குப் புரியாது நைனா"

"எந்துக்கு நைனா வாத்யாரும் என்ன மட்டும் தனியா ஒக்காரச் சொல்றாரு"

"நாம கீஜாதியான்டா"

“நம்பூரு குமாரு கண்சாமி ஏமலைலாம் அவங்க கூடவே ஒக்கார்ராங்களே”

“அவங்கல்லாம் மேஜாதில பொறந்தவங்கடா”

“அவுங்க மாரி நானு ஏம்பா மேஜாதில பொறக்கல”

“அத சாமிதாங் முடிவு பண்ணும்னு சொல்றாங்க”

“சாமி ஏம்பா எல்லாரையும் மேஜாதில பொறக்க வைக்கல அந்தச் சாமி கெட்ட சாமியா?”

“அப்டிலாம் பேசக்கூடாது தொர சாமி கண்ணக் குத்திபுடும் கன்னத்ல போட்டுக்க”

“போ நைனா”

“போன ஜென்மத்ல பாவம் பண்ணவங்கதாங் நம்பள மாரி பொறக்கறாங்கனு நம்ப நாட்டாம்காரு சொல்றாரு அப்டி நாம இன்னா பாவம் பண்ணமோ அந்தச் சாமிகிட்டதாங் கேக்கணும்”

“பாவம்னா இன்னாது நைனா”

“நடக்கற வைய்ல முள்ளு போட்றது நம்ப வச்சி ஏமாத்தற்து அட்த்தவங்க குடிய கெடுக்கற்து மத்தவங்க மன்ச நோவ வைக்கற்து அப்டினு பாரதக் கத சொல்றவரு ஒருவாட்டி சொன்னாரு”

“அப்டினா நம்பூரு நாட்டாம்காரு, அந்தப் பசங்கலாம் அட்த்தவாட்டி கீஜாதில பொறப்பாங்களா?”

“அப்டிலாம் சொல்லக் கூடாதுரா தொர நாட்டாம்காரு காணிலதான நாம்பல்லாம் வேல செய்றம் அவுரு இல்லனா நம்க்குப் பூவா ஏதுரா?”

“அவுரு மாரி நமுக்கு ஏம்பா காணி இல்ல?”

“நம்ப பாட்டம் பாட்டி சேத்து வைக்கலியே?”

“ஏம்பா?”

“அவுங்களுக்கு அவங்க பாட்டம் பாட்டி சேத்து வைக்கலியே”

“அதாங் ஏம்பா”

“அவங்களும் மேல் ஜாதில பொறக்கலியேடா”

”மேல் ஜாதில பொறந்தாதாங் காணி இருக்குமா?”

“ஆமா”

“வெள்ளு நைனா அப்டு அ தேவுடு செட்ட தேவுடுதா” (போ நைனா அப்ப அந்தச் சாமி கெட்ட சாமிதாங்)

“இப்டிலாம் வெளிய யாருகிட்டயும் பேசாத நைனா நாய அடிக்கிற மாரி அட்ச்சி போட்ருவாங்க உஸ்கோலு போனமா பட்ச்சமானு வர்ணும் இன்னா ஆனாலும் படிப்ப மட்டும் கோட்ட உட்ராத சாமி”

சொல்லிவிட்டு அவனை இழுத்து அணைத்துக்கொண்டான் குன்ட்டிவாடன். ஈரத்தில் சில்லிட்ட அவனது நெற்றியிலும் உச்சந்தலையிலும் முத்தம் வைத்தான். அவன் கண்கள் கலங்கின. சுந்தரும் அப்பனைக் கட்டிப்பிடித்துக்கொண்டான். அவர் மீதிருந்து வீசிய ஆட்டுத் தோலின் பச்சை வாசனை அவன் சுவாசத்திற்குள் கலந்தது.

“போயி புஸ்தவத்த எட்த்து வெச்சினு படி நைனா”

சரியெனத் தலையாட்டினான் சுந்தர். வீட்டுக்குள் போய்ப் புத்தகத்தை எடுத்துக்கொண்டு கீழே உட்கார்ந்தான்.

அதற்குப் பிறகு எவ்வித முரண்டும் பிடிக்காமல் பள்ளிக்குப் போனான். அவனது கவனம் படிப்பில் மட்டுமே இருந்தது. பள்ளியில் யார் எப்படி அவனைக் கிண்டல் செய்தாலும், தொல்லை கொடுத்தாலும் அவன் அதைப்பற்றிக் கவலைப்படவில்லை.

38

அப்போது கார்த்திகை மாதம். ஊரே மூடாப்புப் போட்டுக்கொண்டிருந்தது. ஜலதோசக்காரனின் மூக்கில் ஒழுகுவதைப் போல, வானத்தில் இருந்து எந்நேரமும் பிசுபிசுவென ஒழுகிக்கொண்டிருந்தது. ஆடு மாடுகள் வெளியே தலைகாட்ட முடியாமல் பட்டிகளிலேயே முடங்கிக் கிடந்தன.

உப்பில் ஊறவைத்த பச்சைத் தோல்களை வெயிலில் உலர்த்த முடியாததால், அதன் நாற்றம் குடிசைக்குள்ளேயே சுற்றிக் கொண்டிருந்தது. சால் தைக்கிற வேலைக்கும் வெளியில் போக முடியவில்லை.

முட்டையை அடம் காக்கிற கோழியைப் போல ஒரே யடியாகக் குடிசைக்குள்ளேயே முடங்கிக் கிடக்க குன்ட்டி வாடனால் முடியவில்லை. கால்கள் பரபரத்தன. வாய் நமநமத்தது. குளிருக்குச் சூடாக ஏதாவது தின்ன வேண்டும் என நாக்குத் தவித்தது. கம்பு வடையாவது சுடச் சொன்னான் நீலம்மாவிடம். குழந்தைகளுக்கும் அது ரொம்பப் பிடிக்கும்.

கம்பு மாவில் வெல்லத்தை நசுக்கிப் போட்டு, கொஞ்சமாகத் தண்ணீர் விட்டு, கெட்டியாகப் பிசைந்து, வட்ட வட்டமாய் வடை தட்டி, அதைக் கொதிக்கிற கடலை எண்ணையில் வேகவிட்டாள் நீலம்மா. குடிசைக்குள்ளும், வாசலிலும் கம்பு வடையின் ஏகாந்தமான மணம் சூழலத் தொடங்கியது. பச்சைத் தோலின் நாற்றத்தை அது மறைத்துவிட்டது.

சுந்தர் ஒரு ஈயத் தட்டுடன் வடைச் சட்டிக்கு எதிரில் உட்கார்ந்து. பொன்னிறத்தில் வேகிற வடைகளையே பார்த்துக்கொண்டிருந்தான். சந்திரா அவன் தலை முடிகளைக் கோதிவிட்டபடி, குளிருக்கு இதமாக அவனை அணைத்தபடி உட்கார்ந்திருந்தாள். பருவம் அவள் மேனி முழுவதும் பூரித்துக்கொண்டிருந்தது.

அப்போது பக்கத்து ஊரிலிருந்து அவர்கள் இனத்துக்காரன் ஒருவன் ஆதாபாதையாக ஓடிவந்து வாசலில் நின்றான். அவன் உடல் முழுவதும் தொப்பக் கட்டையாக நனைந்திருந்தான்.

ஒன்றும் புரியாமல் கேள்வியோடு அவனைப் பார்த்தான் குன்ட்டிவாடன்.

“இன்னா தம்புடு இன்னா இப்டி மய்லியே நென்ஞ்சிகினு வந்து கீற வா உள்ள வந்து குந்து கம்பு வட வெந்துகினு கீது. சூடா நாலு வடய துண்லாம் வா.”

“இல்ல கீட்டம்ணா”

“இன்னா மூஞ்சில அவ்ளோ திகிலு தெர்து யாருக்குனா எதுனா ஆய்ட்ச்சா?”

“நம்பூரு காட்டிகாங் பெர்சு அது ஒட்டந்தய அரச்சித் துண்ணுச்சி சீரிசா இஸ்த்துகினு கீதுணா”

அதைக் கேட்டதுமே உள்ளுக்குள் அபுக்கென்றது குன்ட்டிவாடனுக்கு. பட்டென எழுந்து நின்று விட்டான்.

“அய்யோ தேவுடா இன்னா ஆச்சி?”

குரலிலிருந்த பதற்றத்தால் எதையும் முழுதாகச் சொல்லமுடியாமல் திக்கினான் வந்தவன். மேல் மூச்சு வாங்கியது.

குன்ட்டிகானுக்குத் தோல் வாங்கி விற்கிற யோசனையைச் சொல்லிக் கொடுத்தவர் அந்தக் காட்டிகான் தான். சட்டியில் வேகிற கம்பு வடையை மறந்துவிட்டு, அவனோடு மழையில் நனைந்துகொண்டே ஓடினான் குன்ட்டிகான். குறுக்கில் கொடி வழியில் நுழைந்து தபதபவென ஓடினார்கள். தொடர் மழையினால் ஊறித் தொளதொளத்திருந்த ஈர மண் அங்கங்கே அவர்களின் கால்களை வழுக்கிவிட்டு, ஓட்டத்தைத் தடுத்தது. இரண்டு முறைச் சறுக்கிக்கொண்டு விழுந்தான் குன்ட்டிவாடன்.

காட்டிகானுக்கு எழுபது வயதுக்கு மேலிருக்கும். இவர்களைப் போலவே பஞ்சம் பிழைக்க பக்கத்து ஊருக்கு வந்து சேர்ந்ததுதான் அவர்களின் குடும்பமும். அவருக்கு மூன்று பையன்கள். மூன்று பெண்கள். தோல் சால் தைப்பது, செருப்பு தைப்பதுதான் அவருக்கும் வேலை. மனைவி, பிள்ளைகள் எனக் குடும்பத்தோடு சேர்ந்து ஊரார் நிலத்தில் கூலி வேலைக்கும் போவார். அவர்கள் குடும்பத்தில் இருக்கிற எல்லோருமே வஞ்சனை இல்லாமல் உழைப்பவர்கள்தாம்.

எப்படியோ தட்டுத் தடுமாறி பிள்ளைகள், பெண்கள் எல்லாருக்குமே கல்யாணம் செய்து வைத்துவிட்டார். வயதாகி, நடையில் தள்ளாட்டம் வந்த பிறகு காட்டிகான் மட்டும் கூலி வேலைக்கோ, சால் தைக்கவோ போவதை நிறுத்திக்கொண்டார்.

அவரது பையன்கள் தனித்தனியாகக் குடிசைக் கட்டிக்கொண்டு தனிக் குடும்பங்களாகப் போன பிறகு, காட்டிகான் வீட்டில் ஒருவேளைக் கூட அடுப்புப் பற்ற வைப்பதில்லை. அவரும் அவர் சம்சாரமும் ஊர்ச் சோறு வாங்கித் தின்றுதான் காலத்தைத் தள்ளிக்கொண்டிருந்தனர்.

குன்ட்டிவாடனின் அப்பன் புட்டவாடனுக்கு அவர் நல்ல தோஸ்த்து. சால் தைக்கத் தோலுக்காக இவன் டவுனில் கடை கடையாக அலைந்தபோதுதான், சொந்தமாகத் தோல் வாங்கி விற்கும் யோசனையை இவனுக்குச் சொல்லிக்கொடுத்தார். அவரால்தான் இப்போது இவன் கையில் கொஞ்சம் பசையோடு இருக்கிறான். அதனால் அவர் மீது குன்ட்டிவாடனுக்கு எப்போதுமே தனி வாஞ்சை.

காட்டிகானின் நாடி ஒடுங்கிய பிறகு ஊர்ச் சோறும், கூழும்தான் அவர்களின் வயிற்றை நனைத்தன. எப்போது அவரைப் பார்த்தாலும் ஒன்றோ இரண்டோ ரூபாய் நாணயங்களை எடுத்து அவர் கையில் வைப்பான் இவன். அவரும் மறுக்காமல் அதை வாங்கிக் கொள்வார்.

பிள்ளைகளுக்கு மட்டும் அவர் மீது கொஞ்சம் கசப்பு. கையில் சேர்த்து வைத்திருக்கிற காசை எந்தப் பிள்ளைக்குமே அவர் கொடுப்பதில்லை என்ற குறைபாடு.

“அ பெத்த மனுசுடே இல்லு இல்லுகா பிட்ச்சம் எட்த்தி கெஞ்சி தாகதா உண்டாரு ஆயின தெகிர எக்கட்திரா டப்பு” (அந்த பெரி மன்சனே ஊடு ஊடா எறந்து கஞ்சி குட்ச்சிகினு கீறாரு அவருகிட்ட ஏதுரா துட்டு?) என்று ஒருநாள் அவரது கடைசிப் பையனிடம் கேட்டான் குன்ட்டிவாடன்.

“உனுக்குத் தெரியாதுணா எங்க கெய்வனப்பத்தி துட்ட சேப்கட்டி சேப்கட்டி எங்க ஊரு பெத்த மன்சரு கொண்ட்டுகானுக்கு வட்டிக்கி குட்த்து வெச்சி கீறாரு” என்றான் அவன்.

ஆறு மாதங்களுக்கு முன்னால் தோல் விற்க இவன் டவுனுக்குப் போயிருந்த போது அவனைப் பார்த்தான். அப்போதுதான் அவன் இதைச் சொன்னான்.

“அட்லனா? ஒரேய் வட்டிகந்தா இட்ச்சே மன்சுளா மனம் அதினும் ஊரு சம்சாரிவாள்ளுக்கி...?” (அப்டியா டேய் வட்டிக்கிலாம் குடுக்கற ஆளாடா நாம? அதுவும் ஊரு சம்சாரிங்களுக்கு?) அவன் சொல்வதை நம்ப முடியாமல் அதியமாகக் கேட்டான் குன்ட்டிவாடன்.

“அவன்ணா எந்தா டப்பு இச்சுண்டாரனிதா தெலவலே ரகசியங்கா இச்சுண்டாரு” (ஆமாணா எவ்ளோ குட்த்து கீறாருனுதாங் தெர்ல. ரகசியமா குட்த்து கீறாரு)

அப்போதும் கூட குன்ட்டிவாடனால் அதை நம்ப முடியவில்லை. அதைக் கேட்டு ஒப்புக்குத் தலையாட்டிக் கொண்டான். ஒரு வாரத்துக்கு முன்பாகத்தான் இவனிடமே அதைப் பற்றிய பஞ்சாயத்துக்கு வந்தார் காட்டிகான்.

அவர்கள் ஊர்ச் சம்சாரியான கொண்ட்டுக்கானிடம் ஆயிரத்தி ஐந்நூறு ரூபாய் வட்டிக்குக் கொடுத்து வைத்ததாகவும், கொடுத்து இரண்டு வருடங்கள் ஆகியும், இதுவரை வட்டியும் தராமல், அசலும் தராமல் அவர் இழுத்தடிப்பதாகச் சொல்லிவிட்டுக் கண்களில் பொலபொலவெனக் கண்ணீர் விட்டார். இவன் டவுனுக்குப் போகும் வழியில் உட்கார்ந்து, இவனுக்காகவே காத்திருந்து இவனிடம் அதைச் சொன்னார்.

அவரது கடைசிப் பையன் ஏற்கெனவே சொன்னதும் நினைவுக்கு வர, அப்போதுதான் குன்ட்டிகான் அதை நம்பினான்.

வீட்டில் உலையே வைப்பதில்லை என்பதால், அவர் சம்சாரத்துக்கு அவ்வப்போது கூலியாகக் கிடைக்கிற கம்பு, சோளம், கேழ்வரகு எல்லாவற்றையும் பக்கத்து ஊர் நாட்டார் கடைக்குக்கொண்டு போய் விற்று ஐந்தும் பத்துமாகச் சேர்த்திருக்கிறார். வீட்டில் வளர்கிற கோழி வைக்கிற முட்டைகளையும் கோழிகளையும் சந்தைக்குக் கொண்டுபோய் விற்றுப் பத்தும் இருபதுமாகச் சேர்த்திருக்கிறார்.

சிறுகச் சிறுகச் சேர்த்துச் சேர்த்து ஐந்நூறு ஐந்நூறு என மூன்று முறை கொண்ட்டுகானிடம் வட்டிக்குக் கொடுத்திருக்கிறார். வட்டி வரும் என்பதைவிட, கையில் வைத்திருந்தால் அதைப் பெரிய பையன் குடிப்பதற்காகப் பிடுங்கிக்கொள்வானே என்கிற பயமும் ஒரு காரணம்.

பாண்டோ, பத்திரமோ, புரோ நோட்டோ எதுவுமே எழுதவில்லை. பணம் திருப்பித் தரும்போது வட்டியோடு சேர்த்துத் தருவாதாகப் பேச்சு. பணம் கொடுத்த பிறகு காட்டிகானோ அவர் வீட்டுக்காரியோ கொண்ட்டுகான் வீட்டுப் பக்கம் போனால் போதும் பழங்களியோ, கூழோ தாராளமாகக் கொண்டுவந்து அவர்களுக்குப் போடுவாளாம் அவர் சம்சாரம்.

காட்டிகானோடு தனக்கு எந்தக் கொடுக்கல் வாங்கலும் சுத்தமாக இல்லை எனத் திடீரெனக் கைவிரித்துவிட்டாராம் அந்தக் கொன்ட்டுகான். அதை இவனிடம் சொல்லிவிட்டுக் கதறி அழுதார் காட்டிகான். ஆயிரத்து ஐந்நூறு ரூபாய். சாதாரணப் பணமா? சாதாரணமாகச் சேர்த்ததா?

அப்போதே அவரோடு சேர்ந்து கொண்ட்டுகான் வீட்டுக்கே போனான் குன்ட்டிவாடன். இவன் சொன்னதைக் கேட்டுவிட்டுக் கெக்கலிப் போட்டுச் சிரித்தார் கொண்ட்டுகான்.

"அவனே ஊடு ஊடா எறந்து குடிக்கறாங் அவங்கிட்ட ஏதுரா அம்மாந் துட்டு அப்டியே இர்ந்தாலும் அவங்கிட்ட வட்டிக்கி வாங்கற அளவுக்கா மானம் கெட்டுப் போயி கீறங் நானு?"

"சாமி தமாசு பண்ணாத சாமி" கண்களில் வழிந்த கண்ணீரைத் துடைத்துக்கொண்டே சொன்னார் காட்டிகான்.

"அட இவுரு எங்கூட்டுக்குப் பொண்ணு குட்த்த சம்பந்தி இவுரு கிட்ட தமாஸ் பண்ணி வெளாடிகினு கீறங் நானு"

"சாமி. நயா பைசா நயா பைசாவா சேத்த துட்டு சாமி"

"டே குன்ட்டி எனுக்கு வெறி வர்த்துக்குள்ள மரியாதயா இவனக் கூப்டுகினு போய்டு பாவம் பாத்துத் தினிக்கும் களி கூவுனு போட்டனுப்புனா, இந்தப் பேபர்சி எங்கூட்ல எறந்து துண்ணுட்டு எங்கிட்டயே வந்து கடனத் திருப்பிக் குடுனு கேக்கறான்டா இவங் எவ்ளோ திமிரு பாத்தியா?"

“சாமி குட்த்த துட்டதான திருப்பிக் கேட்டங்”

“குட்த்த துட்டா டே இவுரு பெரிய கோடேஸ்வரங் குட்த்தத கேக்கறாராம்”

“சாமி இந்தத் திண்ண மேல குந்திகினு தான எங்கிட்ட கைநீட்டி வாங்கன கூசாம இல்லன்றியே”

“கை நீட்டி வாங்கனனா டேய் உள்ளப் போயி அடுப்புல கீற நெருப்ப வாரிகினு வந்து வாய்லயே கொட்டிபுடுவங் நாக்கு வெந்து புண்ணா பூடும். கை நீட்டி வாங்கித் துன்றது யாருனு ஊருக்கே தெரியும்டா எம்மாம் ஆங்காரம் இர்ந்தா நானு கை நீட்டி உங்கிட்ட துட்டு வாங்கனன்னு சொல்வ”

“சாமி. வாயக் கட்டி வைத்த கட்டி சேத்த துட்டு சாமி”

அதற்குள் அங்கே ஒரு கூட்டமே கூடிவிட்டது. காட்டிகான் சொன்னதை அந்த ஊர்க்காரர்கள் கூட யாருமே நம்பவில்லை. கஞ்கிக்கே வழி இல்லாத ஒரு கிழவன் ஊர் சம்சாரிக்கே கடன் கொடுத்தான் என்றால் யாரால்தான் நம்ப முடியும்?

“செரிடா துட்ட குட்த்ததுக்குச் சாச்சி கீதா பாண்டு பத்தரம் எதுனா கீதா?” என்று கேட்டார் அந்த ஊர் நாட்டாண்மை.

“அந்தத் திருப்பிதி எங்டேஸ்வர சாமிதாங் சாச்சி நானு எந்தப் பத்தரத்த பார்த்தங் சாமி நம்பிதான குட்த்தங்”

உதட்டைப் பிதுக்கிவிட்டார் நாட்டாண்மை. ஊர்க்காரர்களும் தங்கள் வேலையைப் பார்க்கக் கிளம்பிவிட்டார்கள்.

“போடா போசடிக்கே உம் பேச்ச கேட்டுகினு உனுக்குக் கூட ஒரு ஆளு வந்து கீறாம் பாரு ஏம்பா குன்ட்டி நீனா நல்லா புத்தி சொல்லிக் கூப்டுகினு போ இவன வய்சானா இப்டிதாங் கொணம் மாறி ஒளறிகினு இருப்பாங் உம் மூஞ்ச பாத்துதாங் ஒதைக்காம உட்றங்.”

குன்டடிவாடனால் எதுவுமே பேச முடியவில்லை. சாட்சியில்லாமல், பாண்டு, பத்திரம் எதுவுமில்லாமல் எப்படிப் பேச முடியும்? போலீஸுக்குப் போய்ப் புகார் கொடுக்கவும் அத்தாட்சி வேண்டாமா?

திகில் பிடித்துப்போய் நின்ற காட்டிகானை வலுக்கட்டாயமாகத்தான் கூட்டிக்கொண்டுபோய் அவர் வீட்டில் விட்டான் குன்ட்டிவாடன்.

“நா டப்பு போயிந்தே நா டப்பு போயிந்தே” (எந் துட்டுப் போச்சே எந்துட்டுப் போச்சே) என வழியெல்லாம் புலம்பிக்கொண்டே வந்தார் காட்டிகான்.

அவருடைய பிள்ளைகள் மூன்று பேருமே சுற்றி நின்று அவரைக் காறிக் காறித் துப்பினார்கள்.

“பேரம் பேத்திங்களுக்கு ஒரு நயா பைசா குடுக்காத பிசுநாறி போயி ஊர்க்காரம் பூல ஊம்பி கீது பாரு” என்று கத்தினான் பெரியவன். அவன் நிறை போதையில் இருந்தான்.

அவர்களை அடக்கிவிட்டு, மனசு நொந்துபோய் வீட்டுக்குத் திரும்பிய குன்ட்டிகானுக்கு அன்று மனசே ஆறவில்லை. வியாபாரத்துக்கும் போகவில்லை. காட்டிகான் அந்த ஆளுக்குப் பணம் கொடுத்தது உண்மையாகத்தான் இருக்க வேண்டும். ஆனால், சாட்சி இல்லையே. வைக்கத் தெரியாதவன் வைக்கோல் போரில் வைத்தக் கதையாக அவனிடம் கொண்டுபோய்ப் பணத்தைக் கொடுத்துவிட்டு ஏமாந்துவிட்டான் கிழவன்.

வர வர ஊர் சம்சாரிகளிடம் இப்படி ஞாயம் செத்துப் போவது அவனுக்குப் பெரும் கவலையாக இருந்தது. அந்தச் சம்பவத்துக்குப் பிறகு காட்டிகானைப் போலவே இவனும் ரொம்பவும் நிலை குலைந்து போயிருந்தான்.

பணம் போன கிலியில் கிழவன் உயிரை மாய்த்துக்கொண்டு இப்போது சாகவும் துணிந்துவிட்டானே என இவனுக்கு மனசு துடித்துவிட்டது.

சேற்றிலும் மழையிலும் விழுந்து எழுந்து ஓட்டமாக ஓடி இவர்கள் அங்கே போய்ச் சேர்ந்த போது, கிழவனை வாசலில் கிடத்தி வைத்திருந்தார்கள். வயிற்றிலிருக்கிற விஷத்தழை வெளியில் வந்தால்தான் உயிர் பிழைக்க முடியும். வாந்தி எடுக்க வைக்க, சோப்புத் தண்ணீரைப் புகட்டியிருந்தனர்.

அது போதாமல், ஒரு சொம்பு நிறையப் பச்சைப் பீயையும் கரைத்து அவரது வாயில் ஊற்றியிருந்தனர். மேல் துணி எதுவுமில்லாத வெற்றுடலில் சோப்பு நீரும், தண்ணீரில் அரை குறையாகக் கரைந்து கொழகொழத்த மலமும் வழிந்து கிடந்தன. சுற்றிலும் குடலைப் பிடுங்குகிற மல நாற்றம். அவர் உடல் முழுவதும் கொத்துக் கொத்தாய் ஈக்கள் மொய்த்துக் கிடந்தன. நினைவு தப்பியிருந்தது. கண்கள் மட்டும் மூடிய இமைகளுக்குள் மெதுவாக இப்படியும் அப்படியுமாக உருண்டுகொண்டிருந்தன.

கிழவனை நெருங்குவதும், நாற்றம் தாங்காமல் விலகுவதுமாக ஈக்களைப் போலவே அவரைச் சுற்றி மொய்த்திருந்தவர்கள் விலகி வழிவிட்டனர். மூச்சை இழுத்து உள்ளுக்குள் அடக்கியபடி கீழே குனிந்தான். கிழவனின் முகத்தில் மெதுவாகத் தட்டி அவரை உசுப்பினான் குன்ட்டிவாடன். அவர் உடலில் ஒரு துளி அசைவுமில்லை. எதற்கும் மசியாத கடும் விஷம். தழையை அரைத்துத் தின்றுவிட்டு மலையடிவாரத்திலேயே மயங்கிக் கிடந்தவரைச் சில மணி நேரங்கள் கழித்துதான் ஆடு மேய்க்கிற யாரோ பார்த்துத் தகவல் சொல்லியிருக்கிறார்கள். அதற்குள் விஷம் முழுமையாக ரத்தத்திற்குள் கலந்துவிட்டது.

உடனே ஆஸ்பத்திரிக்குத் தூக்கிப் போனால் பிழைக்க வைக்கலாம். மழை பிசுபிசுவெனத் தூறிக்கொண்டே இருந்தது. தெருவெல்லாம் மண் குழைந்து கிடந்தது. உடனே மாட்டு வண்டி கட்டிக்கொண்டு போனால் ஒரு மணி நேரத்துக்குள் டவுனுக்குப் போய்விடலாம். மாட்டு வண்டிகள் ஊர்க்காரர்களிடம்தாம் இருக்கின்றன.

குன்ட்டிவாடனும், கிழவனின் சின்ன மகனும் ஊருக்குள் ஓடினார்கள். வண்டி வைத்திருக்கிற சம்சாரிகளிடம் வண்டியையும் மாட்டையும் இரவலாகத் தரச் சொல்லிக் கெஞ்சினார்கள். யாருக்கும் மனசு வரவில்லை. சிலர் முகத்தைத் திருப்பிக்கொண்டனர். சிலர் நாயைப் போல விரட்டியடித்தனர்.

“டே ஊரு சம்சாரிக்கே கடனக் குடுக்கற கேடேஸ்வரங்கடா நீங்க எங்க கிட்ட வந்து வண்டிக்கி நிக்கலாமா போயி காரு வெச்சிகினு போங்கடா” என ஒருவர் நக்கலடித்தார்.

கைகளைக் கூப்பிக் கெஞ்சிப் பார்த்தனர். யாருக்குமே மனசு இறங்க வில்லை. கடைசியில் அந்தக் கொண்ட்டுக்கானின் காலில் கூட விழுந்தான் சின்னவன். அவனும் மசியவில்லை. வீட்டுத் திண்ணையில் குந்தி, வறுத்த வேர்க்கடலையை உரித்து, வாசனை கமகமக்கத் தின்றுகொண்டிருந்த கொண்ட்டுகான் இரண்டு கால்களையும் ஆட்டிக்கொண்டே நக்கலாகச் சிரித்தான். அப்போது மழை மேலும் வலுக்கத் தொடங்கியது.

அந்த நேரம் காட்டிகானின் பெரிய மகனின் பிள்ளை வேகமாக ஓடி வந்தான். அவனுக்கு மேல் மூச்சுக் கீழ் மூச்சு வாங்கியது. உடல் முழுவதும் தெப்பலாக நனைந்திருந்தது. முகத்தில் வழிந்த மழை நீரை வழித்துக்கொண்டே சொன்னான்.

“தாத்த சச்சி போயினாரு”

வேகவேகமாக நடந்துகொண்டிருக்கும் போது திடீரென வார் அறுந்து தொங்கும் செறுப்பைப் போல, குன்ட்டிவாடனுக்கு மனசு அறுந்து போய் விட்டது. ஊர்க்காரர்கள் இத்தனை அரக்கத்தனமாகக் கூட இருப்பார்களா என்பதை அவனால் நம்பவே முடியவில்லை.

உடனே அவரின் குடிசையை நோக்கி ஓடத் தொடங்கினார்கள். பிளந்திருந்த காட்டிகானின் வாயில் ஈக்கள் அடை அடையாய் மொய்த்துக் கிடந்தன. போலீஸ் கேசாகிவிட்டால் பிணம் நாறத் தொடங்கிவிடுமே என்பதால், மழையிலேயே அவரச அவரசரமாகத் தூக்கிப் போய் புதைத்துவிட்டு வந்தனர்.

குதிகாலில் குத்தி ஆணியாக மாறிப் போன பீமுள்ளைப் போல அந்தச் சாவு ஆறாத ரணமாக மாறி அன்றிலிருந்து குன்ட்வாடனின் மனசுக்குள் உறுத்தத் தொடங்கியது.

சுந்தரை எப்படியாவது படிக்க வைத்து, ஒரு பெரிய ஆளாக்கிவிடவேண்டும் என்ற வைராக்கியமும் அவனுக்குள் இறுகத் தொடங்கியது. அந்த வைராக்கியத்தை அவ்வப்போது சுந்தருக்குள்ளும் இறக்கிக்கொண்டிருந்தான்.

ஆனாலும், விதி சும்மா இருக்கவில்லையே. சுந்தர் ஏழாவது படிக்கத் தொடங்கியபோது, அவர்கள் குடும்பத்தின் மீது அந்த இடி தேடி வந்து விழுந்தது.

39

மேட்டுத் தெரு ஏகாம்பரத்திற்குப் புத்தம் புதிதாக ஒரு சால் தைத்துக் கொடுத்தான் குன்ட்டிவாடன். அந்த நிறைந்த அமாவாசை நாளில், அந்தச் சாலை ஏகாம்பரத்தின் மேட்டுக் கிணற்றுக் கவலையில் பூட்டிக் கீழே இறக்கினார்கள். வடக்கயிற்றை மேலே இழுக்கத் தயாராக, பாரியின் மேட்டில் கால்களை வலுவாக ஊன்றி நின்றிருந்தன மாடுகள். தொண்டான் கயிற்றை இடது கையிலும் தார்க்குச்சியை வலது கையிலும் பிடித்திருந்த ஏகாம்பரம் தலையைத் திருப்பிக் கிணற்றை எட்டிப் பார்த்தார்.

சிவப்பேறிய மஞ்சள் நிறப் புதிய சால் தலை கீழாகச் சாய்ந்து தண்ணீரில் மூழ்கியது. அரக்கனின் வாயைப் போல அகலமாக விரிந்திருந்த சாலின் பெரிய வாய் வயிறு நிறையத் தண்ணீரை விழுங்கி, மெதுவாக நிமிர்ந்தது. நிறை குடமாய்த் தண்ணீர் தளும்பத் தளும்ப மேலெழும்பத் தயாரானது சால்.

தலையைத் திருப்பித் தார்க்குச்சியால் இரண்டு மாடுகளின் முதுகிலும் லேசாகக் குத்தி அவற்றைப் பாரியின் பள்ளத்தில் முன்னோக்கி விரட்டினார் ஏகாம்பரம்.

“ம் மெதுவா போங்கடா த்தா ட்ரூ ஏய் ம் அப்டிதாங் த்தா... த்தா” என மாடுகளின் முதுகில் தட்டிக் கொடுத்துச் செல்லமாக விரட்டினார்.

கிணற்றுத் தோனியின் முனையில், இருதுளை கட்டைகளுக்குக் கீழே நின்றிருந்தான் குன்ட்டிவாடன். கழுத்தைத் தாழ்த்தி, தலையை நன்றாகக் குனிந்து கிணற்றைப் பார்த்துக்கொண்டிருந்தான். நிறை பாரமாய்த் தண்ணீரிலிருந்து மேலெழும்பும் சாலையே நிதானமாக உற்றுப் பார்த்துக்கொண்டிருந்தன அவனது கண்கள்.

அவன் தலைக்கு மேலாகக் கவிழ்த்து வைத்த ப வடிவில் நின்றிருந்தது கனமான இருதுளைக் கட்டை. இருதுளைக் கட்டையின் மையத்தில் அதன் தலையைப் போல மேல் நோக்கித் தன் அச்சில் நின்றிருந்தது ஒற்றைச் சக்கரம். சக்கரம் கீரீச் கிரீச்சென மெதுவாகச் சுற்றத் தொடங்கியது. அந்தச் சக்கரத்தின் மீதிருந்த கைக்கனமுள்ள வடக்கயிறு மெதுவாக முன்னோக்கி நகரத் தொடங்கியது.

மாடுகள் அந்த வடத்தை இழுத்தபடி முன்னோக்கி பாரியில் நடக்க, சக்கரத்தின் மீது “கிரிக் கிரிக் கிரிக்” எனச் சாலின் பாரத்தைச் சுமந்தபடி வடம் ஒரே சீராக ஓடத் தொடங்கியது. ராட்சதப் பலூனைப் போலத் தண்ணீரால் உப்பிய சால் மெதுவாக மேலெழுந்தது. சாலிலிருந்து ஒரு துளி தண்ணீர்கூடக் கீழே சிந்தவில்லை.

சிலர் சால் தைத்தால் ஊசி குத்திய இடமெல்லாம் பூந்துவாலைகள் போலத் தண்ணீர் பிய்த்துக்கொண்டு தெளிக்கும். அப்படிச் சாலின் துவாரத்திலிருந்து துளித் தண்ணீர்கூட சிந்தாமல் சிதறாமல் மேலெழும்பும் சாலை, கிணற்றின் எதிர்ப்புறமிருந்து ஊர்க்காரர்கள் சிலர் ஆச்சரியமாய்ப் பாத்துக்கொண்டிருந்தனர். அதைப் பார்த்துப் பெருமையில் மனசு பூரித்தது குன்ட்டிவாடனுக்கு.

“டே குன்ட்டி நல்ல வேலக்காரந்தான்டா நீ” என்றார் அப்பாதுரை.

“நம்ப கைல இன்னா கீது சாமி எல்லாம் அந்த வடக்கு மலயாரு புண்ணியம்” எனச் சிரித்தான் குன்ட்டிவாடன்.

“ம் ஆளும் நல்லா அடக்கமாதாங் பேசற வாய் சாலாக்கும் நல்லாதாங் கீது நல்லா வருவடா நீ” என்றார் புண்ணியகோட்டி.

அவற்றைக் கேட்டுக்கொண்டே பெருமையாகக் கிணற்றைப் பார்த்தான் குன்ட்டிவாடன். பாதிக் கிணறுக்கு மேலே சால் வந்தபோது, குன்ட்டிவாடனின் தலைக்கு மேலிருந்து படக்கென ஒரு சத்தம் கேட்டது. தலையை உயர்த்தி இருதுளைக் கட்டையைப் பார்த்தான் குன்ட்டிவாடன்.

உள்ளுக்குள் உளுத்துப் போயிருந்த இருதுளைக் கட்டையின் இடதுகால், பாரம் தாங்காமல் படீரென உடைத்துக்கொள்ள, அடுத்த நொடியில் அதன் மேல் கட்டையும் முறிந்தது. தண்ணீர் நிரம்பிய சாலின் பாரத்தோடு, அந்தக் கட்டை கீழே சரிந்து, குன்ட்டிவாடனின் தலையில் மடார் என அடித்தது.

என்ன நடக்கிறதென அவன் உணர்வதற்குள் தலை மண்டை உடைய அப்படியே கீழே சரிந்தான். இருதுளைக் கல்லில் மோதிய அவன் உடல், ஒரு துள்ளுத் துள்ளி எகிறித் தொபீரெனக் கிணற்றில் விழுந்தது.

இருதுளைக் கட்டையிலிருந்து சரிந்து பிடுக்கில் விழுந்த வடக்கயிறும் சாலோடு சரசரவெனக் கிணற்றில் இறங்கியது. அதன் பாரம் பாரியில் நடந்துகொண்டிருந்த இரண்டு மாடுகளையும் சடசடவெனப் பின்னுக்கு இழுத்தது.

கால்கள் பின்ன தடுமாறிய மாடுகள் இரண்டும் ஒன்றுடன் ஒன்று பின்புறத்தில் முட்டிக்கொண்டன. கால்கள் சரிந்து கீழே விழப் பார்த்தன. அப்படி விழுந்தால் மாடுகளும் தர தரவெனப் பின்னால் இழுக்கப்பட்டு நகர்ந்து போய்க் கிணற்றில் விழுந்துவிடும். சுதாரித்துக்கொண்ட ஏகாம்பரம் வடக்கயிற்றிலிருந்து கீழே குதித்து திரும்பி நின்று வடத்தை இழுத்துப் பிடித்து, மாடுகளை நிறுத்தினான். வடக்கயிறு அவரையும் சேர்த்து இழுத்துக்கொண்டு கிணற்றை நோக்கி நகர்ந்தது.

கிணற்றின் எதிர்ப் புறத்தில் நின்றிருந்தவர்கள் அதைப் பார்த்து அதிர்ச்சியில் பேச்சு மூச்சற்று நிற்க, அப்பாதுரை மட்டும் சுதாரித்து ஓடி ஏகாம்பரத்தோடு சேர்ந்து வடக் கயிற்றைப் பிடித்து இழுத்து நிறுத்தினான்.

கிணற்றில் விழுந்த குன்டிவாடனின் உடல் வேகமாக நீரில் மூழ்கியது. பெரிய பெரிய நீர்க் குமிழிகள் மேலே எழுந்தன. கிணறு முழுவதும் அலை அலையாய்த் தண்ணீர் ஆடியது. கிணற்றில் நான்கடிக்கும் குறைவாகத்தான் தண்ணீர் இருந்தது. அடுத்த சில விநாடிகளிலேயே தண்ணீரின் மேற்பரப்பில் ரத்தம் கொப்புளித்துக் கொப்புளித்து வட்டமாய் மிதந்தது.

அதற்குப் பிறகுதான், திடீர் சூரைக்காற்றில் ஒடிந்து சாய்ந்துவிட்ட வாழை மரம் போலக் குன்ட்டிவாடனின் குடும்பம் சுக்கல் சுக்கலாக உடைந்து கந்தல் கோலமானது.

ஊர்க்காரர்களோடு சேர்ந்து குன்ட்டிவாடனின் பிணத்தை மலை இறக்கத்தில் புதைத்துவிட்டு வந்த பிறகு, பல நாள்கள் பிரம்மை பிடித்தவளாக வீட்டுக்குள்ளேயே முடங்கிக் கிடந்தாள் நீலம்மா.

அவளுக்கு எதிரில் ஒரு பெரும் இருட்டு. திக்கு திசை தெரியாத சூன்யம். அதற்கு மேல் எப்படி வாழ்க்கையை நகர்த்துவது என அவளுக்குத் தெரியவில்லை. வயதுக்கு வந்த ஒரு பெண்பிள்ளை. பள்ளியில் படிக்கிற ஒரு பையன். அவர்களை எப்படிக் கரை சேர்ப்பது என அவளுக்கு எதுவுமே புரியவில்லை. கண்கள் அவிந்து போய் திக்குத் தெரியாத காட்டில் அநாதவராக விடப்பட்டதைப் போலத் தடுமாறினாள்.

வீட்டிலிருந்த கேழ்வரகும் சோளமும் குன்ட்டிவாடன் சேர்த்து வைத்திருந்த சில நூறு ரூபாய் பணமும் கொஞ்ச காலத்துக்குத்தான் வந்தது.

குன்ட்டிவாடன் தோல் விற்று வரும்படி பார்த்த போது, ஊர்ச் சாப்பாடு வாங்க நீலம்மாவை அனுப்ப மாட்டான். களியோ கூழோ வீட்டிலேயே சமைத்துத்தான் சாப்பாடு. இப்போது அவர்களுக்கு வயிற்றை நிரப்ப வேறு வழியே தெரியவில்லை. கையில் ஏதுமில்லாமல் போன பிறகு பிள்ளைகளுக்காக மனதைத் தேற்றிக்கொண்டாள். அலுமினியப் பாத்திரத்தை எடுத்துக்கொண்டு, சுந்தரையும் கையோடு அழைத்துக்கொண்டு சோறு கேட்டு வீடு வீடாகப் போனாள்.

இரண்டு பிள்ளைகளோடு அனாதரவாகிவிட்ட அவளைப் பார்த்ததுமே பரிதாபப்பட்டனர் ஊர்க்காரர்கள். எந்த வீட்டு வாசலில் போய் நின்றாலும் களியோ, கூழோ அவளது குண்டான் நிறையப் போட்டு அனுப்புவார்கள்.

அதுதான் அவர்களின் பசியை ஆற்றியது. ஆனால், வெகு சீக்கிரத்திலேயே அந்தப் பரிதாபமும் மாறிவிட்டது. அய்யோ என்கிற பரிதாபம்கூட எட்டி இருக்கிற வரைதான்.

உதவி எனப் போய் வாசலில் நின்றால் உடன் பிறந்த உறவுகள் கூடக் கசந்து விடுகிற காலம். எல்லாமே கிட்டப் போனால் எட்டிப் போகும் என்பார்கள். தொப்புள் கொடி உறவுக்கே அப்படி என்றால் இவர்கள் என்ன கொண்டானா கொடுத்தானா?

வெகு சீக்கிரத்திலேயே ஊரில் ஒவ்வொருவராகக் குத்திப் பேசத் தொடங்கிவிட்டனர்.

“சேட்டு பொம்பளமாரி செவசெனு கீற ஒடம்பும் தளதளனு நல்லாதான கீது எதுனா வேல செஞ்சி சோறு துன்றது?”

ஒரு கிழவி தன் முகத்தில் வழியும் எரிச்சலோடு சொல்லிவிட்டு, அரைக் கை கூழ் ஏந்தி வந்து நீலம்மாவின் குண்டானில் போட்டாள். நீலம்மாவின் மனசுக்குள் சுரீர் என ஒரு வேல முள் குத்தியது. அப்படியே திரும்பி வீட்டுக்குப் போய்விட்டாள். அந்த நாள் முழுவதும் அவள் மனசு குமுறிக்கொண்டே இருந்தது.

அதற்குப் பிறகு அவள் சாப்பாடு வாங்க ஊருக்குள் போகவில்லை. கூலி வேலைக்குப் போனாள். களை வெட்ட, நாற்று நட, அறுப்பறுக்க எனக் கூலிக்குப் போனால் மதியத்தில் போடுகிற களியையோ, கூழையோ கையேந்தி வாங்கிக்கொண்டு வீட்டுக்கு வருவாள். அதுதான் மதிய வேளையில் அவளுக்கும், சந்திராவுக்கும் சாப்பாடு.

கூலியாகக் கிடைக்கும் கம்போ, கேழ்வரகோ அன்றன்றைக்கு ஏந்திரத்தில் அரைத்துச் சுடு கஞ்சிக் காய்ச்சி பிள்ளைகளுக்கு ஊற்றுவாள். சர்க்கார் புண்ணியத்தில் சுந்தருக்குப் பள்ளிக்கூடத்திலேயே மதியம் ஒரு வேளை நல்ல சாப்பாடு கிடைத்தது. அப்படியும் மாலையில் வீட்டுக்கு வரும்போதே பசி பசி என அலைவான். அவனால் பசி தாங்கவே முடியாது. அதற்காகவே, மதியம்

வீட்டுக்குக் கொண்டுவரும் கூலி சாப்பாட்டில் அவனுக்காகக் கொஞ்சம் எடுத்து வைத்துவிட்டுப் போயிருப்பாள் நீலம்மா. அதனால் அவளுக்குத் தினமும் அரைகுறை சாப்பாடுதான்.

சந்திராவும் நீலம்மாவும் சுந்தருக்காகப் பல இரவுகளில் வெறும் வயிற்றோடும் படுத்துக்கொள்வார்கள். சந்திரா பகலில் மலையடிவாரத்தில் மற்ற பிள்ளைகளோடு சேர்ந்து பூந்துடைப்பம் அறுத்து வருவாள். அதைச் சந்தையில் விற்றால் வாரத்துக்கு ஒரு ஐந்தோ பத்தோ கிடைப்பதே அரிது.

இதையெல்லாம் எப்படியோ கேள்விப்பட்டு, குன்ட்டிவாடனிடம் ஆட்டுத் தோல்களை வாங்கிய குட்டை சாயபு, தனக்குத் தெரிந்த ஒரு தோல் தொழிற்சாலையில் பேசி, நீலம்மாவை அங்கே எடுபிடி வேலைக்குச் சேர்த்துவிட்டார்.

மாந்தாங்கல் சாலையில் இருந்த அந்தத் தொழிற்சாலையில் அப்போது அவளுக்கு மாதம் முந்நூற்றி இருபது ரூபாய்ச் சம்பளம். அதில் பேருந்துச் செலவுக்குப் போக, மிச்சமிருந்த அந்த வருமானத்தில்தான் குடும்பம் நடந்தது. சுந்தரையும் தொடர்ந்து படிக்கவைத்தாள்.

குன்ட்டிவாடன் இருந்தபோதே, சந்திராவுக்குத் திருமணம் முடித்திருந்தால் அவளுக்குப் பெரும் பாரம் குறைந்திருக்கும். நல்ல இடமாய்க் கிடைத்தால் முடித்துவிடலாம் எனக் குன்ட்டிவாடனும் பல பேரிடம் சொல்லி வைத்திருந்தான். அரை சவரனில் கம்மல், கால் சவரனில் ஒரு ஒற்றைக் கல் மூக்குத்தி, வெள்ளியில் இரண்டு கால் கொலுசுகள் எனச் சில நகைகளையும் சேர்த்து வைத்திருந்தான்.

அவன் செத்தபிறகு, சோற்றுக்கு வழியில்லாமல் அவர்கள் தவித்த போதும் அந்த நகைகளில் மட்டும் கை வைக்கவில்லை நீலம்மா.

குன்ட்டிவாடன் செத்து சில வருடங்களுக்குப் பிறகு எப்படியோ ராமா கோவிந்தா என்று பக்கத்து ஊரிலேயே சந்திராவுக்குத் திருமணமும் செய்து முடித்தாள் நீலம்மா. இவர்களின் நிலைமை தெரிந்து, பெருந்தன்மையோடு சந்திராவின் கையைப் பிடித்தவன் சிப்காட்டில் ஒரு தோல் தொழிற்சாலையில் இரவுக் காவலாளியாக வேலை செய்துகொண்டிருந்தான். அவனுக்கு வயது கொஞ்சம் கூடுதல்தான். ஆனால், அதைப்பற்றி யார் கவலைப்பட்டார்கள்?

எப்படியோ தட்டுத் தடுமாறி சுந்தர் கல்லூரிப் படிப்பையும் முடித்தான். பன்னிரண்டாவது வரை சர்க்கார் பள்ளிக் கூடத்தில்தான் படித்தான். கல்லூரியும் அரசு கல்லூரிதான். அங்கேயும் கட்டணத் தொல்லை எதுவுமில்லை. தினசரி கல்லூரிக்குப் போய் வர பேருந்துக்கு ஆகிற செலவுதான் பெரிய செலவு. மதியச் சாப்பாட்டுக்கு எனப் பெரிதாக மெனக்கெட மாட்டாள் நீலம்மா. துளி கடலை எண்ணெயில் காய்ந்த மிளகாயைக் கிள்ளிப் போட்டுத் தாளித்து, அதில் சோற்றைக் கொட்டிக் கிளறி அதை டிபன்பாக்சில் போட்டுக் கொடுத்தனுப்புவாள்.

சுந்தர் டிகிரி முடித்ததும் அதே தோல் தொழிற்சாலையில் கெஞ்சிக் கூத்தாடி அவனுக்கும் ஒரு ஹெல்பர் வேலை வாங்கிக் கொடுத்தாள்.

அங்கே சுந்தருக்கு ஒரு தோல் கிடங்கிற்குள் வேலை. அந்தக் கிடங்கில் சுத்தப்படுத்தப்பட்ட மாட்டுத் தோல்கள் மலை மலையாக அடுக்கி வைக்கப்பட்டிருக்கும். ஒரு தோலை எடுத்துக் கீழே விரித்துப் பார்த்தால், ஒரு பாரியான ஆள் கை, கால்களை விரித்து நிம்மதியாகப் படுத்திருப்பதைப் போல அவ்வளவு பெரிதாகத் தெரியும். வெளிர் மஞ்சள் நிறத்தில் பளபளக்கும் அந்தத் தோல்களைக் கையில் தொட்டால் லேசான ஈரம் நமநமக்கும்.

அந்தத் தோல்களைக் கிடங்கிலிருந்து வெளியே எடுத்துப் போய், வெட்ட வெளி வெயிலில் வரிசை வரிசையாகக் காய வைப்பார்கள் பெண் பணியாளர்கள். காயக் காய, அவற்றைத் திருப்பித் திருப்பிப் போடுவார்கள். அப்படி வரிசை வரிசையாகக் காய்கிற தோல்களைப் பார்த்தால் ஏராளமான வெள்ளைக்காரர்கள் கடற்கரையில் மல்லாந்து படுத்துக் கதை பேசிக்கொண்டிருப்பதைப் போலத் தெரியும்.

அப்படி வெயிலில் நன்றாகக் காய்கிற அந்தத் தோல்கள், நீளமான ராட்சத அப்பளங்கள் போல மொட மொடப்பாக மாறிவிடும். நன்றாகக் காய்ந்ததும் அவற்றைத் திரும்ப எடுத்து வந்து கிடங்கிற்குள் போடுவார்கள்.

"காலீல வந்ததுல இர்ந்து குடோன்ல இருக்கற தோலுங்கள எண்ணி எண்ணி பொம்பளிங்க கிட்ட குடுக்கணும் அத ஒரு ரிஜிஸ்ட்டர்ல என்ட்ரி போட்டு வச்சிக்கணும் சாயந்தரமா மறுபடியும் அந்தத் தோலுங்கள வாங்கி ரிஜிஸ்டர்ல கீற மாரி திரும்பி வர்தானு செக் பண்ணி உள்ள வாங்கி அடுக்கி வைக்கணும் பொம்பளைங்க ஏமாத்துவாங்க சொம்மாவே அரட்ட அட்ச்சிகினு இருக்கும் ஒய்ங்கா வேல செய்துங்களானு அதுங்களயும் அப்பப்ப பாத்துக்கணும் இதாம்பா உன்னோட வேல. தோலு கரக்டா கணக்கு வரணும் ஏமாந்த நடுவுல நாலு தோல சுருட்டி எட்த்துகினு போயி வித்துருவாங்க உசாரா பாக்கணும்" என்று சொன்னார் சாயபு.

"கேட்லதாங் செக்யூரிட்டிங்க நிக்கறாங்களே எப்டிமா தோல எட்த்துகினு போயி விக்க முடியும்?" எனத் தன் அம்மாவிடம் கேட்டான் சுந்தர்.

"இதுல ஒன்னு ரெண்டு செக்கூரிட்டியும் கூட்டுடா" என்றாள் நீலம்மா.

சுந்தருக்கான வேலை என்னவோ சுலபம்தான். கணக்கு எல்லாம் அவனிடம் தப்பாது. ஆனால், பக்கத்துக் கிடங்கில் ஊறல் போட்டு வைத்திருக்கும் தோல்களின் நாற்றம்தான் அவனுக்குப் பெரிய ரோதனையாக இருந்தது. ரசாயனத்தில் ஊறி சொதசொதத்த அந்தப் பச்சைத் தோல்கள் பிண நாற்றத்தை விட மோசமாக நாறியது. அந்த நாற்றத்தில் அடி வயிறு வரை யாரோ கைகளை நுழைத்துக் குடலைப் பிசைந்ததைப் போலக் குமட்டிக்கொண்டு வாந்தி வந்தது.

குன்ட்டிவாடன் உயிரோடு இருந்தவரை, வீட்டுக்குள்ளேயே பச்சைத் தோல்களை உப்புப் போட்டுப் பதப்படுத்தி வைத்திருப்பான். அது இதைவிட அதிகமாக நாற்றமெடுக்கும். அவற்றை வீட்டுக்கு வெளியில் வைத்தால் நாய்கள் தூக்கிக்கொண்டு போய்விடும். அதனால் அவர்களின் அந்தச் சின்ன வீட்டுக்குள் அவர்களோடுதான் அந்தத் தோல்களும் இருக்கும். ஆனால், விவரம் தெரியாத அந்தச் சின்ன வயதில் சுந்தருக்கு அந்த நாற்மெல்லாம் தெரியவில்லை.

இத்தனை ஆண்டுகள் கழித்து, கல்லூரிப் படிப்பையும் முடித்துவிட்டு வந்த பிறகு, அந்தத் தோலின் அழுகல் நாற்றம் அவனுக்கு ஒத்துக்கொள்ளவில்லை. அதனால் அவனுக்குப் பல முறை குமட்டிக் குமட்டி வாந்தி வந்தது.

அதைப் பார்த்த தொழிற்சாலை மேலாளரான வெள்ளைத்தாடி சாயபு முதலில் கெக்கேபிக்கே எனச் சிரித்தாலும், பின்னர் அவன் மீது கொஞ்சம் பரிதாபப்பட்டார். தோல்களை எடுத்துக் கொடுக்கிற வேலையைத் தவிர்த்துவிட்டு, அலுவலகத்தில் உட்கார்ந்து கணக்கு எழுதும் வேலையைக் கொடுத்தார். அதற்காகத் தொள்ளாயிரம் ரூபாய்ச் சம்பளம். நல்ல சம்பளம்தான். ஆனால், அப்போதும் அதே நாற்றம், அதே வாந்தி.

“கணே இவ்ளோ நாளு இந்த நாத்தத்துல வேல செஞ்சிதான்டா உங்கள காப்பாத்னங் இங்க எட்டு வர்சமா வேல செய்ற எனுக்கே எட்நூறு ரூவாதாங் சம்பளம் உனுக்கு எட்த்த ஒட்னே தொளாயிரம் பெரிய ஆபிசர் மாரி எய்தற வேலதான எப்டினா டம் புடி நைனா” என்றாள் நீலம்மா.

“அட உடுமா இது இல்லனா வேற எவ்ளோ கம்பனிங்க கீது சிப்காட்ல வேற எதுனா ஒன்த்துல வேல கெடைக்கும் இந்த நாத்தத்துல என்னால ஒரு வேள கூட நிம்மதியா சோறு துண்ண முடியாது” என்று அவளிடம் சொன்னவன், அடுத்த மாதமே அந்த வேலையிலிருந்து நின்றுவிட்டான்.

“வேற வேல கெட்சிதுக்கு அப்பறமா இந்த வேலய உட்டுடு நைனா அதுவரைக்கும் டம் புடிடா” என்று அவனிடம் எவ்வளவோ கெஞ்சினாள் நீலம்மா. ஆனால், அவன் கேட்கவே இல்லை.

அந்த வேலையிலிருந்து நின்றுவிட்ட பிறகு, சிப்காட்டில் உள்ள இரும்புத் தொழிற்சாலைகள், ரசாயனத் தொழிற்சாலைகள், மோட்டார் தொழிற்சாலைகள் என ஒவ்வொன்றாகத் தனது சான்றிதழ்களுடன் சுற்றிச் சுற்றி வந்தான்.

முன் அனுபவம் இல்லை என்று ஒரே மாதிரியாகப் பதில் சொல்லி தொழிற்சாலைகளின் நுழைவு வாயிலேயே அவனைத் திருப்பி அனுப்பினர்.

“கதய கேட்டியா பச்சத் தோல ஊட்லயே ஊற வெச்சி வித்தவம் புள்ளைக்கி தோலு நாத்தம் வாந்தி வர்தாம் கலி காலம்டா டேய்” ஊரார் நக்கலாகச் சொல்லிச் சொல்லிச் சிரித்தனர்.

சுந்தரின் பெரியப்பா பெத்தவாடன் சின்ன வயதிலிருந்தே சற்றுச் சோம்பேறி. எதிலும் அவ்வளவாகப் பிடிப்பு கிடையாது. கச்சிதமாகச் சால் கிழிசல் தைக்கவும் வராது. புதிய சால் தைப்பதைப் பற்றியெல்லாம் அவனுக்கு அக்கறையே கிடையாது. கிழிந்த செருப்புகளைத் தைக்க மட்டும் ஓரளவுக்குத் தெரியும். அவன் குடும்பத்தையும் சேர்த்தே குன்ட்டிவாடன்தான் பார்த்துக்கொண்டிருந்தான்.

குன்ட்டிவாடன் செத்த பிறகு, சில மாதங்கள் முத்துக்கடை பேருந்து நிலையத்தில் செருப்புத் தைத்தான் பெத்தவாடன். அதில் ஒரு நாளைக்கு எட்டு ரூபாயோ, ஒன்பது ரூபாயோ வருமானம் கிடைக்கும். அது அவனது குடிக்கே போதாது. அதனால் அவனை நம்பாமல் கன்னிச்சியும், ராணியும் கிடைக்கிற கூலி வேலைகளுக்குப் போய்தான் வயிற்றைக் கழுவினார்கள்.

நீலம்மா தோல் தொழிற்சாலையில் வேலைக்குச் சேர்ந்த பிறகு, அவள் சிபாரிசில் அந்தத் தொழிற்சாலையிலேயே இரவு வாட்ச்மேன் வேலையில் சேர்ந்தார் பெத்தவாடன். அவனுக்கு மாதம் முந்நூறு ரூபாய்ச் சம்பளம்.

அங்கே அவன் வேலையில் சேர்ந்து முழுதாக ஆறு மாதங்கள் முடிந்திருந்தன. அந்த மாதத்திற்கான சம்பளம் வாங்கிய நான்காவது நாள். காலையில் டூட்டி முடிந்து வீட்டுக்குத் கிளம்பியிருக்கிறான். வழக்கம் போல முத்துக்கடைச் சந்தில் நுழைந்து, இரண்டு சாராய உறைகளை வாங்கி உறிஞ்சியிருக்கிறான். போதை தலைக்கு ஏற அநாயசமாகச் சாலையில் இறங்கிக் குறுக்கில் கடந்திருக்கிறான். நீளமாக ஊளையிட்டுக் கொண்டே வந்த தோல் கழிவு ஏற்றி வந்த லாரி இரண்டே நொடி நேரத்தில் அவன் மீது மோதிவிட்டுப் பிரேக்கடித்து நின்றது.

நடுச்சாலையில் குப்புற விழுந்தவனின் உடல் மீதே ஏறி இறங்கிவிட்டது பின் சக்கரம். இடுப்பு நசுங்கி நிகழ்விடத்திலேயே செத்துப் போனான். தோல் கழிவிலிருந்து சரம் சரமாய் விழுந்த கழிவு நீர் சில விநாடிகள் பூந்தூரலாய் அவன் உடல் மீது சிந்தியது. அடுத்த நொடியில் சாலை முழுவதும் கழிவு நீரைச் சிந்தியபடியே ஓடி மறைந்தது அந்த லாரி.

அடையாளம் தெரியாத வாகனம் மோதி தொழிலாளி பலி என மறுநாள் சில செய்தித் தாள்களில் செய்திகள் வந்ததோடு சரி. விபத்துக்கான எவ்வித நஷ்ட ஈடும் கிடைக்கவில்லை.

குன்ட்டிவாடன் அகாலமாய்ச் செத்த மறு வருடமே அவன் அண்ணன் பெத்தவாடனும் இப்படி அகாலமாய்ப் போய்ச் சேர்ந்துவிட்டான்.

பெத்தவாடனின் மகள் ராணிக்கு அப்போது பதினான்கு வயது. வறுமைக்குப் பொறுத்தமே இல்லாமல், பூவும் பிஞ்சுமாய்ப் பூத்துக் குலுங்கும் இலுப்பை மரம் போலச் செழிப்பான உடல். எல்லோரது கண்களும் ராணியின் வனப்பைப் பார்த்துப் பிரமித்துக் கிடந்தன.

அம்மா கன்னிச்சியுடன் அவள் எப்போதும் போலக் கூலி வேலைக்கும், துடைப்பம் அறுக்கவும் போனாள்.

குன்டிவாடன் செத்த பிறகு அவர்கள் குடியிருப்பில் வேறு யாரும் தோல் வாங்கி விற்பதோ, சால் தைத்துக் கொடுப்பதோ இல்லை. ஆயில் மிஷின்களும் மின்சார பம்புசெட்களும் வந்துவிட்டதால் அவர்களுக்கு வேலையில்லை. அதனால் அறுவடையின் போது அவர்களுக்கு மேரையும் கிடையாது. ஆண்கள் வேறு ஏதாவது கூலி வேலைக்குப் போக, பெண்களும் சிறுவர்களும் துடைப்பம் அறுத்து விற்றனர். சிலர் ஊதுவத்தி உருட்டினர்.

எதுவும் முடியாதவர்கள் வேறு வழியில்லாமல் எப்போதும் போல ஊரில் களி, கூழ் வாங்க வீடு வீடாகப் போய் வாசலில் நின்றார்கள்.

“எம்மோவ் கூலு போடுமா” என்று குரல் கொடுத்தால் ஒரு கைக் கெட்டிக் கூழை வலது கையில் ஏந்தி வந்து இவர்களின் குண்டானைத் தொட்டுவிடாமல் தொபீரெனப் போடுவார்கள்.

“ஏங் எதுனா வேல செஞ்சி ஆக்கி துண்றது? இப்டி வர்சி வர்சியா குண்டான தூக்கினு வந்தா ஆக்கற்த உங்குளுக்கே போட்டுட்டு நாங்க இன்னாத்த துன்றது?“ என எரிந்து விழுவார்கள் சிலர்.

“எதுனா கொஞ்சமா போடு எமோவ்” என்று அப்போதும் தலையைப் பரக் பரக்கெனக் கீறியபடி வாசலிலேயே நிற்பார்கள்.

சுந்தர் கல்லூரியில் படித்துக்கொண்டிருந்த போது, அவர்கள் இப்படிக் குண்டான்களைத் தூக்கிக்கொண்டு ஊர்க்காரரர்களின் வீட்டு வாசலில் நிற்பது அவனுக்கு மானக்கேடாக இருக்கும். நீலம்மா வேலைக்குப் போகத் தொடங்குவதற்கு முன்பே அவர்கள் ஊர் சாப்பாடு வாங்குவதை நிறுத்திவிட்டதால், மற்றவர்களையும் ஊர் சாப்பாடு வாங்கப் போக வேண்டாமென எவ்வளவோ சொல்லிப் பார்ப்பான். அவர்கள் கேட்கவே மாட்டார்கள்.

ஊர்க்காரரர்களைப் போலப் படித்து முடித்துவிட்டு, தானும் பெரிய வேலைக்குப் போக வேண்டும், அவர்களைப் போலவே பேருந்தின் இருக்கையில் கம்பீரமாக உட்கார வேண்டுமெனச் சுந்தருக்கு ஆசையாக இருக்கும்.

கல்லூரிக்குப் போகிற போது, பேருந்தில் இருக்கைகள் காலியாக இருந்து, அதில் உட்கார்ந்து விட்டால், அவன் மனசு பதைத்துக்கொண்டே இருக்கும். அதனால் இருக்கைகள் காலியாக இருந்தாலும் கூட உட்கார மாட்டான். ஊர்க்காரரர்கள் யாராவது பார்த்தால் திட்டுவார்களே என உள்ளுக்குள் பயம்.

. “ஏங் சீட்டுதாங் காலியா கீதுல்ல ஒக்கார்றது நட்ட மரமாட்டம் நின்னுகினே கீற ஸ்டைலா?“ என்று வெளியூர்க்காரரர்கள் சிலர் அவன் நிற்பதைப் பார்த்து நக்கலடிக்கும்போது அவனுக்குச் சங்கடமாக இருக்கும்.

"த்ரா குன்ட்டிவாடம்புள்ளயப் பார்ரா வெள்ளக்கார தொர மாரி பேண்டு, செர்ட்டு பட்ச்சி பெரிய கலக்ட்ராயி வந்துர்ரா நாங்கள்லாம் மனு குடுக்க உங்கூட்டு வாசல்ல வந்து நிக்கறம்" எனச் சொல்லிவிட்டு, கெக்கே பிக்கே எனச் சிரிப்பார்கள் உள்ளூர்க்காரர்கள்.

அதனாலேயே சுந்தருக்கு அந்த ஊரில் இருந்து எந்த வேலைக்குப் போய் வரவும் மனசு ஒப்பவில்லை. ஏதாவது வெளியூருக்குப் போய் எடுபிடி வேலை செய்தால்கூடப் போதும். ஊர் எழுந்து கொள்வதற்கு முன்பாகக் கிளம்பி, ஊர் அடங்கிய பிறகு திரும்பி வந்தால் போதும் என நினைப்பான்.

அப்போதுதான் சுந்தருடன் கல்லூரியில் படித்த நண்பன் ஒருவனின் உறவினர் மூலமாக அவனுக்குப் பாவனா டிரான்ஸ்போர்ட்டில் இந்த எழுத்தர் வேலை கிடைத்தது.

40

அன்று காலையில் அலுவலகம் வரும்போதே சோர்ந்த முகத்துடன் வந்தான் சுந்தர். அப்போதுதான் செடியிலிருந்து பறித்துக் கழுவி வைத்தத் தக்காளிப் பழத்தைப் போன்று தளதளக்கும் முகத்துடன் பளிச்செனவந்தாள் லீனா.

மாதவன் வழக்கம் போலத் தொலைப்பேசியில் லோடிங் விவரங்களைக் கேட்டுக்கொண்டிருந்தார். மணி வெறுமனே உட்கார்ந்திருந்தான். மேலே மின்விசிறி மிதமாகச் சுற்றிக் கொண்டிருந்தது.

மாதவனுடைய மேசையின் இடது புறமிருந்த பழைய கறுப்பு நிறத் தொலைப்பேசி "டிர்ரிங் டிர்ரிங்" எனக் கரகரப்பாக ஒலித்தது. அந்தத் தொலைப்பேசிக்குத் தலைமை அலுவலகத்திலிருந்துதான் அழைப்புகள் வரும்.

அது ஒவ்வோர் எண்ணாக விரலால் சுற்றிச் சுற்றி டயல் செய்ய வேண்டிய ஆதி காலத்துத் தொலைப்பேசி. வலது புறமிருக்கும் பச்சை நிறத் தொலைப்பேசி பொதுவானது. அது எண்களை அழுத்தி டயல் செய்யும் பட்டன் தொலைப்பேசி. அந்த எண்ணைத்தான் வாடிக்கையாளர்களுக்கு அதிகம் தெரியும். அதனால் அதில் தான் அதிகமான அழைப்புகள் வரும். இதில் அழைப்பு வந்தால் அநேகமாக அது தலைமை அலுவலகத்திலிருந்துதான் வரும்.

ரிசீவரை எடுத்துப் பேசினார் மாதவன். மற்றவர்கள் அமைதியானார்கள்.

மூன்று நிமிடங்கள். தலையாட்டி, தலையாட்டி கேட்டுக்கொண்டிருந்த மாதவனையே மூவரும் பார்த்துக்கொண்டிருந்தனர். ரிசீவரை வைத்த மேலாளர் சுந்தரைப் பார்த்தார்.

"சுந்தர் முக்கியமான மேட்டர்பா நம்ப குஜராத் பிரான்ச்ல இருக்கற சந்திரனுக்கு ஒடம்பு செரியில்லியாம். வயசான ஆளு வேற டிரீட்மெண்டுக்காக ஊருக்கு வர ஒரு மாசம் லீவு கேக்கறாராம் அவுருக்குப் பதிலா யார்னா அங்க போவணும் ஓனரு உன்ன அனுப்பச் சொல்றாரு"

சுந்தருக்குப் பகீரென்றது. லீனா அதிர்ச்சியோடு மாதவனையும் சுந்தரையும் பார்த்தாள். மணி மூவரையுமே மாறி மாறிப் பார்த்தான்.

"நானு எப்டி சார் அவ்ளோ தூரம்?" சுந்தர் தயக்கத்துடன் கேட்டான்.

"உனுக்குதாங் கொஞ்சம் இந்தி தெரியும் நீ போனா எப்டினா சமாளிப்ப அவசரத்துக்கு வேற தோதான ஆளு யாரும் இல்லன்றாருபா ஓனரு"

மிதிவண்டி தொழிற்சாலைக்கு லோடு ஏற்ற வரும் வடநாட்டு ஓட்டுநர்களிடம் பேசிப் பேசி இந்தியில் தத்தக்கா புத்தக்கா எனப் பேசுவான் சுந்தர். இப்போது அதுவே அவனுக்கு வினையாகிவிட்டது.

"ஒரு மாசந்தாம்பா சந்திரனுக்கு ஒடம்பு சரியாகி அங்க திரும்பினதும் நீ இங்க வந்துட்லாம். இல்ல நீ அங்கியே இர்ந்தாலும் ஓகேன்றார் ஓனர். சின்ன வயசுலயே நாலு ஊரப் பார்த்துக்கறது நல்லதுதான" என்றார் மாதவன்.

சுந்தரின் முகத்தில் பலமான யோசனை திரையிட்டிருந்தது. லீனா அவனைக் குழப்பத்தோடு பார்த்துக் கொண்டிருந்தாள்.

சுந்தர் ஆரம்பத்தில் ஆசைப்பட்டது வெளியூர் வேலைக்குத்தான். ஊர்க்காரர்களின் முகத்திலேயே விழிக்கத் தேவையில்லை. ஆனால், அவன் நிரந்தரமாக அங்கே போய்விட்டால் கோபாலைப் பழி வாங்கும் அந்த லட்சியம் என்ன ஆவது?

அவனுக்குக் குழப்பமாக இருந்தது. மனசு அலைபாய்ந்தது.

"எப்ப சார் போவணும்?"

திடுமெனக் கேட்டான் சுந்தர். அவனை அதிர்ச்சியோடு பார்த்தாள் லீனா. இப்போது அவள் முகத்தில் இருட்டு கவிழ்ந்தது.

"நாளைக்கே களம்பணுமாம் டிரைன் டிக்கட் இப்பவே புக் பண்ணச் சொல்றாரு மணி நீ போயி டிக்கட் ரிசர்வ் பண்ணிட்டு வா சுந்தர் நீ வீட்டுக்குப் போயி துணிலாம் எட்த்துட்டு நாளைக்கிக் காலைல இங்க வந்துரு"

நாயர் கடையிலிருந்து தேநீரும், உளுந்த வடையும் வந்தது. சுந்தர் வடையை மெதுவாகக் கொறித்துக் கொண்டிருந்தான். லீனா வடையைக் கொஞ்சம்கூடத் தின்னவில்லை. அதைச் சுட்டு விரலால் குத்திக் கொண்டிருந்தாள். தேநீர் அவள் எதிரில் ஆறிக்கொண்டிருந்தது.

"ன்னா மேடம் வட சாப்டலியா?" அவளிடம் மெதுவாகக் கேட்டான் மணி.

"த்ஸ்" என்றாள்.

வடையைக் காகிதத்தோடு சுருட்டிக் கூடையில் வீசினாள். தேநீரை மட்டும் பாதி உறிஞ்சி விட்டு, மீதியை அப்படியே வைத்தாள். அவள் பார்வை அடிக்கடி சுந்தரையே பார்த்துக்கொண்டிருந்தது.

"சரி நீ வீட்டுக்குக் களம்புபா சுந்தர்" என்றார் மாதவன்.

தனது சாப்பாட்டுப் பையை எடுத்துக்கொண்டு உடனே கிளம்பினான் சுந்தர்.

டிக்கட் பதிவு செய்ய மணியும் அவனுடனே கிளம்பினான். ஆனாலும், வழியில் அவர்கள் எதுவுமே பேசிக்கொள்ளவில்லை.

மறுநாள் காலை ஒன்பது மணி.

வீட்டிலிருந்து கிளம்பிய சுந்தர் தனது மிதிவண்டியில் ஏறி உட்கார்ந்து மிதிக்கத் தொடங்கினான். பின் கேரியரில் அவனது பெரிய பை. அதில் அவனது துணிகள் இருந்தன. இப்படித் திடீரெனக் குஜராத் கிளம்ப வேண்டியிருக்கும் என அவன் நினைக்கவே இல்லை.

நீலம்மா கூடப் புலம்பினாள்.

"உன்ன அவ்ளோ தூரம் அனுப்பிட்டு... இங்க நானு எப்பிட்றா நைனா கண்ணு மேல ரப்பய போட்றது" என அவனது கைகளைப் பிடித்துக்கொண்டாள்.

அவளைச் சமாதானப்படுத்திவிட்டுப் பத்தேகால் மணி மெட்ராஸ் ரயிலைப் பிடிக்க அவசரமாகக் கிளம்பினான். ரயில் வர இன்னும் ஒரு மணி நேரம் இருந்தது. அதனால் மிதமான வேகத்தில் ஓடியது மிதிவண்டி.

ஊரிலிருந்து மலைக்குத் திரும்பும் வடக்கு மூலையில், மண் பாட்டையை அடைத்துக்கொண்டு மந்தையாகச் செம்மறி ஆடுகள் போவதைச் சற்றுத் தூரத்திலேயே கவனித்தான். பாட்டை முழுவதும் செம்மண் புழுதி. வழியே தெரியாத அளவுக்கு இரண்டு ஆள் உயரத்திற்குப் பறந்து கொண்டிருந்தது அந்த தூசு.

பின் சக்கரத்தின் பிரேக்கை லேசாகப் பிடித்து மிதிவண்டியின் வேகத்தைச் சற்றுக் குறைத்தான். செம்மறி ஆடுகள் சட் சட்டென வண்டியின் குறுக்கில் புகுந்து ஓடும். சற்றுத் தடுமாறினாலும் அவற்றின் மீது மோதிவிட்டுத் தலைக் குப்புறக் கீழே விழ வேண்டியதுதான். ஆட்டுக்காரன் ஆட்டை அதட்ட மாட்டான். அவனைத்தான் அதட்டுவான்.

"கண்ணு இன்னா முதுவுலயாடா கீது சம்பாரிக்கிற கொய்ப்புக் கண்ண மறைக்குதா எல்லாம் கலிகாலண்டா?" எனக் கையிலிருக்கும் கம்பைத் தூக்கிக்கொண்டு அடிக்க ஓடிவருவான்.

அவர்களிடம் வாக்குவாதம் செய்ய முடியாது. எதற்கு வம்பு என்றுதான் வண்டியின் வேகத்தை மட்டுப்படுத்தினான். ஆடுகளின் பின்னால் லுங்கியைத் தொடை வரை ஏற்றிக் கட்டியடி நிதானமாக நடந்தவனை அப்போதுதான் கவனித்தான். அது சுப்பிரமணி. துடைப்பம் அறுக்கப்போன ரஞ்சிதாவிடம் வம்பு செய்த அந்த அயோக்கியன்.

சுந்தருக்கு உள்ளுக்குள் சுர்ரென ஆத்திரம் ஏறியது. காவல் நிலையத்தில் நடந்த நாடகத்திற்குப் பிறகு அந்த நாயை சுந்தரால் ஒன்றுமே செய்ய முடியவில்லை. ஆய்வாளரின் மிரட்டலும் அவர்கள் எழுதி வாங்கிக் கொண்டதும் அவனது கைகளைக் கட்டிப் போட்டிருந்தன.

இப்போது சுந்தருக்குத் திடீரென அந்த எண்ணம் வந்தது. சுற்றும் முற்றும்பார்த்தான். வேறு யாரும் பாட்டையில் இல்லை. பாட்டையின் இரு புறமும் செழித்திருந்த நிலத்திலும் மனிதத் தலைகள் எதுவும் தெரிய வில்லை. பாட்டையோரப் புங்க மரங்களில் சில காகங்கள் மட்டும் கத்திக் கொண்டிருந்தன. வேலியில் பூத்திருந்த மூக்குத்திப் பூக்களில் அலகுகளை நுழைத்து நுழைத்து எடுத்த சில சிட்டுக் குருவிகள் அந்தரத்தில் சிறகடித்துக் கொண்டிருந்தன. தலைக்கு மேல் வெயில் மிதமாகக் காய்ந்துகொண்டிருந்தது.

மிதிவண்டியின் இருக்கையிலிருந்து எழுந்து வேகமாகப் பெடலை மிதித்தான். வண்டி சர்ரக்கென வேகம் எடுத்தது. கண் இமைக்கும் நேரத்தில் ஆடுகளின் பின்னால் நடந்துகொண்டிருந்த சுப்பிரமணியின் பின் பக்கத்தில் வேகமாக மோதினான்.

சரியாகச் சுப்பிரமணியின் நடு புட்டத்தில் தடாலென இடித்தது மிதிவண்டியின் முன் சக்கரம். அந்த வேகத்தில் ஒரு எகிறு எகிறி "அய்யோ" என அலறியபடி தொபீரென முன்னால் விழுந்தான் சுப்பிரமணி. அதே வேகத்தில் அவன் மீதே தலை குப்புறக் கவிழ்ந்தது மிதிவண்டியும். ஆடுகள் அப்படியும் இப்படியுமாகச் சிதறி ஓடின. சுந்தர் மட்டும் உசாராக எகிறிக் கீழே குதித்தான். அப்படியும் அவனது வலது கை லேசாக மண்ணில் உராய்ந்தது.

"அய்யோயோ இடுப்பு ஒட்ஞ்சி போச்சே யார்ரா அது தேவிடியாளுக்குப் பொறந்தவங் கண்ணு காலு தெரியாத நாயே" என அலறியபடி மண்ணில் புரண்டான் சுப்பிரமணி.

ஓடிப்போய் மிதிவண்டியைத் தூக்கி நிமிர்த்தினான் சுந்தர். சுப்பிரமணியால் உடனே எழ முடியவில்லை. முக்கி முனகி எழுந்து உட்கார்ந்தான். அவன் உடலெல்லம் மண். முகத்தில் வலது கண்ணுக்குக் கீழே கல் குத்தியதில் ஒரு கீறல் விழுந்து பளிச்சென ரத்தம் கசியத் தொடங்கியது.

"அய்யோ ணா நீயாணா ஓரமா நடக்கக் கூடாதாணா தேப்பயா தூசு பறந்துல வழியே தெர்லணா பிரேக்க எவ்ளோ இஸ்த்துப் புட்ச்சும் திடுக்குனு மேல மோதிச்சிணா" என்றான் சுந்தர்.

அப்போதுதான் மோதியவன் சுந்தர் என்பது அவனுக்கு உறைத்தது. அவனுக்கு மேலும் ஆத்திரம் பற்றிக் கொண்டது.

“டே நீதானா நாதாரி நாய ஓணும்னே வந்து மேல மோதிட்டு நடிக்கிறியா?”

“அய்யோணா ஓணும்னே ஏணா மோதப் போறங் எங்கைலயும் பார்ணா எப்டி தேச்சிகினு போய்ச்சி?

“டேய் நீ பய்ச மன்சுல வெச்சிகினு ஓணும்னுதான்டா வந்து மோதி கீற உன்ன இன்னா பண்றம் பார்ரா”

“ணா நீ ஆடுங்கள வயி மொத்தமும் ஓட்டிகினு போனா நானு எப்டினா ஒதுங்கிப் போறது?”

முக்கி, முனகி எழுந்து நின்ற சுப்பிரமணி, வலியில் துடித்தபடி இடுப்பைப் பிடித்துக்கொண்டு மீண்டும் கீழே உட்கார்ந்துவிட்டான். அவனால் மீண்டும் எழுந்து நிற்கவே முடியவில்லை.

“ணா சட்டுனு எழுந்துக்காத இடுப்புப் புட்ச்சிக்கும் கொஞ்ச நேரம் அப்டியே ஒக்காரு அப்பறம் மெதுவா எழ்ந்திரு” என்றான் சுந்தர்.

அதற்குள் சிதறி ஓடிய ஆடுகள், முள் வேலியைத் தாண்டிப் பக்கத்தில் இருந்த மொக்கப் பல்லனின் கேழ்வரகுப் பயிரில் மந்தையாகப் போய் இறங்கிவிட்டது. கரும் பச்சையாய்ச் செழித்திருந்த கேழ்வரகுப் பயிர்களில் வானத்தைப் பார்த்து விரல் விரலாய் நீட்டியிருந்தன முற்றாதக் கதிர்கள்.

நடுக்கால்வாயில் நின்று தண்ணீர் மடை திருப்பிக்கொண்டிருந்த மொக்கப்பல்லன், ஒரே நேரத்தில் அவ்வளவு ஆடுகள் திமுதிமுவெனப் பயிரில் இறங்கி மேய்வதை அப்போதுதான் பார்த்தான்.

அவனுக்குத் திகீர் என்றது. அவ்வளவு ஆடுகள் சூழந்துகொண்டு பயிரை மேய்ந்தால் என்ன ஆவது. பிஞ்சுக் கதிர்களையும், உப்பிய தொண்டைகளையுமே வெடுக் வெடுக்கெனக் கடித்து மென்றன ஆடுகள்.

“யார்ரா ஆடு மேய்க்கற நாயி ஊராமூட்டுப் பயிர்ல ஆட்ட உட்டுட்டு இன்னாடா பண்ற வெர்போகி” எனக் கத்திக்கொண்டே ஓடி வந்து ஆடுகளைத் துரத்தினான் மொக்கப்பல்லன்.

துரத்தத் துரத்த இப்படியும், அப்படியுமாய் ஓடி ஓடிக் கதிர்களைக் கடித்தன ஆடுகள். விழுந்த இடத்திலிருந்து சுப்பிரமணியால் உடனே எழ முடியவில்லை. எப்படியோ பல்லைக் கடித்துக்கொண்டு எழுந்து நின்றான்.

“டே நீதானா அந்த அரிச்சந்திர மகாராஜங் கதுர் போன பயிர்ல ஆட்ட உட்டுட்டு வேடிக்க பாத்துகினு நிக்கிறியா நீயின்னா சம்சாரியா பாடுகோலாடா” எனக் கத்திக்கொண்டே சுப்பிரமணியை நோக்கி ஓடி வந்தவன், அதே வேகத்தில் கீழே குனிந்து ஒரு பெரிய மண்ணாங்கட்டியை எடுத்து அவன் மீது குறி பார்த்து

அடித்தான். அது சரியாக சுப்பிரமணியின் மார்பில் விழுந்து தூள் தூளாகச் சிதறியது. அப்போதும் அவனுக்கு ஆத்திரம் தீரவில்லை.

"தோ வர்ரண்டா உன்ன மம்ட்டிலியே வெட்டி பொலி போட்றன்டா" மீண்டும் கால்வாய்க்கு ஓடி மண்வெட்டியை எடுத்துக்கொண்டு திரும்பி ஓடி வந்தான் மொக்கப்பல்லன்.

சுந்தர் அந்த இடைவெளியில் அங்கிருந்து கிளம்பினான். மிதிவண்டியைச் சற்றுத் தூரம் தள்ளிக்கொண்டு போய் மெதுவாக அதில் ஏறி உட்கார்ந்து மிதிக்கத் தொடங்கினான்.

இனி அங்கே ஒரு கைக்கலப்பு மூளும். பங்காளிகள் அவர்களாகவே அடித்துக்கொள்வார்கள். அவர்களை அடிக்க இனி வெளி ஆள்கள் தேவையில்லை.

பிற்பகலில் தனது பை சகிதமாக அலுவலகத்திலிருந்து கிளம்பினான் சுந்தர். சென்ட்ரல் ரயில் நிலையத்திலிருந்து அகமதாபாத்திற்கு ரயில் ஏற வேண்டும்.

எல்லோருக்கும் பொதுவாகச் சொல்லிவிட்டுப் படியை நோக்கி நடக்கத் தொடங்கினான். மணி வராந்தாவில் நின்று, நடந்து போகிற அவனது முதுகையே பார்த்துக்கொண்டிருந்தான்.

லீனா தன் இருக்கையிலேயே உட்கார்ந்திருந்தாள். அவள் கண்களின் ஓரங்களில் மை கரைந்திருந்தது. அதை யாருக்கும் தெரியாமல் கர்ச்சீப்பால் ஒற்றிக்கொண்டிருந்தாள்.

சுந்தர் கடைசி வரை லீனாவை நிமிர்ந்து கூடப் பார்க்கவில்லை. ஓடிப்போய் சுந்தரின் கன்னத்தில் பளார் என ஒரு அறை விடலாமா என மணிக்கு ஆத்திரம் ஆத்திரமாக வந்தது.

அன்று ஞாயிற்றுக்கிழமை. சனி, ஞாயிறு இரண்டு நாள்களும் தனது ஆளைப் பார்க்காதது மணிக்குப் பெரும் ஏக்கமாக இருந்தது. அந்த வாரம் அவன் ஊருக்கும் போகவில்லை. அதற்கு முந்தைய வாரமும் போகவில்லை.

மதியம் சோறும், உருளைக்கிழங்கு காரக்குழம்பும் சமைத்துச் சாப்பிட்டான். வேறு எந்த வேலையும் இல்லாததால் அறைக்குள் வெறுமனே உட்கார்ந்திருக்க வெறுப்பாக இருந்தது. தண்டையார் பேட்டையில் உள்ள ஒரு திரையரங்கில் 'காதல் கோட்டை' படம் ஓடிக்கொண்டிருந்தது.

சுந்தர் அதிகமாகத் திரைப்படங்கள் பார்ப்பதில்லை. அதுவும் அவனுக்குப் பெரும் செலவுதான். சென்னைக்கு வந்த பிறகு தங்கச்சாலையில் உள்ள ஒரு திரையரங்கில் அரவிந்தசாமி படம் ஒன்றும், அண்ணாசாலையில் உள்ள ஒரு பெரிய திரையரங்கில் கமல் படம் ஒன்றும், ஏழுகிணறில் இருக்கும் ஒரு பழைய திரையரங்கில் ஒரே ஒரு மலையாளப் படமும் பார்த்திருக்கிறான்.

இப்போது வேறு வழியில்லாமல் மாலைக் காட்சிக்குக் கிளம்பிப் போனான்.

அந்தப் படம் அவனை நிறையவே இம்சை செய்தது. பார்க்காமலே தேவயாணியைக் காதலிக்கும் அஜீத்தைப் போலவே, பேசாமலே காதலிக்கும் தன்னை நினைத்து நினைத்து இருக்கையில் நெளிந்தான். திரையில் தேவயாணியின் முகத்துக்குப் பதிலாக லீனாவின் முகம்தான் தெரிந்தது.

அன்று இரவெல்லாம் அவனால் தூங்கவே முடியவில்லை. மனம் குமைந்துகொண்டேயிருந்தது. யோசித்து, யோசித்து இறுதியில் அந்த முடிவுக்கு வந்தான்.

எப்படியோ விடிந்தது. காலையிலேயே சீக்கிரமாகச் சோறாக்கி, முள்ளங்கிக் குழம்பு வைத்தான். குளித்து, தயாராகி, எட்டே முக்காலுக்கே மாடியிலிருந்து கீழே இறங்கினான். நாயர் தேநீர்க்கடை வாசலில் நின்று கொண்டான்.

அதுவரை அவளை மாடியிலிருந்துதான் பார்த்திருக்கிறான். ஒரு நாளும் கிட்டத்தில் பார்த்ததில்லை. அவளும் கீழிருந்து தலையை மேலே உயர்த்தி அவன் முகத்தை மட்டுமே பார்த்திருப்பாள். இருவருமே அருகிலிருந்து பார்த்துக்கொள்வது அடுத்த கட்டத்துக்கு நகர உதவலாம்,

எப்படியாவது அவளிடம் பேசிவிட வேண்டும் என்ற தீர்மானத்தோடுதான் கீழிறங்கி வந்திருந்தான்.

முகத்தை மூன்று முறை ஷேவ் செய்திருந்தான். தலைக்குக் குளித்து, முடியை நடு வகிடெடுத்து, இருபுறமும் அலையலையாய்ப் படிய வாரி யிருந்தான். அளவான கருகரு மீசை எடுப்பாக இருந்தது. வெள்ளை நிறப் பேண்டில், சிவப்பு நிறச் சட்டையை இன் செய்திருந்தான்.

நொடிக்கொரு தரம் கைகடிகாரத்தைப் பார்த்துக்கொண்டான். எதிரில் வரும் மாணவிகளை உற்று உற்றுப் பார்த்தான். குழப்பமாக இருந்தது. எல்லாப் பெண்களுமே அவனை உற்று உற்றுப் பார்த்தனர்.

சரியாக ஒன்பது மணி. முப்பதடி தூரத்தில் வரும்போதே தலையை உயர்த்தி மேலே பார்த்தவளை அவன் பார்த்துவிட்டான். அவளேதான்.

மேலே பார்த்தவளின் கண்களில் ஏமாற்றம். இரண்டு முறை நிமிர்ந்து நிமிர்ந்து பார்த்தவளின் கால்கள் சற்றுத் தயங்க ஏமாற்றத்துடன் தலையைத் தாழ்த்தி எதேச்சையாக எதிரில் நின்றிருந்த இவனைப் பார்த்தாள். அவனும் பார்த்தான்.

அவள் கண்களில் ஒரு குழப்பம். பின்னர் பளீரென ஒரு மின்னல். அடுத்த நொடியே ஒரு படபடப்பு. தடுமாற்றத்துடன் தலையைக் குனிந்துகொண்டாள்.

மணிக்கும் முகமும் உடலும் குபீரென வியர்த்துவிட்டன. மிக அருகில் அவளைப் பார்ப்பது அதுதான் முதல் முறை. அருகில் பார்க்க, மேலும் அழகாக, மேலும் பளிச்செனத் தெரிந்தாள். பரவசப்பட வைக்கிற நிறம்.

அவளுக்கும் மார்பு படபடத்தது. கைகள் நடுக்கமெடுத்தன. நாக்கு எழவில்லை. உதடுகள் ஒட்டிக்கொண்டன.

தடுமாறி சட்டென விலகி, அவனைக் கடந்து முன்னே நடந்தாள். அவள் தலையில் வைத்திருந்த மல்லிகையின் மணம் அவன் நாசிக்குள் பரவியது. அப்படி ஓர் ஏகாந்தமான மல்லிகையின் மணத்தை அவன் அதுவரை முகர்ந்ததே இல்லை. மனசு கிறு கிறுக்க, போதையோடு திரும்பி அவளைப் பார்த்தான்.

முதுகில் சிவப்பு நிறப் புத்தகப் பை மெதுவாக ஊஞ்சலாடியது. செழுமையான பின் கழுத்தின் இருபுறமும் மீனின் நடு முட்களைப்போன்று படிந்த மென் முடிகளும், இடுப்பு வரைத் தொங்கும் நீளமான சடையும் பார்க்கப் பார்க்க அவனுக்குக் கிறக்கத்தை ஏற்படுத்தின. அவன் அந்த மயக்கத்திலிருந்து விடுபடுவதற்குள் அவள் நீண்ட தூரம் நடந்து போயிருந்தாள்.

தீர்மானித்துக்கொண்டு வந்ததைப் போல அவளோடு எதுவும் பேச முடியாதது ஏமாற்றமாக இருந்தது. ஆனாலும் அடுத்த நொடியே அவன் மனம் குதூகலித்துச் சொன்னது

“கட்னா இவளத்தான்டா கட்டணும்“

41

வேலூர் கோட்டை கிழக்குத் திசையைப் பார்த்து உட்கார்ந்திருந்தது. சுதந்திரப் போராட்டத்தின் முதல் விதையான சிப்பாய்ப் புரட்சி நடந்த கோட்டை. அதற்கான ஆரவாரமோ, தடயமோ எதுவுமே இல்லாமல் வாழ்ந்து கெட்ட ஒரு பெரிய மனிதனைப் போல பரிதாபமாக உட்கார்ந்திருந்தது. கிழக்கும் மேற்குமாக நீண்டிருந்த அதன் பிரமாண்டம் மட்டும் பார்க்கிறவர்களை இன்னொரு முறை திரும்பிப் பார்க்க வைத்தது. உயரமான மதில் சுவர்களைச் சூழ்ந்திருந்த ஆழமான அகழியில் அந்தக் கோடைக் காலத்திலும் பாதிக்கு மேலாகத் தண்ணீர் தளும்பிக்கொண்டிருந்தது.

கோட்டையின் வடக்கு மூலையின் எதிரில் சிவப்பாக நின்றிருந்தது அந்தக் காவல் நிலையம். அந்தக் காலை நேரத்தில் அகழியில் தளதளக்கும் தண்ணீரிலிருந்து எழுந்த சில்லென்ற காற்றுக் கருத்த நெடுஞ்சாலையின் மீதும், அந்தக் காவல் நிலையத்தின் மீதும் தன் ஈரத்தை விசிறிக்கொண்டிருந்தது.

காவல் நிலையத்தின் முன்புறம் விசாலமாகப் பரந்து விரிந்திருந்தது அதன் வராண்டா. நுழைவு வாயிலின் முகப்பில் இருந்த அரைவட்டப் பெயர்ப் பலகையின் இடது புறம் குத்துக் காலிட்டுக் குந்தியிருந்தாள் லல்லி.

சராசரியான மாநிறம். கழுத்தெலும்புகள் துருத்திய வத்தல் உடல். முகத்திலும் கன்ன எலும்புகள் மேடிட்டிருந்தாலும் பார்க்கக் களையான முகம். சிவப்பில் பூப்போட்ட இளஞ்சிவப்புச் சேலை. அது சாயம் மங்கி லேசாக வெளுத்திருந்தது. காதில், மூக்கில் எதுவுமில்லை. கழுத்தில் தொங்கிய மஞ்சள் கயிற்றில் கோத்தக் கால் பவுன் மாங்கல்யம். அது அவளின் ரவிக்கைக்குள் உறுத்திக்கொண்டிருந்தது.

அந்தத் தாலியைக் கட்டியவன் இப்போது உயிரோடு இருக்கிறானா இல்லையா என்பதே தெரியாமல் திக்கித்துக் கிடக்கிறாள் லல்லி. ஒவ்வொரு நாள் காலையிலும் படுக்கையிலிருந்து எழுந்து, அந்தத் மாங்கல்யத்தைப் பார்த்து ஒரு மூச்சு அழுத பிறகுதான் அவளின் தினசரி வேலைகள் தொடங்குகின்றன.

கீறல் விழுந்த குழாயைப் போல அவள் கண்கள் துடைக்கத் துடைக்கச் சுரந்துகொண்டே இருக்கின்றன. அவள் மடியில் உட்கார்ந்து விளையாடும் ஒரு வயதுக் குழந்தை, தன் இடுப்பிலுள்ள நீளமான ஜட்டியைப் பிடித்துக்கொண்டு எழுந்து நிற்கிறது. அதன் தலை வாரப்படவில்லை. குல தெய்வத்துக்கான முடி காணிக்கை இன்னும் செலுத்தப்படவில்லை. காடு போல வளர்ந்த முடி அதன் தலையில் ஒழுங்கின்றி மண்டிக் கிடக்கிறது. முகம் மட்டும் கழுவப்பட்டு நீரில் அலசப்பட்ட முள்ளங்கியைப் போலப் பளிச்செனத் தெரிகிறது.

லல்லியின் அருகில் அவளைப் போலவே குத்துக்காலிட்டுக் குந்தியிருக்கிறாள் அவளது அம்மா. லல்லியின் அலங்கோலமான தலை முடியைச் சேர்த்து, பின் தலையில் பிரமணைப் போலச் சுற்றிச் செருகிவிடுகிறாள் அவள்.

அப்போது லல்லியின் முகத்தில் தேங்கியிருந்த கவலையும், திகிலும் அந்த அகழியின் ஆழத்தை விடவும் ஆழமானது. அவள் முகம் அந்தக் கோட்டையின் சோகத்தைவிடவும் சோகமாக ஒளிர்கிறது.

அவர்களுக்குப் பின்னால் நின்றிருந்த ஒற்றைக் கிளை மாமரத்தின் கீழே இரண்டு ஆண்கள் நின்றிருக்கிறார்கள். ஒருவர் லல்லியின் தந்தை. இன்னொருவர் லல்லியின் மாமனார். இருவருமே வேட்டியைக் கீழே இறக்கி விட்டு, சட்டையின் அனைத்துப் பட்டன்களையும் போட்டு, பயபக்தியோடு நிற்கிறார்கள்.

விடியற்காலை ஏழு மணிக்கு அங்கே வந்தவர்கள். அதற்கு முதல்நாள் மாலையில் லல்லியின் வீடு தேடி வந்த ஓர் உயரமான காவலர், மறுநாள் காலையிலேயே அவர்கள் காவல் நிலையத்தில் வந்து ஆஜராக வேண்டும் என்றும், புதிதாக வந்துள்ள உதவி ஆய்வாளர் அவர்களிடம் விசாரணை செய்யப்போவதாகவும் சொன்னார்.

அவர் அதைச் சொல்லிவிட்டு வந்ததிலிருந்தே அவர்கள் யாருக்குமே துளியும் தூக்கம் பிடிக்கவில்லை.

அந்த உதவி ஆய்வாளர் இன்னும் காவல் நிலையத்திற்கு வரவில்லை. உள்ளே தெற்குப் பார்த்த ஓர் அறையில் எழுத்தர் மட்டுமே உட்கார்ந்திருந்தார். தனது தொப்பியை மேசையின் மீது மல்லாக்க வைத்திருந்த அவர் எதையோ எழுதிக்கொண்டே இருந்தார்.

அவருக்கு எதிரில் இருந்த ஒரு கறுப்பு நிற வாக்கிடாக்கி தொண்டை கட்டிக்கொண்டதைப் போல ஓயாமல் அலறிக்கொண்டே இருந்தது. அந்த விஸ்தாரமான கூடத்தின் கடைசியில் விரல் கனமுள்ள கம்பிகள் போட்ட இரண்டு அறைகள் மேற்கைப் பார்த்தபடி இருந்தன. அவை கைதிகளின் அறை என்பது பார்த்த உடனே தெரிந்தது. அவற்றின் உள்ளே யாருமே இல்லை. காவல் நிலையத்திலும் அப்போது வேறு யாருமில்லை. அந்த எழுத்தர்தான் இவர்களை வெளியில் காத்திருக்கச் சொன்னார்.

லல்லியின் வீட்டுக்காரன் குமாருக்குப் பாவனா லாரி டிரோன்ஸ்போர்ட்டில்தான் ஓட்டுநர் வேலை. அவனுக்கு முப்பத்தி மூன்று வயது. இருபது வயதில் கிளீனராக வேலைக்குச் சேர்ந்தவன். இருபத்தி ஐந்தில் ஓட்டுநர் ஆனான். ஓட்டுநராக எட்டு வருட அனுபவம்.

வண்டி ஓட்டுவதில் சூரன். சாலையில் எவ்வளவு நெரிசல் இருந்தாலும் அநாயசமாக வண்டியை நகர்த்துவான். வேகம்தான் அவனது அடையாளம். எவ்வளவு நெரிசல் இருந்தாலும் சென்னையிலிருந்து இரண்டு மணி நேரத்தில் வேலூருக்கு வந்து விடுவான்.

அவர்களுக்கு வேலூர் சைதாப்பேட்டையில் வீடு. வாடகை வீடுதான். சைதாப்பேட்டை மலை ஓரம் ஒரு ஓட்டு வீட்டில்தான் திருமணமானதிலிருந்தே வாசம். லல்லி அவனுக்கு அத்தை மகள். அவள் பிறந்து வளர்ந்து எல்லாமே ஊசூர் அணைக்கட்டு.

வண்டி ஏறினால் இருபது நாளுக்குக் குறைவாக இறங்க மாட்டான். இறங்கினாலும் இருபது நாளுக்கு முன்பாக வண்டியில் காலை வைக்க மாட்டான். வீட்டில் இருந்தால் கறி, மீன், முட்டை எனத் தினசரி கவுச்சி வேண்டும். அதில் அப்படி ஒரு மோகம். அதைப்போலவே லல்லியிடமும் அவனுக்கு அளவில்லாத மோகம். சின்ன வயதிலிருந்தே அவள் அவனுக்குதான் எனச் சொல்லிச் சொல்லி வளர்த்தார்கள். அதனாலேயே அவள் பன்னிரண்டாவது முடித்ததுமே திருமணம் முடிந்துவிட்டது.

குமாரும் லல்லியைப் போலவே மாநிறம்தான். ஆனால், ஆள் நல்ல உயரம். மூங்கிலைப் போலத் திடமான உடம்பு. தினமும் அவ்வளவு கறி, மீன் எனத் தின்றாலும் உடலில் ஒருபிடி ஊளைச் சதை கிடையாது. திருமணமாகி மூன்று

வருடங்களுக்குப் பிறகுதான் குழந்தை பிறந்தது. அதனால் குழந்தையிடம் ஒட்டுதல் அதிகம். வீட்டிலிருந்தால் குழந்தையைத் தன் மார்பிலேயே போட்டுக்கொண்டு தூங்குவான். அதனிடம் அவனுக்கு அவ்வளவு கிறக்கம். தரையில் அதன் கால் படவே விட மாட்டான். லல்லியையும் தீராத போதையுடன் எந்நேரமும் சீண்டிக்கொண்டே இருப்பான்.

“கடவுளே நீ கண்ணு தறக்க மாட்டியா எந்தாலிய காப்பாத்த மாட்டியா” என ஜலகண்டேஸ்வர் கோயில் கோபுரத்தைப் பார்த்துக் கையெடுத்துக் கும்பிட்டாள் லல்லி. அவள் கண்களில் கண்ணீர் தளும்பிக்கொண்டிருந்தது.

“அய்யோ நாம் பெத்த பொண்ணு இப்டி அம்போனு நிக்கிதோ சாமி உனுக்குக் கண்ணு இல்லியா?” என அவளது தாயும் கோபுரத்தைப் பார்த்துக் கேட்டுவிட்டு. லல்லியின் கண்களில் தளும்பிய கண்ணீரைத் துடைத்துவிட்டாள்.

அவள் மடியிலிருந்த குழந்தையைத் தூக்கித் தன் மடியில் வைத்துக்கொண்டாள்.

“சவரமாட்டம் கீற இந்தக் கொயந்தியப் பாக்கக் கூட வர்லியே எங்க கீறானோ இன்னா ஆனானோ கடவுளே” என்று அவள் தன் கண்களையும் துடைத்துக்கொண்டாள்.

“யாருமா அங்க சத்தம் போட்றது அய்யா வர்ற நேரம் சொம்மா இருங்க” உள்ளிருந்து அதட்டினார் எழுத்தர்.

அடுத்த கால் மணி நேரம் கழித்து, தனது இருசக்கர வாகனத்தில் வந்த ஒரு காவலர் வண்டியை ஓரமாக நிறுத்திவிட்டு உள்ளே போய் எழு.த்தருக்கு ஒரு சல்யூட் அடித்தார். வாசலுக்கு வந்து விரைப்பாக நின்று கொண்டார். அவர் அன்று பாரா டூட்டியாக இருக்கும்.

அப்போது பேருந்து நிலையத்தின் பக்கமிருந்து அவரச அவசரமாக நடந்து வந்தான் மணி. தோளில் கைப் பை. நேரமாகி விட்டதே என்ற பதற்றத்தில் முகத்தில் வியர்த்து வழிந்தது.

ஊரிலிருந்து அவன் வந்த பேருந்து அரை மணி நேரம் தாமதம். வாசலில் உட்கார்ந்திருந்த லல்லியைப் பார்த்ததும் அவனுக்குச் சற்று ஆசுவாசமாக இருந்தது.

“எஸ்.ஐ. வந்துட்டாரா?” என்று அவளைப் பார்த்துக் கேட்டான்.

“இன்னும் வர்ல சார்” என்றாள் அவள். அந்தக் குரலே பாவமாக இருந்தது.

நிம்மதி பெருமூச்சு வந்தது மணிக்கு. அவனுக்கும் முதல் நாள் மதியமே வேலூர் அலுவலகத்திலிருந்து தொலைப்பேசி மூலம் தகவல் சொன்னார்கள். காணாமல் போன ஓட்டுநர் குமார் தொடர்பான விசாரணைக்குக் காலை ஒன்பது மணிக்கெல்லாம் காவல் நிலையத்திற்கு வரவேண்டும் என்றதுமே கிளம்பி ஊருக்கு வந்து விட்டான். அவ்வளவு காலையில் சென்னையிலிருந்து கிளம்பி வர முடியாதே.

“சார் எங்க ஊட்டுக்காரப் பத்தி எதுனா தகவலு தெர்ஞ்சிசா சார்” என அவனிடம் கேட்டாள் லல்லி. அவள் முகத்தைப் பார்க்கவே பாவமாக இருந்தது மணிக்கு.

“இல்லியேமா ஒனரு கூட அந்த ஊரு புரோக்கர்ங்க மூலமா விசாரிச்சிட்டுதாம்மா இருக்கறாரு” என்றான் மெதுவாக.

முதல் முறை விசாரணைக்காக இந்தக் காவல் நிலையத்திற்கு மணி வந்த போது, அவள் பார்க்க நன்றாகத்தான் இருந்தாள். குமார் காணாமல் போன மறு வாரம். அப்போது அவளுக்குக் குழந்தை பிறந்து ஆறு மாதங்கள்தாம் ஆகியிருந்தன. பால் குடிக்கிற குழந்தை. தாய்மையின் வனப்பு அவள் உடல் முழுவதும் படர்ந்திருந்தது. குழந்தையும் கொழுக் மொழுக் என அழகாக இருந்தது.

“அவுரு காணாமப் போயி ஆறு மாசம் ஆய்ட்ச்சே சார்” எனக் கண்களைத் துடைத்துக்கொண்டாள்.

பாட்டியின் மடியில் இருந்த குழந்தை மணியைப் பார்த்து வலது கையை நீட்டிச் சிரித்தது. அதன் வாயில் முன்புறம் மட்டும் சின்னச் சின்னதாய் நான்கைந்து குட்டிப் பற்கள். அவை எலிப் பற்களைப் போலப் பார்க்க அழகாக இருந்தன.

கடைசியாகக் குமாருக்கு மணிதான் லோடு ஏற்றி அனுப்பினான். ஒரு ஷிப்பிங் கிளியரன்ஸ் நிறுவனம் மூலம் சென்னைத் துறைமுகத்திலிருந்து லோடு. வெளி நாட்டிலிருந்து கப்பல் மூலம் வந்த கணினி உதிரிப் பாகங்கள். அவற்றின் மொத்த மதிப்பு நாற்பத்தி எட்டு இலட்சம்.

துறைமுகத்திலிருந்து அந்த லோடை ஏற்றிக்கொண்டு பம்பாய்க்குப் போனான் குமார். வண்டி வாடகை பதினெட்டாயிரம், நல்ல வாடகை. சரக்கை பம்பாயில் இறக்கிவிட்டு அங்கிருந்து ஒரு லோடு சென்னைக்கோ, வேலூருக்கோ ஏற்றிக்கொண்டு வந்தால் போதும். அங்கேயிருந்து ஒரு பத்தாயிரம் வாடகை கிடைத்தால் கூட நல்ல இலாபம்தான். சென்னை மேலாளர் மாதவன், வேலூர் மேலாளர் கதிரேசன் இருவருக்குமே இந்த லோடு கிடைத்ததில் திருப்தி.

லோடு ஏற்ற மணியைத் துறைமுகத்திற்குப் போகச் சொன்னார் மாதவன். துறைமுகத்திற்குள் செல்ல நுழைவுச் சீட்டுப் பெற வேண்டும். உடனடியாக ஹார்பர் செக்யூரிட்டி அலுவலத்தில் பாஸ் பெற்றுக்கொண்டு, துறைமுகத்திற்குள் போன மணி பிரமித்துப் போனான். அவ்வளவு அருகில் சரக்குக் கப்பல்களை அப்போதுதான் பார்த்தான். எல்லாமே பிரமாண்டம். கண்ணுக்கெட்டிய தூரம் வரை விரிந்திருந்தது துறைமுகம். துறைமுக அதிகாரிகளின் மிடுக்கும், செக்யூரிட்டிகளின் அதிகாரமும் அடேயப்பா அது வேறு ஓர் அதிசய உலகமாக இருந்தது.

ஓட்டுநர் குமாரும், கிளியாக வந்திருந்த கொத்தவரங்காய் முனிசாமியும் துறைமுகத்திற்கு உள்ளே லாரியுடன் தயாராகக் காத்திருந்தனர். குமாரை அவன் ஏற்கெனவே பல முறை பார்த்திருக்கிறான். நல்ல மரியாதையான ஓட்டுநர்.

சரக்கு ஏற்றி முடித்து, பில் போட்டுக் கொடுத்துவிட்டு மணி வெளியே வந்தபோது இரவு எட்டு மணி.

"அர்ஜண்ட் லோடு நேரா பம்பாய்க்குப் போவணும் அதனாலதாங் வாடகய ஏத்திக் குடுத்திருக்கறம் வழில எங்கியும் லேட் பண்ணக் கூடாது டிரைவர்கிட்ட கறாரா சொல்லிடுபா கிளார்க்" என்று அந்த ஷிப்பிங் கிளியரன்ஸ் நிறுவன மேலாளர் மணியிடம் இரண்டு முறை சொல்லிவிட்டுதான் பேப்பர்களைக் கொடுத்தார்.

மணியும் குமாரிடம் அதை இரண்டு முறை சொன்னான்.

"சார் அத நாம் பாத்துக்கறங் சார் நம்ப வேகத்தப் பத்திதாங் கம்பனிக்கே தெரிமே காத்தா கொண்டுபோயி சேத்துர்றங் சார்" என்று சிரித்தான் குமார்.

ஆனால், போகும்போது லாரியோடு வேலூரில் உள்ள தன் வீட்டுக்குப் போய்விட்டுதான் போயிருக்கிறான். அதனால்தான் எல்லோருக்குமே சந்தேகம்.

வாசலில் நின்றிருந்த காவலர் தன் பூட்ஸ் காலைத் தட்டெனத் தரையில் உதைத்தார். அசையாமல் விரைப்பாக நின்றார். அப்போது உதவி ஆய்வாளர் தனது இரு சக்கர வாகனத்தில் உள்ளே நுழைந்தார். உடனே இவர்கள் எல்லோரும் ஆதாபாதையாக எழுந்து மரியாதையுடன் நின்றனர். காவலர் மீண்டும் தன் காலை உதைத்து அவருக்கு ஒரு சல்யூட் அடித்தார்.

சிமெண்ட் சீட் கூரையின் கீழே வண்டியை நிறுத்திவிட்டு, மிடுக்காக நடந்து உள்ளே போன உதவி ஆய்வாளர் கருப்பாக இருந்தார். இடது புறம் வகிடு எடுத்து வாரப்பட்ட கரு கருவென்ற தலை முடி. ஆள் நல்ல உயரம். நீளமான, கூரான மூக்கு. மெலிதான உதடுகள். மீசையும் மெலிதாகவே இருந்தது. லேசான முன் தொப்பை. ஒட்ட வெட்டப்பட்ட கரு கருவென்ற தலை முடி. வயது குறைவாகத்தான் தெரிந்தது.

அவர் உள்ளே போய் உட்கார்ந்த பிறகு கால் மணி நேரம் கழித்து லல்லியைப் பார்த்துக் கையை அசைத்தார் வாயிற் காவலர். மணியையும் அழைத்தார். தபதபவென எல்லோருமே உள்ளே ஓடினர்.

உதவி ஆய்வாளர் தன் இருக்கையில் சாய்ந்து உட்கார்ந்திருந்தார். முகத்தில் அதே விரைப்பு. அவர்கள் எல்லோரையும் ஒரு முறை தீர்க்கமாகப் பார்த்தார்.

"ஏம்மா அன்னிக்கி டூட்டிக்குப் போவும் போது உங்கிட்ட இன்னா சொல்லிட்டுப் போனாம்மா உங்கூட்டுக்காரங்?" அதட்டலோடு லல்லியைப் பார்த்துக் கேட்டார்.

"போயிட்டு வர்றனுதாங் சொல்ட்டுப் போச்சி சார்"

"ஏம்மா ஜோக் அடிக்கறியா மண்டயப் பிச்சிகிட்டு இருக்கறம் நாங்க ஆறு மாசமாச்சி ஆள டிரேஸ் பண்ண முடியல. பொருளயும் புடிக்க முடியல

அன்னிக்கி ஊட்டுக்கு வந்து இன்னா சொன்னானு மறைக்காம சொல்லு" மீண்டும் அதட்டலோடு கேட்டார் அவர்.

"சார் அவரு எங்க போனாரு இன்னா ஆனாருனு தெரியாம ராவும் பகலும் தூக்கந் தண்ணி இல்லாம தவிச்சிகினு கிறம் சார் மெய்யாலுமே அவரு எங்கிட்ட வேற ஒன்னும் சொல்லல சார்"

"ஏம்மா அவசர லோடுனு தெர்ஞ்சும் எதுக்கு அவங் ஊட்டுக்கு வந்துட்டுப் போனான்? நீ உண்மையச் சொன்னாதாங் நாங்க ஆள கண்டுபுடிக்க முடியும்"

"சார் டூட்டிக்கி போனா எப்பவுமே நடுவுல வராது சார் கொயந்த பொறந்தப்பறம்தான் எப்பவாவது நடுவுல வந்துட்டு போவும் அன்னிக்கும் வந்துட்டுக் கொயந்திய கொஞ்ச நேரம் தூக்கி வெச்சிகினு இருந்திச்சி சோறு ஆக்கினு இர்ந்தங் ரெண்டு முட்டய ஒட்ச்சி ஆம்லெட் ஊத்தி குட்த்தங் அவசர அவசரமா துண்ட்டுப் போய்ட்ச்சி சார் அர்ஜண்ட் லோடுனுதாங் சொல்லிச்சி இல்லனா கொஞ்ச நேரம்னா இருந்திருக்கும் இப்ப எங்க கீதோ இன்னா ஆச்சோ எங்கடவுளே" என்று கண்களைத் துடைத்துக்கொண்டாள்.

"யாருபா கிளார்க் மணி" அதட்டலாகக் கேட்டார் அவர்.

"நாந்தாங் சார்" மெதுவாகச் சொன்னான் மணி. உள்ளுக்குள் அவனுக்குத் திக் திக் என்றது.

"நீதான கடைசியா ஹார்பர்ல லோடு ஏத்தி அனுப்பன உங்கிட்ட எதுனா சொன்னானா?"

"இல்ல சார் எப்பவும் போலதாங் போனாரு அர்ஜன்ட் லோடுனு சொல்லிதாங் சார் பில்லு குட்த்தங்"

உதவி ஆய்வாளர் தன் நெற்றியில் மெதுவாகக் கீறிக்கொண்டார். அவரது முகம் இறுகத் தொடங்கியது.

"ஏம்மா அந்தப் பொர்ளு மதிப்பு எவ்ளோ தெரிமா சுமாரா அர கோடி. பொருளுக்காரங் பொருளு போச்சினு கம்ப்ளைண்ட் குடுத்திருக்கறாங் உங்க ஓனரு லாரிய காணலனு கம்ளைண்ட் குடுத்திருக்காரு நீ ஊட்டுக்காரன காணம்னு குட்த்திருக்கற ஒரே சம்பவம். மூனு கேசு மண்ட காய்து இப்டிப் பொறுமயா கேட்டா வாயத் தறக்க மாட்ட நீ பச்சக் கொழந்த இருக்குதுனு பாக்கறங்., இல்லனா இந்நேரம் பொம்பள போலிஸ உட்டு அம்மணமா நிக்க வெச்சி இருப்பங் மரியாதயா உண்மயச் சொல்லிடு" குரலை உயர்த்தினார். கையிலிருந்த லட்டியைக் கோபத்தோடு மேசை மீது தடாரென அடித்தார்.

அவர் கத்துவதைப் பார்த்தே லல்லிக்கு உடல் தடதடவென உதறத் தொடங்கியிருந்தது. அவர் கடைசியாக லட்டியை மேசையில் அடித்த போது அவள் உடல் திடுமென அதிர்ந்தது, அவளது கட்டுப்பாட்டை மீறி அவளுக்குச் சிறு நீர் கழிய பாவாடை நனைந்தது.

“சார் அவளுக்கு ஏற்கெனவே பயம் ஜாஸ்தி சார் பொய் சொல்ற ஆளு இல்ல சார் எம்மருமவனும் எந்தத் தப்புக்கும் போவ மாட்டாங் சார் அவனுக்கு இன்னா ஆச்சோனு நாங்களே செத்துச் செத்துப் பொயச்சிகினு கீறம் சார் எங்க பையன கண்டுபுடிச்சி குடுங்க சார் அவ தாலிய காப்பாத்துங்க சார்...” என்று சொல்லிக் கொண்டே திடுமெனக் கீழே சரிந்து, அவரின் கால்களைப் பிடித்துக்கொண்டாள் லல்லியின் அம்மா.

அதைச் சற்றும் எதிர்பார்க்காத உதவி ஆய்வாளர் அவர்கள் எல்லோரையும் வெறித்துப் பார்த்தார். அவருக்கு மனம் குழம்பியது. அவர்கள் பொய் சொல்வதாக அவருக்குத் தெரியவில்லை.

“சரி இப்ப எல்லாரும் களம்புங்க நாங்க பம்பாய் போலீஸ்லயும் கேட்டு இருக்கறம் வண்டி எங்கர்ந்து காணாமப் போச்சினே தெர்ல நடுவுல உங்களுக்கு போனு எதுனா வந்தாலோ தகவலு எதுனா தெர்ஞ்சாலோ ஒடனே இங்க வந்து சொல்லணும்.”

தலையாட்டிவிட்டு, எல்லோரும் வெளிய வந்தனர். மணி வேலூர் தலைமை அலுவலகம் போகப் பேருந்து நிலையத்திற்குக் கிளம்பினான்.

“சீக்கரத்துல கண்டு புடிச்சிருவாங்கமா அவங்களுக்கு எதுவும் ஆயிருக்காது யாராவது திருட்டுப் பசங்கதாங் வண்டிய கடத்திகினு போயிருப்பானுங்க பொருள வித்துட்டு கொஞ்ச நாளு கழிச்சி ஆளுங்கள உட்ருவாங்க தைரியமா இருங்க” என்று லல்லியிடமும், அவளின் அம்மாவிடமும் சொல்லிவிட்டு, வேகமாக நடக்கத் தொடங்கினான் மணி.

அவன் அப்படிச் சொன்னாலும், அவனுக்கே அதில் நம்பிக்கையில்லை.

பொருளோடு வண்டி காணாமல் போய் ஆறு மாதங்களுக்கு மேல் ஆகிவிட்டது. வண்டி கர்நாடக மாநில சோதனைச் சாவடியைக் கடந்திருக்கிறது. அதற்குப் பிறகு கம்பனி ஓட்டுநர் அய்யர் ரவிசங்கர் ஹீப்ளிக்கு முன்னதாக எதிரில் அந்த வண்டியைப் பார்த்துப் பேசியிருக்கிறார். பூனா செக்போஸ்டில் வண்டி கடந்து சென்றது அங்கே பதிவாகி இருக்கிறது. அதற்குப் பிறகு வண்டி என்ன ஆனது எனத் தெரியவில்லை.

முதலாளி அந்த ஊர் புரோக்கர்கள் மூலமும் எவ்வளவோ விசாரித்துப் பார்த்தார். உருப்படியாக ஒரு தகவலும் கிடைக்கவில்லை. அங்கேயும் காவல் நிலையத்தில் புகார் கொடுத்தாயிற்று.

குமாருடன் டூட்டிக்குப் போன கிளீனர் முனிசாமி திருமணம் ஆகாதவன். வேலூருக்கும் ஆற்காட்டுக்கும் நடுவில் இருக்கிற கீழ்மின்னல் கிராமம்தான் அவனுக்குச் சொந்த ஊர். விவசாயக் குடும்பம்.

அப்பா, அம்மா இரண்டு பேருமே இல்லை. ஒரே அண்ணன். ஊரில் சரியாக மழை இல்லை. பாலாற்றிலும் வெள்ளம் வந்து பல ஆண்டுகள் ஆகிவிட்டன. சரியாக விவசாயம் இல்லாததால் செம்மறி ஆடுகளை மேய்க்கிறார் அவர்.

அவரோடு ஆடு மேய்க்கப் பிடிக்காமல் கிளீனர் வேலைக்கு வந்தவன் முனிசாமி. ஆள் வெடவெடவென ஒல்லியாக இருப்பான். அதனால் கொத்தவரங்காய் முனிசாமி. பேச்சுவாக்கில் கொத்தரக்கா முன்சாமி.

அவனது ஊருக்கும் நேரில் போய் விசாரித்துவிட்டது போலீஸ். அங்கேயும் அவர்களுக்கு ஒரு தகவலும் கிடைக்கவில்லை. விலை உயர்ந்த பொருள்களை லாரியில் ஏற்றிச் செல்கிறபோது, அதை மோப்பம் பிடித்து, இப்படி வண்டியோடு கடத்தி விடுவது அவ்வப்போது நடப்பதுதான்.

பொருளோடு வண்டியைக் கடத்தும்போது முதலில் ஓட்டுநர், கிளீனர்களைத்தான் அடித்துக் கொலை செய்வார்கள். பிணத்தை எங்காவது பள்ளம் தோண்டிப் புதைத்துவிடுவார்கள். அல்லது அந்த வண்டியிலேயே பிணங்களைத் தூக்கிப்போட்டுக் கொண்டுபோய், ஏதாவது ஓர் ஆளரவமற்ற காட்டில் வைத்து எரித்துவிடுவார்கள். எரிப்பதற்கு அந்த வண்டி டேங்கிலிருந்தே டீசலை எடுப்பார்கள்.

ஆட்களைத் தீர்த்த பிறகு, பொருள்களை வேறு வண்டிக்கு மாற்றி எடுத்துக்கொண்டுபோய் நிதானமாக விற்றுவிடுவார்கள். கடத்திய லாரியையும் அக்கு அக்காகப் பிரித்துக் காயலான் கடையில் போட்டுவிடுவார்கள். வண்டியும் கிடைக்காது, ஆளும் கிடைக்க மாட்டார்கள், பொருளும் மாயமாகி விடும்.

இப்படிப் பல ஊர்களில் பல வழக்குகள் நிலுவையில் இருப்பதாக ஓட்டுநர்கள் மூலமும், சக டிரான்ஸ்போர்ட் எழுத்தர்கள் மூலமும் மணி ஏற்கெனவே கேள்விப்பட்டிருக்கிறான்.

காணாமல்போன சில லாரிகள் மட்டும், அதிசயமாக. சில நாட்கள் கழித்து, எந்தக் காட்டிலாவது அநாதையாக நிற்கும். பொருட்களை எடுத்துக்கொண்டு, ஆட்களைக் காலி செய்துவிட்டு, வண்டியை மட்டும் போனால் போகிறதென்று நிறுத்திவிட்டுப் போயிருப்பார்கள். கிடைத்த வண்டியை வைத்தும் எதையும் கண்டுபிடிக்க முடியாது.

பல டிரான்ஸ்போர்ட் முதலாளிகள் இப்படி வண்டி காணாமல் போனால், முதலில் ஓட்டுநர்களையும், கிளீனர்களையும்தான் சந்தேகப்படுவார்கள். அவர்களே வண்டியைக் கடத்திப் பொருள்களை விற்றுவிட்ட, தலைமறைவாகிவிட்டதாக அவர்களின் குடும்பத்தை வாட்டி எடுப்பார்கள். காவல் நிலையத்தில் அது தொடர்பாகப் புகார் கொடுத்தாலும், ஓட்டுநர்களின் வீடுகளைத் தொடர்ந்து கண்காணிக்க ஆள் போட்டு வைப்பார்கள்.

பல வருடங்கள் கடந்த பிறகும் திரும்பியே வராத ஓட்டுநர்களின் குடும்பம்தான் பாவம். காணாமல் போனவர்கள் உயிரோடு இருக்கிறார்களா இல்லையா என்பதே தெரியாமல், கழுத்தில் உறுத்தும் தாலியோடு அவர்கள் ஒவ்வொரு நிமிடத்தையும் கடத்துவது எத்தனை கொடூரம்.

மணியின் மனதுக்குள் ஒரு போராட்டமே நடந்துகொண்டிருந்தது. பாவம் ஓட்டுநர் குமாரும், கொத்தவரங்காய் முனிசாமியும் எந்தக் காட்டில் எரித்துச் சாம்பலாக்கப்பட்டார்களோ எந்த ஊர் மண்ணில் பள்ளம் தோண்டிப் புதைக்கப்பட்டார்களோ என நினைத்ததுமே அவன் மனம் துணுக்குற்றது.

காவல் நிலைய வாசலில் துருதுருவென ஆடிக்கொண்டிருந்த குமாரின் ஒரு வயதுக் குழந்தையின் முகம் அவன் கண்களுக்குள் அடிக்கடி வந்து இம்சை செய்தது.

42

அடுத்த சனிக்கிழமை மாலை ஊருக்குக் கிளம்பினான் மணி. சுந்தர் இல்லாததால் மிதிவண்டி நிறுவனத்தின் லோடிங்கையும் சேர்த்து அவனே பார்க்க வேண்டியிருந்தது. அலைச்சல்தான் அதிகம். வண்டிகள் குறைவுதான். மாமூலாகக் கிடைக்கும் பணத்தில் பாதிக்கு மேல் பேருந்துக்கும், ரயிலுக்குமே செலவானது. சமைக்க முடியாததால் சாப்பாட்டுச் செலவும் எகிறியது.

சுந்தர் குஜராத்துக்குப் போய் எப்படியோ ஒரு மாதம் ஓடிவிட்டது. பசலை பிடித்தவள் போலச் சுரத்தில்லாமல் கிடந்தாள் லீனா.

எப்போதாவது தொலைப்பேசியில் பேசும் சுந்தர் மேலாளரிடமும், மணியுடனும் மட்டும் பேசினான். லீனாவிடம் பேசுவதில்லை.

வழக்கம் போல வருகிற தொலைப்பேசி அழைப்புகளை எடுப்பவள், அதில் சுந்தரின் குரலைக் கேட்டவுடன் உள்ளுக்குள் உடைந்து போவாள். எதுவும் பேசாமலே ரிசீவரை மேலாளரிடம் கொடுத்துவிடுவாள். அப்போதெல்லாம் அவள் முகத்தைப் பார்க்கவே பாவமாக இருக்கும்.

பெரியவர் சந்திரனுக்கு உடல் நிலை சரியாகத் தேரவில்லை. தொடர்ந்து சிகிச்சை எடுக்க வேண்டும் என்பதால் மேலும் ஒரு மாதம் விடுப்பு எடுத்துக்கொண்டார்.

ஓடி ஓடி லோடு ஏற்றியும் மணியின் கையில் பெரிதாக எதுவும் மிஞ்சவில்லை. ஐந்நூறு ரூபாய் மட்டும்தான் அம்மாவிடம் கொடுத்தான்.

“மாசம் ஒரு ரெண்டாயிரம்னா ஊட்டுச் செலவுக்குக் குடுக்கக் கூடாதா? அப்டி எவ்ளோதான்டா சம்பளம் வாங்கற? இன்னாதாங் செலவு பண்ற?” மணியிடம் கேட்டாள் லட்சுமி.

அவளுக்குப் பதில் எதுவும் சொல்லாமல், விரித்து வைத்திருந்த பாயில் படுத்துக்கொண்டான் மணி.

“ம் கல்யாணத்துக்குனு தனியா சேத்து வைக்கறாம்போலகீது” எனத் தனக்குள் மெதுவாகச் சொல்லிக் கொண்டே சிம்னி விளக்கை ஊதி நிறுத்தினாள் லட்சுமி.

மறுநாள் காலையில் எழுந்ததும், வழக்கம் போலக் காட்டுப் பக்கம் போனான், ஒரு காலத்தில் மாட்டு வண்டிகள் ஓடித் தேய்ந்த அந்த இரட்டையடிப் பாதையின் ஓரம் ஏராளமான உன்னிச் செடிகள் வெள்ளையாய்ப் பூத்திருந்தன. அதன் வாசனை மல்லிகையின் வாசனையைப் போலவே கிறக்கமாக இருந்தது.

பஜனைக் கோயிலில் எல்.ஆர்.ஈஸ்வரி பாடிக்கொண்டிருப்பதும், பக்கத்துக் காலனியின் மாதாக் கோயில் மணிக் கூண்டிலிருந்து மணி அடிப்பதும் மெதுவாகக் கேட்டன. ஏராளமான புதர்களோடு பரந்து விரிந்திருந்த மேய்க்கால் தோப்பில் நுழைந்து, லுங்கியை மேலே உயர்த்தி, ஒரு ஆவாரம் புதருக்குப் பின்னால் கால் மடக்கி உட்கார்ந்தான்.

சற்றுத் தூரத்தில் நின்றிருந்த இரண்டு நாய்கள் அவன் பின் புறத்தையே உற்றுப் பார்த்துக்கொண்டிருந்தன. அவற்றின் கண்கள் முதுகில் உறுத்த திரும்பிப் பார்த்தான். இளஞ்சிவப்பாய் வெளியே தொங்கிய அவற்றின் நாக்கிலிருந்து உமிழ்நீர் நூல் போல ஒழுகிக்கொண்டிருந்தது. அவற்றின் கண்களில் ஒரு குறுகுறுப்பு.

ஒரு சிறிய கல்லை எடுத்து வீசி எறிந்து அந்த நாய்களை விரட்டினான் மணி. சற்றுத் தயங்கிவிட்டு, அவை வேறு பக்கமாக நடந்து புதரில் மறைந்தன.

அவன் முகத்துக்கு நேராகக் கீழ்க்காற்றுச் சிலுசிலுவென வீசத் தொடங்கியது. அந்தக் காற்றில் சில காட்டுப் பூக்களின் வாசனையோடு விதவிதமான மல நாற்றங்களும் சேர்ந்தே வந்தன.

சில நிமிடங்கள் கழித்து எழுந்து நடந்தான். ஆவாரம் புதர்களின் மறைவிலும், காரை முட்செடிகளின் ஓரமும் புதிதாகக் கழித்த மலங்களும், அரை குறையாகக் காய்ந்த மலங்களும், எல்லடைகளைப் போல நன்றாகக் காய்ந்து, படை படையாகக் கிடந்த மலங்களும் விதவிதமான நிறத்திலும் நாற்றத்திலும் அவனை வரவேற்றன.

மஞ்சள் நிற இளம் முட்களுடன் கிளிப் பச்சையில் துளிர் விட்டிருந்த ஒரு காரை முட்புதரின் பின்னால் ஊத்தைப் பல் நாற்றத்தோடு நாறிய ஒரு மலக்குவியல்

பச்சையும் மஞ்சளுமாய் அவனைப் பார்த்துச் சிரித்தது. அது மேலாண்டைத் தெரு சப்பைக்காலனின் மலம். அவன் மலம் கழித்துவிட்டுப் போனால், அந்தக் காடே நாறும். அது அந்த ஊருக்கே தெரியும்.

அதை மிதித்துவிடாமல், கவனமாகக் காலை எட்டி வைத்து மெதுவாக நடந்தான். பழுப்பு நிறத்தில் பாதி அளவு தண்ணீர் தேங்கியிருந்த கொள்ளாபுரியம்மன் குளத்தில் இறங்கி, காலைக் கழுவி, லுங்கியில் கையைத் துடைத்தபடி மேலேறினான்.

கிளீனர் சண்முகம் லுங்கியை ஒரு பக்கமாக தூக்கிப் பிடித்து, குளத்தை நோக்கி இலுப்பி இலுப்பி மெதுவாக நடந்து வந்தான்.

"ன்னா மச்சாங் எப்ப ஊருக்கு வந்த?" மணியைப் பார்த்துச் சிரித்தபடியே கேட்டான்.

கினினர் வேலைக்கு வந்த பிறகு குடியைச் சுத்தமாக நிறுத்திவிட்டதால் அவன் முகம் தெளிவாக இருந்தது. ஆள் ஒரு சுற்று ஊதியிருந்தான்.

"ராத்திரி வந்தம்பா ஊர்ல இன்னா விசேசம்?"

"ஊர்ல இன்னா விசேசம்? அதது அப்டி அப்டியேதாங் போய்கினு கீது இன்னா நம்ப கிளி குமரேசனுக்குதாங் ஒடம்பு ரொம்ப முடில"

"ஆமா முன்ன ஒரு வாட்டி பைப் லோடு ஏத்தம்போது நானுகூட பாத்தங் இரும்பிக்கினே இர்ந்தாப்ல அதுக்கப்பறம் பாக்கல இன்னுமா ஒடம்பு செரியாவல.?"

"ஆமா மச்சாங் அந்த அறிவுகெட்ட கூ காஞ்ச மாடு கம்பு கொல்லில எறங்கன மாரி எறங்கி கீறாங் எங்கிர்ந்தோ வெரய எட்த்துகினு வண்ட்டாங்"

"ன்னாபா சொல்ற?"

அதிர்ச்சியோடு அவனைப் பார்த்தான் மணி. தெற்குப் பக்கமிருந்து இருமல் சத்தம் கேட்டது. இருவரும் திரும்பிப் பார்த்தனர். நாலாப்புறமும் செழித்திருந்த ஒரு பெரிய கப்பு புதரின்* புதரின் பின்னாலிருந்த பாலை மரத்தின் அடியிலிருந்து வடக்கமூட்டு சுந்தரம் வருவது தெரிந்தது.

வேட்டியை மடித்துக் கட்டி, வெற்று மேலுடம்புடன் கால்களை இழுத்து இழுத்து நடந்து வந்தார் அவர். அந்தப் பாலை மரம் நீளமான கொண்டை ஊசி போன்ற தன் கரும்பச்சை நிறக் காய்களை மரம் முழுவதும் அடர்த்தியாகத் தொங்கவிட்டு, காற்றில் குதூகலமாக ஆடிக்கொண்டிருந்தது. சுந்தரம் அவர்களைப் பார்த்து மெலிதாகச் சிரித்துவிட்டுக் குளத்தை நோக்கிப் போனார்.

"இருபா நானும் கொள்த்துல எறங்கி கெய்விகினு வர்றங்"

இடுப்பை ஒரு பக்கமாகச் சாய்த்தபடியே நின்று பேசிக்கொண்டிருந்த சண்முகம், மணியிடம் சொல்லிவிட்டுக் குளக்கரையில் தேய்ந்திருந்த வழியில் ஏறி உள்பக்கமாக இறங்கினான்.

மணி சற்றுத் தூரம் கொடிவழியில் நடந்து, எட்டி மரத்தின் கீழிருந்த பெரிய

கறுப்புக் கல்லின் மீது உட்கார்ந்தான். வெயில் சரசரவென ஏறிக்கொண்டிருந்தது.

குளத்திலிருந்து மேலேறி வந்த சண்முகம், லுங்கியை அவிழ்த்துக் கால் பாதம் வரை விட்டு, மணியின் எதிரிலிருந்த சிறிய வெள்ளைக் கல்லின் மீது உட்கார்ந்தான். அவனுடைய லுங்கி பல இடங்களில் வட்ட வட்டமாக நனைந்திருந்தது.

"இன்னாதாம்பா ஆச்சி குமரேசனுக்கு?"

"ன்னா ஆச்சி கடப்பார ஊருக்குப் போற நேரம் வந்திட்ச்சி"

"னாபா சொல்ற? அவ்ளோ சீரிசாவா கீறாங்...?"

"கிளீனர் தொய்லுக்கு வந்தா என்ன மாரி அண்டத்த புண்டத்தலாம் அடக்கிகினு இருக்கணும் அதுவும் அந்த டிரைவரு பீடி பிரகாசம் கூட அவன டூட்டிக்கி ஏத்தனாங்க பாரு அதாம்பா தப்பா பூட்ச்சி ஒரு புளிய மர்த்த உடமாட்டாம்பா அந்தாளு ஆனா, அவங் உசாரு ஒற போடாம எவ கிட்டயும் போவ மாட்டாங் ஆனா, நம்ப ஆளுக்கு ஆத்தரம் வெவரமும் பத்தல. ஒற எதுவும் போட்டுக்கல போலக் கீது எங்கியோ பலான நோவ வாங்கினு வண்டாங்"

"அய்யோயோ..."

"ஜொரம் இரும்புல ரொம்ப நாளா நிக்கவே இல்ல கட்சியா கெவுருமெண்ட்டு ஆஸ்பத்திரிக்கி போயி கீறாங் டாக்டருக்குச் சந்தேகம் வந்து ரத்தம் செக் பண்ணி கீறாங்க அப்பதாங் தெரிஞ்கி கீது அது பலான நோவுனு அது அவனோட மட்டும் போவலியே"

குமரேசனையே தகிலோடு பார்த்துக்கொண்டிருந்தான் மணி.

"இப்ப அவம் பொண்டாட்டிக்கும் அது தொத்திகிச்சி பாவம்பா அது வாயி செத்த பொண்ணு அதுவும் ஜொரம், இரும்புலுனு ஊட்லயே பத்துகினு கீது ஆளே பாதியா ஆயிட்ச்சி சவரமாட்டம் ரெண்டு பசங்கள வெச்சிகினு கீது அதுங்க கதிதாங் இன்னா ஆவுமோனு ஊரே பேஜார் படுது அவன கிளினர் வேலைக்கி சேத்து உட்டத நென்ச்சி எனுக்கும் மன்சு குத்துதுபா"

அவன் சொல்லச் சொல்ல மணியின் முகம் முழுவதும் வியர்த்து வழியத் தொடங்கியது.

"அந்த வியாதிக்கிதாங் மருந்தே இல்லியே ஊரு மொத்தமும் கேவலமா பேசுமே உசாரா இருங்கடானு டீவில, ரேடியோல அவ்ளோ விளம்பரம் பண்றாங்களே இந்தாளு கொஞ்சம் உசாரா இருக்கக் கூடாதா?"

"அவுனுக்கு மட்டும் இல்ல மச்சாங் இந்தத் தொயில்ல கீற நெறைய டிரைவரு கிளிங்களுக்கு இது வன்ட்டு கீது நம்ப கம்பனில கூட நாலஞ்சி பேருக்குத் கீதாம்."

அது மேலும் அதிர்ச்சியாக இருந்தது மணிக்கு.

"ஒரு வாட்டி டூட்டி ஏறிட்டா எறங்க பத்திருவது நாளு ஆவுது லாரி இன்ஜின் சூடும் சேர்ந்துகினு ஒடம்பு ஓவரா சூடாய்ட்து அதனாலதாங் பொம்பளைங்க

கிட்ட போறம்னு டிரைவருங்க சொல்றாங்க போற ரோட்லலாம் அயிட்டங்க லைனா நின்னு வா வானு கை காட்னா அவனுங்க எப்டி சொம்மா இருப்பானுங்க? செரி போயி தொலைக்கறாங்களே அதோடனா சொம்மா கீறாங்களா நடுவுல கிளிங்க கிட்ட வேற வம்பு பண்றானுங்க கிளிங்க ஒடம்பத் தடவறது குனிய வெச்சி வாய்ல வெச்சினு ரொம்ப அக்குறும்பு பண்றாங்கபா."

அதுவும் ஏற்கெனவே மணி கேள்விப்பட்டதுதான். கிளீனர்களோடு சில ஓட்டுநர்கள் செய்யும் இப்படியான அடாவடி வேலைகள் லாரித் தொழிலில் இருக்கிற எல்லோருக்குமே தெரியும்.

"ஒரு சில டிரைவருங்களுக்கு எத்தினி பொம்பள கிட்ட போயி வந்தாலும் நமச்சலு அடங்காது இப்டி கிளிங்க கிட்ட போனாதாங் அடங்கும் அப்டி அவங்கள அட்ஜஸ் பண்ணிகினு போனாதாங் கிளிங்களுக்கு வண்டி ஓட்டவே கத்துக் குடுப்பானுங்க"

"பின்ன கிளிங்க வண்டி ஓட்டக் கத்துக்கினாதான பின்னால அவங்களும் டிரைவருங்களா ஆவ முடியும்?"

"ஆம்படயாம் பொண்டாட்டி மாதிரி ஒன்னா குட்த்தனம் நடத்தற டிரைவரு கிளீனரு செட்டுலாம் நம்ப கம்பினிலியே கீதுபா அதுலயும் இந்தப் பீடி பிரகாசம் கீறானே அவங் ரொம்ப மோசம்பா கிளிங்கள போட்டு வாட்டி எட்த்துருவான் சூத்தும் வாயும் புண்ணானா கூட உடமாட்டான் அதுலயே உட்டு குத்துவாங் ஆனா அவம் மட்டும் ஆளு உசாரு ஒற போடாம போவ மாட்டாங் அதனாலதாங் இன்னிக்கும் குத்துக் கெல்லு மாரி கீறாங் அந்தாளு நம்ப ஆளுதாங் தத்தி எக்குத் தப்பா எங்கியோ போயி மாட்டிகினு வெனய வெச்சிகினாங் அதுக்குதாம்பா நானு எந்த வம்பு தும்புக்கும் போறதில்ல தொய்லுக்குப் போனமா மூடிகினு வந்தமானு கீறங்"

அவன் சொல்வது அத்தனையும் உண்மைதான். பாய்லர் லோடு ஏற்றிய லாரியில் பீஜப்பூர் போனபோது, சாலையோரம் நின்று கை நீட்டிய அயிட்டத்தை மணியும் கண்கூடாகப் பார்த்தானே.

மிதிவண்டி லோடுக்குப் போய்விட்டு, சில நாள் நடு இரவில் அலுவலகத்திற்குத் திரும்பி வருவான். அந்த நேரத்தில் இரவுப் பேருந்து சரியாக இருக்காது. அதனால் பாரி முனையில் இருந்து மண்ணடித் தெரு, அரண்மனைக்காரத் தெரு, பவழக்காரத் தெரு, தம்புச் செட்டித் தெரு எனக் குறுக்கில் கால்நடையாகவே நடப்பான்.

அப்போது பல முறை, தெருவின் இருட்டு மூலைகளில் நிற்கிற பெண்கள் திடுமெனக் குறுக்கில் கை நீட்டி இவனை மறித்திருக்கிறார்கள். பயத்தில் கை, கால்கள் நடுங்கும். மனசு படபடக்கும். முகமும் உடலும் வியர்த்து வழியும். கடிவாளம் கட்டிய குதிரையைப் போல, எந்தப் பக்கமும் தலையைத் திருப்பாமல், ஓட்டமும் நடையுமாக நடந்து அந்த இடங்களைக் கடந்து விடுவான்.

ஒரு முறை பவழக்காரத் தெருவில் உள்ள அந்தப் பிரமாண்டமான வெள்ளை மாளிகையின் நிழலோரம் நின்றிருந்த உயரமான ஒருத்தி, இவன் கையைப் பிடித்தே

இழுத்தாள். இரும்புப் பிடி. அவனுக்கு நாக்கு உலர்ந்துவிட்டது. அவளின் சென்ட் வாசனையும் தலையிலிருந்த மல்லிகைப் பூவின் வாசனையும் அவன் நாசியில் நேரடியாக உரசியது. அவளிடமிருந்து தனது கையை உருவிக்கொண்டு, விலகி நடப்பதற்குள் அவனுக்குப் பாதி உயிர் போய்விட்டது.

வேகவேகமாகச் சிறிது தூரம் நடந்த பிறகுதான் அவனுக்குப் பயம் குறைந்தது. அடுத்த நொடியே அவள் மீது ஒரு பரிதாபமும் வந்தது. அய்யோ பாவம் என நினைத்துக்கொண்டான்.

“செரி மச்சாங் களம்பலாமா?”

மணியிடம் கேட்ட சண்முகம், எழுந்து அருகில் இருந்த வேப்பஞ் செடியிலிருந்து இரண்டு குச்சிகளை ஒடித்தான். இலைகளைக் கழித்துக் கீழே வீசினான். ஒன்றை மணியிடம் கொடுத்தான். இன்னொன்றை வாயில் வைத்து முன் பற்களால் கடித்தான். கசப்பான தோலை உறித்துக் கீழே துப்பிவிட்டு மெல்லத் தொடங்கினான்.

அந்த வேப்பங்குச்சியை வாங்கி வாயில் வைத்துக் கடித்த மணிக்கு வேம்பின் அதீதக் கசப்பில் மனசும் கசந்தது. காறிக் காறி எச்சிலை மண்ணில் துப்பியபடியே குமரேசனுடன் நடந்தான்.

*கப்பு புதர் - மூக்குத்திப் பூச்செடி புதர்

43

மூன்று மாதங்கள் கழித்துதான் சென்னை அலுவலகத்திற்குத் திரும்பி வந்தான் சுந்தர். அவன் உடலும் முகமும் கரேலெனக் கறுத்துக் கிடந்தன. குஜராத்தின் பூஜ் பகுதியில் சென்னையைவிட வெயில் அதிகம் என்றான். ஆள் பாதியாக மெலிந்திருந்தான். ஓட்டல் சாப்பாடு. அதுவும் உருளைக் கிழங்கும் சப்பாத்தியும்தான் அதிகம்.

“சப்பாத்தியைப் பார்த்தாலே கொமட்டிகினு வர்துரா” என்றான் மணியிடம்.

“நீயே சோறாக்கிச் சாப்ட்றது?”

“அதுக்குலாம் அங்க நேரமே இல்லடா” என்றான்.

“அப்டி இன்னாத்தடா அவ்ளோ லோடு ஏத்திக் கிழிச்சிட்ட நீ நாங்களும் பாத்துகினுதான இர்ந்தோம்”

“லோடு கம்மிதான்டா ஆனா, அத ஏத்தறதுக்கு ரொம்ப அலையணும்டா ஒரு ஒரு கம்பனிக்கும் ரூமுக்கும் எவ்ளோ தூரம் தெரிமா? ஒரு லோடு ஏத்தணும்னாவே அம்பது நூறு கிலோமீட்டர் தூரம் வரைக்கும் போய் வரணும் அவ்ளோ டிஸ்டன்ஸ்”

“சரி உடு எப்டியோ திரும்பி வந்துட்டியே”

சுந்தரைப் பார்த்த பிறகு லீனாவின் கண்களில் மீண்டும் பழைய வெளிச்சம் திரும்பி வந்துவிட்டது.

மணியே தொடர்ந்து லோடிங் போக வேண்டியிருந்ததால் லோடிங் விவரங்களைப் பேரேட்டில் பதிவது, வரவு செலவுகளைப் பதிவது என அலுவலக வேலைகளையும் லீனாவே செய்யக் கற்றுக்கொண்டிருந்தாள்.

"இனிம நீங்க ரெண்டு பேரும் வெளி வேலய பாத்துக்கிட்டா போதும்பா ஆபீஸ் வேலய லீனாவே பாத்துக்கும்" எனச் சிரித்தார் மாதவன்.

"அப்ப ஆபீசே வர வேணாம் போன்லயே லோடிங் டீடெய்ல் சொல்லிட்டீங்கனா அப்டியே பேக்டரிக்குப் போயி லோடு ஏத்திட்டு அங்கருந்தே வீட்டுக்குப் போய்டறோம் சார்" சுந்தர் பட்டெனச் சொன்னான்.

அவனைத் திரும்பி முறைத்தாள் லீனா. ஆனால், சுந்தர் அவளை நிமிர்ந்து கூடப் பார்க்கவில்லை. அதைப் பார்த்ததும் மணிக்கே எரிச்சலாக இருந்தது.

மறுநாள் பைப் நிறுவனத்தில் ஒன்பது லோடுகள். எல்லாமே குஜராத் மாநிலம் பரோடாவுக்கு.

"சுந்தர் இன்னிக்கி மணி கூட நீயும் பைப் லோடிங் போப்பா வண்டி அதிகம் ரெண்டு பேரும் போனா வேல சீக்கரமா முடியும்"

மேலாளர் சொன்னது மணிக்கும் சந்தோசமாக இருந்தது. அன்று சுந்தரிடம் சில விசயங்களைப் பேசி விடவேண்டும் என நினைத்துக்கொண்டான்.

இரண்டு பேரும் பேசின் பிரிட்ஜ் ரயில் நிலையத்தில் காத்திருந்த போதும், இரயிலில் ஏறி உட்கார்ந்த போதும் குஜராத் பற்றியே பேசிக்கொண்டிருந்தான் சுந்தர். லீனாவைப் பற்றி ஒரு வார்த்தையும் பேசவில்லை. மணிக்கு ஆத்திரம் ஆத்திரமாக வந்தது.

"டே முண்டம் போதும் நிறுத்துரா குஜராத்துப் புராணத்த நீயின்னா களி மண்ணா இல்லனா வெயில்ல காய்ற ஆத்து மணலா?" சுந்தரைப் பார்த்துக் கத்தினான் மணி.

"இன்னாடா திடீர்னு இப்டி கத்தற?"

"ம் நானு நேராவே கேக்கறங் லீனானு ஒரு பொண்ணு இருக்கறா நம்ப ஆபீஸ்ல அவ உன்ன லவ் பண்றா அது உனுக்குத் தெரிமா?"

இரயில் தடக் தடக் என ஒரே சீராக ஓடிக்கொண்டிருக்க மணியின் கோபமான அந்தக் கேள்வியை எதிர்பார்க்கவில்லை சுந்தர். மதிய நேரம் என்பதால் ரயிலில் அவ்வளவாகக் கூட்டமில்லை. வெயிலில் தோய்ந்த காற்றைச் சிதறடித்தபடி எண்ணூரைக் கடந்து ஓடிக்கொண்டிருந்தது ரயில். தூரத்தில் சில ராட்சத எண்ணெய் டேங்குகள் அழுக்காய்த் தெரிந்தன.

மணியை உற்றுப்பார்த்தான் சுந்தர். அவன் கண்களில் தடுமாற்றம். பார்வையைத் திருப்பிக்கொண்டு வெளியே பார்த்தான். தண்டவாளத்தின் ஓரம் சின்னதும் பெரியதுமான ஓலைக் குடிசைகளுடன் ஒரு குப்பம் கடந்து சென்றது. மீண்டும் தூரத்தில் பல நிற எண்ணைய் டேங்குகள் வெயிலில் பளபளத்தன. பெட்ரோல் வாசனை குபீரென மூக்கில் அடித்தது.

"நாங் கேட்டதுக்குப் பதில சொல்றா" அதட்டினான் மணி.

சுந்தரின் முகம் சுருங்குவதும், நெற்றியில் பல கோடுகள் விழுவதும், நீங்குவதுமாக பல மாறுதல்கள் நடந்தன.

"சொல்றா அவ லவ் பண்றது தெரிமா தெரியாதா?"

"தெரியும்டா"

"செரி நீ லவ் பண்றியா?"

"தெர்லடா"

"இன்னாடா லூசு மாறி பதில் சொல்ற சினிமா டயலாக் மாரி தெர்லனா இன்னடா அர்த்தம்?"

"அட, போடா எனுக்குலாம் இப்ப லவ் ஒண்ணுதாண்டா கேடு?"

"உனுக்கு இன்னாடா? சொம்மா தகதகனு அஜீத் மாரி கலரு ஒடம்பும் கமலகாசன் மாரி திம்முனு இருக்குது அப்புறம் இன்னா கேடு?"

"கலரு இருந்து இன்னாடா பண்றது தொட்டு நக்கவா முடியும்? கலரு கம்மின்னாலும் நீ சம்சாரி நானு?"

அவனை உற்றுப் பார்த்தான் மணி. ரயில் அடுத்த நிறுத்தத்தில் நின்று மீண்டும் கிளம்பியது. இவர்கள் இருக்கையில் வேறு யாருமில்லை. எதிரிலும் காலியாக இருந்தது. அந்தப் பெட்டியே பாதிக்கும் மேலாகக் காலியாக இருந்தது.

"இன்னாடா சொல்ற நீ"

"மணி நானு யார்னு உனுக்கே தெரியும்."

"அதுக்கு இன்னாடா இப்ப? இப்பதாங் அதல்லாம் யாரும் பாக்கற்து இல்லியே நானு எப்பனா அப்டி பாத்திருக்கறனா?"

"நீ பாக்கல யாரும் பாக்கலனு யார்ரா சொன்னது? எங்க ஊர்ல வந்து பார்ரா ஏங் உங்க ஊர்ல இல்லியா?"

"அது எங்கனா போவட்டும் உட்றா அத எதுக்கு இப்ப பேசற நானு கேட்டதுக்கு நேரா பதிலு சொல்லு அதுக்கும் லீனாவ லவ் பண்றதுக்கும் இன்னா சம்பந்தம்?"

“ஏண்டா இல்ல? என்னப்பத்தி இன்னா தெரியும் லீனாவுக்கு? இந்த கலரும் ஒடம்புந்தாங் தெரிஞ்சிருக்கும் பேக்ரவுண்ட் தெர்ஞ்சா லவ் பண்ணுவாளா?”

“அவ உன்ன ரொம்ப டீப்பாதாங் லவ் பண்றா நீ இல்லாதப்ப எவ்ளோ பீல் பண்ணானு எனுக்குதாங் தெரியுங்”

“செரிடா அப்டியே அவள நானு மேரேஜ் பண்ணிகினாலும் அவள எங்க ஊருக்குக் கூப்டுகினு போவ முடிமா ஊர்க்காரங்க சொம்மா உடுவாங்களா ஊர்க்காரங்களே விட்டாலும் அவளால எங்க வீட்ல வந்து இருக்க முடிமா?”

“ஊருக்கு ஏன்டா கூப்டுகினு போற? இங்கியே இருங்க உங்கம்மாவயும் இங்கியே கூப்டுகினு வந்துடு ஊர்ல இன்னா ஜமீனு எஸ்டேட்டா இருக்குது உட்டுட்டு வர முடியாதுனு சொல்றதுக்கு?”

“பாத்தியா நீயே நக்கல் பண்ற? நானு பரதேசினு தெர்ஞ்சா என்ன நம்பி அவ எப்பிட்ரா வருவா?”

“மறுபடியும் அதப்பத்தி ஏன்டா பேசற இங்கியே ஒரு வாடக வீடு எட்த்து தங்கிடுங்க.”

“இல்லடா நானு யார்னு தெர்ஞ்சா அதுவே அவளுக்கு ஷாக்கா இருக்கும் அதுக்குதாங் நானு ஒதுங்கி ஒதுங்கி போறங்”

“சரி நானே அவ கிட்ட பேசறங் அவ ஜாதிலாம் பாக்க மாட்டானுதாங் நெனைக்கறங்”

“அப்டினு அவ சொன்னாளா?”

“செரி அவளுக்கு ஓக்கேன்னா உனுக்கு ஓக்கேவா?”

கேட்டபடியே எழுந்து நின்றான் மணி. ரயில் கும்மிடிப்பூண்டி ரயில் நிலையத்தில் நின்றது. சுந்தரும் எழுந்து அவனோடு இறங்கினான். இருவரும் பிளாட்பாரத்தில் நடந்தனர். ஜன நடமாட்டம் குறைவாகவே இருந்தது.

பிளாட்பாரக் கடைகளின் வெளியே ஒருவருமில்லை. வியாபாரிகள் மட்டும் கொட்டாவி விட்டபடி இவர்களைப் பார்த்தனர். சுந்தரின் மனம் அலை பாய்ந்தது. முக்கியமான அவனது அந்த லட்சியமும் வந்து குறுக்கில் நின்றது. அதையெல்லாம் மணியிடம் சொல்ல முடியுமா...?

“ஏன்டா நாம செய்ற வேலைக்கும், வாங்கற சம்பளத்துக்கும் லவ் ஒன்னுதான் கொறச்சலா? இந்தச் சம்பளத்துல தனியா வீடு எட்த்து குடும்பம் நடத்த முடிமா?” கேட்டவாறே சாலையில் இறங்கினான் சுந்தர்.

“சம்பளத்த ஏத்திக் குடுக்கச் சொல்லி ஓனரு கிட்ட கேளு உனுக்கு ஒரு நாலாயிரம் அவளுக்கு ரெண்டாயிரம் குட்த்தா போதாதா ஆறாயிரத்துல ஜாம் ஜாம்னு இருக்கலாம்டா?”

“அட இந்த ஆயிரத்தி ஐந்நூறே இனிமே ஒழுங்கா வருமானு தெர்ல இங்க வந்து இது ஆறாவது வர்சம் ஓனருகிட்டக் கேட்டாலும் பிசினஸ் சரியில்லனு எப்பவும் சொல்றததாங் சொல்வாரு”

“அதுவும் செரிதானடா நமுக்கே அது தெரிதே”

“நீயே எல்லாத்தயும் பேசற சம்பளம் மட்டும் பிரச்சன இல்லடா அதுக்கு மேல ஒன்னு இருக்கே அது உனுக்குப் புரியாது”

“ஏன்டா அதயே திருப்பித் திருப்பிச் சொல்லிகினு இருக்கற இங்க எவனுக்கும் அதப் பத்திலாம் யோசிக்க நேரமே இல்லடா.”

“அப்டினு யார்ரா சொன்னது? அனுபவிக்கறவங்களுக்குதான்டா அது தெரியும்.”

“இங்க அப்டி இன்னாத்த அனுபவிச்சிட்ட நீ”

முகத்தைத் திருப்பி அவனை உற்றுப் பார்த்தான் சுந்தர். அவனது சிவப்பான முகம் மேலும் கருக்க ஆரம்பித்தது. மெதுவாக, சுரத்தில்லாமல் சுந்தரிடம் கேட்டான்

“நம்ப ஆபிஸ்ல காபி, டீ, சாப்பாடு வாங்க ஓட்லுக்கு யாரு போறது?”

“நாந்தாங்”

”எதுக்கு என்ன அனுப்பாம உன்னயே அனுப்பறாங்க?”

“நீ சீனியரு நாந்தாங் ஜீனியரு”

“ம்க்கும் சீனியரு புண்ணாக்கு நாம் போயி வாங்கியாந்தா அவங்க சாப்ட மாட்டாங்க நானு யார்னு அவங்களுக்குத் தெரியும்.”

அதிர்ச்சியோடு அவனைப் பார்த்தான் மணி.

“அப்ப நான் யார்னு அவங்களுக்குத் தெரியுமா?”

“ஏந் தெரியாது வேலைக்குச் சேரும்போது எதுக்கு மார்க் சீட்டு, டி.சி லாம் வாங்கிப் பாத்தாங்க”

ஆமாம் என ஒத்துக்கொண்டது அவன் மனம். மணியும் தன் சான்றிதழ்களை முதலாளியிடமும், மேலாளரிடமும் காட்டினானே. மாற்றுச் சான்றிதழில் சாதி இருக்கிறதே. ஆனாலும் அதை வைத்து மட்டும் சுந்தர் சொல்வதை அவனால் நம்ப முடியவில்லை.

“செரிடா இப்பதான் நானு போறங் நானு வரதுக்கு முன்னால நீதான இங்க இருந்த அப்ப நீதான வாங்கியாந்து இருப்ப?”

“அட போடா அப்ப பெரியவரு சந்திரன் இங்க இருந்தாரு அவரதாங் அனுப்புவாங்க அவரு இல்லாதப்ப காபியே குடிக்காமக் கூட இருப்பாங்க என்ன மட்டும் அனுப்ப மாட்டாங்க.”

“நீ சொல்றது நம்பற மாரி இல்லியேடா இப்பல்லாம் டவுன்ல யார்ரா இதெல்லாம் பாக்கறாங்க பஸ்ல எல்லாரும் ஒண்ணாதான ஒக்காந்துகினு போறாங்க ஓட்டல்ல சமைக்கறது யாரு டீ மாஸ்டர் யார்னு பாத்துட்டா சாப்டறாங்க?”

“பஸ்ல பக்கத்துச் சீட்ல உக்காந்துகினு இருக்கறது யார்னு தெரியாது. அதனால பேசாம ஒக்காந்துகினு போறாங்க தெரிஞ்சா ஒக்காருவாங்களா அப்டியே ஒக்காந்தாலும் அவங்களால சகஜமா ஒக்கார முடிமா ஏதோ சாக்கடக்கிப் பக்கத்துல ஒக்கார்ந்துகினு கீற மாதிரி நெளிவாங்க”

“ஏண்டா நீயா இப்டி கற்பன பண்ணிக்கற?”

“கற்பன இல்லடா இதாங் நெஜம் ஊருப் பக்கம் இன்னிக்கும் வேற யார்னா ஓட்டலு வெச்சி நடத்த முடிதா அப்டி நடத்னா அதுல எல்லாரும் சகஜமா சாப்ட போறாங்களா?”

அவன் கேள்விகளுக்கு எந்தப் பதிலும் சொல்ல முடியாமல் அவனையே பார்த்துக்கொண்டிருந்தான் மணி.

“சரிடா பைப் கம்பனி மேனேஜர் சேட்டு இருக்காரே அவரு கல்யாண ரிசப்ஷன் நடந்திச்சில்ல அதுக்கு நீங்கல்லாம் போனீங்களே என்ன மட்டும் ஏன்டா கூப்டல நம்ப ஓனரு?”

“நீ சாய்ந்தரமானா வீட்டுக்குப் போவனுதான்”

“ம் இருனு சொன்னா இருக்க மாட்டனா? இதெல்லாம் வெளில தெரியாதுரா”

“அப்டி பாத்தா உன்ன இங்க வேலைக்கே வெச்சிக்க மாட்டாங்களே”

“அட, போடா இதெல்லாம் ஒரு டிரிக்ஸ்டா எங்களயும் சமமா கூட வெச்சிகினு இருக்கற மாதிரி ஒரு இது”

மணியால் எதுவுமே பேச முடியவில்லை. தலையைக் குனிந்தபடியே நடந்தான். அவன் ஒருவன் தலை குனிவதால் மட்டும் என்ன ஆகிவிடப் போகிறது?

“உனுக்கு ஒடம்பு செரியில்லாதப்ப உன்ன வீட்ல உட்டுட்டு வர உங்கூருக்கு வந்தனே ஞாபகம் இருக்குதா?” மணியைப் பார்த்துக் கேட்டான் சுந்தர்.

“ஆமா அதுக்கு இன்னா?”

“அதான்டா நானு மொத மொதல்ல ஒரு சம்சாரி ஊட்ல ஒக்காந்து சாப்ட்டது நானு யார்னு உங்கம்மாவுக்குத் தெரிமா?”

“தெரியாது”

“அதாங் அன்னிக்கி சாப்டம்போது நானு எவ்ளோ டென்சனானந் தெரிமா யார்னா பாதி சாப்பாட்ல எலய புடுங்கிட்டு என்ன வெளிய புட்ச்சித் தள்டுவாங்களோனு உள்ளுக்குள்ள திக்கு திக்குனு இர்ந்திச்சி அந்த நரகத்த அனுபவிச்சாதான்டா தெரியும்.”

அப்படி எல்லாம் மணி நினைத்தே பார்க்கவில்லை.

"அதனாலதான்டா அன்னிக்கிக் கொஞ்ச நேரம் கூட உங்கூட இல்லாம ஒடனே அங்கயிருந்து களம்பிட்டங் இருந்தா ஊரு, பேருனு விசாரிப்பாங்க எப்டினாலும் வேர புட்ச்சிருவாங்க அப்பறம் அசிங்கம்தான் அதாங் ஒடனே களம்பிட்டங்"

"நீ இன்னாடா இன்னான்னாவோ சொல்ற?"

"இதான்டா இன்னிக்கும் எங்க நெலம."

மணியால் எதுவுமே பேச முடியவில்லை. உச்சி வெயில் மண்டையைப் பதம் பார்த்தது. நெடுஞ்சாலையில் ஆந்திரா போகும் பேருந்துகளும் லாரிகளும் புகையைக் கக்கியபடி விரைந்துகொண்டிருந்தன. அப்படியே தொடர்ந்து நடப்பது இருவருக்குமே சங்கடமாக இருந்தது.

"சாப்ட்டுட்டுப் போய்ட்லாம்டா" எனச் சொன்னான் மணி.

வழக்கமாகச் சாப்பிடும் ஓட்டலுக்குள் இருவரும் நுழைந்தனர். எதுவும் பேசாமலே பரோட்டாவும் சேர்வாவும் சாப்பிட்டனர். மணியால் நிம்மதியாகச் சாப்பிடவே முடியவில்லை. சுந்தர் சொன்னதைப் போல யாராவது சுந்தரின் இலையைப் பிடுங்கிக் குப்பைக் கூடையில் போட்டுவிடுவார்களோ எனப் பதற்றமாகவே இருந்தது அவனுக்கு.

ஆனால், அப்படி எதுவும் நடக்கவில்லை. சாப்பிட்டு முடித்து, பணத்தைக் கொடுத்தான் மணி. இருவரும் வெளியில் வந்து சாலையின் ஓரமாகவே நடக்கத் தொடங்கினர்.

"செரி மணி என்ன மட்டும் இவ்ளோ நோண்டி நோண்டி கேக்கறியே உன்னோட லவ்வு இன்னாச்சி? எப்டி இருக்குது உன்னோட ஆளு?" என்று மணியின் தோள் மீது ஆதரவாகக் கையை வைத்தான் சுந்தர்.

"என்னோட ஆளா?" என்று கேட்ட மணி முகத்தை வேறு பக்கம் திருப்பிக்கொண்டான்.

"இன்னாடா அதப்பத்தி கேட்டா மட்டும் பதிலு இல்ல?"

"ம் ஒத்த ஆளு சோத்துக்கே இவ்ளோ தாளம் போடுது இதுல கல்யாணம் பண்ணிகினா, ரெண்டு பேருக்கும் சோத்துக்கு இன்னா பண்றது? புதுப் பொண்டாட்டினு வெறுந் தண்ணியக் குட்ச்சிட்டுக் கட்டிப் புட்ச்சிகினு பட்த்துக்க முடியுமா...? அப்டியே கட்டிப் புடிச்சிப் பட்த்துகினு இர்ந்தாலும் ரெண்டு மூனு நாளிக்கிதாம்பா நல்லாருக்கும் வயிறு காஞ்சா எல்லாமே காஞ்சி பூடும் சாமி"

வார்த்தைகளில் கசப்புத் தெறிக்கச் சொன்ன மணி, தொழிற்சாலையை ஒட்டி சாலையோரம் நின்றிருந்த லாரிகளைப் பார்த்தவாறு தலையைக் குனிந்துகொண்டான்.

ஒரு பெருமூச்சோடு அவனைத் திரும்பிப் பார்த்தான் சுந்தர்.

“உனுக்கு ஜாதி எனுக்குச் சோறு ஒரு வழில பாத்தா நாம ரெண்டு பேருமே ஒன்னுதான்டா” என்றான் மணி.

மணி சொல்வதைப் போல இருவரின் வலிகளுமே உண்மைதான். ஆனால், இரண்டு வலிகளும் ஒன்று இல்லையே என நினைத்துக்கொண்டான் சுந்தர்.

சுந்தரின் வலி உள்ளுக்குள் புரையோடிப்போன ரணத்தின் வலி. அது எளிதில் ஆறாத சர்க்கரை நோயாளியின் புண்ணைப் போன்றது. சில வேளைகளில் புண் இருப்பதே தெரியாமல் உள்ளுக்குள் ஆளையே கொல்லும் புண். அது சுந்தரைப் போன்றவர்களுக்கு மட்டும்தான் தெரியும். அது மணியைப் போன்றவர்களுக்குத் தெரியாது. மணி பாவம் என நினைத்துக்கொண்டான் சுந்தர்.

அதைப்பற்றி அதற்கு மேல் அவனுடன் விவாதிக்க சுந்தருக்குச் சங்கடமாக இருந்தது.

“மணி இப்பத்திக்கி உனுக்கும் லவ்வு செட்டாவாது எனுக்கும் ஒத்து வராது, வா மொதல்ல எத்தினி வண்டிங்க வந்திருக்குனு எண்ணிப் பாத்துட்டுப் போயி வேலயப் பாக்கலாம்” என்று தன் கையிலிருந்த சீட்டில் உள்ள எண்களையும் வரிசையாய் நின்றிருந்த லாரிகளின் எண்களையும் மாறி மாறிப் பார்த்தபடி முன்னோக்கி நடக்கத் தொடங்கினான் சுந்தர். அந்தப் பேச்சை மாற்ற அவனுக்கு வேறு வழி தெரியவில்லை.

44

அடுத்த மூன்றாவது நாள் காலை. சுந்தர் அலுவலகத்திற்குள் நுழைந்து. பையை ஓரமாக வைத்துவிட்டுத் தன் இருக்கையில் உட்கார்ந்தான். மணி அவனைப் பார்த்துச் சிநேகமாகச் சிரித்தான். வணக்கம் வைத்த சுந்தரை நிமிர்ந்து பார்த்துத் தலையாட்டிய மாதவன் மீண்டும் தலை குனிந்து எதையோ எழுதிக் கொண்டிருந்தார். லீனா சுந்தரின் முகத்தை ஒரு முறைப் பார்த்துவிட்டுத் தலையைக் குனிந்துகொண்டாள்.

அடுத்த பத்தாவது நிமிடத்தில் மேசையிலிருந்த இளம் பச்சை நிறத் தொலைப்பேசி கத்தியது. லீனா அதன் ரிசீவரை எடுத்தாள். யாரோ சுந்தரைக் கேட்டார்கள்.

எதுவும் பேசாமல் ரிசீவரை சுந்தரிடம் நீட்டடினாள் லீனா.

குழப்பத்தோடு அவள் முகத்தைப் பார்த்தான் சுந்தர். அவள் எதுவுமே சொல்லாமல் ரிசீவரை நீட்டிக் கொண்டிருந்தாள். ரிசீவரை வாங்கிய சுந்தர், அதைக் காதில் வைத்து மெதுவாக “ஹலோ” என்றான்.

யாரோ கரகரப்பான குரலில் என்னவோ சொன்னார்கள். அதைக் கேட்ட சுந்தருக்கு வாய் குழறியது. அப்படியே தொபீரென நாற்காலியில் சரிந்தான். முகம் வியர்த்து வழிந்தது.

லீனா அதைப் பார்த்ததும் பதறிப் போய் எழுந்து நின்றாள். மணியும் உடனே சுதாரித்துக்கொண்டான். சுந்தரிடமிருந்து ரிசீவரை வாங்கி அவனே பேசினான்.

சுந்தரின் அக்கா சந்திராவின் கணவர் இறந்து விட்டதாக யாரோ சொன்னார்கள். ரிசீவரை வைத்துவிட்டுப் பரிதாபத்தோடு சுந்தரைப் பார்த்தான். அவன் முகம் வியர்த்து வழிந்துகொண்டிருந்தது.

ஒரு தம்ளரில் தண்ணீர் மொண்டு சுந்தரிடம் கொடுத்து, மெதுவாகக் குடிக்க வைத்தான். மின் விசிறியை வேகமாகச் சுழலவிட்டான். மேலாளரிடம் தகவலைச் சொன்னான்.

உறக்கத்திலிருந்து விழித்துக்கொண்டதைப் போல திடீரென எழுந்து நின்றான் சுந்தர். வியர்க்கும் முகத்தைத் துடைக்கக் கூட அவனுக்குத் தோன்றவில்லை.

உடனே தனது பையை எடுத்துக்கொண்டு கிளம்பினான். மணியும் அவனுடன் கூடவே கிளம்பினான். லோடிங் எதுவுமில்லாததால் மேலாளர் மாதவனும் அதற்கு மறுப்பு எதுவும் சொல்லவில்லை. உள்ளுக்குள் பெரும் திகிலுடன் இருந்தான் சுந்தர். வழியில் அவன் எதுவுமே பேசவில்லை. ஓடும் ரயில் பெட்டிக்கு வெளியே நகரும் சூன்யத்தையே வெறித்துக்கொண்டிருந்தது அவன் பார்வை.

இவர்கள் அந்த ஊருக்குப் போய்ச் சேர்ந்தபோது உச்சி வெயில் உக்கிரத்தில் இருந்தது. தொழிற்சாலையின் வாகனத்திலேயே பிணத்தைக் கொண்டுவந்து வீட்டு வாசலில் இறக்கிவிட்டுப் போய்விட்டார்களாம். எங்கிருந்தோ இரவல் வாங்கி வந்த ஒரு பழைய இரும்புக் கட்டிலை வாசலில் போட்டு, அதில் பிணத்தைக் கிடத்தி வைத்திருந்தார்கள்.

உடலின் மீது ஒரு வெள்ளை வேட்டி மட்டும் முழுவதுமாகப் போர்த்தப் பட்டிருந்தது. முகம் லேசாகக் கருத்திருந்தது. தலையிலும் மீசையிலும் பாதி நரை முடிகள். முதல் நாள் முகச்சவரம் செய்திருக்க வேண்டும். தாடி சுத்தமாக இல்லை.

திருமணத்திற்கு முன்பிருந்தே அவருக்கு அந்தத் தோல் தொழிற்சாலையில் தான் இரவுக் காவலாளி வேலை. இருபது வருட சர்வீசாம். வழக்கம்போலதான் அன்றைக்கு முதல் நாள் மாலையிலும் தனது மிதிவண்டியில் கிளம்பிப் போயிருக்கிறார்.

மறுநாள் காலையில் தொழிற்சாலையின் பிரதான வாயிலுக்கு உள்ளே, சிமெண்ட் தரையில் படுத்த நிலையில் பிணமாகக் கிடந்திருக்கிறார்.

திடீர் மாரடைப்பு வந்து செத்துப் போயிருக்கலாம் எனச் சொன்னதாம் தொழிற்சாலை நிர்வாகம். தொழிற்சாலையில் நடந்த எதையோ நேரில் பார்த்துவிட்டதால், அந்த ரகசியம் வெளியே தெரியாமல் இருக்க யாரோ அவரை

அடித்துக் கொன்று, வாசலில் படுக்க வைத்திருக்கலாம் எனத் தொழிலாளர்கள் பேசிக்கொண்டார்களாம்.

சுந்தரின் அக்கா சந்திராவ அப்போதுதான் முதல் முதலாகப் பார்த்தான் மணி. சுந்தரைப் போலவே நெடுநெடுவென உயரமாக இருந்தாள். தூக்கலான நிறம். நல்ல களையான முகம். அவளோடு ஒட்டிக் கொண்டே அழுதுகொண்டிருந்த சந்திராவின் மகள் பவானிக்குப் பதினாறு வயதுதான் இருக்கும். அவளும் நல்ல நிறம். சுழற் காற்றில் சிக்கித் துவண்டு போன அவரைக் கொடியைப் போல அலங்கோலமாகக் கிடந்தாள். சுந்தரின் அம்மா அவர்கள் இருவரையும் கட்டிப் பிடித்துக் கதறிக்கொண்டிருந்தாள்.

மார்பிலும், வயிற்றிலும் அடித்து அடித்து அழுத அவர்களைப் பார்க்கப் பார்க்கப் பாவமாக இருந்தது மணிக்கு. துக்கத்தில் மணிக்கும் கண்களில் நீர் கோத்துக்கொண்டது.

தலை காய்ந்தவர்களுக்கே ஏன்தான் இப்படியெல்லாம் நடக்கிறதோ எனத் தனக்குத் தெரிந்த கடவுள்களை எல்லாம் மனதிற்குள் திட்டத் தொடங்கினான் மணி.

நான்காவது நாள் மீண்டும் அலுவலகத்திற்கு வந்த சுந்தர், நாய் கிழித்துப் போட்டக் கந்தல் துணியைப் போலத் துவண்டு போயிருந்தான். கண்களுக்குக் கீழே சாம்பலைக் கரைத்துப் பூசியதைப் போல கரு வளையங்கள். நான்கு நாட்களும் அவன் சுத்தமாகவே தூங்கவில்லை என்பதை அந்த முகம் அவனுக்குச் சொன்னது.

அவ்வளவு ஆண்டுகளாக ஒரே தொழிற்சாலையில் வேலை செய்தும், அவர் செத்ததற்காக எதுவுமே செய்யாமல் கைவிரித்திருக்கிறது அந்தத் தொழிற்சாலை நிர்வாகம். மாரடைப்பு வந்து தானாகச் செத்ததற்கு என்ன இழப்பீடு வழங்க முடியும் என இவர்களிடமே திருப்பிக் கேட்டிருக்கிறார்கள். பிணப் பரிசோதனை கூட செய்யாமல்தான் பிணத்தைக் கொடுத்திருக்கிறார்கள்.

இப்படி ஒரே நாளில் அக்காவின் குடும்பம் நிர்கதியாகிவிட்டதே என மணியிடம் சொல்லிவிட்டுக் கண்கலங்கினான் சுந்தர். அவனது தோளை ஆறுதலாகப் பற்றினான் மணி. அதைத் தவிர அவனால் மட்டும் என்ன செய்து விட முடியும்?

“நஸ்ட ஈடு கேட்டு கேஸ் போடலாமா?” என அவனிடம் கேட்டான் மணி.

“என்னனு கேஸ் போட்றது? அத்தினி வருசமா காண்ட்ராக்ட் லேபர் மாதிரிதான்டா அவர வெச்சிட்டு இருந்திருக்கறாங்க” என்று உதட்டைப் பிதுக்கினான்.

அன்று லோடிங் எதுவுமில்லை. அதனால் மாதவனிடம் சொல்லிவிட்டுச் சுந்தர் மதியத்திலேயே வீட்டுக்குக் கிளம்பிவிட்டான். மாதவனும் வெளியே கிளம்பிவிட்டார்.

அலுவலகத்தில் மணியும், லீனாவும் மட்டுமே இருந்தனர். அதுதான் சமயம் என லீனாவிடம் பேசத் தொடங்கினான் மணி.

சுந்தரின் பூர்வீகம் அவனது குடும்பப் பின்னணி ஊர் வழக்கங்கள் எல்லாவற்றையும் லீனாவிடம் விலாவாரியாகச் சொன்னான்.

அவன் சொல்லச் சொல்ல கேட்டுக்கொண்டிருந்த லீனாவின் முகம் வெளிறிக்கொண்டே போனது. அவள் கண்களில் பெரிய ஏமாற்றம் தெரிந்தது.

"குடிக்கற தண்ணியக் கூட சொம்புல குடுக்க மாட்டாங்க கைலதான் ஊத்துவாங்க அத இவங்க கையேந்திதாங் குடிக்கணும்"

அதைக் கேட்டதும் லீனாவின் முகம் மேலும் கருக்கத் தொடங்கியது.

"இவங்கள டச் பண்ணிட்டா தீட்டு ஒட்டிக்குமாம் அன்டச்சபிளிட்டி..." என்றான் எரிச்சலாக.

"எல்லாருமே ஹியூமன் பீயிங் தான இந்த வில்லேஜஸ் எதுக்கு இவ்ளோ மோசமா இருக்குது சே" என்றாள்.

அவள் முகத்தையே உற்றுப் பார்த்தான் மணி. என்ன பதில் சொல்வது என அவனுக்குத் தெரியவில்லை.

"இன்னா மணி சைலண்ட் ஆய்ட்ட?"

"எங்க ஊரு கூட இப்டிதாங் இருக்குது லீனா ஆனா, முன்னவிட இப்பக் கொஞ்சம் பரவால்ல போகப் போகதாங் இதெல்லாம் மாறும்"

"சீக்கரமா மாறணும் மணி."

"அப்டீனா சுந்தர் கம்யூனிட்டி உனுக்குப் பிராப்ளம் இல்லியா?"

"எனுக்கு நோ பிராப்ளம்."

"அப்டினா சுந்தர ஒத்துக்க வைக்கறது எம் பொறுப்பு"

லீனாவின் முகம் மீண்டும் மலரத் தொடங்கியது.

45

மூன்றாவது மாதம் பக்கத்து நகராட்சியில் துப்புரவுத் தொழிலாளியாக வேலைக்குச் சேர்ந்தாள் சந்திரா. தினக் கூலிதான். அதுவும் தனியார் ஒப்பந்தம் மூலம் கிடைத்த வேலை.

காலை ஆறு மணிக்கே வேலையில் ஆஜராக வேண்டும். அதனால் அதிகாலை நான்கு மணிக்கே ஊரிலிருந்து கிளம்பிப் போவாள். ஊரிலிருந்து கிளம்பும் முதல் பேருந்தைப் பிடித்தாக வேண்டும். அதனால் காலையில் வெறும் வயிறுதான். அங்கே அவளுக்கென ஒதுக்கும் தெருவையும் கால்வாயையும் சுத்தம் செய்துவிட்டு, மீண்டும் பிற்பகலில்தான் வீட்டுக்குத் திரும்புவாள்.

கழிவு நீர்க் கால்வாயில் அழுகிய காய்கறிகளும் பிளாஸ்டிக் கவர்களும், மஞ்சளும், சிவப்புமாய்க் கொழகொழக்கும் பச்சை மலமும் சேர்ந்தே மிதக்கும். மாதாந்திரத் தீட்டு நாள்களில் பெண்கள் பயன்படுத்தும் நாப்கின்களும் சாக்கடைத் தண்ணீரில் உப்பி, ரத்தமும், கவுச்சியுமாக ஊறிக் கிடக்கும். அதன் பச்சைக் கவுச்சி நாற்றம் அடி வயிறு வரை நுழைந்து குடலைப் புரட்டும்.

வீட்டுக்கு வந்து எத்தனை முறை துணி சோப்புப் போட்டுக் கை, கால்களைக் கழுவினாலும், அந்தக் கவுச்சி நாற்றம் போகாது. சாப்பிடச் சோற்றில் கை வைத்தால் அந்தச் சாக்கடையிலும் மலத்திலும் கை வைப்பதைப் போலவே கைகள் கூசும். மூக்கில் அந்தக் கவுச்சி நாற்றம்தான் நிரந்தரமாகக் குடியிருக்கும். வீட்டில் எத்தனை ஊது வத்திகளை ஏற்றி வைத்தாலும் மூக்கிற்கு அந்த வாசனை உறைக்கவே உறைக்காது.

ஆனாலும், குடும்பம் நடத்த அப்போது அவளுக்கு வேறு எந்த வழியுமே தெரியவில்லை.

அவள் அந்த வேலைக்குப் போவது சுந்தருக்குச் சுத்தமாகவே பிடிக்க வில்லை. வேறு ஏதேனும் ஒரு வேலைக்குப் போகச் சொன்னான். ஆனால், திடீரென வேறு என்ன வேலை கிடைக்கும்?

இந்த வேலை கூட, கணவனைப் பறிகொடுத்தவள் என்கிற பரிதாப த்தில்தான் அவளுக்குக் கிடைத்தது. அத்துக் கூலி வேலைதான் என்றாலும் அதற்கும் எவ்வளவு போட்டி. சர்க்கார் கட்டுப்பாட்டில் நடக்கிற வேலை. பின்னொரு காலத்தில் அது நிரந்தரமாகி விடுவதற்கும் வாய்ப்பு இருப்பதாகப் பேசிக்கொண்டார்கள். அப்படி நிரந்தரமாகி விட்டால் சர்க்கார் சம்பளம் கிடைக்கும். அந்த ஆசைதான் அவர்களைச் சாக்கடையிலும், சளியிலும் துணிந்து கை வைக்கச் சொல்கிறது என்று சிலர் வெளிப்படையாகவே பேசிக்கொண்டார்கள்.

சந்திராவுக்கு அதைப் பற்றி எல்லாம் யோசிக்கவே நேரமில்லை. அப்போதைக்கு வயிற்றின் வெப்பத்தைக் குறைக்க ஒரு வேலை வேண்டும். அவ்வளவுதான்.

சுந்தரின் அம்மா நீலம்மாவோ கை தவறிக் கீழே விழுந்த கண்ணாடியைப் போலச் சுக்கல் சுக்கலாக நொறுங்கிப் போயிருந்தாள். எந்நேரமும் வீட்டில் சந்திராவைப் பற்றிய புலம்பல்தான். அவள் ஏற்கெனவே வேலை செய்துகொண்டிருந்த அந்தத் தோல் தொழிற்சாலையையும் இரண்டு வருடத்திற்கு முன்பே மூடிவிட்டார்கள். அதனால் சந்திராவை அங்கேயும் வேலைக்குச் சேர்த்துவிட முடியவில்லை.

“திடுக்குனு தாலிய அற்த்துட்டு என்ன மாரியே மூளியா நிக்கிதே பெத்த வயிறு திகுதிகுனு பத்திகினு எரிதே வளந்து நிக்கிற பொண்ணு வேற கீதே அத எப்டி கர ஏத்துவா அய்யோ ஏலு குண்டல வாடா”

வடக்குத் திசையைப் பார்த்துச் சொல்லிவிட்டு தன் முந்தானையால் கண்களைத் துடைத்துக்கொண்டாள் நீலம்மா. அதைப் பார்த்ததும் சுந்தரின் கண்களும் கலங்கின.

அக்காவின் குடும்பத்துக்கு உதவுகிற அளவுக்கு அவனது வருமானமும் இல்லை. தனது கையாலாகாத தனத்தை நினைத்தும் சுந்தருக்கு மேலும் எரிச்சலாக இருந்தது.

“ஒரே நைனா நேனு ஒகிட்டி செப்புத்துனா நா மாட்டனே அடுக்குதுவுகாதா?” (டே நைனா நானு ஒன்னு சொல்ட்டுமா எம் பேச்ச கேப்பதான?)

ஒன்றும் புரியாமல் அவளை நிமிர்ந்து பார்த்தான் சுந்தர்.

“மன இன்ட்டி பட்சுனி மனோ எந்துகு பைட்ட ஈவாலி பவானினி நூவே கட்டுக்கோரா” (நம்ப ஊட்டுப் பொண்ண நாம ஏண்டா வெளில குடுக்கணும் பவானிய நீயே கட்டிக்கடா) திடுமெனச் சுந்தரின் கைகளைப் பிடித்துக்கொண்டாள் நீலம்மா.

அதைக் கேட்டதும் அதிர்ச்சியில் பேச்சே வரவில்லை சுந்தருக்கு. என்ன பதில் சொல்வது...? நாக்கு அசைய மறுத்தது. எதுவும் பேச முடியாமல் அமைதியாக நின்றான். ஏற்கெனவே பௌர்ணமி நேரக் கடலைப்போல உள்ளுக்குள் தத்தளித்துக்கொண்டிருந்த அவன் மனம் மேலும் மேலும் கொந்தளிக்கத் தொடங்கியது.

“இப்ப எதுக்குமா நீ திடுக்னு பவானி கல்யாணத்தப் பத்திப் பேசற?”

“இப்ப பேசாம வேற எப்ப பேசறது நைனா அதுங்குளுக்கு நம்பள உட்டா வேற யாரு கீறாங்க?”

நீலம்மா சுந்தரின் கையை விடவில்லை. கையைப் பிடித்துக்கொண்டு, யாசகம் கேட்பதைப் போல அவன் முகத்தையே பார்த்துக்கொண்டிருந்தாள். அவள் கண்கள் மீண்டும் மீண்டும் வழிந்துகொண்டிருந்தன.

“செரினு சொல்றா நைனா பவானிய நாம தாண்டா கரையேத்தணும்”

அவனது கைகளை விடவே இல்லை அவள். அவனுக்குச் சங்கடமாக இருந்தது. அவளைச் சமாதானப்படுத்த வேண்டும் என்பதற்காக “சரிம்மா” எனச் சொல்லிவிட்டு, தயக்கமாகத் தலையை ஆட்டிவிட்டான்.

46

ஊரே பரபரப்பாக இருந்தது. இப்படி ஒரு திடீர்ச் சாவு நடந்துவிட்டதை நம்ப முடியாமல் ஊரார் வாய் ஓயாமல் பேசிக்கொண்டிருந்தனர்.

பிணக்கூறு ஆய்வு முடிந்து, பிணத்தை மாலையில்தான் திருப்பித் தருவார்கள். அதற்குப் பிறகு இரவில் அடக்கம் செய்ய முடியாது. எனவே மறுநாள்தான் தகனம். பிணம் வீட்டு வாசலில் இரவு தங்கினால், அந்த வாசலுக்கு எதிரில் நெருப்பு அணையாமல் புகைய வேண்டும். பிணத்தை வைத்துக்கொண்டு வீட்டில் யாரும் தூங்கக் கூடாது. அதனால் இரவு முழுவதும் சாவு பஜனைக்கு ஏற்பாடு செய்ய வேண்டும்.

பஜனைக் குழுவுக்குத் தகவல் சொல்லவும், அவர்களுக்காகப் பட்டைச் சாராயம் எடுத்து வரவும், மிருதங்கம் வாசிக்கும் ஆனந்தன், ஆர்மோனியம் வாசிக்கும் முத்தைய்யா என ஒவ்வொருவருக்கும் தகவல் சொல்லவும் ஆட்களை அனுப்பி, இப்படியும் அப்படியுமாக ஓடிக்கொண்டிருந்தார் ஊர் நாட்டாண்மை. அவரது வேட்டி இடுப்பில் நிற்கவில்லை. அடிக்கடி அதை அவிழ்த்து அவிழ்த்துக் கட்டிக்கொண்டிருந்தார்.

அந்தச் சாவுத் தகவல் தெரிந்ததுமே மனம் குதியாட்டம் போட்டது சுந்தருக்கு.

அன்று ஒருநாள் மாலை சுந்தர் ஆலமரத்தில் ஏறிக் கல்லோடு உட்கார்ந்திருந்தானே அப்போது அந்த மரத்துக்குக் கீழே உட்கார்ந்து குடிக்கும்போது தன் சகலையிடம் சொன்னானே அதைப் போலவே அதே ஆலமரத்தில் தூக்கு மாட்டிக்கொண்டு செத்துப் போனான் கோபால்.

தன் கையால் சாக வேண்டியவன் இப்படித் தானாகச் செத்துப்போய் விட்டானே என ஒரு வகையில் சுந்தருக்கு வருத்தமாகவும் ஏமாற்றமாகவும் கூட இருந்தது.

மனைவியிடம் சிக்கிச் சீரழிவதாக அன்று அவன் புலம்பியதைக் கேட்ட போதே மரத்தின் மீது உட்கார்ந்திருந்த சுந்தரின் மனம் சற்றுக் குதூகலித்தது.

அந்த நரகத்தை அவன் இன்னும் இன்னும் அனுபவிக்க வேண்டும் என சுந்தர் ஆசைப்பட்டான். அதனால்தான் அன்று மரத்திலிருந்து கல்லைக் கீழே தள்ளிவிட்டு, மலையிலிருந்து இறங்கி வந்த பின்னர் தன் திட்டத்தைக் கொஞ்சம் மாற்றிக்கொண்டான் சுந்தர். அவனை உடனடியாகச் சாகடிக்கும் திட்டத்தைக் கொஞ்சம் கொஞ்சமாக ஒத்தி வைத்துக்கொண்டிருந்தான்.

அதேபோல காவல் நிலையத்தில் ரஞ்சிதாவுக்காகப் புகார் கொடுத்ததும் காவல் ஆய்வாளரின் அராஜகத்தால் அதை வாபஸ் வாங்கியதும் அவனுக்குள் பல நாள்கள் உஷ்ணத்தை ஏற்றிக்கொண்டிருந்தது.

ரஞ்சிதாவிடம் வம்பு செய்த அந்த சுப்பிரமணி நாய் மலையில் தனியாக ஆடு மேய்க்கும்போது, அவனைப் பிடித்துத் தர்ம அடி கொடுத்து, அவனது ஒரு கையையாவது உடைத்து விட வேண்டும் என நினைத்துக் கொண்டிருந்தான். ஆனால், அந்த சுப்பிரமணிக்கோ, அவனது உறவினர்களுக்கோ ஏதாவது நேர்ந்தால் அதற்கு சுந்தரே முழுப் பொறுப்பு எனக் காவல் நிலையத்தில் எழுதிக் கொடுத்துவிட்டு வந்தது அவனது கைகளைக் கட்டிப் போட்டுவிட்டது.

என்ன ஆனாலும் சரி... ஆத்திரம் தீருகிற வரை அந்த சுப்பிரமணி நாயை அடித்துக் கை, கால்களை உடைத்துவிட்டு, அதற்காக ஜெயிலுக்கே கூடப் போகலாம் எனச் சில நேரங்களில் அவன் மனம் துணிந்துவிடும். ஆனால், அப்படி அவன் மட்டும் ஜெயிலுக்குப் போய்விட்டால் அதோடு பிரச்சினை முடிந்துவிடுமா?

ஏற்கெனவே கந்தல் கோலமாக இருக்கிற இவர்களின் நிலைமை அதற்குப் பிறகு என்ன ஆகும்? இவர்களின் குடியிருப்பையே துவம்சம் செய்து விடுவார்களே. அப்படி ஏதாவது நடந்தால் அதைச் சமாளிக்க ஆள் படையோ, பண பலமோ, அரசியல் செல்வாக்கோ இல்லாத இவர்களை யார்தான் வந்து காப்பாற்றுவார்கள்?

அப்படியும் எல்லவாற்றுக்கும் துணிந்துதான் அன்று குஜராத் போகக் கிளம்பிய போது, தனியாக ஆடுகளை ஓட்டிக்கொண்டுபோன சுப்பிரமணியின் மீது மிதிவண்டியை மோதிக் கீழே தள்ளினான். அப்போது சுப்பிரமணியின் ஆடுகள் கேழ்வரகு பயிரில் இறங்கி மேய்ந்த தகராறில் சுப்பிரமணியும், அவனது பங்காளியும் ஒருவருக்கொருவர் அடித்துக்கொண்டு, ரணகளத்தோடு ஆளுக்கொரு மருத்துவமனையில் போய்ச் சேர்ந்தார்கள்.

ஆனால், இவன் ஏற்கெனவே திட்டமிட்டிருந்ததைப் போல இந்தக் கோபாலை மட்டும் உடனே பழிவாங்கிவிட முடியாமல் திட்டம் தள்ளிப் போய்க்கொண்டே இருந்தது.

எவ்விதப் பெரிய பின்புலமும் இல்லாமல், இப்படித் திக்கற்றவர்களாக அவர்கள் வாழ நேர்ந்தது சுந்தருக்குப் பெரும் வலியாக இருந்தது. அரை வயிற்றுச் சோற்றுக்காகச் செய்கிற இந்த லாரி டிரான்ஸ்போர்ட் வேலையும் அவனை இரவும் பகலுமாக நிம்மதியில்லாமல் ஓட வைத்தது. அந்த வேலையையும் விட்டு விட்டால், அவனுக்கு அடுத்த வேலைச் சோற்றுக்கு வேறு நாதியுமில்லை.

இப்படிச் சதா சர்வ நேரமும் இதையெல்லாம் யோசித்துக்கொண்டிருந்தாலும், கோபாலைப் பழிவாங்கும் எண்ணம் மட்டும் அவனுக்குள் அணையாத பெரு நெருப்பாய்க் கனன்றுகொண்டேதான் இருந்தது. என்றாவது ஒருநாள் அவனது சாவு இவனது கைகளால்தான் நடக்க வேண்டும் என அவன் காத்துக்கொண்டிருந்தான்.

ஆனால், அதற்கும் வழியில்லாமல் இப்போது அது தானாகவே நடந்துவிட்டது.

“அந்த வாய் செத்த பொண்ணு பாவத்த கொட்டிகினானே அந்தப் பாவம் அவன உட்டுச்சா பாத்தியா...” என ஊரில் கூட சில கிழவிகள் பேசிக்கொள்வதாக நீலம்மா வந்து சுந்தரிடம் சொன்னாள்.

அப்போது அவளும் கன்னிச்சியும் வானத்தைப் பார்த்துப் பயபக்தியுடன் கையெடுத்துக் கும்பிட்டார்கள்.

அவன் தூக்கு மாட்டிக்கொண்ட அந்த ஆலமரத்தின் கீழே இனி ஊர்க்காரர்கள் போய் உட்கார மாட்டார்கள். அவர்களின் கர்வம் பிடித்த ஆட்சி இனி அந்த மரத்தின் கீழே நடக்காது.

அதுவும்கூட ஒரு வகையில் சுந்தருக்குத் திருப்தியாகவே இருந்தது.

47

சுந்தரின் வாயிலிருந்து வந்த சரி என்கிற அந்த ஒற்றை வார்த்தையைக் கெட்டியாகப் பிடித்துக்கொண்டாள் நீலம்மா. சுந்தருக்கும் பவானிக்கும் உடனே திருமணம் செய்து வைத்துவிட வேண்டும் என அவள் துடியாய்த் துடித்தாள்.

அடுத்து வந்த ஒரு ஞாயிற்றுக்கிழமை. சுந்தர் கொட்டாவி விட்டபடி வீட்டுச் சுவரில் முதுகு சாய்த்து தளர்வாக உட்கார்ந்திருந்தான். நீலம்மா வெங்காயத்தைச் சிறுகச் சிறுக நீளவாக்கில் அறிந்துகொண்டிருந்தாள். அடுப்பில் அலுமினியக் குண்டானில் சோற்று உலை கொதித்துக்கொண்டிருந்தது. மஞ்சள் தீயின் வெளிச்சம் சுவர் முழுவதும் ஓடி ஓடி விளையாடிக்கொண்டிருந்தது.

"ஒரே நைனா மன சேத்துலோ வெண்ணனி பெட்டுகோனி நெய்க்கி எந்துகு திரகவாலா ஒச்சே சித்ரலோ பெண்ட்லி சேசேஸ்தாம்ரா." (டே நைனா கைல வெண்ணய வெச்சிகினு நெய்க்கி ஏண்டா அலையணும் வர்ற சித்திரைல கண்ணாலத்த முட்ச்சிட்லாண்டா) சுந்தரைப் பார்த்து மிருதுவாகச் சொன்னாள் நீலம்மா.

"ஏமா அன்னிக்கி சும்மா ஒரு பேச்சிக்கிதாங் சரினு சொன்னங் பவானி சின்னக் கொய்ந்தமா அதப் போயி நானு எப்டிமா கட்டிக்கறது?"

"ஒரே போரா பிட்டனா அதி பதாறு ஏன்ட்லு பூர்த்தி அயிபோயிந்தி நாகு பென்ட்லி நட்ச்சினப்ப பத்மூடு வய்சுதா." (அட போடா கொய்ந்தயா அவ?, பதினாறு வய்சு முட்ஞ்சி பூட்ச்சி எனுக்குக் கண்ணாலம் ஆனப்ப பதிமூனு")

"மா லூசு மாதிரிகா மாட்லாட ஒத்து இப்புடு காலம் எந்தனோ மாறி போயிந்தி பவானிகி வேற மன்ச்சி ஜாகா சூஸ்தாம் உண்டு" (மா லூசு மாரி பேசாத இப்ப காலம் எவ்ளோ மாறி பூட்ச்சி பவானிக்கி வேற நல்ல எடமா பாக்கலாம் இரு)

“வேற எடம்லாம் வாணாம்டா எம்பேத்தி இந்த ஊட்டுக்கு வந்தா என்ன நல்லா பாத்துக்கும் உங்கொணத்துக்கு அவளும் நல்ல இருப்பா”

“பவானி எங்க போனாலும் நல்லா இருக்கும் நானு நல்லா எடமா பாக்கறங் இருமா”

“உங்கப்பா சாவும்போது இப்டித்தான்டா நானு அனாதயா நின்னங் நாம்பட்ட வேதனய யாருமே படக்கூடாதுரா ராவு பகலா எசனப்பட்டு எசனப்பட்டுத் தூக்கந் தண்ணியில்லாம வளத்தண்டா உங்கள எம்பேச்சக் கேள்ரா நைனா பவானிய நீயே கட்டடிக்டா” கண்களில் எட்டிப்பார்த்த கண்ணீர்த் துளிகளை நுனி விரல்களால் துடைத்துக்கொண்டே சொன்னாள்.

சுந்திரின் கண்களிலும் நீர் கோத்துக்கொண்டது. அவள் கண்களைப் பார்க்க முடியாமல் வலது பக்கமாகத் தலையைத் திருப்பிக்கொண்டான்.

அடுத்த அறையில் சுவரோரம் இருந்த சிறிய மரப் பெட்டி அவன் கண்களில் பட்டது. அதுதான் அவர்களின் சொத்து. அதில்தான் அவனது சில துணிகளும் கல்லூரிச் சான்றிதழ்களும் சில புத்தகங்களும் இருந்தன. அதன் அருகில் அடுக்கியிருந்த சில பழைய பானைகளில் கொஞ்சம் கேழ்வரகும் அரிசியும் இருக்கலாம்.

அதன் அருகிலேயே கருமை நிறத்தில் வழுவழுவென ஆளுயர உலக்கை ஒன்று சுவரில் சாய்ந்து நிற்கிறது. அந்தக் காலத்தில் நீலம்மா அதில்தான் நெல்லைக் குத்திச் சோறாக்கினாள். பெட்டியில் இருக்கிற இவனது பள்ளி, கல்லூரிச் சான்றிதழ்களைப் போல இப்போது அதுவும் வெறுமனே கிடக்கிறது.

அந்த அறையின் இன்னொரு சுவரோரம் தொங்கிய கொடிக்கயிற்றில் நீலம்மாவின் சில புடவைகளும் சுந்தரின் லுங்கி, வேட்டி, டவல் போன்ற சில துணிகளும் தொங்கிக்கொண்டிருந்தன.

வீட்டு வாசலுக்கு எதிரில் இருந்த புளிய மரத்தில் உட்கார்ந்திருந்த காகம் ஒன்று மெதுவாகக் கரைந்தது. பீக்குருவிகள் வழக்கம்போலக் கும்பலாகக் கத்தத் தொடங்கின.

“என்னமாரியே திடுக்குனு தாலிய அற்த்துட்டு அனாதயா நிக்கறாடா நாம தான்டா கணே அதுங்களுக்குத் தொணயா நிக்கணம்”

“செரிமா கொஞ்ச நாளு போவட்டும் இரு”

“ஒரு ஆறு மாசம் கூட ஆவட்டும்டா”

“மா எந்துகு இந்தா அவசரபட்த்தாவு நூவ்வு பவானிக்கி பத்தின்மிதினா அவ்வனி” (மா எந்துக்கு இவ்ளோ அவசரப்பட்ற நீ பவானிக்குப் பதினெட்டாவது ஆவட்டும்)

“அவ்ளோ நாளு எதுக்கு நம்ப பொண்ணு நம்ப ஊட்டுக்கு வர எதுக்குடா காத்துகினு கீணம் ஆறு மாசம் போனதும் முட்ச்சிட்லாம்” கறாராகச் சொல்லிவிட்டு, கத்தரிக்காய்களை எடுத்து அரிவாள் மனையில் அரியத் தொடங்கினாள்.

அன்று விடுமுறை நாள் என்பதால் சுந்தர் ஓய்வாக வீட்டில் இருந்தான். அவனது அம்மா அப்படிக் கறாராகச் சொல்லிவிட்டாலும், பவானியைத் தனது மனைவியாக அவனால் நினைத்துப் பார்க்கவே முடியவில்லை.

அவன் கல்லூரிப் படிப்பை முடித்தபோது பவானி பள்ளியில் படித்துக்கொண்டிருந்தாள். அரைப் பாவடையும், வெள்ளைச் சட்டையுமாக அவனையே சுற்றிச் சுற்றி வருவாள். ஏழாவது படிக்கும்போதே வயசுக்கு வந்துவிட்டாள். அதன் பிறகுதான் மளமளவென வளர்ந்துவிட்டாள். பல முறை அவளைத் தோளில் தூக்கிச் சுமந்தபடி மலை மீது ஏறி இருக்கிறான். மரங்களில் அவளை ஏற்றி உட்கார வைத்து விளையாட்டுக் காட்டியிருக்கிறான்.

அந்தக் குழந்தையை எப்படி அவனால் மனைவியாக நினைக்க முடியும்?

அடிப்பிடித்து தீய்கிற சட்டியைப் போல அவனுடைய மனசு உள்ளுக்குள் காந்தத் தொடங்கியது. அம்மாவுக்கு அதை எப்படித்தான் புரிய வைப்பது?

சட்டென எழுந்தான். கொடியில் தொங்கிய டவலை உருவித் தோளில் போட்டபடி வெளியில் வந்தான். எதிரில் இருந்த சித்தி கன்னிச்சியின் குடிசையின் உள்ளேயிருந்தும் லேசாய்ப் புகை வந்துகொண்டிருந்தது.

மேற்கில் திரும்பி நடந்து, கொடி வழியில் மலையின் மீது ஏறத் தொடங்கினான்.

கறுப்பும் வெளுப்பும் பழுப்புமாய்ப் படுத்துக்கிடந்த பாறைகளுக் கிடையிலும், ஆவாரம், இலந்தைச் செடிகளுக்கிடையிலும், பச்சையும் மஞ் சளுமான மஞ்சுப் புல் புதர்கள் ஆள் உயரத்துக்கு வளர்ந்து நீள நீளமாய்க் கதிர் விட்டு முற்றிக் கிடந்தன.

பார்வைக்கு எட்டிய தூரம் வரை இலைகளும் முட்களும் சமமாய்க் கலந்து கிடந்த காரைச் செடிப் புதர்களையும் சீகம் புதர்களையும் வெறுமனே பார்த்தவாறு, வளைந்து வளைந்து மேலே போன ஒற்றையடிப் பாதையில் நிதானமாக ஏறினான்.

குறுக்கில் குதித்து ஓடிய வெள்ளெலிகள், மேலே வட்டமிட்ட பருந்துகள், தாழப் பறந்த சிட்டுக் குருவிகள், சாராயச் செடிகளின் முட்களுக்கிடையில் லாவகமாய் ஓடிய இரட்டை அணில்கள் என எதிலும் அவன் மனம் லயிக்கவில்லை. தலைக்கு மேல் நெட்டுக் குத்தலாய்க் காய்ந்த சூரியனின் தகிப்பில் நெற்றியில் சலசலவென வியர்த்து வழிந்தது.

பாதி மலை ஏறியதும் அணிச்சையாக வலது புறம் திரும்பி நடந்தான். மலைப் பாம்புகளைப் போலச் சுற்றிலும் விழுதுகளை இறக்கிவிட்டிருந்த அந்த ஆல மரம் மோனத் தவத்தில் மூழ்கியிருந்தது. அதன் கீழே பரவியிருந்த அடர் நிழல் சில்லிட்டது. அவனுக்குப் பிடித்த அந்தக் கரும்பாறை கழுவி விட்டதைப் போல சுத்தமாக இருந்தது. அந்த மரம் முழுதும் செக்கச் செவேலென ஆலம் பழங்கள் பழுத்துத் தொங்குகிற காலத்தில், அந்தப் பாறையில் நிறையப் பழங்களும் விதைகளும் பறவைகளின் எச்சங்களும் விழுந்து சிதறியிருக்கும்.

மஞ்சளாய்ப் பழுத்த சில ஆலம் இலைகள் மட்டும் இப்போது கல்லின் மீது விழுந்து சமாதியாகியிருந்தன. அவற்றை மெதுவாகக் கீழே தள்ளிவிட்டுக் கல்லின் மீது சம்மணமிட்டு உட்கார்ந்தான்.

சுற்றிலும் வெயில் உக்கிரமாய்க் காய, அதற்கு மாறாக மர நிழல் குளுகுளுவென இருந்தது. மனதின் புழுக்கத்திற்கு அந்தக் குளுமை சற்று ஆறுதலாக இருக்க, அப்படியே கால் நீட்டிப் பாறை மீது படுத்தான். நான்கைந்து பீக்குருவிகள் மெலிதாகக் கத்தியபடி ஆல மரக் கிளைகளுக்கிடையில் தாவிக்கொண்டிருக்க, கிழக்குக் கிளையிலிருந்த இரண்டு தவிட்டுப் புறாக்கள் சிறகுகளைக் கோதியபடி சுந்தரைப் பார்த்தன.

சுற்றிலும் பூத்திருந்த ஆவாரம் பூக்களையும், காரைச் செடிகளில் சுற்றிக் கிடந்த கோவைக் கொடிகளையும், அதில் பழுத்துத் தொங்கிய நெருப்பு நிறப் பழங்களையும் வெறித்துப் பார்த்தான். இப்போது கோவைப் பழங்கள் லீனாவின் உதட்டுச் சாயத்தை நினைவுபடுத்தின. உடனே மனசுக்குள் ஒரு பதற்றம் வந்துவிட்டது. உள்ளுக்குள் ஒரு ஊசலாட்டம். படுக்க முடியவில்லை. எழுந்து உட்கார்ந்தான்.

கிழக்கிலிருந்து வேகமாகப் பறந்து வந்து இரண்டு பருந்துகள், ரத்த நிறப் பட்டங்கள் வேகமாகக் காற்றில் மிதப்பதைப் போல ஆலமரத்திற்குச் சற்று முன்பாக வட்டமடிக்கத் தொடங்கின. வலது புறமிருந்த காரைப் புதரிலிருந்து சர்ரக்கென ஓடிய இரண்டு வெள்ளெலிகள் கண் மூடித் திறப்பதற்குள் ஒரு பெரிய மஞ்சுப் புதருக்குள் ஓடி மறைந்தன.

மீண்டும் படுத்து ஆயாசத்தோடு கண்களை மூடிக்கொண்டான். மனசு புழுங்கும்போதெல்லாம் இப்படி மலை ஏறி வந்து இந்த ஆல மரத்தடியில், இந்தக் கல்லின் மீதுதான் படுத்துக்கொள்வான். இந்தச் சில்லிடும் நிழலும், பாறைக்குள்ளிருக்கும் குளுமையும் அவனைச் சமப்படுத்தும்.

ஆடு மாடு மேய்க்கும் ஊர் சம்சாரிகள் மலையின் இவ்வளவு உயரத்துக்கு ஏறி வரமாட்டார்கள். தெற்கிலிருக்கிற இன்னொரு கொடி வழியில் மலை ஏறினால் கால்வாசி மலையில் வடக்கில் இருக்கும் வேறொரு ஆல மரத்தின் கீழேதான் அவர்கள் உட்காருவார்கள். அந்த மரம் இதைவிடப் பெரியது. அதன் கீழே இதைப்போல பல கற்கள் இருக்கும். அவை ஆடு, மாடு மேய்க்கிறவர்கள் தேடித் தேடி துக்கி வந்து அங்கே போட்டவை.

மேய்ச்சலுக்கு வரும் ஊர் சம்சாரிகள் அந்த மரத்தடியில்தான் தாயம் ஆடுவார்கள். உட்கார்ந்தும், படுத்தும் ஊர்க்கதைப் பேசுவார்கள். ஊரில் பொழுது போகாதவர்களும் மலை ஏறி வந்து அவர்களோடு சேர்ந்து கொள்வார்கள்.

சுந்தரோ, அவன் குடியிருப்புவாசிகளோ அந்த மரத்துப் பக்கம் போகவே முடியாது. போனாலும் அந்தக் கற்களின் மீது உட்கார்ந்துவிட முடியாது. துடைப்பம் அறுக்கும்போது அதில் உட்கார்ந்துவிட்ட சுந்தரின் உறவுக்காரப்

பையன்கள் இரண்டு பேர் தோல் பிய்ந்து போகுமளவுக்குப் பிருஷ்டத்திலும் முதுகிலும் ஆவாரம் மண்டைகளால் அடி வாங்கியிருக்கிறார்கள்.

கோபாலின் தலையில் கல்லைப் போட்டுச் சாகடிக்க அந்த ஆல மரத்தில்தான் அன்றொருநாள் சுந்தர் ஏறி உட்கார்ந்திருந்தான். அதே ஆலமரத்தில்தான் கோபால் துக்குமாட்டிச் செத்துப் போனான்.

இவ்வளவு உயரத்துக்கு ஊர்க்காரர்கள் யாரும் மலை ஏறி வரமாட்டார்கள் என்பதால்தான் சுந்தர் இந்த மரத்தடிக்கு வந்து நிம்மதியாகப் படுத்திருப்பான். ஒரு சில ஊர் மாடுகள் மட்டும் எப்போதாவது மேய்ந்தபடி மேலே ஏறி வரும். மேய்கிற வேகத்திலேயே தலையைத் திருப்பி அவனைப் பார்க்கும். மீண்டும் மேய்கிற வேலையில் இறங்கிவிடும். அவை ஒருநாளும் இவனைப் பற்றி ஊராரிடம் போய் வத்தி வைத்ததில்லை.

கண்களைத் திறந்து மரத்தைப் பார்த்தான். இரட்டைப் புறாக்கள் கழுத்துகளை உரசி, அலகுகளை மாற்றி மாற்றிக் கோதியபடி விளையாடிக்கொண்டிருந்தன. காதல் புறாக்கள். இரண்டும் ஒரே நிறத்தில் இருந்தன. அநேகமாக அவை ஒரே இனமாக இருக்கலாம். புறாக்களும் மற்ற பறவைகளும் எப்போதாவது சாதி மாறிக் காதல் செய்திருக்குமா? அதற்காக எப்போதாவது பஞ்சாயத்து நடந்திருக்குமா?

சுந்தருக்குத் திடீரெனச் சிரிப்பு வந்தது. கசப்பான சிரிப்பு. உடனே லீனாவின் முகம் மனசுக்குள் வந்து நின்றது. அதை மறைத்துக்கொண்டு பவானியின் முகம் வந்தது. கண்களை மீண்டும் மூடிக்கொண்டான்.

பாவம் லீனா. ஒரு பெண் என்கிற நிலையையும் கடந்து, தன் காதலை அவனிடம் பலமுறை உணர்த்திவிட்டாள். ஆனால், ஒருமுறை கூட அதைப் புரிந்துகொண்டதாக அவன் காட்டிக்கொள்ளவே இல்லை.

மணியைப் போல இவனும் ஒரு சம்சாரியாக இருந்திருந்தால் அவள் காதலுக்கு உடனே பச்சைக் கொடி காட்டியிருக்கலாம். அவளோடு கைகோத்தபடி, மெரினா கடற்கரையில் படகு மறைவில் அமர்ந்து அலைகளை ரசித்திருக்கலாம்.

தலையை உதறி, எழுந்து உட்கார்ந்தான். அந்த நினைப்பே அவனுக்கு அதிர்ச்சியாக இருந்தது. அப்படி ஒருபோதும் அவன் நினைத்ததே இல்லை.

லீனா மாநகரத்தின் நவயுக யுவதி. அவள் இந்தக் குக்கிராமத்தில் அதுவும் இவர்களின் வீட்டிலா?

அவன் மனசே அதை ஏற்க மறுத்தது. உடனே எழுந்து தட தடவென மலை இறங்கத் தொடங்கினான்.

48

மண்ணடியில் உள்ள இந்தியன் வங்கியில் வரிசையில் நின்றிருந்தான் சுந்தர். கையில் வெளிர்ப் பச்சை நிறக் காசோலை. அது செல்ஃப் செக். அதில் இரண்டு இலட்சம் ரூபாய் நிரப்பப்பட்டிருந்தது.

சில வெற்றுக் காசோலைகளில் கையொப்பமிட்டு மாதவனிடம் முன்னதாகவே கொடுத்து வைப்பார் முதலாளி. தேவைப்படும்போது அவற்றில் தொகையை நிரப்பி சுந்தரிடமோ, மணியிடமோ கொடுப்பார் மாதவன். இவர்கள் அதை வங்கியில் கொடுத்துப் பணம் பெற்று வருவார்கள். தொகை மிக அதிகமாக இருந்தால் மாதவனும் அவர்களுடன் வங்கிக்கு வருவார்.

கடந்த இரண்டு மாதங்களாகவே லோடிங் சரியாக இல்லை. மிதிவண்டி நிறுவனத்தில் ஆறு லோடுதான் கொடுத்தார்கள். பைப் நிறுவனத்தில் சுத்தமாகவே இல்லை. பிளாஸ்டிக் லோடும் இல்லை. இரும்பு நிறுவனத்தில் ஒரே ஒரு லோடுதான். சைனா கிளே லோடுகளைக் குஜராத்திலிருந்து ஏற்றி வரும் கம்பனி லாரிகள் சென்னையிலும், ராணிப்பேட்டையிலும் அவற்றை இறக்கும். சென்னைப் பெருங்குடியில் உள்ள ஒரு பீங்கான் நிறுவனத்தின் தலைமை அலுவலகம் ஆழ்வார்பேட்டையில் இருந்தது. வண்டிகளின் வாடகையை மாதத்துக்கு ஒரு முறை அவர்கள் காசோலையாகத் தருவார்கள். அவற்றை வாங்கி வந்து சென்னை வங்கியில் டெபாசிட் செய்தால் ஒரு வாரத்தில் பணமாகிவிடும். அந்தப் பணத்தை எடுத்துப்போய் வேலூர் அலுவலகத்தில் சேர்க்க வேண்டும்.

லோடிங் இல்லாததல், பில்களைக் கொடுப்பது, காசோலைகளை வாங்கி வங்கியில் செலுத்துவது, அந்தப் பணத்தை எடுத்து, வேலூருக்குக் கொண்டுபோவது என அந்த வேலைகளைத்தான் செய்துகொண்டிருந்தனர் மணியும், சுந்தரும்.

கம்பனி வண்டிகள் சென்னையில் லோடு இறக்கிவிட்டு, புரோக்கர்கள் மூலமாக வேறு லோடுகளை ஏற்றினால், ஓட்டுநர்களுக்கு வழி செலவுக்கு வஸ்கட் தர வேண்டும். அதற்காக அடிக்கடி பைனான்சியர்களிடம் காசோலைகளைக் கொடுத்து டிஸ்கவுண்ட் செய்து பணம் வாங்கத் தொடங்கினார்கள்.

வால்டாக்ஸ் சாலையில் உள்ள ஒரு பெரிய டிரான்ஸ்போர்ட் நிறுவனம் இப்படிப் பைனான்ஸ் தருவதிலும் கொடிகட்டிப் பறந்துகொண்டிருந்தது. அதன் தலைமை நிறுவனம் ஹைதராபாத்தில் இருந்தது.

அந்த நிறுவனத்தில்தான் இருபது நாள்களுக்கு முன்பு ஒரு காசோலையை டிஸ்கவுண்ட் செய்து இரண்டு இலட்சம் ரூபாயை வாங்கி வந்து மாதவனிடம் கொடுத்தான் சுந்தர். அந்தப் பணம் மணியின் மூலமாக வேலூருக்குப் போனது. அந்தப் பணத்தைப் பத்தாவது நாளில் அந்த நிறுவனத்திற்குத் திருப்பிக் கொடுக்க வேண்டும். ஆனால், அந்தக் காசோலை பணமாகி வங்கிக் கணக்கிற்கு வந்ததும், அதையும் வேலூருக்கு எடுத்து வரச் சொல்லிவிட்டார் முதலாளி.

இவர்கள் பணத்தைத் திருப்பிக் கொடுக்க வேண்டிய பத்தாவது நாளிலிருந்து தொடர்ந்து நான்கு நாள்கள் அந்த பைனான்ஸ் அலுவலகத்திலிருந்து இவர்களின் அலுவலகத்திற்குத் தொலைப்பேசியில் பேசினார்கள். அவர்களிடம் ஏதேதோ காரணங்களைச் சொல்லிச் சமாளித்தார் மாதவன்.

அடுத்த நாள் காலையில் அந்த பைனான்ஸ் அலுவலகத்திலிருந்து நேரடியாகவே ஒரு ஆள் இவர்களின் அலுவலகத்திற்கு வந்துவிட்டான். இவர்களால் அவனுக்குப் பணம் கொடுக்க முடியவில்லை. மாதவன் ஏதோ சொன்னார். மறுநாள் காலையிலேயே வந்த அவன் அன்று மாலை வரை நகராமல் அலுவலகத்திலேயே உட்கார்ந்திருந்தான்.

அதற்கு மறுநாள் அவர்களின் துணை மேலாளரே நேரில் வந்து விட்டார். அவர் ஒரு தெலுங்கர். பெயர் கோபு. நாள் முழுவதும் தெலுங்கிலும் தமிழிலும் தொணதொணவெனப் பேசிக்கொண்டே இருந்தார். இவர்களின் முதலாளியிடமே ஒருமுறை தொலைப்பேசியில் கோபமாகப் பேசினார். அன்று மாலை இருட்டிய பிறகுதான் அவர் கிளம்பிப் போனார்.

இவர்களின் வங்கிக் கணக்கில் அப்போது சுத்தமாகப் பணமில்லை. அடுத்து வந்த ஒரு காசோலையை வங்கியில் டெபாசிட் செய்துவிட்டு, அந்த செலானை அவரிடம் காட்டினார் மாதவன். அதைப் பார்த்த பிறகுதான் அவர் சமதானமானார். எனவே அது பணமாகி, அதை வங்கியிலிருந்து எடுத்து வருவதற்காகப் பொறுமையாக அலுவலகத்தில் வந்து காத்திருந்தார் கோபு.

அந்தப் பணம்தான் இந்த இரண்டு இலட்சம். அதை எடுக்க வங்கி வரிசையில் காத்திருந்த சுந்தருக்குக் கம்பனியின் நிலைமையை நினைத்துப் பெரும் கவலையாக இருந்தது.

லாரித் தொழிலில் இதெல்லாம் சகஜமாக நடப்பதுதான். என்றாலும் வெளி ஆள் இவர்கள் அலுவலகத்தில் வந்து இப்படி நாள் கணக்கில் சட்டமாக உட்கார்ந்திருப்பது எல்லோருக்குமே சங்கடமாக இருந்தது.

ஆனால், அந்த இரண்டு இலட்சத்தையும் வங்கியிலிருந்து எடுத்து, அதையும் மணியின் மூலமாக வேலூருக்குக் கொடுத்தனுப்ப வேண்டும். அதுதான் முதலாளியின் உத்தரவு.

ஆனால், சுந்தர் காசோலையுடன் வங்கிக்குக் கிளம்பும் போதே, கோபு இவர்களின் அலுவலகத்திற்கு வந்துவிட்டார். அவரும் சுந்தரின் கூடவே வங்கிக்கு வருவதாக அடம் பிடித்தார். மாதவன் தான் அவரைச் சமாதானப்படுத்தி அலுவலகத்திலேயே உட்கார வைத்தார். அவர் பார்க்காதவாறு சுந்தரிடம் கண்ணடித்து அனுப்பி வைத்தார் மாதவன்.

இந்தப் பணத்தையும் கோபுவிடம் கொடுக்காவிட்டால் பெரிய பிரச்சனை ஆகிவிடும். ஆனால், முதலாளியும் மேலாளரும் என்ன திட்டத்துடன் இருக்கிறார்கள் என்பது சுந்தருக்குத் தெரியவில்லை. ஏன் கோபுவுக்கு அந்தப் பணத்தைத் தராமல் வேலூருக்குக் கொடுத்தனுப்பச் சொல்கிறார் முதலாளி என அவனுக்கு விளங்கவில்லை.

வரிசை மெதுவாக நகர்ந்துகொண்டிருந்தது. இந்த யோசனைகளுடனே மெதுமெதுவாக முன்னேறினான் சுந்தர். மேலே மின் விசிறி வேகமாகச் சுற்றிக்கொண்டிருக்க, கவுண்டரில் காசோலையை நீட்டினான். இரண்டு முறை அதைத் திருப்பித் திருப்பிப் பார்த்த காசாளர், காசோலையின் பின் புறம் இவன் போட்டிருந்த கையொப்பத்திற்குக் கீழே இன்னொரு முறை கையொப்பத்தைப் போடச் சொன்னார். காசோலையை வாங்கிக் கையொப்பம் போட்டு மீண்டும் உள்ளே நீட்டினான்.

நான்கு புத்தம் புதிய ஐந்நூறு ரூபாய் நோட்டுக் கட்டுகளை எடுத்து இவனுக்கு முன்பாக வைத்தார் காசாளர். அவற்றை எடுத்து அவசர அவசரமாகச் சட்டைக்குள் நுழைத்துக்கொண்டு, வேகமாக வெளியில் வந்தான். தொப்பை விழுந்ததைப் போல வயிறு உப்பித் தெரிந்தது. சந்தேகப்படும்படி யாராவது அவனைக் கவனிக்கிறார்களா என நோட்டம் விட்டான். யாரும் இல்லை.

வேகவேகமாக நடந்து அவன் அலுவலகத்திற்கு வந்து சேர்ந்தபோது, வியர்வையில் நனைந்த அவனது சட்டையும், பனியனும் உடலோடு ஒட்டிக்கொண்டு பிசுபிசுத்தன. உடலெல்லாம் நம நமவென எரிச்சல்.

அலுவலகத்தில் லீனாவும், கோபுவும் மட்டுமே இருந்தனர். மாதவன் அவசர வேலையாக எங்கோ கிளம்பிவிட்டதாக லீனா சொன்னாள். மணியும் வெளியே போயிருந்தான்.

“ன்னா பாபு ஓகேவா?” கோபு வலது கை கட்டை விரலை உயர்த்தி சுந்தரிடம் கேட்டார்.

“ம்” எனத் தலையை மட்டும் ஆட்டியவன், நாக்கைக் கடித்துக்கொண்டான்.

“பாபு மேனேஜரு அர்ஜன்டுகா வால்டாக்ஸ் ரோடு போயி உண்டாரு டப்பு ஒச்சி தரவாத தீஸ்கோமனி செப்பினாரு”

கோபு சுந்தரிடம் உற்சாகமாகச் சொல்ல, சுந்தருக்குத் திக்கென்றது. குழப்பத்துடன் லீனாவைப் பார்த்தான். தனக்கு எதுவும் தெரியாது என உதட்டைப் பிதுக்கினாள் லீனா.

“மேனேஜர் எங்கிட்ட எதுவும் சொல்லலியே சார்” எனக் கோபுவைக் குழப்பத்தோடு பார்த்தான் சுந்தர்.

“நாதகிற செப்பினாரு பாபு ஆபொத்து நூதான மா ஆபீஸ்கு ஒச்சி டப்பு தீஸ்கொனி ஒஸ்த்திவி அனாக்க எந்துகு டவுட்டு பாபு” எனச் சிரித்தார் கோபு.

அவர் சிரித்த போது அவரின் கடைவாயில் இருந்த தங்கப்பல் ஒன்று அடர் மஞ்சளாய் மின்னியது. மற்ற பற்களும் பான்பராக் கறைகளுடன் செம்மஞ் சளாகியிருந்தது. அவரை தர்ம சங்கடத்துடன் பார்த்தான் சுந்தர்.

“எந்துகு பாபு கன்பிஷன் மன டப்புதான ஈ” பிரேஸ்லெட் பளபளத்த வலது கையை நீட்டினார்.

சுந்தருக்குக் குழப்பமாக இருந்தது. மாதவனிடம் ஒரு கைப்பேசி இருந்தால் உடனே கேட்டுவிடலாம். பேஜரும் இல்லை. ஒருவேளை இவன் வங்கிக்குக் கிளம்பிப் போன பிறகு முதலாளியிடம் மாதவன் பேசியிருப்பாரோ? அவர் பணத்தை பாபுவிடம் கொடுக்கச் சொல்லிவிட்டாரா? மாதவன் சொல்லாமலா இவர் இவ்வளவு கறாராகப் பணம் கேட்கிறார்?

“டப்பு ஈ பாபு டைம் அவுத்துந்தி தீனிக்கி நேனே ஜவாபு நேனு வேற ஒகு பெத்த கலக்சனுக்கு போவாலி” (பைசா குடு பாபு டைம் ஆவுது இதுக்கு நான் ஜவாபு நானு வேற ஒரு பெரிய கலக்சனுக்கு போவனும்) கோபு மீண்டும் கையை நீட்டினார்.

அதற்கு மேல் அவன் என்ன செய்வது? நான்கு கட்டுகளையும் சட்டைக்குள்ளிருந்து எடுத்தான். கட்டுகளின் ஓரம் வியர்வையில் லேசாக நனைந்திருந்தது. அவற்றை அவர் கையில் கொடுத்தான்.

“தேங்ஸ் பாபு” பணக் கட்டுகளை வாங்கிய கோபு, தனது கரு நீல நிற கேஷ் பேகில் வைத்து, சர்ரக்கென ஜிப்பை இழுத்து மூடினார். உடனே எழுந்து கிளம்பிவிட்டார்.

அதற்குப் பிறகு சுந்தரும் லீனாவும் மட்டுமே அலுவலகத்தில் இருந்தனர். அப்படி லீனாவுடன் தனியாக இருப்பது சுந்தருக்குச் சங்கடமாக இருந்தது. அவளுடன் ஏதாவது பேசலாமா என நினைத்தான். ஆனால், என்ன பேசுவது? நாமாக வாயைக் கொடுத்து எதற்கு மாட்டிக்கொள்ள வேண்டும் என

நினைத்துக்கொண்டான். தலையைக் குனிந்து தன் உள்ளங்கைகளை வெறுமனே உற்றுப் பார்த்துக்கொண்டிருந்தான்.

லீனா அவனையே உற்றுப் பார்த்துக்கொண்டிருந்தாள். அவளின் அந்தப் பார்வை சுந்தரின் நெற்றியிலும், உச்சந்தலையிலும் ஒரு குறுகுறுப்பை ஏற்படுத்தியது. மின்விசிறியின் தயவில் உலர்ந்திருந்த வியர்வை மீண்டும் அவன் முகத்தில் அரும்பத் தொடங்கியது.

"சுந்தர் இன்னா டிசைட் பண்ணீங்க" திடுமெனக் கேட்டாள் லீனா.

திக்கென மனசு விழிக்க அவளைத் திரும்பிப் பார்த்தான். ஆகாய நீல நிற சுடிதாரும், அதே நீல நிற துப்பட்டாவும் அவளுக்கு எடுப்பாக இருந்தன. அவளின் வழக்கமான சென்ட் வாசனை எப்போதும் போல அலுவலகம் முழுவதையும் நிரப்பியிருந்தது.

அவனை விழுங்கிவிடுவதைப் போலப் பார்த்துக்கொண்டிருந்தாள். அந்தக் கண்களின் தீவிரம் அவனைத் தடுமாற வைத்தது. கண்களைத் தாழ்த்திக்கொண்டான்.

"பதில் சொல்லுங்க சுந்தர்"

"எதப்பத்தி"

"நம்ப லவ்வப்பத்தி"

குபீரென உடல் முழுவதும் வியர்த்தது சுந்தருக்கு.

"லவ்வா?"

"ம்"

லீனாவின் முகத்திலும் பொடிப் பொடியாக வியர்த்தது. கன்னங்கள் சிவந்தன. நெற்றியில் படர்ந்த ஒரு முடிக்கற்றை மின் விசிறியின் விளையாட்டில் பறந்து பறந்து சுந்தரின் மனசைப் போலவே அலைபாய்ந்தது.

"பதில் சொல்லு சுந்தர் என்ன லவ் பண்றீங்களா இல்லியா?"

அதற்கு மேல் அவன் தப்பிக்க முடியாது. ஒரு முடிவோடு அவள் கண்களை நேருக்கு நேராகப் பார்த்தான்

"லீனா என்னப்பத்தி மணி எல்லாத்தயும் உங்கிட்ட சொல்லியிருப்பானே"

"மணி சொன்னதெல்லாம் எனுக்குத் தேவயில்ல சுந்தர் உங்க ஆன்சர மட்டும் டைரக்டா சொல்லுங்க"

"ம் நாங் ஒரு..." தயங்கினான்.

"அதாங் மணி சொல்லிச்சே"

"நாங்க குடிசையில ம் ஹட்ல இருக்கறவங்க"

"சுந்தர் என்ன நேரா பாருங்க நானு கேட்டது என்ன லவ் பண்றீங்களா இல்லியானுதாங்"

சுந்தர் எந்தப் பதிலும் சொல்லவில்லை.

"சுந்தர் நானே இவ்ளோ எறங்கி வந்து டைரக்டா கேக்கறங் பதிலே இல்ல நீ ஒரு ஆம்பள தான?"

பகீரென்றது சுந்தருக்கு. அடுத்த நொடியே உச்சந்தலையில் பரபரவென ஒரு கோபம் ஏறியது. ஆத்திரத்துடன் அவளைத் திரும்பிப் பார்த்தான். அவன் கண்களிலும் அந்தக் கோபம் பளிச்சிட்டது. ஆனால், அவள் முகமோ முன்னை விட அப்போது மேலும் சிவந்திருந்தது.

அதே நேரம் வாசலில் நிழலாடியது. இருவரும் திரும்பிப் பார்த்தனர். மேலாளர் மாதவன். சட்டென அவர்கள் தங்களின் இருக்கைகளில் சாய்ந்து உட்கார்ந்தனர்.

"சுந்தர் கேஷ் எட்த்தாந்திட்டியா?"

கேட்டபடியே தன் இருக்கையை இழுத்துப் பின்னுக்குத் தள்ளி அதில் உட்கார்ந்து மின்விசிறியைப் பார்த்து பெருமூச்சு விட்டார் மாதவன். வெயிலில் வந்ததால் அவர் முகம் கருத்திருந்தது. சில வியர்வைப் புழுக்கள் அவரின் கன்னத்தில் நெளிந்து நெளிந்து இறங்கிக்கொண்டிருந்தன.

"கேஷ் எடுத்தாந்து கோபு கிட்ட குடுத்துட்டங் சார்" என்றான் சுந்தர்.

"கோபு கிட்டயா?" அதிர்ச்சியோடு அவனை நிமிர்ந்து பார்த்தார்.

"ஆமா சார் நீங்க குடுக்கச் சொன்னதா வாங்கினு போய்ட்டாரே"

"உனுக்கின்னா பைத்திமா? பணத்த எட்த்தாந்து எங்கிட்டதான குடுக்க சொன்னங் அந்தாளுகிட்ட எதுக்குக் குட்த்த?" கத்தினார் மாதவன்.

"சார். நீங்க சொன்னதாதான கோபு சொன்னாரு"

"ஏம்பா இன்னா வேல பண்ணி வெச்சிருக்கிற நீ பணம் ஒடனே வேலூருக்குப் போயாவணும் இல்லனா எல்லாரயும் கட்ச்சிக் கொதறிடுவாரு ஓனரு."

அவர் குரலில் கொப்புளித்த கோபம் அவனுக்குள் ஒரு பீதியை ஏற்படுத்தியது. வாய்க்குள் ஏதோ திட்டிக்கொண்டே தொலைப்பேசியை சர்ரக் என இழுத்தார் மாதவன். அதில் முதலாளியின் தொலைப்பேசி எண்களைப் படபடவெனத் தட்டினார்.

"ஹலோ சார் வணக்கம் சார். கேஷ் கேஷ் அந்தப் பைனான்ஸ்கார கோபு வந்து வாங்கினு போய்ட்டானாம் சார். ஆமா சார் சுந்தர் தாங் குட்த்திருக்காங் சார் சார் சார் எதுர்லதாங் இருக்காங் சார் சரி சார் சரி சார்"

மறு கையால் தலையில் அடித்துக்கொண்டே, ரிசீவரை சுந்தரிடம் நீட்டினார். நெஞ்சு படபடக்க அதை வாங்கி "வணக்கம் சார்" என்றான் சுந்தர்.

“ஏம்பா படிச்சிருக்கியே அறிவில்ல? உனுக்குச் சம்பளம் குடுக்கறது நானா அந்தத் தெலுங்குக்காரனா?” முதலாளியின் குரலை அத்தனை கடுமையாக அதற்கு முன்னர் சுந்தர் கேட்டதில்லை.

“சார் சாரி சார். மேனேஜர் வாங்கிக்கச் சொன்னதா அவர்தாங் சார் சொன்னாரு... அதனாலதாங் சார் குட்த்தங்”

“அந்தாளுகிட்ட பணத்தக் குடுனு மாதவங் உனுக்குச் சொன்னானா ரெண்டு இலட்ச ரூபா ஆயுசு பூரா வேல செஞ்சாலும் அவ்ளோ பணத்த சேக்க முடிமா உன்னால? யாரு ஊட்டுப் பணத்த எட்த்து நோவாம தூக்கிக் குடுத்துட்ட?”

“சாரி சார் அவங்களுக்குத் தர வேண்டிய பணம்னுதாங் சார் குடுத்துட்டங்” தயக்கத்தோடு சொன்னான் சுந்தர்.

“ஓஹோ அத நீயே குட்த்துருவியா அப்பறம் நாங்க எதுக்கு? செரைக்கற்துக்கா எங்கிட்ட சம்பளம் வாங்கிட்டு அவனுக்கு வேல செய்றியா நாளிக்கி உம்பொண்டாட்டி உனுக்குத் தெரியாம இன்னோர்த்தங் கூடப் பட்த்தா ஒத்துக்குவியா நீ ஒத்துக்குனாலும் ஒத்துக்குவ?”

நடு மண்டையில் கூரான ஆணியை வைத்து அடித்ததைப் போலச் சுரீரென்றது சுந்தருக்கு. அந்த வார்த்தைகளின் வக்கிரத்தில் அவன் மனம் கூசிக் குறுகியது. மூச்சுத் திணறியது. நெஞ்சு படபடவென அடித்துக்கொண்டது. உடலெல்லாம் வியர்த்து வழிந்தது. அடுத்த நொடியே உள்ளுக்குள் ஒரு ஆத்திரம் பொங்கியது.

“சார்” என்றான் வேகமாக.

“போன வைய்டா முண்டம் உன்ன நேர்ல வந்து பேசிக்கிறங்”

ரிசீவரை அவர் படீரெனத் தூக்கி அடித்தது அவன் காதில் இடியைப்போல விழுந்தது. மெதுவாக ரிசீவரை வைத்துவிட்டு, தொபீரென நாற்காலியில் உட்கார்ந்தான்.

லீனா பதற்றத்துடன் அவன் முகத்தையே பார்த்துக்கொண்டிருந்தாள். மாதவன் அதன்பிறகு எதுவும் பேசாமல், உர்ரென்ற முகத்துடன் ஏதோ ஒரு லெட்ஜரில் தலையைக் கவிழ்த்துக்கொண்டார்.

49

மணி உள்ளுக்குள் பதற்றமாக இருந்தான். அவளுக்குக் கடைசி ஆண்டுக் கல்லூரித் தேர்வுகள் தொடங்கி இருந்தன.

கடைசித் தேர்வு முடிவதற்குள் அவளிடம் எப்படியாவது பேசிவிட வேண்டும் என அவன் மனம் துடித்துக் கொண்டிருந்தது. ஆனால், கூடவே வழக்கமான தயக்கமும் அவனைத் தடுத்துக்கொண்டிருந்தது.

சுந்தரை துணைக்கு வைத்துக்கொண்டு அவளிடம் எல்லாவற்றையும் பேசிவிடலாமா என நினைத்தான். ஆனால், சுந்தர் வழக்கத்தைவிட இப்போது மேலும் சோர்வாக சூன்யத்தை வெறித்துக்கொண்டு கிடக்கிறான். அலுவலகத்தில் யாருடனும் பேசுவதில்லை. ரத்தச் சோகை பிடித்தவனின் முகம் போல அவன் முகம் வெளிறிக் கிடக்கிறது.

இரண்டு பேருமே வாடகை பில்களைக் கொடுப்பதற்காகக் காலையிலேயே ஆளுக்கொரு பக்கம் போக வேண்டியிருந்தது. பில் கவர்களுடன் அவர்கள் படியில் இறங்கத் தொடங்கிபோது, சுந்தரின் தோளில் கை வைத்தான் மணி. ஒரு தேநீர் குடித்துவிட்டுப் போகலாம் என அவனை வலுக்கட்டாயமாக இழுத்துப் போய் நாயர் கடையில் உட்கார வைத்தான்.

கடையின் உள்ளே அவர்கள் மட்டுமே இருந்தனர். வெளி வாசலில் நின்று, உயரமான கேஸ் அடுப்பில் கொதிக்கும் பாலை முழ நீளக் கரண்டியால் துழாவிக்கொண்டிருந்தார் நாயர்.

“இப்ப இன்னாச்சிடா உனுக்கு ஏங் மூஞ்சி இப்டி சொனங்கிப் போயி கீது?”

ஆவி பறக்கிற தேநீரை ஊதி ஊதி உறிஞ்சியபடி சுந்தரிடம் கேட்டான் மணி.

“த்ஸ்” என்றான் சுந்தர். அவன் குரலில் எரிச்சல்.

"இன்னா பிராப்ளம்னு சொன்னாதானடா தெரியும்"

"பைனான்ஸ்காரனுக்குப் பணத்த குடுத்ததுக்கு ரொம்பக் கேவலமா திட்டிட்டார்ரா ஓனர்"

"நீயா ஏன்டா பண்த்த தூக்கிக் குட்த்த? மேனேஜர் கூட உம்மேல செம காண்ட்ல கீறாரு"

"அந்தக் கோபு நாய்தான்டா என்ன ஏமாத்திப் பணத்த புடுங்கிட்டாங்"

"வட்டிக்குப் பணத்த குடுக்கறவங்க டீசன்டாவா நட்ந்துப்பாங்க பணத்த வசூல் பண்றதுக்கு ஆயிரம் வழிய பாக்க மாட்டாங்களா? செரி கடனா குடுத்த பண்த்ததான அந்தாளு வாங்கினு போனாங் அதுக்கு ஏன்டா நம்ப ஓனரு அவ்ளோ கோவப்படறாரு?"

"அதான்டா எனுக்கும் புரியல அதுக்குனு போன்ல ரொம்ப ஓவரா பேசிட்டாரு மணி"

"அந்த பைனான்ஸ் கம்பனிகாரங்ககிட்ட மறுபடியும் பைனான்ஸ் வாங்கதானப் போறாங்க அதுக்கும் நாமதாங் போயி லைன்ல நிக்கப் போறோம் அதான்டா நம்ப தலையெழுத்து இன்னா பண்றது? ரொம்பப் பீல் பண்ணாத உட்றா" சுந்தரின் தோளில் கை வைத்து, ஆதரவாக அழுத்தினான் மணி.

நீளமாக ஒரு பெருமூச்சு விட்டான் சுந்தர். அவன் எதிரிலிருந்த தேநீர் ஆறிக்கொண்டிருந்தது. மணி தனது தேநீரைக் குடித்து முடித்து வெற்றுக் கிளாசை மேசையில் வைத்தான்.

"செரி லீனா மேட்ரு இன்னாச்சி?"

"ஏண்டா நானே செம ஆத்தரத்துல இருக்கறங் இப்பப் போயி லீனா மேட்ரு கோனா மேட்ருனு கேக்கற"

"இந்தச் சாக்குலாம் எவ்ளோ நாளிக்கி என்னிக்கினாலும் ஒரு பதில சொல்லிதானடா ஆவணும் அத இன்னிக்கே சொல்லு"

"ம் நாந்தாங் அன்னிக்கே சொல்லிட்னேடா குட்ச்சில இருக்கறத எடுத்துகினு போயி கோபுரத்துல வைக்கலாம். கோபுரத்துல இருக்கறத எட்த்தாந்து குட்ச்சில வைக்கக் கூடாது?"

"இன்னுமாடா அந்த சினிமா டயலாக்கயே பேசிகினு கீற நீ?

அதற்குப் பதில் எதுவும் சொல்லாமல் வெறுமனே மணியையே உற்றுப் பார்த்தான் சுந்தர்.

"சுந்தர் உனுக்கே நல்லா தெரியும் நாலு வர்சமா நானு மாடில நின்னு அவள உத்து உத்துப் பாத்துகினு இருந்ததுதாங் மிச்சம் நேர்ல போயி அவகிட்டப் பேச எனுக்கு ரொம்பத் தயக்கமா இருக்குது ஏங்? நீ சொல்றயே ஜாதி சம்சாரி கௌரவம் எல்லாமே எங்கிட்ட இருக்குது ஆனா, பணம் இல்லியேடா"

“எங்கிட்ட மட்டும் இருக்குதா?”

“உனுக்கு அப்டியில்லடா லீனா பாதி பாரத்த தாங்கிக்குவா இந்த வேல இல்லனாலும் அவளே வேற வேலக்கி ஏற்பாடு பண்ணுவா உங்கக்கா பொண்ணுக்கு இன்னும் வயசு இருக்குது அதுக்கு வேற ஒரு எடம் பாத்து நாமளே கல்யாணம் பண்ணி வைக்கலாம் நல்லா யோசன பண்ணுடா”

பேசிக்கொண்டே எழுந்து நின்றான் மணி. சுந்தரின் தேநீர் ஆறி செந்நிற ஏடு படர்ந்து கிடந்தது. தேநீரைக் குடிக்காமலே எழுந்து நின்றான் சுந்தர். இருவரும் கடையிலிருந்து வெளியில் வந்தனர். நடைமேடையில் அமைதியாக நடக்கத் தொடங்கினர்.

இருபதடி தூரம்தான் நடந்திருப்பார்கள். மூலக்கடைப் பேருந்து ஒன்று காலியாக வர, ஓடிப்போய் அதில் ஏறிக்கொண்டான் மணி. சுந்தர் சாலையைக் குறுக்கில் கடந்து மாடிப்பூங்கா பேருந்து நிறுத்தத்தில் போய் நின்றான். மெதுவாக வந்து நின்ற பாரிமுனைப் பேருந்தில் ஏறி சன்னலோர இருக்கையில் உட்கார்ந்தான். அவன் மனசு நிலையில்லாமல் தவிக்கத் தொடங்கியது.

பாரிமுனையில் இறங்கி, திருவான்மியூர் பேருந்தில் ஏறி உட்கார்ந்து கொண்டான். கடற்கரை ரயில் நிலையத்தின் முதுகில் வரிசை வரிசையாக இருந்த பர்மா பஜார் கடைகளில் ஏராளமான செல்போன்கள் அடுக்கிவைக்கப்பட்டிருந்தன. நீளமான கறுப்பு நிற வால் முளைத்த சார்ஜர்கள் காய்கறிகளைப் போலக் கும்பலாகக் கொட்டிவைக்கப்பட்டிருந்தன.

பிளாட்பாரக் கடைகளில் செல்போன்களைக் கூறுகட்டி விற்கிற அளவுக்கு நாடு முன்னேறிவிட்டது. அந்தக் கைப்பேசிகளையும் சார்ஜர்களையும் அவற்றுக்கான உறைகளையும் பெரும் அதிசயத்தோடும், ஏக்கத்தோடும் பார்த்தான் சுந்தர்.

நினைக்கிற இடத்தில், நினைக்கிற நேரத்தில் யாருடன் வேண்டுமானாலும் பேச கைப்பேசிகள் வந்துவிட்டன. ஆனால், இப்போதும் ஒரு ஆலமரத்தின் கீழே சரிசமமாக உட்கார்ந்து சம்சாரிகளோடு பேசிவிட முடியாத அவர்களின் நிலையை நினைத்துக்கொண்டான். அவனிடமிருந்து ஒரு பெருமூச்சு வந்தது.

அதே நேரம் அவன் உட்கார்ந்திருந்த பேருந்துக்கு முன்னால் நின்றிருந்த ஒரு பேருந்தும் ஒரு நீளமான பெருமூச்சை விட்டபடி கிளம்பத் தொடங்கியது. அப்போது அந்தப் பேருந்தின் பின்புற புகைப்போக்கியிலிருந்து கறுப்பாய்க் கிளம்பிய ஒரு கரும் புகை மொத்தமாய் மேலெழுந்தது. அது அந்தக் கைப்பேசிகளையும் சார்ஜர்களையும் மூடி மறைத்தது. கைப்பேசிகளின் முகத்திலும், இந்த விஞ்ஞானத்தின் முகத்திலும் அது கரி பூசுவதைப் போல அந்த இடமே கரும் புகை சூழ்ந்து கிடக்க அதைப் பார்த்துச் சிரித்துக்கொண்டான் சுந்தர்.

50

மறுநாள் காலையில் சூரியன் வழக்கம் போல உக்கிரமாகக் காய்ந்து கொண்டிருந்தான். கடற்கரைச் சாலையில் வாகனங்கள் தன் போக்கில் ஓடிக்கொண்டிருந்தன. பதினோரு மணியாகியும் இவர்களின் அலுவலகத்திற்குப் பக்கத்தில் இருந்த ரோட்கிங் டிரான்ஸ்போர்ட் அலுவலகம் திறக்கப்படவில்லை.

“அவங்க ஓனர் ராத்திரியோட ராத்திரியா எங்கியோ ஓடிப் போய்ட்டாராம்பா” எனச் சொன்னார் மாதவன். அதைக் கேட்டதும் அதிர்ச்சியாக இருந்தது மணிக்கு.

“இன்னா சார் பொண்ணு ஓடிப்போய்ச்சினு சொல்ற மாரி சொல்றீங்க இன்னா சார் ஆச்சி?”

“வேற இன்னா எப்பவும் நடக்றதுதாங் அவரு கிட்ட மிச்சம் இருந்த சில லாரிங்களயும் நேத்துச் சாயந்தரம் பைனான்ஸ்காரங்க வந்து தூக்கிட்டாங்களாம்”

“அதுக்கு இவரு ஏங் சார் ஓடிப்போய்ட்டாரு”

“மத்த கடங்காரங்களுக்கும் பதில் சொல்லுணுமே தொடர்ந்து வண்டிங்களுக்கு டியூ கட்டல பைனான்ஸ் குட்த்தவங் சொம்மா இருப்பானா? யாரா இருந்தாலும் டியூ கட்லனா தோள்ல துண்டு போட்டு இழுக்கற கததான நடக்கும்”

“அவரு ஓடிட்டா மட்டும் உட்ருவாங்களா சார்”

“எப்டி உட்ருவாங்க ஏற்கெனவே சொந்தமா நெறைய வண்டிங்கள வச்சி டிரான்ஸ்போர்ட் நடத்தனவராச்சேனு எவங் நெனச்சி பார்ப்பாங் வண்டிங்கள தூக்கனது டிரான்ஸ்போர்ட் பீல்டுல தெரிஞ்சா பேரு ரொம்ப ரிப்பேராய்டும் யாரும் நம்பி லோடு குடுக்க மாட்டாங்க இதாங் சமயம்னு கடன் குடுத்தவங்கலாம் ஒன்னா சேர்ந்து கழுத்துல கத்தி வைப்பாங்க வேற வழி தெரியாமதாங் ஓடிப்போயிருப்பாரு”

“எங்க போயிருப்பாரு சார்?”

“யாருக்குத் தெரியும் சொந்த ஊருப்பக்கம் எங்கியோ போயி ஒளிஞ்சிகினு இருப்பாருனு பேசிக்கிறாங்க இந்த ஆபீசுக்கும் யார்னா கடங்காரங்க வந்து தகராறு பண்ணாலும் பண்ணுவாங்க அதனாலதாங் அவங்க ஸ்டாப் யாரும் மேல வந்து ஆபீச தறக்கல”

“இங்க எதுக்கு சார் வரப்போறாங்க”

“இன்னாபா நீ வெவரம் தெரியாத கொழந்த மாதிரி கேக்கற? ஓனரு எஸ்கேப் ஆனா அடுத்து ஆபீசுக்குத் தான தேடிகினு வருவாங்க அதாங் அவங்க ஸ்டாபுங்க ஆறு பேரும் அங்கப்பன் தெரு மொனையிலயே நிக்கிறாங்க அவங்க மூஞ்சிங்கள பாக்கவே பாவமா இருக்குபா ஏற்கெனவே ரெண்டு மூனு மாசமா சம்பளம் வேற வர்லியாம்”

கீழே இறங்கிப் போய் அவர்களைப் பார்த்துவிட்டு வரலாமா என நினைத்தான் மணி. ஆனால், அவர்களின் முகங்களைப் பார்க்க அவனுக்கும் சங்கடமாக இருந்தது. பெருத்த யோசனையோடு இருக்கையிலேயே உட்கார்ந்திருந்தான்.

இப்போது பக்கத்து அலுவலகத்திற்கு வந்த இந்த நிலைமை இந்த அலுவலகத்திற்கும் வர எவ்வளவு நாளாகும்.? அதை நினைத்துக்கொண்டதுமே அவனுக்கு உள்ளுக்குள் திகீரென்றது. இப்போது அவனால் இருக்கையில் உட்கார முடியவில்லை. எழுந்து, அதே யோசனையோடும் கவலையோடும் சற்று நேரம் வராந்தாவில் போய் நின்றான். நிற்கவும் முடியவில்லை. மீண்டும் தன் இருக்கையில் போய் உட்கார்ந்தான்.

“இப்டியே போனா இந்த லாரித் தொழில் இன்னாதாங் சார் ஆவும்?” மேலாளர் மாதவனிடம் கேட்டான் மணி. அவனது குரலில் நிறையவே பயம் தெரிந்தது.

“இந்தத் தொழில்ல இதெல்லாம் இன்னிக்கி நேத்துப் புதுசா நடக்கல மணி காலங்காலமா நடக்கறதுதாங் ஆனா, இப்ப கொஞ்சம் ஜாஸ்தி அவ்ளோதாங்...”

“இது எப்பதாங் சார் சரியாவும்”

“ரோட்ல ஓட்ற லாரிங்களுக்கு மொதல்ல சேஃப்டி வேணும்பா திருட்டுப் பயம் மாமூல் செலவு போலீஸ் தொல்ல ஆளாளுக்குக் கமிசனு இது எல்லாமே ஒரு கட்டுக்குள்ள வரணும் அப்பதாங் வாங்கற வாடக ஓரளவுக்காவது லாரி மொதலாளிக்கிப் போயி சேரும் எதெதுக்கோ கவர்மென்டல இன்னான்னாவோ பண்றாங்க அந்த மாதிரி இந்த லாரி பீல்டுக்கும் எதுனா பண்ணா நல்லாருக்கும்”

“ஆமா சார் ஆனா, அதுலயும் எந்தக் கோல்மாலும், கிராசிங்கும் நடக்காம இருக்கணும் அப்பதாங் இந்தத் தொழிலு நெஜமாவே உருப்படும்” என்று சொன்னான் மணி.

310 • சேங்கை

51

மாதவன் வெளியே போயிருந்தார். மணி பைப் லோடிங் போயிருந்தான். மிதிவண்டி தொழிற்சாலையில் லோடிங் ஏதுமில்லை. அலுவலகத்தில் சுந்தரும், லீனாவும் மட்டுமே இருந்தனர்.

இப்படி லீனாவுடன் அலுவலகத்தில் தனியாக இருப்பது சுந்தருக்கு அவஸ்தையாக இருந்தது. வேண்டுமென்றே ஏதோ ஒரு பைலைப் பிரித்து அதில் தலையைக் கவிழ்த்துக்கொண்டிருந்தான் சுந்தர்.

"நீ ஆம்பளதான?" என லீனா அவனிடம் கேட்ட பிறகு அவள் முகத்தைப் பார்க்கவே அவனுக்குக் கூசியது. ஒரு ஆணை பார்த்து ஆம்பளையா என ஒரு பெண் கேட்பது எவ்வளவு அவமானம்? அதை நிரூபிக்க அவன் மனம் துடித்தது. ஆனால், தன்னுடைய நிலைமையை நினைத்துக்கொண்டு அமைதியாகவே இருந்தான். ஆனாலும், அந்த வார்த்தை அவனை ஓயாமல் குத்திக்கொண்டே இருந்தது. அதனால் அவன் மனதுக்குள் ஏதோ ஒரு அசூயை வந்து நிரம்பிவிட்டது.

வழக்கம்போல பளீரிடுகிற இளஞ்சிவப்பு நிறச் சுடிதார் அவளுக்குக் கச்சிதமாக இருந்தது. சுடிதாரின் முன்புறம் துளித்துளியாகப் பல கண்ணாடிகள் பதிக்கப்பட்டிருந்தன. ஏதோ யோசனையோடு அவற்றை ஒரு நொடி உற்றுப் பார்த்தான் சுந்தர். ஒவ்வொரு கண்ணாடியிலும் அவன் முகம் தெரிந்தது.

சுடிதாரின் நிறத்திலேயே இருந்த இளஞ்சிவப்பு நிற துப்பட்டா அவளது மார்பின் விசாலத்தைத் துளி கூட மறைக்காமல், அவளது செழுமையான கழுத்தைச் சுற்றிக்கொண்டு பின்புறம் தொங்கிக்கொண்டிருந்தது. தலையின் பின்புறம், ஒரு முழ நீள மல்லிகைச் சரத்தை வில் போலத் தொங்கவிட்டிருந்தாள். அவளது வழக்கமான செண்ட்டின் வாசனையைவிட அந்த மல்லிகையின் மணம் அறை முழுவதையும் நிரப்பியிருந்தது.

திடீரென மேசையின் மேலிருந்த கறுப்புத் தொலைப்பேசியின் மணி அடித்தது. ஏதோ பலத்த யோசனையோடு தலையைக் குனிந்து தன் உள்ளங்கைகளையே பார்த்துக்கொண்டிருந்தாள் லீனா. தொலைப்பேசி மணி அடித்துக்கொண்டே இருந்தது. அவளுக்கு அது உரைக்கவே இல்லை.

அவளை உசுப்பி, போனை எடுக்கச் சொல்லவும் தயக்கமாக இருந்தது. அதனால் சுந்தரே எழுந்து ரிசீவரை எடுத்து "ஹலோ" என்றான். எதிர் முனையில் முதலாளி.

"குட்மார்னிங் சார்" என்றான். அவன் குரல் தடுமாறியது.

"யாரு சுந்தரா?"

"ஆமா சார்"

"ம் மாதவன் இல்லியா?"

"வெளிய போயிருக்காரு சார்"

"சரி வந்ததும் பேசச் சொல்லு"

"சரி சார்."

பட்டெனப் போனை வைத்துவிட்டார் முதலாளி. இவனும் ரிசீவரை வைத்தான். எவ்வளவு சாதாரணமாக அந்தச் சம்பவத்தை மறந்துவிட்டு, ஒன்றுமே நடக்காததைப் போல அவனிடம் பேசுகிறார் முதலாளி.

உலையில் கொதிக்கிற அரிசியைப் போல அவன் மனம் மீண்டும் கொதிக்கத் தொடங்கியது. அதில் முகம் வியர்த்து வழிந்தது.

"சாரி சுந்தர் அன்னிக்கி ஓனர் திட்னத ரொம்ப பீல் பண்றீங்களா?" மென்மையாகக் கேட்டுவிட்டு, அவனது முகத்தைப் பரிவோடு பார்த்தாள் லீனா.

அவள் குரலில் இருந்த அக்கறையும், அவள் கண்களில் தெரிந்த பரிவும் சுந்தருக்குள் சட்டென ஒரு உடைப்பை ஏற்படுத்தியது. தண்ணீருக்குள் விழுந்து தத்தளிப்பவன் எதையாவது பற்றிக்கொள்ளக் கைகளை நீட்டும் போது, ஒரு மரக்கிளையே கிடைத்தால் எப்படி இருக்கும்?

நிமிர்ந்து அவளைப் பார்த்தான். திடீரென அவன் கண்களில் திரண்ட கண்ணீர் தளும்பி வழியத் தயாராக இருந்தது.

அந்தக் கண்ணீரைப் பார்த்ததும் பதறிவிட்டாள் லீனா.

“அய்யயோ இன்னா சுந்தர் பேபி மாதிரி கண்ல தண்ணீ” அவனது வலது கையைப் பற்றி ஆறுதலாக அழுத்தினாள்.

அவ்வளவுதான். அவனுக்குள் தளும்பிக்கொண்டிருந்த ஏரி, திடுமென உடைத்துக்கொண்டு வழியத் தொடங்கியது.

“சுந்தர் நீங்க எதுவும் பீல் பண்ணாதீங்க இந்த வேலயப் பத்தி ஒர்ரி பண்ணாதீங்க எனுக்கும் உங்களுக்கும் வேற ஜாபுக்கு நானே ரெடி பண்றங் சிம்பிளா ரிஜிஸ்டர் மேரேஜ் பண்ணிக்கலாம். ஊர்ப் பக்கம் போகாம இங்கியே செட்டிலாய்ட்லாம் ப்ளீஸ் நல்லா திங்க் பண்ணுங்க”

அவள் குரலில் பனிக்கட்டியின் சில்லிப்பைப் போல அத்தனை குளிர்ச்சி இருந்தது. அவள் கண்களை ஆழமாக உற்றுப் பார்த்தான். அந்தக் கண்களுக்குள் தெரிந்த அன்பும், கனிவும் காய்ந்த மானாவரி நிலத்தில் இறங்கும் கோடை மழை நீரைப் போல அவனுக்குள் வேக வேகமாக இறங்கத் தொடங்கியது.

ஆனால் அடுத்த நொடியே அவனுடைய அம்மா நீலாவின் முகமும், பவானியின் முகமும் அவன் மனசுக்குள் வந்து நின்றன. உடனே அவள் கையிலிருந்து தன் கையை உருவிக்கொண்டு, முகத்தை வாசல் பக்கம் திருப்பிக்கொண்டான்.

52

“மணி கம்பனி டிரைவர் ஒருத்தன் சொந்தமா ரெண்டு லாரி வாங்கனானே ஞாபகம் இருக்குதா?” மேலாளர் மாதவன் மணியிடம் கேட்டார்.

அலுவலகத்தில் அவர்கள் இருவர் மட்டுமே இருந்தனர்.

சுந்தர் மிதிவண்டி நிறுவனத்திற்கு லோடிங் போயிருந்தான். லீனா ஏதோ சொந்த வேலை இருப்பதாகச் சொல்லி விடுப்பு எடுத்திருந்தாள்.

“கில்லி பாபுதான சார்”

“ஆமாமா”

“அவருக்கு இன்னா சார்?”

“அந்தாளு செத்துட்டானாம்பா”

அதிர்ச்சியோடு அவர் முகத்தைப் பார்த்தான் மணி.

“இன்னாச்சி சார் லாரி ஆக்சிடெண்ட்டா”

“ம்ஹீம் சூசைடு”

மேலும் அதிர்ச்சியாக இருந்தது மணிக்கு.

“இன்னா சார் ஆச்சி ஏங் சூசைடு பண்ணிக்கினாரு” பதற்றத்தோடு கேட்டான்.

“திடீர்னு கோட்டீஸ்வரனா ஆவணும்னு ஆசப்பட்டா இப்டிதாங் அஞ்சாறு மாசமா வண்டிங்களுக்கு டியூ கட்டலயாம் பண்த்தக் கட்லனா பைனான்ஸ் குட்த்த சேட்டு சொம்மா உட்ருவானா தெனமும் ஊட்டுக்கே ஆள அனுப்பி மெரட்டியிருக்கறாங் அசிங்கமா திட்டி இருக்கறாங்க கிராமம் வேற அக்கம்பக்கத்துல இருக்கறவங்க ரொம்பக் கேவலமா பாக்கமாட்டாங்களா”

“இந்தத் தொழில்லதாங் மானம் மரியாதிக்கி வேலயே இல்லியே சார்”

“அது அந்த டிரைவருக்குத் தெர்லியே மானம் போச்சேனு பொலம்பி இருக்றாங் அட அந்த கம்னாட்டி மட்டும் தனியா செத்திர்ந்தா கூடப் பரவால்லபா குடும்பமே ஒன்னா சேர்ந்து மருந்து குட்ச்சிட்டாங்களாம் அதாம்பா எனுக்கும் ரொம்பக் கஸ்டமா இருக்குது”

கண்களில் திரண்ட திகிலோடும் பயத்தோடும் அவர் முகத்தைப் பார்த்தான் மணி.

“மர்ந்து குட்ச்சி செத்துட்டா மட்டும் உட்ருவானா சேட்டு பொணம்லாம் ஊட்ல இருக்கும் போதே ரெண்டு வண்டிங்களயும் தூக்கிட்டாங்களாம் டிரான்ஸ்போர்ட்ல பழம் திண்ணு கொட்டப் போட்ட ஆளுங்களே இப்ப ஒன்னும் பண்ண முடியாம தாளம் போட்றாங்க ஓடிப் போயி ஒளிஞ்சிகிறாங்க இவன்லாம் காத்துல பறக்கற தூசுபா”

“ஆமா சார் பக்கத்து ஆபீஸ் ஓனரு மாரி எங்கனா ஓடிப் போயி ஒள்ஞ்சிகினாவது இர்ந்து கீலாமே எதுக்கு சார் குடும்பத்தோட சேர்ந்து செத்தாங் இந்தாளு”

“அதாம்பா சிட்டில இருக்கற பணக்காரங்களுக்கும் வில்லேஜ்ல இருக்கற சாதாரண ஆளுங்களுக்கும் இருக்கற வித்யாசம் இங்க இருக்கறவங்க இதயெல்லாம் பட்டக்ஸ்ல தொட்ச்சிப் போட்டுட்டுப் போய்டுவாங்க அப்பதாங் பீல்ட்ல நிக்க முடியும்”

“சே இந்த லாரி தொழிலே ரொம்ப மோசம் சார் ஏற்கெனவே நம்ப கம்பனில இர்ந்து காணாமப் போனா ஒரு டிரைவரு கிளீனர பத்தி ஒரு தகவலும் இல்ல இப்ப ஒரு குடும்பமே ஒன்னா சேர்ந்து செத்துப் போச்சி. எதுக்கு சார் இந்த டிரான்ஸ்போர்ட் பீல்டு இவ்ளோ கன்றாவியா ஆயிட்ச்சி”

“ஒரு பக்கம் டீசலு வெல தாறுமாறா ஏறிகினே போவுது ரோட் டேக்சு, டோல்கேட்டு, ஆர்.டீ.ஓ. அது இதுனு வரிங்க ஒருபக்கம் ஏறினு போவுது முன்னமாரி லோடுங்களும் இல்ல நெறைய ஃபேக்டரிங்கள திடுதிப்னு மூடிட்டுப் போய்ட்றாங்க வடக்க இர்ந்து இங்க வந்த டிரான்ஸ்போர்ட்காரனுங்க வாடகய ரொம்பக் கொறச்சி அக்ரிமென்ட் போட்றானுங்க அதனால முன்ன விட போட்டியும் அதிகமாய்ச்சி”

அவர் முகத்தையே பார்த்தான் மணி.

“எப்டினாலும் தொழில நடத்தியாவணும் அதுக்கு இன்னான்னா முடியுமோ அத்தினி கோல்மாலும் பண்றானுங்க இன்னொரு பக்கம் பாத்தா நாட்ல அக்குருமம் ஜாஸ்தியாய்கினே போவுது இப்ப எவங்கிட்டயும் நீதி நியாம்னு ஒரு புண்ணாக்கும் இல்லாமப் போயிட்ச்சி மனசாட்சி மண்ணாங்கட்டினு யாரும் யோசிக்கவே முடியாது ஒவ்வொர்த்தனும் அட்த்தவன தூக்கி முழுங்கனாதாங் லாரி பீல்டுல நிக்க முடியும்னு நாயா பேயா அலையறானுங்க.”

அவர் சொல்வதைக் கேட்கக் கேட்க மணிக்குக் கவலை கூடிக்கொண்டே போனது. லாரித் தொழிலில் இருக்கிற எல்லோருடைய எதிர்காலமும் இப்போது கேள்விக் குறியாகி வருவது அவன் கண் முன்னே தெரிந்தது.

“ஆனா, நீ நெனைக்கற மாதிரிலாம் இந்த பீல்ட் அவ்ளோ சீக்கிரத்துல அழிஞ்சிப் போய்டாது மணி அப்டி வராந்தால போயி நின்னு, கொஞ்ச நேரம் ரோட்ட பாரு எவ்ளோ லாரிங்க அப்டியும் இப்டியும் ஓடிகினு தான இருக்குது இன்னா நடந்தாலும் எல்லாத்துக்கும் தயாரா இருக்கறவங்க பீல்டுல நிப்பாங்க.”

53

அன்று வியாழக்கிழமை. சரியாகக் காலை பத்தரை மணி. மேகங்களற்ற வானம் போல சுந்தருடைய முகம் தெளிந்திருந்தது. அவனுக்குப் பிடித்த நீல நிறப் பேண்ட்டும், இளஞ்சிவப்பு நிறச் சட்டையையும் அணிந்திருந்தான். அதை டக் இன் செய்திருந்தான்.

நெற்றியில் மெலிதாக ஒரு சந்தனத் தீற்றல். அதனாலோ என்னவோ புத்தம் புதிதாக ஒரு பொலிவு அவன் முகத்தில் சுடர்விட்டது. வழக்கத்தை விட ஏதோ ஒரு நிறைவோடு நாற்காலியில் சாய்ந்து உட்கார்ந்திருந்தான்.

அவனது முகத்தையே பார்த்தபடி அவன் அருகில் இருந்த நாற்காலியில் உட்கார்ந்திருந்தாள் லீனா. முன்னிரவில் கோடிக் கோடி நட்சத்திரங்கள் மின்னுகிற வானத்தைப் போல அவள் முகமும் ஜெகஜோதியாகப் பிரகாசித்துக்கொண்டிருந்தது.

வழக்கம்போல தலையில் மல்லிகைச் சரம். அவள் முகத்தைப் போலவே பொன் மஞ்சள் நிறத்தில் பிரகாசிக்கும் சுடிதார். அதற்குப் பொருத்தமாக இளஞ்சிவப்பு துப்பட்டா.

இப்படி அபூர்வமான அழகில் ஜொலித்த அவர்கள் இருவரையும் மாறி மாறிப் பார்த்துக்கொண்டிருந்தான் மணி. அவனுக்கு அன்று பார்க்கிற எல்லாமே அழகாகத் தெரிந்தன.

அலுவலக மின் விசிறியும் வழக்கத்தை விட அன்று வேகமாகச் சுழன்றுகொண்டிருந்தது. சாலையில் வாகனங்கள் வழகத்தை விட வேகமாக ஓடிக்கொண்டிருந்தன. அவற்றின் அலறல் சத்தங்கள் காதை மெலிதாக வருடிக்கொண்டிருந்தன.

சுவரிலிருந்த சாமிப் படங்களின் சட்டத்தில் செருகிவைத்த ஊது வத்திகள் முழுமையாக எரிந்து, அதன் சாம்பல் பூப் பூவாகக் கீழே உதிர்ந்து கிடந்தது. அதன் செண்ட் வாசனை கலந்த காற்று அறை முழுவதும் சுழன்றுகொண்டிருந்தது.

மேலாளர் மாதவன் தன் இருக்கையில் உட்கார்ந்து, வழக்கம் போல ஏதோ ஒரு கோப்பில் கண்களைத் தாழ்த்தியிருந்தார்.

சுந்தரும் லீனாவும் ஒருவரை ஒருவர் பார்த்துக்கொண்டனர். அவர்களின் கண்கள் ஏதோ பேசிக்கொண்டன.

அடுத்த நொடி இருவரும் ஒரே நேரத்தில் தங்களின் இருக்கைகளிலிருந்து எழுந்து நின்றனர்.

மாதவன் எதேச்சையாக அவர்களை நிமிர்ந்து பார்த்தார். அவரது புருவங்கள் மேல் நோக்கி வளைந்தன. அவரது கண்களில் திடுமென ஒரு கேள்விக் குறி.

இருவரும் தங்களின் கைகளில் வைத்திருந்த தாள்களை ஒரே நேரத்தில் அவரிடம் நீட்டினர்.

“இன்னாபா ரெண்டு பேரும் ஒரே நேரத்துல என்னாவோ பேப்பர நீட்றீங்க?” என்று கேட்டார் மாதவன்.

“வாங்கிப் பாருங்க சார்” என்று சொன்னான் சுந்தர். அவனது குரல் தெளிவாக இருந்தது.

மீண்டும் அவனை ஆச்சரியத்தோடு பார்த்த மாதவன், முதலில் அவனது கையிலிருந்த தாளை வாங்கினார். உள்ளுக்குள் முளைத்த ஆச்சரியத்தின் குறுகுறுப்போடு அதை மேலோட்டமாகப் படித்துப் பார்த்தார். அவர் முகம் மாறியது. தலையை உயர்த்தி சுந்தரின் முகத்தை உற்றுப் பார்த்தார். சுந்தர் லேசான புன் சிரிப்புடன் நின்றுகொண்டிருந்தான்.

“சுந்தர் இன்னாபா இது?”

“இதையும் வாங்கிப் பாத்துடுங்க சார்” என்றாள் லீனா.

கழுத்தைத் திருப்பி லீனாவின் முகத்தையும் உற்றுப் பார்த்தார் மாதவன்.

“உனுக்கு இன்னாமா?” என்றவர், அவளிடமிருந்த தாளையும் வாங்கிப் பார்த்தார். அவளையும் அதே கேள்வியோடு நிமிர்ந்து பார்த்தார்.

அவை இரண்டுமே அவர்களின் ராஜினாமா கடிதங்கள்.

தனது கண்களில் அதிர்ச்சியும், குழப்பமும் சரிசமமாக மிதக்க அவர்கள் இருவரையும் மாறி மாறிப் பார்த்தார் மாதவன்.

அங்கே நடப்பது என்ன என்பதைப் புரிந்துகொண்டதும் திடீரென ஓர்உற்சாகம் தொற்றிக்கொண்டது மணியை. மிகுந்த திருப்தியோடு அவர்கள் இருவரையும் பார்த்து, சிநேகத்தோடு சிரித்தான்.

"பெஸட் ஆப் லக்." என்றான் இருவரையும் பார்த்து.

"தேங்ஸ் மணி நாளிக்கி காலீல நாங்க இங்க வர்றோம் உன்னோட ஆளு கிட்ட நானே பேசறங்" என்றாள் லீனா.